இல்லறவாசிகள்

தஹர் பென் ஜெலூன்

பிரஞ்சிலிருந்து தமிழில்:
சு.ஆ. வெங்கட சுப்புராய நாயகர்

தடாகம்

தடாகம்

இல்லறவாசிகள்

- **ஆசிரியர்:** தஹர் பென் ஜெலூன்
- **முதற்பதிப்பு:** ஜனவரி 2023
- **பிரஞ்சிலிருந்து தமிழில்:** சு.ஆ. வெங்கட சுப்புராய நாயகர்
- **பக்க வடிவமைப்பு:** கி. ஆஷா
- **அட்டை ஓவியம்:** ரோஹிணி மணி
- **அட்டை வடிவமைப்பு:** வெ. பாலாஜி

Illaravaasigal a Tamil translation of ***Le Bonheur Conjugal*** by **Tahar BEN JELLOUN** in French, published by **Editions Gallimard**, translated in Tamil by **S. A. Vengada Soupraya Nayagar.**

© *Editions Gallimard, Paris, 2012*

Tamil translation copyright © Thadagam, Chennai, 2022

PAP TAGORE

www.bibliofrance.in

"The Work is published with the support of the Publication Assistance Programs of the Institut français."

© All rights reserved. No part of this publication may be reproduced or transmitted in any form or by any means, electronic or mechanical, including photocopy, recording, or any information storage and retrieval system, without permission in writing from the publisher.

Published by:

THADAGAM
No.112, First Floor, Thiruvalluvar Salai
Thiruvanmiyur, Chennai 600 041
Ph: +91-98400-70870
www.thadagam.com | info@thadagam.com

ISBN: 978-93-93361-20-2

Published on January 2023

Price: ₹ 450

தஹர் பென் ஜெலூன் (1944)

வட ஆப்பிரிக்க பின்காலனித்துவ எழுத்தாளர்கள் வரிசையில் முன்னணியில் நிற்கும் ஜெலூன், பிரஞ்சு மொழியினைத் தாய் மொழியாய்க் கொள்ளாத எழுத்தாளர்களின் படைப்புகளில் அதிகமாக மொழிபெயர்க்கப்பட்ட பெருமைக்குரியவர். மொராக்கோவில் பிறந்த இவர், தாய்மொழியான அரபி மொழியில் எழுதாமல் பிரஞ்சு மொழியிலேயே தன் இலக்கியப் படைப்புகளான புதினங்கள், கவிதைகள், கட்டுரைகள் அனைத்தையும் எழுதிவருகிறார். இலக்கியத்தின் மூலம் இனவேற்றுமைக்கு எதிராகத் தொடர்ந்து குரல் எழுப்பிவருபவர். 2020இல் தடாகம் வெளியீடாக வந்த 'உல்லாசத் திருமணம்' எனும் புதினத்திலும் இது எதிரொலிப்பதை உணரலாம். 2022இல் வெளியான 'தண்டனை' எனும் தன்வரலாற்றுப் புதினத்தில், ஜெலூனின் கல்லூரிக் காலத்தில் அனுபவிக்க நேர்ந்த சிறை கொடுமை விவரிக்கப்பட்டுள்ளது.

'இல்லறவாசிகள்' என்ற இந்தப் புதினத்தில், மனவேற்றுமைக்கு உள்ளான கணவன் - மனைவியின் வாழ்க்கை எவ்வாறு சிதைகிறது என்பதை ஜெலூன், தன்னுடைய எளிமையான நடையில் எடுத்துரைக்கிறார்.

ஐம்பதுக்கும் மேற்பட்ட இவரது படைப்புகள் நாற்பது மொழிகளுக்கும் மேலாக மொழிபெயர்க்கப்பட்டு உலகெங்கும் பெரும் வரவேற்பைப் பெற்றுள்ளன. சமூகத்தில் மனித இனம் எதிர்கொள்ளும் சிக்கல்களை வாசகர்களுக்கு நெருக்கமான மொழியில், நடையில் எடுத்துரைக்கும் உத்தியினைக் கொண்டவர் ஜெலூன்.

சு.ஆ. வெங்கட சுப்புராய நாயகர் (1963)

பிரஞ்சு, தமிழ், ஆங்கில மொழிகளுக்கிடையே மொழிப் பாலம் அமைத்து வரும் முனைவர் சு.ஆ. வெங்கட சுப்புராய நாயகர் (1963), கடந்த 33 ஆண்டுகளாகப் புதுச்சேரியில் பிரஞ்சுப் பேராசிரியராகப் பணியாற்றிவருகிறார். ஆரவாரமின்றி இலக்கியப் பணியாற்றிவரும் நாயகர், இதுவரை ஒன்பது புதினங்களைப் பிரஞ்சிலிருந்து நேரடியாகத் தமிழாக்கம் செய்துள்ளார். மேலும், பிரஞ்சுச் சிறுகதைகளின் மொழியாக்கத் தொகுப்புகள் இரண்டினையும் வெளியிட்டுள்ளார். தமிழிலிருந்து கதைகள், கவிதைகள் ஆகியவற்றையும் பிரஞ்சில் மொழியாக்கம் செய்துள்ளார். நம் சங்க இலக்கியச் செல்வங்களான குறுந்தொகை, ஐங்குறு நூறு ஆகியவற்றை முழுமையாக வெங்கட சுப்புராய நாயகர் பிரஞ்சு மொழியாக்கம் செய்திருப்பது குறிப்பிடத்தக்கதாகும். நம் மொழியின் தொன்மை, செம்மை ஆகியவற்றைப் பிரஞ்சு மக்கள் அறிய இது வாய்ப்பாக அமையும்.

பல பல்கலைக்கழகங்களின் தேர்வராக உள்ள இவர், இலக்கிய, சமூக அமைப்புகள் பலவற்றில் உறுப்பினராகவும் இருந்து வருகிறார். 1994, 2008 ஆகிய ஆண்டுகளில் பிரான்ஸ் சென்று, அரசின் உதவியுடன் பிரான்ஸில் சில மாதங்கள் பயிற்சியும், நூலகங்களில் ஆய்வும் மேற்கொண்டவர். இவரது பிரஞ்சு - தமிழ் மொழிபெயர்ப்புத் திட்டம் ஒன்றினை, 2018ஆம் ஆண்டு மார்ச் முதல் மூன்று மாதங்கள் பிரான்ஸில் தங்கி முடிக்க பிரஞ்சு

அரசு உதவிசெய்தது. தொடர்ந்து மொழிபெயர்ப்பில் ஈடுபட்டு வரும் இவருடைய மொழியாக்க நடையின் எளிமை கி.ரா., பிரபஞ்சன் உள்ளிட்ட இலக்கிய ஆளுமைகளைக் கவர்ந்து பாராட்டைப் பெற்றதாகும்.

இவரது மொழியாக்கப் பணிக்காக மும்பை 'ஸ்பாரோ' அமைப்பின் '2020ஆம் ஆண்டுக்கான இலக்கிய விருதினைப்' பெற்றவர். 2021ஆம் ஆண்டுக்கான பிரஞ்சு அரசின் 'ரோமன் ரோலன் மொழியாக்க விருதினைப்' பெற்ற சிறப்புக்கும் உரியவர். பிரஞ்சி லிருந்து இந்திய மொழிகளில் மொழிபெயர்க்கப்படும் சிறந்த நூலுக்காக அளிக்கப்படும் இவ்விருது, தடாகம் வெளியீடாக வந்த தஹர் பென் ஜெலூனின் 'உல்லாசத் திருமணம்' என்ற நூலுக்கு வழங்கப்பட்டது. அத்துடன் 2022, ஏப்ரல் மாதத்தில் பாரீஸில் நடந்த புத்தகத் திருவிழாவில் கலந்துகொள்ளவும் பிரஞ்சு அரசு ஏற்பாடு செய்தது என்பது குறிப்பிடத்தக்கது.

மேலும், இவரின் தமிழ் - பிரஞ்சு மொழிபெயர்ப்பு சேவைக்காக 2022ஆம் ஆண்டு 'நல்லி - திசை எட்டும் மொழியாக்க விருது' வழங்கப்பட்டுள்ளது.

முன்னுரை

பேராசிரியர் க. பஞ்சாங்கம்

பெண்ணெனும் பெரும் வியப்பு

"எப்படி வாழ்வது என்பதைத் தவிர, மற்ற அனைத்தும் கண்டுபிடிக்கப்பட்டுள்ளன."

- ழான் போல் சாத்தர்

I

மனிதர்களின் வாழ்க்கை வரலாற்றில் முதல் இணையர்களாகக் கருதப்படுபவர்கள் தாயும் சேயும்தான்; இந்தத் தாய்தான் முதல் ஆசிரியை என்றும் சொல்லப்படுகிறது; இவ்வாறு தாயை மையமாகக் கொண்ட ஓர் அமைப்பில் இருந்துதான் சகோதரன், சகோதரி முதலிய உறவுகளும் வளர்ந்திருக்கின்றன. இவ்வாறு தாயைச் சுற்றிய உறவினாலான அமைப்பு ஒன்று உருவாகி ஏறத்தாழ எட்டாயிரம் ஆண்டுகளுக்குப் பிறகுதான், "தந்தை" என்ற உறவு உருவானது என்கின்றனர் மானுடவியல் அறிஞர்கள்; சொத்துடைமைச் சமூகம் உருவான சூழலில் வாரிசுக்குச் சொத்தைக் கைமாற்றிக் கொடுக்க வேண்டிய நெருக்கடியில்தான் 'கணவன் – மனைவி' என்கிற 'பண்பாட்டு மனிதர்கள்' வெளிப்படுகிறார்கள்; ஒருத்திக்கு ஒருவன் என்ற ஒழுக்கம் கற்பிக்கப்படுகிறது; தொடர்ந்து ஒவ்வொரு காலகட்டத்திற்குமான சமூகத் தேவைக்கு ஏற்ப வலுவான சமூகக் கட்டுப்பாடுகள் மரபு, பண்பாடு என்ற பேரில் செயல்படுத்தப்பட்டுள்ளன. ஆனால் மனித மூளையின் விசித்திரமான வினையாற்றலின் காரணமாகவோ என்னவோ எந்தவிதமான "ஒழுங்கிற்குள்ளும்" கட்டுப்படாத குழப்பமான நிலைமைதான் நிலையான ஒன்றாக மனித வரலாறு முழுக்க இருந்துவருவதைக் காணமுடிகிறது.

இந்தக் குழப்பான நிலைமை பெரிதும் வெளிப்படுவது கணவன் – மனைவி உறவில்தான் என்பதும், அதுவே மனிதர்களின் வாதையாகவும் வலியாகவும் நீளுகிறது என்பதும் வெளிப்படை; இப்படியான ஒரு மனிதப் பிரச்சினையை எடுத்துக் கொண்டு அதனுடைய பல்வேறு கூறுகளை மிகவும் நுட்பமான பார்வையோடும் உளவியல் அணுகுமுறையோடும் மேன்மையான புனைவு மொழி எனும் கருவி கொண்டு அலசி ஆராய்கிறார் 'இல்லறவாசிகள்' என்ற இந்த நாவலாசிரியர். ஒவ்வொரு கதையாடலும் அன்று தொடங்கி இன்றுவரை பல்வேறு வகைவகையான மனிதர்களின் நடத்தையியலின் மேல் கட்டமைக்கப்படுபவைதானே.

II

இந்த நாவல், "பெண்களை அதிகமாக நேசிப்பவன்" என்ற தலைப்பில் முதல் பகுதியாகவும் "நடந்தவை பற்றிய எனது பார்வை – பெண்களை அதிகமாக நேசித்த மனிதனுக்கு ஓர் எதிர்வினை" என்ற தலைப்பில் இரண்டாவது பகுதிகளாகவும் அமைந்துள்ளது; முதல் பகுதியில் கதையாடுபவன் கணவன்; அவன் தன் கதையைப் படர்க்கை நிலையில் நின்று எடுத்துரைக்கிறான்; ஆனால், இரண்டாவது பகுதியில் கதையாடும் மனைவி தன்னிலையில் நின்று நேரடியாகப் பேசுகிறாள்.

♥ இதுபோலவே கணவனின் கதையாடல் ஒவ்வொன்றும் (மொத்தம் – 29) அது நடந்த இடம், நாள், மாதம், ஆண்டு ஆகிய தகவல்களோடு வெளிப்படுகின்றது. ஆனால், மனைவியின் கதையாடல் ஒவ்வொன்றும் (மொத்தம் – 13) மேற்கண்ட தகவல்கள் எதுவும் இல்லாமல் நேரடியாக எடுத்துரைக்கப்படுகிறது.

♥ மேலும் கணவனின் கதை கூறும் 29 பகுதிகளிலும் தொடக்கத்தில் பல்வேறு நூல்களில் இருந்து எடுக்கப்பட்ட சிந்தனையைத் தூண்டும் மேற்கோள்கள் அமைந்துள்ளன; ஆனால், மனைவி கூறும் 13 பகுதிகளிலும் அப்படியான மேற்கோள் எதுவும் இல்லை. நேரடியாக முகவுரை, எனது பார்வை, எங்கள் திருமணம், பணம், தாம்பத்தியம், பொறாமை முதலிய தலைப்புகளுடன் அமைந்துள்ளன.

இவ்வாறு நாவலின் மேற்கட்டுமானத்தை அமைத்துக்கொள்ளும் முறைமை, ஆணாகிய கணவன் இடம், காலம் அறிந்து நிதானமாகவும் தான் கற்ற பல்வேறு நூல்களின் அறிவு வளத்தோடும் செயல்படுபவன் என்றும் பெண்ணாகிய மனைவி சுயமாக, தன் உள்ளுணர்வு காட்டும் பாதையில் உணர்ச்சி நெறியில் நேரடியாக இயங்குபவள் என்றும் தான் நிகழ்த்திக் காட்டப்போகும் பிரதியின் உள்கட்டுமானத்திற்கு ஏற்பத் திட்டமிட்டு அமைக்கப்பட்டதோ என்று எண்ணத் தோன்றுகிறது.

III

மனிதர்களின் உடம்பில் மிகவும் ஆபத்தான உறுப்பு நாக்கு தான்; அங்கிருந்து புறப்பட்டு வரும் வார்த்தைகள்தான் மனித இன்ப துன்பங்களுக்குக் காரணமாகின்றன. அப்படியான வார்த்தை களாலான கணவன் – மனைவி சண்டையினால் பாதிக்கப்பட்டுப் பக்கவாதத்திற்குள்ளாகி அசையாமல் கிடக்க நேரும் கணவனின் மூக்கில் வந்து உட்கார்ந்த ஒரு ஈயை விரட்ட முடியாமல் கணவன் படும் பாட்டைக் காட்சிப்படுத்தும் அழகான புனைவோடு நாவல் தொடங்குகிறது; அதை ஓர் உருவகமாக வாசித்து மகிழவும் வழி இருக்கிறது. ஓர் ஈக்கு முன்னால் (ஒரு கொசுக்கு முன்னாலும்தான்) இவ்வளவு பிரம்மாண்டமான மனிதன் தோற்றுப்போக நேர்கிறதே என்பது எவ்வளவு பெரிய வலி தரும் மெய்மை. இப்படித்தான் கணவன் – மனைவி உறவிலும் சின்னச் சின்ன விஷயங்கள் பூதாகரமாக வீங்கி வெடிக்கின்றன. அதுவும் ஆண் மையச் சமூகத்தில் கணவனுக்கு மனைவி மேல் ஏற்படும் கோபமும் மனைவிக்குக் கணவன் மேல் ஏற்படும் கோபமும் மற்ற எல்லாக் கோபங்களையும் விடப் பன்மடங்குக் கூடுதலாகப் பெருகிக் காட்டாறு போலக் கட்டுக்கு அடங்காமல் எல்லாவற்றையும் அடித்துச் செல்லுகின்றன; பொதுவாக இரண்டு மனிதர்கள் பழக நேரும்போது, 'ஒருவர் பொறை இருவர் நட்பு' என்பதற்கேற்ப ஒருவர் விட்டுக்கொடுத்தால்தான் உறவு. ஆனால், கணவன் – மனைவி உறவில் அதுவும் இந்த நாவலில் வருவதுபோலக் காதலன் – காதலியாக இருந்து பிறகு கணவன் – மனைவியாகக் கூடி வாழ முயலும்போது ஏற்படும் கோபங்களின் வீச்சுக்கு அளவேது; விட்டுக்கொடுத்தலுக்கு இடமேது? இத்தகையதொரு உளவியல் நெருக்கடியை எடுத்துரைக்கிறது நாவல்.

மேலும் இந்த நாவலில் ஒரே மதத்தினர்தான் என்றாலும், கலாச்சாரம், பொருளாதாரம், பிறந்து வளர்ந்த இடம் (கிராமம் x நகரம்) நிறம், கல்வி, மொழி ஆற்றல், சமூக அங்கீகாரம் முதலியவற்றில் பெருத்த வேறுபாடு கொண்ட தம்பதியினர் என்கிற உண்மை நிலை, குடும்ப வாழ்வை நரகமாக்கிவிடுகிறது; மனிதர்கள் ஒவ்வொருத்தரும் தனிமனிதராகத் தனித்தனியாகத் தான் வாழ்வது போல் தோன்றுகிறது; ஆனாலும் யாரும் இங்கே தனியாக இல்லை; சுற்றிலும் இரத்த உறவு, மதம், கல்வி, நீதி, கலை இலக்கியம், அரசு முதலிய பல்வேறு அதிகார நிறுவனங் களின் மையத்தில்தான் நிறுத்தப்பட்டிருக்கிறோம்.

கூடவே, இந்த நாவலின் மூலம் மனிதர்கள் வெவ்வேறு நிலத்தில், வெவ்வேறு சமூகச் சூழலில் தங்கள் இருப்பை நிகழ்த் தினாலும் கணவன் – மனைவி என்று வரும்போது எழுகின்ற சிக்கல்களும் இன்ப துன்பங்களும் ஏறக்குறைய ஒரே மாதிரியாகத் தான் இருக்கின்றன என்பதை அழுத்தமாக உணர முடிகிறது; அதே நேரத்தில் கணவன் எந்தவிதக் குற்ற உணர்வும் கொள்ளாமல் சர்வசாதாரணமாகப் பிற பெண்களோடு உடலுறவு கொள்வதும், அந்தக் காட்சிகளை ஒரு பாலியல் பிரதி போலக் கதைசொல்லி எடுத்துரைப்பதும் நம்முடைய பண்பாட்டுப் பின்புலத்தில் வாசிக்கும்போது அதிர்ச்சி தருவதாக இருக்கலாம்தான்.

IV

நாவலாசிரியர் எடுத்துரைப்பு முறையிலும் பல்வேறு உத்தி களைக் கையாண்டுள்ளார்; காலத்தால் முன்னும் பின்னுமாக நகரும் நேர்கோடில்லா எழுத்துமுறை, கடித வடிவம், திரைப்படங்களில் இருந்து பொருத்தமாக எடுத்தாளும் மேற்கோள்கள், கணவன் புகழ்பெற்ற ஓவியனாகக் காட்டப்படுவதால் சிறந்த ஓவியர்கள் குறித்தும், வண்ணங்கள் பற்றியும் பேசுவது, பல்வேறு பண்பாட்டுப் பழக்கவழக்கங்களை (குறிப்பாக சூன்யம் வைப்பது, மந்திரம் செய்வது) எடுத்துக்காட்டுவது, சில இடங்களில் மாய எதார்த்த முறையில் (magical realism) கதையாடலை நடத்துவது (குறிப்பாக ஆண்களைப் பெண்கள் எப்படி உண்டு விழுங்குகிறார்கள் என்று வர்ணிக்கும் இடத்தில்) - இப்படி விதவிதமான முறையில் கணவன்

– மனைவி பிரச்சினைகள் எடுத்துரைக்கப்படுவதன் மூலம் வாசகர்களைத் தன் கைக்குள் வளைத்துப்போட்டுக்கொள்ளுகிறார் கதை சொல்லி.

மேலும் சொத்தில் பெண்களுக்கான பாகம் குறித்து இஸ்லாமியச் சட்டம் பின்பற்றுவதையும் போகிறபோக்கில் விமர்சனமாகப் பதிவு செய்கிறார்; பெண்கள் வேலைக்குப் போகாத நபித் தூதர் காலத்து நடைமுறையை மாற்றிச் சொத்தில் ஆண், பெண் பேதம் இல்லாமல் சமபங்குப் பகிர்ந்து கொடுத்துவிட வேண்டும் என்றும் பெண்களைப் பெரிதும் நேசிப்பவர் நபித்தூதர் என்றும் சுட்டிக் காட்டுகிறார்.

இறுதியாக, விவாகரத்துக் குறித்து விரிவாகவும் நுட்பமாகவும் புனைகிறார்; அமைதியாக, விடுதலை உணர்வோடு வாழ்வதற்கு விவகாரத்தைத் தவிர வேறு வழியில்லை என்ற முடிவிற்குக் கணவனாகிய ஓவியன் வந்து நிற்கிறான்; மனைவியும் தனக்கான பொருளாதாரப் பலத்தை உறுதிப்படுத்திக்கொள்ளப் பல்வேறு தந்திரங்களைக் கையாளுகிறாள்; அவனை எந்த அளவிற்கு இழிவாக மதிப்பிட முடியுமோ அந்த அளவிற்கு மதிப்பிட்டுப் பேசுகிறாள்; ஆனால் இறுதியில் விவகாரத்து நடக்க விட மாட்டேன்; சம்மதம் தெரிவிக்க மாட்டேன்; நடமாட முடியாமல் வீட்டிற்குள் கிடக்கும் அவனை நன்றாகக் கவனித்துக்கொள்வேன் என்று முடி வெடுக்கிறாள்; அவளுடைய தோழி ஒருத்திக் கூறியதுபோல,

"நம் விடுதலைக்கான நேரம் வந்துவிட்டது. அதன் தாளத்தையும் பாடலையும் உற்றுக்கவனித்தாக வேண்டும். நாம் ஒவ்வொருவரும் பெரும்பெரும் சக்திக் கிடங்குகள். நம் எதிரிகளின் கண்களிலிருந்து புறப்பட்டு வரும் எதிர்மறை அலைகளை நம்முடைய நேர்மறை அலைகளால் அழித்து விடுவோம்; நாம் அவர்களின் ஆசைக்கான போகப்பொருள் இல்லை; நாம் உயிரோட்டமான சக்தி நிலையம்... நாம் புரிந்துகொள்ள முடியாத கடல்"

என்ற நிலைப்பாட்டைத் தேர்ந்தெடுக்கிறாள்; ஆண் என்னும் கணவன், அளவிட முடியாத பெண் எனும் மனைவியின் ஆற்றலுக்கு முன்னால் அடிபணிந்து விமோசனம் தேடிக்கொள்வதைத் தவிர வேறு வழியில்லை என்றுதான் நாவலாசிரியர் தன் கதையாடலை

முடித்துவைக்கிறார் எனப்படுகிறது. மேலும் இந்த நாவல் முழுக்கப் பக்கவாதத்துடன் கிடக்கும் கதைத் தலைவன், பெண்ணோடு சேர்ந்து வாழும் ஆண்களுக்கான ஒரு குறியீடு என்றும் தோன்று கிறது.

நண்பர் சு.ஆ. வெங்கட சுப்புராய நாயகர் ஏற்கெனவே மொராக்கோ நாட்டுப் பிரஞ்சு எழுத்தாளரான இந்த தஹர் பென் ஜெலூன் நாவல் இரண்டை, 'உல்லாசத் திருமணம்', 'தண்டனை' என்ற தலைப்புகளில் தமிழுக்கு வழங்கி வளம் சேர்த்திருக்கிறார்; இப்பொழுது அவருடைய இந்த நாவலை மொழிபெயர்த்துத் தந்ததன் மூலம் ஆண் - பெண் உறவின் உலகளாவிய பார்வை யைத் தமிழுக்குக் கொண்டுவந்திருக்கிறார்.

இத்தகைய வித்தியாசமான தன்னுடைய மொழிபெயர்ப்புச் செயல்பாட்டு மூலம் விதவிதமான கதை சொல்லுதலின் அழகி யலைத் தமிழுக்குள் விதைக்கிறார். அவருடைய இந்தப் பணி தொடர வாழ்த்துகிறேன். சிறப்பான முறையில் நாயகருடன் ஒத்துழைத்து வெளியிட்டு மகிழும் தடாகம் பதிப்பகத்தாரையும் பாராட்டுகிறேன்.

நன்றி,

அன்புடன்

12.12.2022 க. பஞ்சாங்கம்

25, 20ஆவது தெரு
ஔவை நகர்
புதுச்சேரி – 605 008
கைபேசி: 9003037904
Email: drpanju49@yahoo.co.in

மொழிபெயர்ப்பாளர் உரை

ஒரு கணவன், ஒரு மனைவி

காதலித்து மணமுடித்தவர்கள் அண்மைக்காலங்களில் அதிக மாக மணமுறிவைச் சந்திப்பவர்களாக இருப்பது கவலைக்குரிய அம்சமாக நம் சமுதாயத்தில் பார்க்கப்படுகிறது. மேலைநாட்டில் மட்டுமே சகஜமாகக் கருதப்பட்டுவந்த இப்போக்கு, இப்போது பூமிப்பந்தின் எல்லா மூலைகளுக்கும் பரவியுள்ளது. இதற்குச் சமுதாயக் காரணங்கள் மாறுபட்டாலும் தனிமனிதக் காரணங்கள் பெரும்பாலும் பிரச்சினைக்குரிய அத்தனை மணமக்களுக்கும் பொதுவாக இருப்பதை உணர முடியும்.

தஹர் பென் ஜெலூனின் இப்புதினமும் அத்தகைய மண முறிவுக்கு அடித்தளமிட்ட உளவியல் காரணங்களை வாசகர் களிடம் பட்டியலிடுகிறது.

ஒரே திரைப்படத்தை இரண்டு இயக்குநர்கள், இரண்டு ஒளிப் பதிவுக் கருவிகள் கொண்டு தனித்தனியாகப் பதிவுசெய்து அளித்ததைப் போன்ற எடுத்துரைப்பு அமைப்பு கொண்ட புதினம் இது. இருவேறு கோணங்கள் என்பதால், எந்தக் கோணத்தை நம்புவது என்பது வாசகரின் பார்வை, தெரிவு, அறிவு ஆகிய வற்றுக்கு உட்பட்டது.

இப்புதினத்தின் கதைமாந்தர்களாகப் பிரபல ஓவியன் ஒருவனும் அவன் விரும்பி மணம்புரியும் கிராமத்துப் பின்னணி கொண்ட பெண்ணும் வலம்வருகின்றனர்.

பெருத்த மனஉளைச்சலுக்கு ஆளாகி, பக்கவாத நோயால் பாதிக்கப்பட்டு, சக்கர நாற்காலியில் முடங்கிக் கிடக்கும் பிரபல ஓவியன் ஒருவனின் பரிதாப நிலையை விளக்கும் காட்சியுடன் புதினம் தொடங்குகிறது.

மூன்றில் இரண்டு பாகம் கணவன் தரும் விளக்கங்கள் இப்பிரதியில் கிடைக்கின்றன. புலம்பவும் தன் பக்க நியாயங்களை விளக்கவும் அவனிடம்தான் நிறைய விஷயங்கள் உள்ளன என்பதைக் காட்ட அத்தகைய வாய்ப்பினை ஆசிரியர் வழங்கியிருக்கலாம். மேலும், மனைவி மீதான பல்வேறு குற்றச்சாட்டுகளையும், தன் பலவீனங்கள், தியாகங்கள் ஆகியவற்றையும் விவரிக்கிறான். இத்துடன் தங்களுக்கிடையே ஏற்பட்ட விரிசல்களைச் சீராக்கத் தான் மேற்கொண்ட முயற்சிகளையும் அவற்றில் ஏற்பட்ட தோல்விகளையும் எடுத்துரைப்பதன் மூலம் அவனைக் குறித்த சுயசித்திரம் ஒன்று எழுத்து வடிவில் வாசகர்களுக்குக் கிடைக்கிறது.

அந்த ஓவியன் மீது பரிதாபம் கொள்ளும் வாசகர் அவனுக்கு விடுதலை கிடைக்காதா என்று நினைக்கும் நேரத்தில், ஒளிப்பதிவுக் கருவியை மனைவியின் கையில் தந்துவிட்டு விலகிக்கொள்கிறார் எடுத்துரைப்பாளர்.

இதுவரை கணவன் அடுக்கிய குற்றச்சாட்டுகளுக்குப் பதில் கூறுவதோடு தன் தரப்பு நியாயங்களையும் எடுத்துரைக்கத் தொடங்குகிறாள் மனைவி. முதல் பகுதியில் ஆண் மீதிருந்த பரிதாபம் முழுவதும் இப்போது பெண் மீது விழும் அளவிற்கு அவனது தன்னலம், உதாசீனம், புறக்கணிப்பு, அவநம்பிக்கை என அத்தனைத் தீய இயல்புகளையும் எடுத்துக் கூறுகிறாள்.

அவன் கூறியவை மட்டுமின்றி உலகுக்குக் கூற இருந்தவை அடங்கிய கையெழுத்துப் பிரதியையும் கைப்பற்றி, அதற்கும் சேர்த்தே மறுப்புத் தெரிவிக்கிறாள்.

எல்லோரும் பொதுவாக எதிர்பார்க்கும் முடிவான விவாகரத்தைத் தெரிவுசெய்யாமல் வித்தியாசமான முடிவினை எடுக்கிறாள். அந்த முடிவின் பின்னணியில் உள்ள திட்டத்தை அவள் விளக்கும்போது வாசகர்கள் அதிர்ந்துபோகின்றனர்.

வழக்கம்போல் எளிமையான எடுத்துரைப்பில் அமைந்துள்ள இப்புதினத்தில் ஜெலூன், பல உளவியல் உரையாடல்களை நிகழ்த்தியுள்ளார். கதையின் சுவாரசியத்தில் மூழ்கும் அதேநேரம், வாசகரின் பங்களிப்பையும் அவ்வப்போது கோரும் புதினங்களில் இதுவும் ஒன்றாகும்.

"எத்தனை பிறவி என்றாலும் அத்தனையிலும் நீதான் என் வாழ்க்கைத் துணை" என்றும், "எப்போதும் உன்னைக் கைவிட மாட்டேன்" என்றும் ஒருவருக்கொருவர் உறுதியேற்றுத் திருமணம் செய்துகொண்டபோதும், எதார்த்தத்தில் யாரும் யாருக்காகவும் படைக்கப்பட்டவர்கள் இல்லை என்பதை நிரூபிக்கும்படித் தனித் துவம் கொண்ட தீவாக மாறிப்போகின்றனர் பலர். அவர்களைக் காட்சிப்படுத்தும் பிரதியாக இந்தப் புதினம் அமைந்துள்ளது.

பிரஞ்சு எழுத்தாளர் அந்த்துவான் த சேந்தெக்ஸுபெரி கூறுகிறார்:

"நேசம் என்பது ஒருவரையொருவர் பார்த்துக்கொண்டிருப்ப தல்ல,

இருவருமே சேர்ந்து ஒரே திசையை நோக்கிப் பார்ப்பதுதான்"

சிதைந்த இல்லற வாழ்வு ஒன்று எதிர்கொண்ட சிக்கல்களை விளக்கும் இப்புதினம் இக்கருத்தை வழிமொழிவதாகத்தான் அமைந்துள்ளது எனலாம்.

ஆசிரியரின் மற்ற புதினங்களைப்போல், இதிலும் ஆப்பிரிக்க நாட்டு மதச் சடங்குகள், நம்பிக்கைகள், மாந்திரீகங்கள் ஆகியவை இடம்பெற்றுள்ளன. புதினத்தில் வரும் திரைப்படங்கள், திரைக் கலைஞர்கள், இசைவாணர்கள், நகரங்கள் முதலிய பெயர்களுக்கு நெருக்கமான தமிழ் உச்சரிப்பும், விளக்கங்களும், அவை இடம் பெறும் அத்தியாயங்களும் நூலின் இறுதியில் இணைப்பாக இடம் பெற்றுள்ளன.

எப்போதும்போல் இந்த மொழிபெயர்ப்பினையும் பொறுமை யாகச் சரிபார்த்து உரிய திருத்தங்கள் செய்ததுடன் ஆழமான கருத்துகளைக் கொண்ட விரிவானதொரு முன்னுரை வழங்கி யிருக்கும் நண்பர் பேராசிரியர் க. பஞ்சாங்கம் அவர்களது அன்புக்கு என் நன்றி.

எனக்கு ஏற்படும் ஐயங்களைக் களைந்து உதவிசெய்துவரும் என் பேராசிரியர் கொமாந்தேர் இரா. கிருஷ்ணமூர்த்தி அவர்களுக்கு நன்றி.

வாரந்தோறும் தொலைபேசியில் தொடர்புகொள்ளும்போது, சில பண்பாட்டுக் கூறுகளுக்கான விளக்கங்களை அளித்து ஊக்கம் தரும் பிரான்ஸில் வசிக்கும் நண்பர்கள், எழுத்தாளர் நாகரத்தினம் கிருஷ்ணா, ழெரார் ஜோசப் ஆகியோருக்கும் என் நன்றி.

இந்த மொழியாக்கத்தின் எல்லாப் படிநிலைகளிலும் எனக்கு உறுதுணையாக இருந்து மூலப்பிரதியுடன் சரிபார்த்து உதவிய என் மனைவி வெ. சிவகாமிக்கும் இந்த நூலாக்கத்தை வடிவமைத்து அழகிய முறையில் அச்சிட்டு வெளியிட்ட தடாகம் பதிப்பக உரிமையாளர் நண்பர் அமுதரசன் பால்ராஜ் உள்ளிட்ட அணிக்கும் என் நன்றி.

தொடர்ந்து என் மொழியாக்கத்திற்கு ஆதரவு அளித்துவரும் வாசகர்களுக்கும் என் நன்றி.

பெருகும் அன்புடன்

சு.ஆ. வெங்கட சுப்புராய நாயகர்

138, மெயின் ரோடு
இலாசுப்பேட்டை
புதுச்சேரி 605 008
கைபேசி: 9952146562
vengadasouprayanayagar@gmail.com

உள்ளடக்கம்

முதல் பகுதி
பெண்களை அதிகமாக நேசித்தவன்

முகவுரை	23
1. காஸாபிளான்கா, 4 பிப்ரவரி 2000	29
2. காஸாபிளான்கா, 8 பிப்ரவரி 2000	36
3. பாரீஸ் 1986	58
4. பாரீஸ் 1990	68
5. மராக்கேஷ், ஜனவரி 1991	79
6. காஸாபிளான்கா, 24 மார்ச் 2000	86
7. பாரீஸ், ஆகஸ்ட் 1992	97
8. மராக்கேஷ், 3 ஏப்ரல் 1993	109
9. காஸாபிளான்கா, 1995	118
10. காஸாபிளான்கா, 1995	128
11. காஸாபிளான்கா, ஏப்ரல் 2000	137
12. காஸாபிளான்கா, 1998	140
13. காஸாபிளான்கா, 15 நவம்பர் 1999	146
14. காஸாபிளான்கா, 27 ஆகஸ்ட் 2000	157
15. காஸாபிளான்கா, 28 ஆகஸ்ட் 2000	168
16. காஸாபிளான்கா, 12 செப்டம்பர் 2000	192
17. காஸாபிளான்கா, 5 அக்டோபர் 2000	196
18. காஸாபிளான்கா, 4 நவம்பர் 2000	202
19. காஸாபிளான்கா, 6 நவம்பர் 2000	209
20. காஸாபிளான்கா, 2 நவம்பர் 2002	216

21. காஸாபிளான்கா, 20 நவம்பர் 2002	225
22. காஸாபிளான்கா, 1 டிசம்பர் 2002	233
23. காஸாபிளான்கா, 19 டிசம்பர் 2002	240
24. காஸாபிளான்கா, 4 ஜனவரி 2003	245
25. காஸாபிளான்கா, 25 ஜனவரி 2003	256
26. காஸாபிளான்கா, 3 பிப்ரவரி 2003	261
27. காஸாபிளான்கா, 12 பிப்ரவரி 2003	277
28. காஸாபிளான்கா, 18 பிப்ரவரி 2003	283
29. தாஞ்சியர், 23 செப்டம்பர் 2003	288

இரண்டாவது பகுதி
நடந்தவை பற்றிய எனது பார்வை
பெண்களை அதிகமாக நேசித்த மனிதனுக்கு ஓர் எதிர்வினை

முகவுரை	299
எனது பார்வை	303
இரகசியக் கையெழுத்துப் பிரதி	318
எங்கள் திருமணம்	336
பணம்	350
தாம்பத்தியம்	361
பொறாமை	366
தவறு	370
மாமியார் வீடு	375
எங்கள் நண்பர்கள்	380
என் கணவன்	388
வெறுப்பு	391
நேசம்	400
வாழ்தல்	404
குறிப்புகள்	411

“மரியான்: வாழ்நாள் முழுவதும் இரண்டு பேர் ஒன்றாகச் சேர்ந்து வாழ்ந்துவிட முடியும் என்று நினைக் கிறாயா?

ஜோவான்: திருமணம் என்பது சமூகத்தில் உள்ள ஒரு முட்டாள் தனமான சம்பிரதாயம். ஆண்டுதோறும் அதைப் புதுப்பித்துக்கொள்ளலாம் அல்லது உடன்படிக் கையை முறித்துக்கொள்ளலாம். (...) உன் காருக்குச் செலுத்த வேண்டிய அபராதத் தொகையினைச் சீக்கிரமாகக் கட்டப்பார். கட்டவேண்டிய தொகை நிறைய சேர்ந்துவிட்டது.”

இல்லற வாழ்க்கைக் காட்சிகள், இங்மார் பெர்க்மேன்.

“நம் அதிர்ஷ்டத்தை நாமே உருவாக்குவோம்.”

கில்டா, கிங் விடோர்.

முதல் பகுதி

பெண்களை அதிகமாக நேசித்தவன்

முகவுரை

அவனது மூக்கின் நுனியில் அது வந்து உட்கார்ந்தது. அது மிகவும் பெரியதாகவும் இல்லை, சிறியதாகவும் இல்லை. சாதாரண ஈதான். கறுப்பாக, எடை குறைவாக, அசௌகரியத்தை ஏற்படுத்தக்கூடிய ஈ அது. விமானங்களை ஏற்றிச்செல்லும் வாகனத்தின் மீது வந்து இறங்கிய விமானம்போல் அந்த மூக்கின் நுனியில் வசதியாக அமர்ந்துகொண்டு, தன் முன்னங்கால்களைச் சுத்தம் செய்துகொண்டிருந்தது. ஏதோ அவசரமான வேலைக்குத் தயாராவதுபோல் தன் கால்களைச் சுத்தப்படுத்திக்கொண்டும் மெரு கேற்றிக்கொண்டும் இருந்தது. அதை யாரும் இனித் தொந்தரவு செய்ய முடியாது. அந்த இடத்தில் நன்றாகக் காலை ஊன்றியபடித் தன் வேலையில் மும்முரமாக இருந்தது. காற்றைப்போல் மிகவும் கனமற்று இருந்தது என்றாலும் அதனை ஓட்ட முடியாத அந்த நபருக்கு அது எரிச்சலைத் தந்தது. நகரப் பார்த்தான்; அவனால் முடியவில்லை; அதனை விரட்டப் பார்த்தான், இயலவில்லை; மேல்நோக்கி ஊதிப் பார்த்தான், கூச்சல் போட்டான். அந்த ஈயோ எதையும் கண்டுகொள்வதாக இல்லை, அசையாமல் அங்கேயே நிலைகொண்டிருந்தது. அங்கிருந்து நகரும் எண்ணம் இருப்பது போல் தெரியவில்லை. எது எப்படி இருந்தாலும் அந்த ஈக்குத் தீங்கு செய்ய வேண்டும் என்ற எண்ணம் எதுவும் அந்த நபருக்கு இல்லை. தன்னை நிம்மதியாக விட்டுவிட்டு அது அங்கிருந்து போய்விட வேண்டும் என நினைத்தான், அவ்வளவுதான். ஏனெனில், தன் விரல்களையோ கைகளையோ அவனால் முன்புபோல் அசைக்க முடியவில்லை. அவனது உடல் முன்புபோல் இயங்கவில்லை. தற்காலிகமாக அவனுடைய இயக்கம் தடைபட்டுள்ளது. அவனது மூளையில் ஒருவிதச் செயலிழப்பு ஏற்பட்டுள்ளது. காரணம் சில மாதங்களுக்கு முன்பு ஏற்பட்ட ஒரு விபத்து. எதிரே வந்த ஏதோ

ஒரு வாகனத்தை அவன் கவனிக்கத் தவறினான். அந்தக் கண்ணிமைக்கும் நேரத்தில் அவன் மீது மின்னல்போல் அது மோதிவிட்டது. முன்புபோல் மூளையால் உடல் உறுப்புகள் மீது ஆட்சி செலுத்த இயலவில்லை. உதாரணமாக, அங்கு வந்து உட்கார்ந்த அந்த ஈயை ஓட்டத் தன் வலது கையை ஓங்க விரும்பினான். ஆனால் முடியவில்லை; ஈக்கோ அதைப் பற்றிக் கவலை இல்லை. அவன் ஆரோக்கியமாக இருக்கிறானா அல்லது உடல்நலம் இல்லாமல் இருக்கிறானா என்பதைப் பற்றி அதற்குக் கவலை இல்லை; எதைப் பற்றியும் கவலைப்படாமல் அது பொறுமையாக அந்த மூக்கின் மீது உட்கார்ந்தபடித் தன்னை அழகு செய்துகொண்டிருந்தது. அந்த மனிதன் மீண்டும் அசைய முயன்றான். அந்த ஈயோ தொடர்ந்து அந்த இடத்திலேயே நிலைக்கொண்டிருந்தது. ஏறக்குறைய வெளிப்படையாகத் தெரிந்த அதன் சிறிய அலகுகள் அவனது தோலுக்குள் நன்றாக ஊடுருவியிருந்தன. எனவே, அது வசதியாக அங்குக் குடியேறி இருந்தது. இனி எங்கும் போவதாக உத்தேசம் இல்லை. அது சரி, எப்படி இங்கே வந்து தொலைந்தது? ஈக்களைப் பொறுத்த வரை அவை சுதந்திரமானவை; யாருக்கும் கட்டுப்படாமல் விருப்பம்போல எங்கு வேண்டுமானாலும் பறப்பவை; எது வேண்டுமானாலும் செய்யக்கூடியவை. அவற்றை நாம் ஓட்ட முயன்றால் அவை பறந்து சென்றுவிடும். 360 டிகிரி கோணத்தில் இந்த உலகைப் பார்க்கக்கூடியவை என்று கூறப்படுகிறது. எந்த அளவிற்கு அவை விழிப்புணர்வோடு இருக்கின்றன என்பது ஆச்சரியமாக இருக்கும். இப்போதைக்கு இந்த இடத்தை வந்தடைய அது எந்தப் பாதையைத் தேர்ந்தெடுத்தது என்பதை அந்த மனிதன் தேடிக் கண்டுபிடிக்க முயன்றான். தோட்டத்தின் வழியாகத்தான் வந்திருக்க வேண்டும். தங்கள் பாத்திரத்தில் உள்ள உணவை நாய்கள் இன்னும் சாப்பிட்டு முடிக்கவில்லை. இந்தப் பகுதியில் உள்ள ஈக்களுக்கு இந்த வீட்டின் அமைப்பு முழுமையாகத் தெரியும். முன் பக்க வாசல் அருகில் உள்ள தெருவின் முனையும் அவற்றுக்குத் தெரியும். பல திசைகளிலிருந்தும் அந்த இடத்தை நோக்கி வரும் ஈக்களில் சில, நிச்சயம் தங்களுக்கான உணவு அங்குக் கிடைக்கும் என நம்பிக்கையோடு வரும். வயிற்றை நிரப்பிய பிறகு, தங்கள் உணவு செரிக்கும் வரை கொஞ்ச நேரம் பறப்பதும் இங்குமங்குமாக நடந்துகொண்டிருப்பதுமாக இருக்கும்.

தங்களுக்குள் முணுமுணுக்கும் இசையுடன், அந்தரத்தில் வானைக் கிழிப்பதுபோல் திசையற்றுப் பறந்தபடி இருக்கும். அந்த ஈக்களை வரவேற்பதுபோல் இதோ ஒரு மனிதனின் மூக்கு வாய்த்துவிட்டது. அந்த ஈ அங்கு வந்துசேர்ந்ததிலிருந்து மற்ற ஈக்கள் எதுவும் அதன் எல்லைக்குள் ஊடுருவத் துணியவில்லை. அந்த மனிதன் வலியில் துடித்துக்கொண்டிருந்தான். எழுந்திருந்து, அதன் பக்கமாகத் திரும்பி, அதை எப்படியாவது ஓட்டிவிட வேண்டும் அல்லது நசுக்கிவிட வேண்டும் என நினைத்தான். அங்குள்ள காவல்காரன் குப்பைகளைக் கொட்டும் அந்த அசுத்தமான இடத்தைத் தானே எழுந்துச் சென்று சுத்தப்படுத்த விரும்பினான். மேலும், இந்த உலகத்தில் என்னவெல்லாம் மாற்றியமைக்கப்பட வேண்டும் என்றும் யோசனை செய்து பார்த்தான். அந்தத் தோட்டக்காரன் மட்டும் பள்ளிக்கூடம் சென்று இருந்தால், விவசாயக் கூலிகளான அவனுடைய பெற்றோர்கள் தங்கள் கிராமத்தை விட்டுக் கிளம்பி நகரத்தை நோக்கி வராமல் இருந்திருந்தால், நகரத்திற்கு வந்த அவர்கள் பிச்சைக்காரர்களாக, வாகனக் காப்பாளர்களாக மாறாமல் இருந்திருந்தால், மொராக்கோ நாடு மட்டும் இரண்டு ஆண்டுகள் கடும் வறட்சியைச் சந்திக்காமல் இருந்திருந்தால், நாட்டின் செல்வம் நகர்ப்புற மற்றும் கிராமப்புற மக்களுக்கு முறையாகப் பங்கிட்டுத் தரப்பட்டு இருந்தால், நாட்டின் உணவுக் களஞ்சிய மாகக் கிராமப்புறத்தை மதித்திருந்தால், நிலச் சீர்திருத்தம் முறை யாகச் செயல்படுத்தப்பட்டிருந்தால், அன்று காலை மட்டும் அந்தக் காவலாளி, தோட்டத்தில் குப்பை மேடாகக் கிடக்கும் அப்பகுதி யைச் சுத்தம் செய்ய வேண்டும் என்று எண்ணி இருந்தால், அங்குக் குவிக்கப்பட்டுள்ள அசுத்தங்கள் மீது மொய்க்கும் ஈக்களை ஓட்ட வேண்டும் என்று அவன் கொஞ்சம் மெனக்கிட்டிருந்தால், எல்லாவற்றுக்கும் மேலாக, தனது படுக்கை அருகே நின்று தன்னைக் கவனித்துக்கொள்ளும் அந்த இருவரும் அங்கு இருந்திருந்தால், அந்தப் பாழாய்ப்போன ஈ அங்கு வந்து அவனுடைய மூக்கின் மீது அமர முடியாமல் போயிருக்கும். அது மட்டுமல்ல, இத்தகைய பயங்கரமான அரிப்பையும் அவனுக்குத் தந்திருக்காது. கடந்த ஆறு மாதங்களாகப் பக்கவாதம் காரணமாகப் படுக்கையில் வீழ்ந்து கிடக்கும் அந்த மனிதனை இவ்வாறு பித்துப்பிடிக்கும் நிலைக்குக் கொண்டு சென்றிருக்காது.

ஒரு சின்னஞ்சிறிய பூச்சியின் தயவில் தாம் இருப்பதாக அவன் எண்ணினான். இதுவே அவன் நல்ல உடல்நிலையில் இருந்த போது, சாதாரண கொசுகூட அவனைப் பயங்கரமான கோபத்திற்கு உள்ளாக்கியிருக்கும். அவன் குழந்தையாக இருந்தபோது இரவு நேரத்தில் மணிக்கணக்கில் கொசுக்களை விரட்டுவதில் ஈடுபட்டிருக்கிறான். அவன் வைத்திருந்த கனமான புத்தகங்களுக்கு அடியில் போட்டு அவற்றை நசுக்குவான். அதனால் ஏற்பட்ட இரத்தக் கறைகள் இன்றுவரை மறையாமல் இருக்கின்றன. ஏனெனில், அவன் வசித்துவந்த அந்த இடத்தில் உள்ள விஷத்தன்மை உடைய செடிகளைப் பற்றிய கவலையில்லாமல் எவ்வாறு அவை இருக்கின்றனவோ அதேபோல விஷத்தன்மை மிக்க, வீணாய்ப் போன பொருட்கள் மற்றும் சலவைத் தூள் ஆகியவை பற்றியும் அவைக் கவலைப்படுவதில்லை. அவனுடைய மனைவியோ, தாயத்துகளை மந்திரித்து வைப்பதற்கும் அவற்றை அங்கிருந்து ஓட்டுவதற்காகச் சில மந்திரங்களைச் சொல்வதற்கும் மந்திரவாதி ஒருவரையும் ஏற்பாடு செய்து பார்த்தாள். ஆனால், அவை எல்லாவற்றையும்விடத் தாம் வலிமையானவை என்பதை ஈக்கள் நிரூபித்துவிட்டன. இரவு முழுவதும் மனித உயிர்களின் மனித உடலிலுள்ள இரத்தத்தை உறிஞ்சிவிட்டு விடியற்காலையில் மறைந்துபோய்விடுவதை வழக்கமாகக் கொண்டிருந்தன. சரியான இரத்தம் குடிக்கும் பிசாசுகள்!

அன்று பகலில் தன் வாழ்நாள் முழுவதும் மொராக்கோ நாட்டுப் பூச்சிகளைக் கொலை செய்துவந்த மனிதன் ஒருவனைப் பழிவாங்க அந்தப் பூச்சி வந்திருந்தது. பக்கவாதத்தின் காரணமாகத் தன் உடலின் சூழ்நிலைக் கைதியாக அந்த மனிதன் இருந்தான். அவன் எவ்வளவோ கூச்சல் போட்டுப் பார்த்தும் பலன் இல்லை; கத்திப் பார்த்தான்; கெஞ்சிப் பார்த்தான். கொஞ்சம்கூட அந்த ஈ மசிந்து கொடுக்கவில்லை. அவனை மேலும் துன்புறுத்திக்கொண்டிருந்தது. பெரிய சித்திரவதை என்று சொல்ல முடியாவிட்டாலும் இனம் தெரியாத ஒரு அசௌகரியம் உண்டானது. அது விரைவில் அவனுடைய நரம்புகளைத் தூண்டி உணர்ச்சிவசப்படுமாறு செய்தது. இப்போதைய சூழ்நிலையில் அப்படி ஆவது அவன் உடல்நிலையைப் பொறுத்தவரை முற்றிலுமாகச் சரியில்லை.

அடுத்ததாகக் கொஞ்சம்கொஞ்சமாக அந்த நபர், தன்னை அந்த ஈ ஒன்றும் செய்யவில்லை என்றும் தனக்கு ஏற்படும் அரிப்பு தன் மனம் தொடர்பானது என்றும் ஆசுவாசப்படுத்திக்கொண்டான். அதனை வெற்றிக்கொள்ள தொடங்கினான். ஆனாலும் இப் போதும் நிலைமை ஒன்றும் முன்பைவிடச் சரியாகிவிடவில்லை. எனவே எதார்த்தத்தை ஏற்றுக்கொண்டாக வேண்டிய அவசியம் உள்ளதையும் இதனைச் சகித்துக்கொண்டு இருப்பதை நிறுத்த வேண்டிய அவசியத்தையும் அவன் புரிந்துகொண்டான். காலம், இடம், பொருள் இவை எல்லாம், கடந்த சில மாதங்களாக அவனைப் பொறுத்தவரையில் மாறிவிட்டன. அவனுக்கு ஏற்பட்ட விபத்து அவனுக்கு வைக்கப்பட்ட ஒரு பரிசோதனையாகும். அந்த ஈயைப் பற்றி நினைப்பதை அவன் ஏற்கெனவே நிறுத்தியிருந்தான். அவனைக் கவனித்துக்கொள்ளும் ஆட்கள் அருகில் இருந்த அறையில் சீட்டாடிக்கொண்டிருந்தனர். திடீரென அவர்கள் அவன் எப்படி இருக்கிறான் என்று பார்க்க வந்தனர். அடுத்த நொடியே அங்கிருந்த அந்த ஈ பறந்து சென்றுவிட்டது. அது இருந்த சுவடே தெரியவில்லை. படுக்கையிலிருந்த அந்த மனிதனுக்குக் கோபம் உண்டானது. தூரிகையை முன்புபோல் தானே எடுத்துத் தீட்ட முடியாத நிலைக்குத் தள்ளப்பட்டான். கட்டுப்படுத்தப்பட்ட அவனது கோபம் எத்தகையது என்பது இப்போது விளங்கும்.

அத்தியாயம் 1

காஸாபிளான்கா, 4 பிப்ரவரி 2000

"என்னிடம் நேசம் கொள்வதற்கான திறன் அனைத்தும் உள்ளன. ஆனால், அவை எல்லாம் உள்ளே புதைத்து வைக்கப்பட்டவைபோல் உள்ளன."

- இல்லற வாழ்க்கைக் காட்சிகள், இங்மார் பெர்க்மேன்.

அவனைச் சுமந்து வந்த குண்டான ஆட்கள் இருவரும் கடலைப் பார்த்தவாறு இருந்த அந்தச் சாய்வு நாற்காலியில் அமர வைத்தனர். இருவரும் மிகவும் களைப்படைந்துவிட்டனர். முடங்கிப்போயிருந்த அவனும் மூச்சுவிடச் சிரமப்பட்டான். அவன் முகம் கசப்பால் நிறைந்திருந்தது. அவனது ஆன்மா மட்டுமே உயிர்ப்புடன் இருந்தது. அவன் மிகவும் பருத்துப் போய் இருந்தான். எடையும் கூடியிருந்தது. அவனது பேச்சைப் பொறுத்தவரை மிகவும் மெதுவாகப் பேசினான். பேச்சில் தெளிவு இல்லை. அவன் கூறியதை அடிக்கடித் திருப்பிச் சொல்லும்படி மற்றவர் கேட்பதை வெறுத்தான். ஏனெனில் அது அவனுக்குச் சோர்வைத் தந்ததோடு அவனை அவமதிப்பதாகவும் இருந்தது. கண்களால் புரிய வைப்பதை பெரிதும் விரும்பினான். கண்களை உயர்த்தினால், அவன் 'இல்லை' என்று சொல்வதாகப் பொருள். கண்களைத் தாழ்த்தினால், 'ஆம்' என்று சொல்வதாகப் பொருள். ஆனால், அது அரைகுறையான 'ஆம்'தான். ஒருநாள் அந்த இரட்டையர்களில் ஒருவன், (அவர்கள் இருவரும் உடன்பிறந்த சகோதரர்கள் இல்லை என்றாலும் தன் உதவியாளர்களை அவன் அப்படியும் அழைப்பான்) ஏதோ நன்மை செய்வதாகக் கருதி எழுதுவதற்கான பலகை ஒன்றை அவனுக்காக எடுத்து வந்தான். அதில் பேனாவுடன் நூலும் கட்டப்பட்டிருந்தது. இதைக் கண்டதும் கடும் கோபம் ஏற்பட்டதுடன் அதைத் தூக்கித் தரையில் வீசி எறிந்தான்; எங்கிருந்துதான் அந்த சக்தி அவனுக்குக் கிடைத்ததோ?

அன்று காலை அந்த இரட்டையர்களால் அவனுக்கு முகச்சவரம் செய்ய இயலவில்லை. தாடையைச் சுற்றியிருந்த முகப்பருக்கள் அதற்குத் தடையாக இருந்தன. அவன் நல்ல மனநிலையில் இல்லை. முகத்தில் கடுகடுப்புத் தெரிந்தது. தன்னை யாரும் கண்டு கொள்ளவில்லை என்பதுபோல் உணர்ந்தான். இதனைத் தாங்கிக் கொள்ள இயலவில்லை; பக்கவாதம் வெகுவாகப் பாதித்திருந்தது. தன்னுடைய உடை, தன் தோற்றம் ஆகியவற்றில் ஏதாவது சிறு குறை ஏற்பட்டாலும் அவனால் தாங்கிக்கொள்ள இயலவில்லை; அவனது கழுத்துப் பட்டையில் ஏற்பட்டிருந்த காபிக் கறையைப் பார்க்க நேர்ந்தபோது மிகவும் கோபமடைந்தான். வேகவேகமாக இரட்டையர்கள் அதனை மாற்றிவிட்டனர். இப்போது, அவன் முழுக்க வெள்ளை உடையில் இருந்தான். எனினும் மனதுக்குள் முணுமுணுத்துக்கொண்டிருந்தான்.

அவன் பேசும்போது என்ன சொல்ல வருகிறான் என்பதை அந்த இரட்டையர்கள் கண்டுபிடித்துவிடுவர். சில வார்த்தைகள் தெரியாமல் போனாலும் அவனது முக அசைவுகளை வைத்தே அவர்களால் ஊகம் செய்துவிட முடியும். அவனது தேவைகளை அவர்கள் புரிந்துகொள்வர். அவன் கூறுவதைப் புரிந்துகொள்ள கூர்மையாகக் கவனிக்கும் திறமையும் நிறைய பொறுமையும் வேண்டும். அவன் சோர்வாய் இருக்கும் நேரத்தில், தன் கண்களைப் பலதடவை சிமிட்டியபடியே இருப்பான். அதாவது அவனைத் தனிமையில் விட்டுவிட்டு அவர்கள் சென்றுவிட வேண்டும் என்ப தைப் புரியவைக்க அவ்வாறு செய்வான். ஒரு காலத்தில் எங்குச் சென்றாலும் வரவேற்பைப் பெற்ற மிடுக்கான, புத்திக்கூர்மை உடையவன் அவன், ஒருவேளை அவ்வாறு உருவாக்கிக்கொள்ளும் தனிமையை அழுவதற்குப் பயன்படுத்திக்கொள்வான் போலும். அவனை மரணம் உரசிப் பார்த்தது. ஆனால், அதன் வேலையை இன்னும் முடிக்கவில்லை. இதனை அவன் ஒரு அவமதிப்பாகக் கருதினான். தன்னிடம் நேர்மையற்ற முறையில் விதி விளையாடி யிருப்பதாக எண்ணினான். கள்ளத்தனமாகப் பலதாரமணம் புரிந்து கொண்ட பெரியப்பா ஒருவரை மிகவும் நேசித்து வந்தான். எப்போதும் வேடிக்கையாகப் பொழுதைக் கழிப்பதில் விருப்ப முடைய அவரைப்போல் தூக்கத்திலேயே இறக்க வேண்டும் என்று விரும்பி வந்தவன் என்பதால் இந்நிலை மேலும் துயரத்தைத்

தந்தது. அவனுடைய நண்பர்கள் உள்ளிட்ட அவனது தலை முறையைச் சேர்ந்த பலரைப்போல் அவனுக்கும் அதே நிலை ஏற்பட்டுவிட்டது. அவனுடைய மருத்துவர் கூறியதுபோல் அவனது உடல் சிக்கலான வயதை எட்டியிருந்தது. வயது முதிர்வுச் சூறாவளி களை எதிர்கொண்டாக வேண்டும்.

படுக்கையில் விழுந்த முதல் சில மாதங்களில் இருந்த கோபம் சற்றுத் தணிந்த பின், தன்னைச் சந்திக்க வருபவர்களைப் பார்த்துக் கொஞ்சம் புன்னகைப்பது என்று முடிவு செய்தான். தனக்கு உண்டான உடல்சார்ந்த தொல்லைகளுக்குப் பணிந்து விடாமல் இருக்க அது ஓர் உத்தியாக அவனுக்குப் பட்டது. ஏனெனில் அத்தகைய உடல் சோர்வே மனச் சோர்வையும் சில நேரங்களில் உண்டாக்கிவிடும். எனவே எப்போதும் புன்னகைத்தபடியே இருந்தான்; அவனது காலை நேரப் புன்னகை மென்மையாகவும் இனிமையாகவும் இருக்கும்; நண்பகல் புன்னகை கொஞ்சம் வறட்சியாகவும் பரபரப்பாகவும் இருக்கும். இரவுப் புன்னகையோ நாளடைவில் மெல்லிய முகச் சேட்டையோ என்று கருதும்படி யாக மாறிப்போனது. ஒரு நாள் திடீரெனப் புன்னகை செய்வதை நிறுத்திக்கொண்டான். அதுபோல் நடிப்பதில் அவனுக்கு விருப்ப மில்லை. ஏன் புன்னகை புரிய வேண்டும்? யாருக்காகச் சிரிக்க வேண்டும்? எதற்காக அப்படிச் செய்ய வேண்டும்? அவனது பழக்க வழக்கங்களை அந்த நோய் இப்படியெல்லாம் மாற்றிவிட்டது. அது நோயா அல்லது மரணமா?

அவன் முன்புபோல் இல்லை. இதனை மற்றவர்களுடைய பார்வையில் அறிந்துகொண்டான்; பெரிய கலைஞன் என்னும் தகுதியை இழந்திருந்தான்; எனினும் தன்னை மறைத்துக்கொள்ள விரும்பவில்லை. விரைவில் வெளியே போய் தற்போது தான் உள்ள நிலையை மக்களுக்குக் காட்ட விரும்பினான்; அது கடின மான வேலையாக இருக்கும்; எனினும் அதில் உறுதியாக இருந்தான்.

அவனது உடல் முழுமையாக முடங்கிப்போய் இருந்தாலும் ஓவியக் கலையைக் கைவிடுவதைப் பற்றிய எண்ணம் மட்டும் அவனுக்குள் ஒருபோதும் வந்ததே இல்லை என்பது சுவாரசிய மானது. அவனைத் தாக்கியுள்ள நோய் ஒரு விதமான பின்னடைவு என்றும் அது தற்காலிகமானதுதான் என்றும் உறுதியாக நம்பினான்.

ஒவ்வொரு நாளும் தன் வலது கையின் விரல்களை அசைக்க முயன்றுபார்த்தான். நாள்தோறும் தூரிகை ஒன்றைக் கேட்பான். அதனைக் கட்டை விரலுக்கும் ஆள்காட்டி விரலுக்கும் இடையே வைத்துவிடுவார்கள். எனினும் அவனால் அதனை நீண்ட நேரம் பிடித்திருக்க முடியாது. ஆனாலும், இந்தப் பயிற்சியை நாள்தோறும் பலமுறை செய்துபார்த்தான். ஒரு வழியாகத் தூரிகை ஒன்றைப் பிடிக்க முடிந்தவுடன் அவனது உடலின் மற்ற உறுப்புகளின் நிலையைப் பற்றிய கவலை எல்லாம் பெரிதாகத் தெரியாமலேயே போய்விட்டது.

அவன் மனதில் புதிய ஓவியங்கள் குறித்த எண்ணங்கள் வட்ட மிட்டபடி இருந்தன; ஓவியம் வரைய முடியாத நிலையில் எப்போதும் ஒருவிதப் பரபரப்பான மனநிலையிலேயே இருந்தான்; வழக்கத்தைவிட அதிகமாகப் பொறுமையிழந்து காணப்பட்டான். இத்தகைய நேரங்களில் கடும் துயரத்தோடு நீண்ட நேரம் மௌன மாகிவிடுவான்; தோல்வியின் சுவடுகளும் அதில் இருக்கும்; மனநிலையும் மாறிப்போகும். அடர்த்தியான பனிமழையில் விழுந்துவிட்டதுபோல் உணர்வான். ஏதோ ஒரு சோகமான நிகழ்ச்சியை அவனுக்கு முன்கூட்டியே அறிவிப்பதுபோல் அது இருக்கும். பாதி திறந்திருக்கும் கடைவாயின் ஓரத்தில் இருந்து எச்சில் ஒழுகும். அவ்வப்போது இரட்டையர்களில் ஒருவன் அதனைப் பக்குவமாகத் துடைத்துவிட்டுப் போவான். இச்செய்கை அவனை மீண்டும் இந்த உலகத்திற்குள் கொண்டுவரும்; தன் எச்சிலைகூட வெளியே வராதவாறு அடக்கிக்கொள்ள முடியாத நிலை அவமானமாக இருக்கும். இதேபோல் அடிக்கடித் தூக்கத்தில் மூழ்கிவிடுவதற்கும் வெட்கப்படுவான். பக்கவாதத்தால் பாதிக்கப் பட்டதைவிடவும் இவைபோன்ற சின்னஞ்சிறு விஷயங்கள்தான் அவனைப் பெரிதும் பாதித்தன.

தொலைக்காட்சியில் படம் ஓடிக்கொண்டிருந்தது. தடகளப் போட்டி ஒன்றின் மறுஒளிபரப்பு. மனிதர்களுக்குக் கச்சிதமாக அமைந்த இதுபோன்ற நெகிழ்ந்து கொடுக்கும் அற்புதமான உடல்கள் மீது அவனுக்கு எப்போதுமே ஈர்ப்பு அதிகம். இவற்றைப் பார்த்துக் கொண்டிருந்தவன், இந்த இளம் தடகள வீரனின் ஒவ்வொரு அசைவுக்கும் பின்னணியில் எத்தனை நாட்கள், மாதங்கள் அல்லது ஆண்டுகால உழைப்பு இருக்க வேண்டும் என யோசித்துப்பார்த்தான்.

தொலைகாட்சியில் ஓடிக்கொண்டிருந்த அந்த நிகழ்ச்சியை யார் மாற்ற முயன்றாலும் அதை அவன் விரும்பவில்லை. குறிப்பாகத் தான் முடங்கிக் கிடக்கும் இத்தகைய நிலையில் அந்தப் போட்டி யைப் பார்க்க விரும்பினான். இளம் விளையாட்டு வீரர்களின் அசைவுகளைக் கூர்ந்து கவனித்துக்கொண்டிருப்பதில் வினோத மானதொரு திருப்தி அவனுக்குள் ஏற்பட்டது. இவ்வாறு கவனித்து உற்சாகப்படுத்தும்போது அவர்களைத் தனிப்பட்ட முறையில் அறிந்தவன்போலவும் அவர்களுடைய பயிற்சியாளர், ஆசிரியர், ஆலோசகர் அல்லது வெறுமனே உறவினர் என்பதுபோலவும் தன்னை நினைத்துக்கொண்டான்.

நண்பர் ஒருவர், ழான் ஜெனெ எழுதிய 'கழைக்கூத்தாடி' என்னும் நூலைப் பிறந்தநாளுக்கு அன்பளிப்பாகத் தந்திருந்தார். அப்புத்தகத்தில் இடம்பெற்றுள்ள ஒரு பகுதி அவனுடைய நினைவுக்கு வந்தது. அப்பகுதியை மிகவும் ஆர்வத்துடன் படித் திருந்தான். அந்தக் கழைக்கூத்தாடியின் ஒவ்வொரு அசைவின் போதும் எந்த அளவிற்குத் தன் பதற்றத்தை அவன் கட்டுப் படுத்திக்கொண்டிருக்க வேண்டும் எனக் கற்பனை செய்து பார்த்தான். என்றாவது ஒருநாள் அந்த நூலுக்கு ஓவியம் தீட்ட வேண்டும் என்று நினைத்துக்கொண்டான். ஆனால், ழான் ஜெனே எளிதாக அணுகக்கூடிய மனிதர் இல்லை, அவ்வளவு சுலபமாக அதற்கான உரிமையை அவர் தந்துவிட மாட்டார் என்றும் நினைத்துக்கொண்டான். அவ்வப்போது அப்பகுதியை மீண்டும்மீண்டும் வாசித்துப்பார்ப்பான். இரண்டு பக்கமும் இறுக்க மாகக் கட்டப்பட்ட ஒரு கயிற்றின் மீது வியர்க்கும் உடலுடன், குச்சி ஒன்றைப் பிடித்தபடி நடுங்கும் கைகளுடன் தான் நடந்து செல்வதாகவும் திடீரெனத் தடுமாறிக் கீழே விழுந்து கைகால்கள் உடைந்துபோவதாகவும் கற்பனை செய்து பார்ப்பான். இவ்வாறு விபத்துக்குள்ளான கழைக்கூத்தாடியின் கதை ஒன்றையும் கற்பனை செய்து பார்க்க அவனால் முடிந்தது. சர்க்கஸ் ஒன்றில் தவறி விழுந்தபோது அவனுக்கு இந்நிலை ஏற்பட்டதாக நினைத்துக் கொண்டான். அவனுக்கு நேர்ந்தது உடல் சார்ந்த விபத்து மட்டுமே, மனம் சார்ந்தது அல்ல. ஏக்கத்திலும் ஏமாற்றத்திலும் தவிக்கும் ஓவியனல்ல அவன். மாறாக, கயிற்றில் இருந்து முப்பது அடி கீழே விழுந்து தன் உடலில் அடிபட நேர்ந்த கழைக்கூத்தாடியாகத் தன்னை நினைத்துக்கொண்டான்.

அவனுக்குத் தோன்றிய இக்கதையால் முழு திருப்தி உண்டானது. அவனது கன்னத்தில் கண்ணீர் எதுவுமில்லை. மனம் தளரவில்லை. கனமான தன் கையினால் காலைத் தொட்டுப் பார்த்தான். பெரிதாக எந்த உணர்ச்சியும் தெரியவில்லை. "இதோ சீக்கிரம் சரியாகிவிடும் கவலைப்படாதே, தைரியமாக இரு" என தனக்குள் சொல்லிக்கொண்டான்.

மனைவியுடன் நிகழ்ந்த வாக்குவாதத்தைத் தொடர்ந்து திடீரென அவனைப் பக்கவாதம் தாக்கியது. அந்தச் சச்சரவு நடந்த நாளுக்குப் பிறகு மனைவியைச் சந்திக்கவில்லை. இப்போது, தன் ஓவியக்கூடத்தில் தங்கியிருக்கிறான். நோய் தரும் சோதனைகளை வென்று வாழத் தனக்குத் தேவையான அத்தனைப் பொருட்களும் அங்கு இருக்குமாறு பார்த்துக்கொண்டான். காஸாபிளான்கா வீட்டின் மற்றுமொரு பகுதி மிக விசாலமாக இருந்தது. அதில் அவனுடைய மனைவி வசித்துவந்தாள். அவள் தன் அருகில் வர அனுமதிக்கக் கூடாது என்ற கட்டளை அந்த இரட்டையர்களுக்கு இடப்பட்டிருந்தது. ஆனால், அதற்கு அவசியம் ஏற்படவில்லை. அவர்களிடையே தோன்றிய இந்த இடைவெளி அவன் மனைவிக்கு உண்மையில் வசதியாகப் போய்விட்டது, அப்படித்தான் தோன்றியது. நெடுநாளாகப் படுக்கையில் இருக்கும் வயதான இந்த நோயாளியைக் கவனிப்பதில் துளியளவும் அவளுக்கு ஆர்வம் இருப்பதாகத் தெரியவில்லை. இருபது ஆண்டு இல்லற வாழ்க்கையை அலசிப்பார்க்க விரும்பினான். அந்தக் கோணத்தில் பார்த்தால் எதிர்பாராத விபத்தின் காரணமாக அவர்களின் உறவில் விரிசலை உண்டாக்கிய பக்கவாதம் விதியின் விளையாட்டுதான். அவர்கள் வசித்து வந்த பங்களாவின் முற்றத்தைப் பார்த்தவாறு ஜன்னல்கள் அமைந்திருந்தன. அந்த ஜன்னல்கள் ஒன்றின் வழியாக, அவள் அலங்கரித்துக்கொண்டு அழகாக வெளியே புறப்பட்டுச் செல்வதைச் சில நேரங்களில் கவனித்திருக்கிறான். அவள் எங்கே போகிறாள் என்று யாருக்கும் தெரியாது. அப்படித் தெரியாமல் இருப்பதே நல்லது. எது எப்படியோ அவளைக் கண்காணிப்பதில்லை, சந்தேகக் கண்களுடன் அவளைப் பார்ப்பதில்லை என்ற முடிவுக்கு அவன் வந்திருந்தான்.

உடல்நலம் சரியாக இருந்த காலகட்டத்தில் அடிக்கடி எங்காவது பயணம் மேற்கொண்டு காணாமல் போய்விடுவான். தனக்கு விரக்தி ஏற்பட்டபோதும் தம்பதியினர் இடையே ஏற்படும் பூசல்களின்போதும் அவன் வழக்கமாக மேற்கொள்ளும் வழிமுறை இதுதான். அவன் நாட்குறிப்பு எழுதுவது வழக்கம். அதில் தன் இல்லறப் பிரச்சினைகளை மட்டுமே எழுதிவந்தான். அவை தவிர, வேறு எதையும் அதில் குறிப்பிட மாட்டான். கடந்த இருபது ஆண்டுகளில் அவர்களிடையே எழுந்த சண்டைகள், சச்சரவுகள், கோபதாபங்கள் - இவை எதிலும் பெரிதாக எந்த மாற்றமும் இல்லை. தொடர்ந்து சுயபரிசோதனை செய்துகொள்வதன் மூலம் மாறக்கூடிய சாத்தியம் மனிதர்களுக்கு உண்டு என்று நம்புகிறவர்களில் அவனும் ஒருவன். தங்களிடமுள்ள குறைகளை வென்று நல்லியல்புகளைப் பெருக்கிக்கொள்ள மனிதர்களால் முடியும் என்று நம்பினான். ஆனால், என்றாவது ஒருநாள் தன் மனைவி அடங்கி, அடிபணிந்து நடப்பவளாக நிச்சயமாக மாறிவிடுவாள் என்று அவன் எதிர்பார்க்கவில்லை. குறைந்தபட்சம் தன்னுடன் ஒத்துப்போகிற அன்புடையவளாக, நியாயமாக நடந்துகொள்பவளாக, அமைதியானவளாக இருக்க வேண்டும் என்ற இரகசிய ஏக்கம் மட்டும் அவனுக்குள் இருந்து வந்தது. சுருக்கமாகச் சொன்னால், நல்ல விதமான இல்லறவாழ்க்கை ஒன்றை உண்டாக்கி அதனைத் தன்னுடன் பகிர்ந்துகொள்ளும் மனைவியாக நடந்துகொள்ள வேண்டும் என்று ஏங்கினான். அது அவன் கனவு. ஆனால், அதற்குச் சரியான பாதையைத் தேர்ந்தெடுக்கத் தவறிவிட்டான். இந்தத் தோல்வியில் தன் பொறுப்பை ஏற்க மறந்து மனைவியைக் கொடுமையாக நடத்தத் தொடங்கிவிட்டான்.

அத்தியாயம் 2

காஸாபிளான்கா, 8 பிப்ரவரி 2000

"இல்லறத்தில் எல்லாத் தியாகங்களும் சாத்தியம்தான், ஏற்றுக்கொள்ளக் கூடியவைதான். ஆனால், தியாகம் என ஒன்று அதில் உள்ளது என்பதை இருவரில் ஒருவராவது ஏற்றுக்கொள்ளும் நாள்வரையே அது சாத்தியம்."

உன் கண்களை எனக்குத் தா, சாஷா கித்ரி

விழிப்பு வந்தவுடன் அந்த இரட்டையர்களிடம் முகம் பார்க்கும் கண்ணாடி ஒன்றைக் கொண்டுவருமாறு ஓவியன் கூறினான். விபத்து நடந்து முடிந்த இந்த மூன்று மாதங்களில் தன் முகத்தை ஏறெடுத்துப் பார்க்கக்கூடிய துணிவு இப்போதுதான் கிடைத்துள்ளது. தன் முகத்தைப் பார்த்தபோது வாய்விட்டுச் சிரித்துவிட்டான். ஏனென்றால், தன் முகம் முற்றிலுமாக அவனுக்கே அடையாளம் தெரியவில்லை. மிகவும் பரிதாபகரமான தோற்றத்தில் தான் இருப்பதாகத் தோன்றியது. தனக்குள் பேச ஆரம்பித்தான்: "உன் இடத்தில் நானாக இருந்தால் என்ன செய்திருப்பேன்? தற்கொலை செய்துகொண்டிருப்பேனா? அந்த அளவுக்கு எனக்குத் துணிச்சல் இல்லை. முகம் பார்க்கும் கண்ணாடியைத் தர யாராவது முயன்றால் அதை வாங்க மறுத்திருப்பேனா? அதுதான் சரியான தாக இருக்கும். அப்படித்தான் நான் நடந்துகொண்டிருப்பேன்! என் முகத்தை நான் பார்த்துக்கொள்வதைத் தவிர்த்திருப்பேன். அதன்மூலம் என் நிலைமை எப்படி மாறிவிட்டது என்பது எனக்குத் தெரியாமல் போயிருக்கும். இதன்மூலம் ஏற்கெனவே துன்பத்தில் புண்பட்டிருக்கும் என் மனதில் மேலும் ஒரு காயம் ஏற்படுவதைத் தவிர்த்திருப்பேன்."

பக்கவாதம் தாக்கிய பின் அவனுக்கு ஒருபோதும் தற்கொலை செய்துகொள்ளும் எண்ணம் வந்ததில்லை. போராடாமல் மண்டி யிடுவது மிகவும் எளிதான காரியம் என்று எண்ணினான். மேலும் வாழ்ந்து பார்க்க வேண்டும் என்ற ஆசை அவனுள் அதிகமாக வளர்ந்தது. உடல்நிலை நன்றாக இல்லை என்ற போதிலும் கொஞ்சம்கொஞ்சமாக அவனுக்கு அன்றாட வாழ்வில் ஒரு ஈடுபாடு ஏற்பட ஆரம்பித்தது. அவனிடமிருந்த தீய எண்ணங்கள் அகன்றன. அனைத்தும் போகவில்லை என்றாலும் அவற்றை விரட்டுவதற்குத் தேவையான அளவு பலம் படைத்தவனாகவும் இனிப் புலம்பப் போவதில்லை என்ற முடிவுக்கு வரக்கூடியவனாகவும் மாறி இருந்தான்; எல்லாம் நன்மைக்கே என்று கருதும் அப்பாவிகளின் அணுகுமுறை அவனிடம் இல்லை; எல்லாவற்றுக்கும் புலம்பு வதும் அவனுக்கு அறவே பிடிக்காது. புலம்புவதால் என்ன பயன்? அவனது சிந்தனைகளை முடக்க வேண்டுமானால் அது பயன்படக் கூடும். ஒருபோதும் எதற்கும் புலம்பக் கூடாது என்ற பாடத்தை அவன் அம்மாவிடமிருந்து கற்றிருக்கிறான். முதலாவதாக அப்படிச் செய்வதால் எந்தப் பயனும் இல்லை. அடுத்ததாக அது மற்றவர் களுக்கும் எரிச்சலூட்டுவதாக இருக்கும். துன்பத்தை அனுபவித்தாக வேண்டும். ஒருவேளை இரவு நேரத்தில் தனிமையில் அழ வேண்டியது இருந்தாலும் அப்படித்தான் செய்தாக வேண்டும். வேடிக்கையான ஒரு தொனியில் அம்மா சில அறிவுரைகளை அவனிடம் சொல்லி இருக்கிறார்: "எனக்கான சவக்குழி தோண்டு பவர்களிடம் சொல்வதற்கென என்னிடம் பல செய்திகள் உள்ளன. ஆனால், என்னுடைய அடக்கத்தின்போது என்னுடன் வரும் தேவதைகள் என்னுடைய ஆன்மாவை சொர்க்கத்தின் மிக உயர்ந்த இடத்திற்குக் கொண்டு செல்வர். அதுதான் என்னுடைய மிக அழகான பயணமாக அமையும்." 'ஃபிரிட்ஸ் லாங்' என்ற இயக்கு நரின் படத்தில் 'பொய்யே' என்ற நடிகர் தோன்றிய காட்சியில் லிலியோமின் ஆன்மாவை இரண்டு கறுப்பு உடை அணிந்த தேவ தைகள் அழைத்துச்செல்வதை எப்படி நினைத்துப் பார்க்காமல் இருக்க முடியும்? ஆனால், அம்மாவைத் தூக்கிச் செல்ல வரும் தேவதைகள் சிரித்த முகத்துடன் கனிவானவர்களாக வெள்ளை உடையுடன் இருப்பார்கள் என நினைத்துக்கொண்டான். குர்ஆனில் குறிப்பிடப்படும் இத்தகைய தேவதைகளின் கைகளைப்

பற்றியபடிக் கடைசிப் பயணம் அமைய அம்மாவுக்கு அத்தனைத் தகுதியும் உண்டு என்பதில் அவனுக்கு ஐயமில்லை.

கண்ணாடியில் பார்த்தபோது தன் உடல் குறிப்பிடத்தக்க அளவில் பாதிப்புக்கு உள்ளாகியிருப்பது தெரிந்தது. தான் முன் பிருந்த மனிதன் இல்லை என்பதையும் தான் எவ்வாறு இருக்க வேண்டும் என்று மக்கள் எதிர்பார்ப்பார்களோ அவ்வாறு இல்லை என்பதையும் அவன் ஏற்றுக்கொண்டாக வேண்டும். மேலும், தன் புதிய முகத்துடன் பழகிக்கொண்டு மீண்டும் வாழ்வின் ஓட்டத்தில் சங்கமிக்க வேண்டும் என்று எண்ணம் இருந்தால் இத்தகையத் துன்பங்களை அவன் அனுபவித்தாக வேண்டும். தான் கசக்கப்பட்ட காகிதத் துண்டைப்போல் தோற்றமளிக்கத் தொடங்கியிருப்பதாக உணர்ந்தான். முன்பிருந்த தோற்றத்தின், நிழல் உருவம்போல் மாறியிருந்தான். ஒருகாலத்தில் 'பிரான்சிஸ் பேகன்' ஓவியத்தைப்போல் எவ்வளவு அழகாக இருந்தோம் என வருத்தத்துடன் எண்ணிப்பார்த்தான். தன்னைப் பார்க்க வந்த சில உறவினர்களின் பார்வையில் இதனைக் கண்டுகொண்டான். முற்றிலும் அசைக்க முடியாத தன் உருக்குலைந்த நோய்வாய்ப் பட்ட உடம்பை வெறித்துப் பார்த்த பின், அவர்களது முகத்தில் ஏற்பட்ட அதிர்ச்சியைக் கவனிக்கத் தவறவில்லை. மரணத்தின் நிழல் அவனை உரசிப் பார்த்தோடு அவனது காலிலும் கையிலும் தன் தடயங்களை விட்டுச் சென்றுள்ளது. எனினும் அது மரணத் துடன் சிறியதொரு உரசல் மட்டுமே.

ஒருவேளை அவனைப் பார்க்க வருபவர்கள் அங்குள்ள கண்ணாடியில் சில நொடிகள் தங்களை ஓரக்கண்ணால் பார்த்துக் கொண்டு, தங்களுக்குள் இப்படியெல்லாம் பேசிக்கொள்வார் களோ:- "என்றாவது ஒருநாள் இந்த நிலை எனக்கு ஏற்பட்டிருந்தால் என்ன ஆகியிருக்கும்? உடல் ஆரோக்கியம் கொண்ட ஒருவன் தள்ளிச் செல்ல, சக்கர நாற்காலியில் இப்படித்தான் நானும் முடங்கியிருப்பேனா? சரியாகப் பேச முடியாத நிலையில் என் பாதி உடல் பக்கவாதத்தால் தாக்கப்பட்டுக் கிடப்பேனா? என்னுடைய உறவினர்கள் என்னைக் கைவிடக் கூடும். என் னுடைய சுற்றத்தாருக்கும் நண்பர்களுக்கும் நான் பெரியதொரு பாரமாகிப் போவேன். ஒன்றுக்கும் உதவாதவனாகச் சலிப்பை ஏற்படுத்துபவனாக நான் மாறிப் போவேன். மற்றவர்களுடைய

உடல் துன்பப்படுவதைப் பார்க்க யாருக்கும் பிடிக்காது.” இப்படி எல்லாம் அவர்கள் எண்ணக்கூடும். எண்ணி முடித்து தங்களைப் பரிசோதித்துக்கொள்ள வேகவேகமாக தங்கள் மருத்துவரைச் சந்திக்க ஓடுவார்கள். மேலும் அந்த விபத்து எப்படி நேர்ந்தது என்பதைத் தெரிந்துகொள்ள எல்லோரும் ஆவலாக இருந்தார்கள். தங்களுக்கு ஏற்படாமல் தவிர்க்க வேண்டும் என்று விரும்பி னார்கள். சக்தியளிக்கும் மூளை என்னும் எந்திரம் செய்யும் கோளாறுகளுக்குத் தாங்களும் பலியாகிவிடக் கூடாது என எண்ணினர். மூளை என்பது கோடிக்கணக்கான நரம்புத் திசுக்களின் கூட்டணி என்றும் அதுதான் நம் அன்றாட வாழ்வு சுமூகமாக நடப்பதற்குக் காரணமான சிக்கலானதோர் உறுப்பு என்றும் அறிய நேர்ந்தபோது அவர்களுக்குப் பெரும் அச்சம் ஏற்பட்டது. இந்த நோயின் முழுக்கதையையும் தெரிந்துகொள்ள அவர்களுக்குத் துணிவில்லை. ஆனாலும் அதனைப் பற்றித் தங்களுக்குள் பேசிக் கொண்டனர். படித்துப் பார்த்தனர். பக்கவாதம் என்பது யாருக்கு வேண்டுமானாலும் எந்த வயதிலும் வரக்கூடும். வயது தவிர வேறு சில கூடுதல் அம்சங்களும் அதற்குக் காரணமாக இருக்கும் என்றெல்லாம் இணையதளத்தில் பக்கவாதம் குறித்துக் கிடைத்த தகவல்களுக்கும் அதிகமாக அவர்களுடைய மருத்துவர்கள் மூல மாகவும் தெரிந்துகொண்டபோது மிகவும் பதற்றம் அடைந்தனர். எனினும் சில சாதகமான அம்சங்களும் அதில் இருந்தன. அவ னுடைய இளமைக்கால நண்பனான ஹமீத் என்பவன் இவனுக்கு ஏற்பட்ட நிலையை அறிந்தவுடன் அதிர்ச்சி அடைந்து மனமாற்றத் துக்கு உள்ளானான். புகைப்பதையும் குடிப்பதையும் உடனடியாக நிறுத்திவிட்டான். ஒருநாள் வெள்ளை அங்கியுடன் கையில் ஜெப மாலையுடன் அவன் அருகில் வந்து குனிந்து நெற்றியில் முத்த மிட்டான். “உன்னால்தான் நான் திருந்திவிட்டேன். உனக்கு ஏற்பட்ட விபத்தில் இருந்து பயன் அடைந்தவன் நான் மட்டுமே; அந்த அளவிற்கு உன் நோய் என்னைப் பயமுறுத்திவிட்டது” என்றான். அளவுக்கு அதிகமாகப் புகைப்பது, மது அருந்துவது ஆகியவை இத்தகைய பாதிப்பை உண்டாக்கக்கூடியவை என்பதை வெகு நாட்களுக்கு முன்பே அறிந்திருந்ததால் அவனது இரத்தக் கொதிப்புக்கு மருந்து சாப்பிட்டு வந்தான். அவன் பரம்பரையில் ஏற்கெனவே சிலர் இவ்வாறு பாதிக்கப்பட்டிருந்ததால் சர்க்கரை

போன்ற இனிப்பையும் அவன் தவிர்த்து வந்தான். எனினும் அவனுக்கு ஏற்பட்ட பதற்றத்தை அவனால் எதுவும் செய்ய இயல வில்லை. பதற்றம் என்பது ஒரு சில நேரங்களில் உயிர்க் கொல்லியாகவும் முடியக் கூடியது.

பதற்றம் என்பது உடலின் முக்கியமான உறுப்புகளில் ஓட்டை களை உண்டாக்கக்கூடிய ஒருவகை தீமையாகும். தன் பாதையில் தென்படும் அத்தனை விஷயங்களையும் யாருக்கும் தெரியாமல் தொந்தரவு செய்யக்கூடிய எந்திரமாகக் கருதினான். அவனைப் பொறுத்தவரை இரு வகைத் தீமைகளைத் தருவதாக அது இருந்தது. தன்னிடமிருந்து மென்மேலும் வேலையை எதிர் பார்ப்பதுடன், தன் உண்மையான ஆற்றல்களைக் குறைத்து மதிப் பிட்டுத் தன்னால் முடிந்ததைக் காட்டிலும் அதிகமாகச் செய்ய முடியும் என்று நம்பவைப்பதாக அது இருந்தது. இதன் மூலம் இதயத்தைக் கைப்பற்றிப் பிடியை இறுக்கி அதன் இயல்பான செயல்பாடுகளுக்கும் மேலாக அதிக வேலை தந்தது. இவை அனைத்தும் அவனுக்குத் தெரிந்ததுதான். பல முறை இது குறித்து அவன் எண்ணிப்பார்த்திருக்கிறான்.

உடல்நிலை நல்ல நிலையில் இருந்தபோது சில நேரம் அவ னுக்குச் சலிப்பு ஏற்படுவதுண்டு. எப்போதாவதுதான் அப்படி ஏற்படும். அது போன்ற சமயங்களில் காலம் நங்கூரமிட்டு நின் றிருக்கும். உடனே அப்போதைய வேலைகளை நிறுத்திவிட்டு, மனநிலையை அலசிப்பார்ப்பான். நிரந்தரமான நினைவுகள் ஒரு புறம் நச்சரித்தபடியே இருக்கும். சலிப்பு என்பது தூக்கமின்மையின் விளைபொருளாகும். அது இனந்தெரியாத கருங்குழியில் விழ மறுக்கும் பிடிவாதமாகும். அத்தகைய நேரங்களில் அவன் சுற்றிச் சுற்றி வருவான். பின் முயற்சியைக் கைவிட்டு அதுவாக விலகட்டும் என்று காத்திருப்பான். இவ்வாறாகத் தூக்கமின்மைக்கும் விழித் திருக்கும்போது ஸ்தம்பித்து நிற்கும் காலத்திற்கும் இடையே உள்ள வெற்றிடத்தில் தன் பதற்றத்தை அடைத்துவைப்பான்.

நகரின் இரைச்சலுக்கு வெகுதொலைவில் உள்ள இந்தப் பணி மனையில்தான் எல்லா நாட்களையும் கழித்துவருகிறான். தன் உடலைப் பக்கவாதம் இந்த அளவுக்கு எவ்வாறு பாதித்தது என்று எண்ணிப்பார்த்தான். விருப்பம்போல் நடந்துகொள்ளவும் நகரவும் முடியாமல் தடுக்கும் சேதத்துக்குள்ளான தன் உடல்நிலையைத்

தாங்கிக்கொள்ள மிகவும் கஷ்டப்பட்டான். அவன் வாலிபப் பருவத்தில், காஸாபிளான்கா கடற்கரையில் கால்பந்து விளையாடி யிருக்கிறான். அவன் அருமையானதொரு முன்களவீரன். போட்டியின் இறுதியில் அவனுடைய நண்பர்கள் அவனைத் தங்கள் தோள் களில் தூக்கிக் கொண்டாடுவார்கள். ஏனெனில், அத்தனை கோல் களையும் அவன்தான் போட்டிருப்பான். அவன் ஒரு தொழில் முறை ஆட்டக்காரனாகக்கூட வளர்ந்திருக்க முடியும். ஆனால், அக்காலத்தில் அப்படி ஆக வேண்டுமென்றால் ஸ்பெயின் நாட்டுக்குப் போய் வசித்து அங்குள்ள பெரிய அணிகளில் ஏதாவது ஒன்றில் சேர்ந்து ஆட வேண்டும். அவனுடைய பெற்றோர்களோ, ஓவியத் தால் ஒரு பயனும் இல்லை என்ற போதிலும் அத்துறையில் அவன் ஈடுபடுவதையே பெரிதும் விரும்பினர். மேலும் வட ஆப்பிரிக்க இஸ்லாமியர்களை வெறுக்கும் ஸ்பானிஷ் நாட்டுக்காரர்களுடன் அகதிகளைப்போல் வசிக்க நேர்வதைவிட வேறு எந்தத் துயர மானாலும் அனுபவிக்க அவர்கள் தயாராக இருந்தனர்.

தன் முகத்தை மீண்டும் ஒருமுறை கண்ணாடியில் பார்த்தான். மிகவும் அசிங்கமாக இருந்தது என்பதைவிட விகாரமாக இருந்தது என்று சொல்லலாம். 'இருபது வயது' என்ற 'லெயோ ஃபெரே'யின் பாடல் நினைவுக்கு வந்தது: "எல்லா உடம்புக்கும் வாய் என்று ஒன்று உண்டு. அது நன்றாக இருந்தால் தானே நின்று சமாளிக்கும். அசிங்கமாக இருந்தால் அதற்கும் பழகிவிடுவோம். நாம் வீணாய்ப் போய்விடவில்லை என்று சொல்லிக்கொள்வோம். எல்லா உடம் புக்கும் வாய் என்று ஒன்று உண்டு. தனிமையில் இருக்கும்போது சில நேரம் அது பேசுவதுண்டு. நாம் அழும்போது அது சிரிப்பதாகச் சொல்லும்; அப்போது பிரச்சினையைப் பூசி மெழுகுவோம்..." காஸாபிளான்காவில் பாட வந்த ஃபெரேவுடன் தான் கழித்த பொழுதுகளை நினைத்துப்பார்த்தான். 'ரொயால் மன்சூர்' ஓட்டலின் பால்கனியில் அவருடன் தேநீர் அருந்தியபோது, ஃபெரேயின் சின்னஞ்சிறு கண்களையும் அனிச்சையான செயல்களையும் ஏறக் குறைய அவரிடம் நிரந்தரமாகக் குடியிருந்த பதற்றத்தையும் எல்லா வற்றுக்கும் மேலாக அவர் முகத்தில் இருந்த கடும் சோர்வையும் கவனித்துள்ளான். அவனைப் பொறுத்தவரை ஃபெரே ஒரு கவிஞன். தன் பாடல்களைக் கூர்ந்து கவனிப்பவர்களுக்கு இதமளிக்கும் ஆற்றல் கொண்டதொரு கிளர்ச்சியாளன்.

பக்கவாத நோய்க்குள்ளான புதிதில் சில மாதங்கள் வெளியே அவ்வளவாக வராமல் பணிமனையிலேயே ஒதுங்கியிருந்தான். இன்னும் முற்றுப் பெறாத ஓவியங்களின் மத்தியில், அதி உன்னத மானதொரு தனிமையை அனுபவித்தபடித் தனக்குள் மூழ்கிய மோன நிலையில் இருந்தான். ஏனெனில், துன்பம் என்பது உண்மையில் பகிர்ந்துகொள்ள முடியாதது. நலம் நாடும் அஞ்சல் அட்டைகள் நிறைய வந்திருந்தன என்பதை மறுப்பதற்கில்லை. அவை அவனுக்கு மகிழ்ச்சியையும் தந்தன. ஓரளவே அறிமுகமான சிலரும் மிகவும் நெகிழச் செய்த பொருத்தமான சொற்களால் வாழ்த்தியிருப்பதைக் கண்டு சில நேரங்களில் அவனுக்கு ஆச்சரிய மாக இருந்தது. குறிப்பாக, 'சேர்ழ்' என்பவன். அதே பகுதியில் வசிப்பவன் என்பதால் அவனை ஓரிருமுறை சந்தித்திருக்கிறான். மருத்துவமனையில் சிகிச்சை பெற்று வீடு திரும்பிய பதினைந்து நாட்கள் கழித்துத் தொலைபேசியில் தொடர்புகொண்ட சேர்ழ் மனப்பூர்வமாக நலம் விசாரித்தான். அதன் பின் வாரந்தோறும் வந்து பார்த்துவிட்டுப் போக ஆரம்பித்தான். உடல்நலத்தை விசாரிப்பதுடன் இவனுக்கு ஆறுதல் அளிக்கும் விதமாக நடந்து கொண்டான். திடீரென ஒருநாள் சேர்ழ் இறந்துவிட்டான் என்னும் செய்தி தெரியும்வரை இது நீடித்தது. சேர்ழுக்குப் புற்றுநோய் இருந்துள்ளது. அது குறித்து அவன் பேசியதில்லை. அவனைத் தின்றுகொண்டிருந்த அந்நோய் குறித்து அவன் இறப்பிற்குப் பின்னரே இந்த ஓவியனுக்குத் தெரியவந்தது. அழ வேண்டும்போல் இருந்தது. நெருக்கமான நண்பர்கள் வட்டத்தைச் சேராத மனிதன் ஒருவனின் இத்தகு நட்பும் மனிதாபிமானமும் இவன் மனதில் அந்த அளவு ஆழமாகப் பதிந்துவிட்டது. திடீரென பேச்சை நிறுத்திக்கொண்ட சில நண்பர்களிடமிருந்து சேர்ழ் முற்றிலுமாக வேறுபட்டவனாக இருந்தான். அந்த நண்பர்கள் எல்லோரும் எங்கோ மாயமாக மறைந்துபோய்விட்டனர். அவ்வளவும் பயம். பீதி. பக்கவாதம் என்பது ஏதோ தொற்றுநோய் என்பதுபோல்! தான் மட்டும் நல்ல உடல் நிலையில் இருந்துகொண்டு இவனைப் போய்ப் பார்ப்பது வெட்கமாக இருக்கிறது என்பதால் சந்திக்க விருப்பமில்லை என்று இவனுடைய நண்பர்களில் ஒருவன் கூறிக் கொண்டிருக்கும் செய்தியும் இவனுக்குக் கிடைத்தது. அவன் நினைப்பது உண்மையாகவும் இருக்கலாம். ஆனால், தான்

கைவிடப்பட்டதாக ஓர் எண்ணம் ஏற்படும்போது, துன்பம் மிகுதியாவதுடன் மேலும் கொடுமையானதாகிவிடும். சிறுவனாக இருந்தபோது, நோய்வாய்ப்பட்டவர்களைப் போய்ப் பார்த்துவரும் படி இவனுடைய அப்பா அறிவுரை கூறுவார்.

"அது நம் இறைத்தூதரின் அறிவுரையாகும். தள்ளிப்போகும் மரணத்தை எதிர்பார்த்துத் துன்பத்தை அனுபவித்தவாறு காத் திருக்கும் இதுபோன்ற மனிதர்களைப் போய்ப் பார்த்து வர வேண்டும். இறக்கும் தறுவாயில் இருக்கும் ஒருவரைப் போய் பார்ப்பது ஒரே நேரத்தில் கருணையும் சுயநலமும் கொண்ட செயலாகும். படுக்கையில் முடங்கிக் கிடக்கும் ஒருவரைப் பார்க்க, நேரம் ஒதுக்கிச் செல்வது என்பது எளிமையைக் கற்பதற்கான நல்ல வழியாகும். இதுபோன்ற சின்னஞ்சிறு செய்கைகள்தான் வாழ்க்கையில் உண்மையான மாற்றத்தை உண்டாக்கக்கூடியவை என்றும், நாம் எல்லோரும் இறைவனுக்குச் சொந்தமான மணற் துகள்கள்தான் என்றும், அவரிடமே நாம் திரும்பிப்போய் ஆக வேண்டும். மற்றவருக்கு ஏற்படும் நோய் குறித்து அஞ்சுபவர்கள் அதனைத் தகர்த்து, தம்மை எதிர்நோக்கியிருப்பது எது என்பதைத் தெரிந்துகொள்ள வேண்டும். என் மகனே! இவையெல்லாம் சாதாரண விஷயங்கள்தான். எனினும், அவற்றில் உண்மையின் வித்து இருக்கிறது" என்பார்

பக்கவாதத்தால் பாதிக்கப்பட்டு மருத்துவமனையில் சிகிச்சை பெற்று வந்தபோது, இந்த ஓவியனுடன் அதே அறையில் இருபத்தி யேழு வயதான ரிக்கார்டோ என்ற பெயருடைய இத்தாலிய பியானோ கலைஞன் ஒருவனும் சிகிச்சை பெற்று வந்தான். மொராக்கோவில் விடுமுறையைக் கழித்துக்கொண்டிருந்த ரிக்கார் டோவும் இவனைப்போலவே பக்கவாதத்தால் பாதிக்கப்பட்டான். அந்தக் கலைஞனை மீண்டும் மிலான் நகருக்குத் திருப்பி அனுப்பும் முன் உடல்நலத்தில் சற்று முன்னேற்றம் ஏற்படட்டும் என்று அவனுடைய மருத்துவர்களும் குடும்பத்தினரும் காத்திருந் தனர். நினைவு திரும்பிய நேரம் முதல் தன் கைகளையே அவன் வெறித்துப் பார்த்துக்கொண்டிருந்தான். விரல்களை அசைக்க முடி யாத நிலையில் தனக்குள் அழுதபடியே இருந்தான். இடை விடாமல் கண்ணீர் வழிந்துகொண்டிருந்தது. எந்த வகையிலும் அழுகையை நிறுத்த முடியாத நிலையில் சுவரின் பக்கமாகத்

தலையைத் திருப்பிக்கொள்வான். அவனது கலை வாழ்வு திடீ ரென்று ஸ்தம்பித்துப் போனதால், வாழ்க்கையே சிதைந்து போனது. படுக்கையின் அருகில் இருந்தபடி ஒரு பெண், அவனது தலையைக் கோதியபடித் தினமும் ஆறுதல் கூறி வந்தாள்; மனைவியாகவோ காதலியாகவோ இருக்க வேண்டும்; விரல்களைப் பிடித்துவிடு வதுடன், வழியும் கண்ணீரைத் துடைத்துவிடுவாள்; தலையைத் தடவிக்கொடுப்பாள். பிறகு மனமுடைந்த நிலையில் அறையை விட்டு வெளியேறுவாள். வெளியே சென்று புகைத்துவிட்டுச் சோகமான முகத்துடன் மீண்டும் மருத்துவமனைக்குள் திரும்பு வாள். ஒரு முறை ஓவியனின் கட்டில் மீது அமர்ந்து அவனிடம் பேச்சுக் கொடுத்தாள். அவள் பேசுவதைத் தலையை அசைத்தவாறு இவன் கவனித்தான். இவனது இடது கை லேசாக அசைவது தெரிந்தது. இவனிடம் அவள் மனம்விட்டுப் பேசினாள்:

"ரிக்கார்டோதான் என்றும் என் கணவன். அற்புதமான எதிர் காலம் அவனுக்காகக் காத்து இருந்தது. ஆனால், அதற்குள் அவ னுடைய எதிரிகள் வென்றுவிட்டனர். நான் சிசீல் பகுதியைச் சேர்ந்தவள். எனக்குக் கண் திருஷ்டி மீது நம்பிக்கை உண்டு. எப்போதுமே இதுபோன்ற மேதைகள் கொடூரமாகத் தாக்கப் படுவதைத் தற்செயல் நிகழ்வாகக் கருத முடியவில்லை. எல்லாம் பொறாமை, பொச்சரிப்பு, கயமைதான். மொராக்கோவில் இந்த நம்பிக்கை அதிகம் என்று கேள்விப்பட்டிருக்கிறேன். கண் திருஷ்டி என்பது உண்மைதான். என்னிடம் அதற்கான சான்று இருக்கிறது. மொராக்கோ பயணம் முடிந்து ஒரு மாதத்துக்குப் பின் நாங்கள் திருமணம் செய்துகொள்வதாக இருந்தது. அவன் பெற்றோருக்கு இதில் சம்மதமில்லை. உங்களுக்குத்தான் தெரியுமே! மிலான் நகரைச் சேர்ந்த மேல்தட்டு மக்களான அவர்கள், தங்கள் ஒரே மகனை மஸாரா தெல் வாலே பகுதியின் சாதாரண மீனவரின் மகளை மணம்முடிக்க விரும்புவார்களா? ஆனால், எங்களிடம் வேறு திட்டம் இருந்தது. திருமணம் முடித்த கையோடு இந்த இடத்தை விட்டு வெளியேறி அமெரிக்காவில் குடியேறுவது என்று திட்டமிட்டிருந்தோம். அங்கு இவனுக்கு நல்ல வரவேற்பு இருக்கும் என்று இவனுடைய முகவர் கூறியிருந்தார். காஸா பிளான்காவுக்கு நாங்கள் வந்துசேர்ந்த மறுநாளே ஓட்டல் அறையில் இவன் சுருண்டு விழுந்துவிட்டான். என்ன நடந்தது

என்று எனக்குத் தெரியாது. ஒன்று மட்டும் எனக்குத் தெரியும். மன உளைச்சலில் அவதிப்படுவதாக அடிக்கடிக் கூறிவந்திருக் கிறான். எதிலும் முழுமையை எட்ட வேண்டும் என்ற விருப்ப முடன் அதில் மூழ்கிவிடுவான். சிறு தவறையோ கவனக் குறைவையோ பொறுத்துக்கொள்ள மாட்டான். ஒரு இசை நிகழ்ச்சிக்கு முன் அவனது உடல்நலம் சரியில்லாமல் போனது. எதுவும் சாப்பிடவில்லை யாரிடமும் பேசவில்லை. எதனாலோ கட்டுண்டவன்போல் காணப்பட்டான். அரங்கத்துக்குள் நுழையும் முன் பதற்றத்தில் இருக்கும் காளை அடக்குபவனைப்போல் இருந்தான். எங்கள் நிலை என்ன ஆகுமோ தெரியவில்லை! மன்னிக்க வேண்டும். உங்களை முன்பின் தெரியாது, நான் பேசிக் கொண்டிருக்கிறேன். உங்கள் பெயர் என்ன, இந்த நோய்க்கு ஆளாகும் முன் என்ன செய்துகொண்டிருந்தீர்கள் என்று எதையும் நான் கேட்கவில்லை. நான் அந்த அளவுக்கு மன உளைச்சலுக்கு ஆளாகி இருக்கிறேன்."

இவன் எதையோ சொல்ல வாய் எடுத்தான். ரிக்கார்டோவின் நிலையில்தான் இவனும் இருக்கிறான் என்பது அவளுக்குப் புரிந்தது. இவனும் தன் கலையைத் தொடர முடியாத அளவுக்குத் துரதிர்ஷ்டவசமாகப் பாதிப்புக்குள்ளான கலைஞன்தான். இவனை நோக்கிப் பார்வையைச் செலுத்திய அவளது கண்ணீர் கன்னங்களின் மீது வழிந்து ஓடியது.

அவளுக்குத் தெரியாமல் அவளது புத்தம்புதிதான அழகை ஓவியன் கவனித்தான்; தென் பகுதியைச் சேர்ந்த பெண்ணான அவள், கறுப்பாகவும் உயரமாகவும் ஒயிலாகவும் இருந்தாள்; நாகரிக அம்சங்கள் எதுவும் அவளிடம் இல்லை; 'இப்படியா, அழகை வீணடிப்பது' என்று தனக்குள் புலம்பினான். இயற்கை உண்மையில் அவளிடம் மிகவும் கொடுமையாக நடந்துகொள்கிறது!

சில நாட்களுக்குப் பிறகு ரிக்கார்டோவின் மருத்துவமனைச் சிகிச்சை முடிந்து, இத்தாலிக்குத் திருப்பி அனுப்பப்பட்டான். புறப்படுவதற்கு முன், அந்தப் பெண் மருந்துச் சீட்டு ஒன்றின் பின்புறத்தில் ஏதோ சில வார்த்தைகளைக் கிறுக்கி இந்த ஓவியனின் கட்டில் அருகில் உள்ள மேசைமேல் வைத்துவிட்டு, இவனது நெற்றி மீது சிறிதாக முத்தமிட்டுச் சென்றாள். முகவரி, தொலைபேசி

எண் ஆகியவற்றை அதில் குறித்திருந்ததோடு என்றாவது ஒருநாள் சிசீல் அல்லது டொஸ்கானில் ஒன்றாக அமர்ந்து தேநீர் அருந்தலாம் என்று எதிர்பார்ப்பதாகவும் எழுதியிருந்தாள். 'ஷியாரா' என்று கையொப்பமிட்டிருந்தாள்.

உடன்பிறந்த சகோதரியைப்போல் பழகிவந்த உறவினரான 'நாய்மா' என்ற பெண்ணைச் சந்தித்த நினைவுகளை நோயால் முடங்கியிருக்கும் தற்போதைய நிலை அவனுக்குள் கொண்டு வந்தது. முப்பத்திரண்டு வயதில் தசையூட்டமற்ற பக்க மரப்பு நோய் என்னும் இயக்க நரம்பணு நோயின் காரணமாக உயிரிழந்தவள் அவள். அந்த நோய் படிப்படியாக முற்றிக் கொஞ்சம்கொஞ்சமாக அவளது உடல், தசைகளை எல்லாம் முடக்கிவிட்டது. அந்த உடல் அனுபவித்த தேய்மானத்தை அவன் உடன் இருந்து கவனித் திருக்கிறான். சாய்வு நாற்காலியில் முடங்கிக்கிடந்த போதிலும், துணிச்சலும் தளராத நம்பிக்கையுமுடைய அந்த அழகிய பெண் மீது இவன் பெரும் மதிப்பு வைத்திருந்தான். பேச மிகவும் கஷ்டப்படுவாள். தன்னைக் கவனித்துக்கொண்ட பெண்ணையே எல்லாவற்றுக்கும் சார்ந்திருந்தாள். அந்தப் பெண் அர்ப்பணிப்பு இயல்பு கொண்ட நல்ல பெண்; அவர்கள் குடும்பத்தில் ஓர் உறுப்பினரைப்போல் மட்டுமன்றி நாய்மாவின் கை, கால்களுடன் இணைந்த உறுப்புகள்போல் அவளைவிட்டுப் பிரியாமல் கவனித் துக்கொண்டாள்.

இயக்க நரம்பணு பாதிப்பு என்பது குணப்படுத்த முடியாத நோய் என்று அவனுக்குத் தெரியும். நாய்மாவும் அதனை நன்கு அறிந்திருந்தாள். எனவே தன் ஆயுள் காலத்தை இன்னும் சிறிது நீடிக்கும்படி இறைவனிடம் தினமும் பிரார்த்தனை செய்துவந்தாள். அதற்குள் தன் இரண்டு மகள்களும் படிப்பை முடிப்பதையும், அவர்கள் திருமணம் செய்துகொள்வதையும் பார்க்க ஆசைப் பட்டாள். இந்த ஏக்கத்தையே தினமும் இறைவனிடம் சொல்லிக் கெஞ்சிக்கொண்டிருந்தாள். இறைவனின் கைகளில் தன் வாழ்க் கையை ஒப்படைத்து பிரார்த்தனை செய்தாள்.

அவளது வாழ்க்கை முறையைப் பின்பற்றவே இப்போது ஓவியனும் விரும்பினான். ஆனால், தொடர்ந்து அவளைப்போல் பிரார்த்தனையில் ஈடுபடுமளவு இறை நம்பிக்கை கொண்டவன்

இல்லை. ஆன்மீகத்தில் மட்டும் நம்பிக்கையுடைவனாக இருந்தான். எனவே இந்தப் பிரபஞ்சத்தை நிர்வகித்து வரும் உயர்ந்த சக்தியின் பெருங்கருணையை அவ்வப்போது நினைத்துப்பார்ப்பதுண்டு. ஆன்மா அடையும் வழிகளைக் கண்டடைவதில் முனைப்புக் காட்டும் இவன் எல்லாவற்றையும் கொஞ்சம் சந்தேகத்துடன் அணுகுபவன். ஒரு கலைஞனால் எப்போதும் உறுதியான எண்ண முள்ளவனாக இருக்க முடியாது. அவன் உடல் முழுவதும் மட்டு மன்றி அவன் மேற்கொண்டுள்ள வேலை முழுவதும் சந்தேகத்தால் சூழப்பட்டதுதான்.

தன் பணிமனையில் அவன் கழிக்க நேர்ந்த ஆரம்ப நாட் களில் ஒருநாள் இரவு அவனுக்குத் திடீரென உடலில் ஒரு பக்கம் தசைப்பிடிப்பு ஏற்பட்டது. உடனடியாகத் திரும்பிப் படுக்கவேண்டிய அவசியம் ஏற்பட்டது. ஆனால், அந்த நேரம் பார்த்து எச்சரிக்கை மணி பழுதாகியிருந்தது. தன் சன்னமான குரலால் கத்தி முடிந்தவரை உதவிக்கு அழைத்துப்பார்த்தான். படுத்திருந்த கட்டிலின் விளிம்பில் தன்னால் இயன்றவரைத் தட்டிப்பார்த்தான். அடுத்த அறையில் உறங்கிக்கொண்டிருந்த இரட்டையர்களின் காதில் இது விழவே இல்லை. வலியால் துடித்த இவனுடைய இடதுபக்க உடல் முழுவதும் மரத்துப்போனது, பிறகு விறைத்துக்கொண்டது. உடலை அசைக்க இறுதியாக ஒரு முறை முயன்றபோது ஒரு பக்கமாகச் சட்டெனத் தரையில் விழ நேர்ந்தது. கீழே விழுந்த சத்தம், அந்த இரண்டு பேருடைய தூக்கத்தைக் கலைக்கும் அளவு பலமாக இருந்தது. இருவரும் அருகில் ஓடோடி வந்தனர். விழுந்தபோது அதிர்ஷ்டவசமாக எலும்பு முறிவு எதுவும் ஏற்படாமல் விலாவில் லேசான சிராய்ப் புடன் தப்பித்தான். மீண்டும் ஒருமுறை நாய்மா குறித்தும் அவள் அனுபவித்திருக்கக்கூடிய கடினமான இரவுப் பொழுதுகள் குறித்தும் யோசித்துப்பார்த்தான்.

நாய்மாவைத் தாக்கிய நோயானது ஊனமுற்றவர்களின் உலகம் குறித்த அவன் பார்வையை அடியோடு புரட்டிப்போட்டுவிட்டது. அதனைக் குறித்துப் பெரும்பாலான தன் நண்பர்களைக் காட்டிலும் இவன் நன்கு அறிவான். உடற்குறையுடைய யாரையாவது கடந்து செல்ல நேரும்போது, அந்த நபரின் அன்றாட வாழ்க்கை எப்படி இருக்கும் என்று மனக்கண்ணில் கற்பனை செய்துபார்க்க

தடாகம்/47

முயல்வான். அந்த நபர் மீது தனிக்கவனம் செலுத்துவதோடு அவரைப் பற்றி அறிந்துகொள்ள ஆர்வம் காட்டுவான். உடல் நலமும் மனநலமும் குறையில்லாமல் நல்ல நிலையில் இருந்து விட்டால் குறையுடையோரின் எதார்த்த வாழ்வை அது மறைத்து விடும். விதியின் தாக்குதலுக்குள்ளான மக்களின் பாதிப்புகளையோ சில நேரங்களில் அவர்களின் வெளிப்படையான காயங்களையோ கூட நாம் கண்டுகொள்ள மாட்டோம். நாம் அவர்களைக் கடந்து சென்றுவிடுவோம். மிஞ்சிப்போனால் அவர்கள் மீது ஒருவிதப் பரிதாப உணர்வு தோன்றும். ஆனால், அடுத்த கணமே நம் பாதையைத் தொடர்வதில் கவனம் செலுத்தத் தொடங்கிவிடுவோம்.

இப்படித்தான் ஒருநாள் உடற்குறையுடைய குழந்தைகளின் பெற்றோருக்கான கூட்டத்திற்குத் தன் நண்பன் ஹமீதுக்குத் துணை யாகச் செல்ல இவன் முன்வந்தான். ஹமீதின் மகன் நபீல் ‘டவுன் சிண்ட்ரோம்’ என்னும் மனநலிவு நோயால் பாதிக்கப்பட்டிருந்தான். அந்தக் கூட்டத்தில் பங்கேற்ற உளவியளாலர் ஒருவர் குறிப் பிட்டதைப்போல் யாரும் கண்டுகொள்ளாத பாதிப்புக்கு ஆளான இதுபோன்ற குழந்தைகளைக் கவனிப்பதற்கான வசதி எதுவும் மொராக்கோவில் இல்லை. இதன் காரணமாகத் தாங்கள் அனு பவிக்கும் இன்னல்கள் குறித்த சோகக்கதைகளை அங்கு வந்திருந்த அந்தக் குழந்தைகளின் தாய்மார்கள் விவரித்ததை இந்த ஓவியன் பச்சாதாபத்துடன் கேட்டுக்கொண்டிருந்தான். கூட்டம் முடிந்த பின் நபீலைத் தன் பணிமனைக்கு அழைத்துச்சென்றான். ஓவியம் வரைவதற்கான கேன்வாஸ் துணியும் சில வண்ணங்களையும் வழங்கி எப்படி வரைய வேண்டும் என்றும் கற்றுத்தந்தான். நபீல் மகிழ்ச்சி அடைந்ததுடன் நாள் முழுவதும் அங்கேயே தங்கி வரைந்துகொண்டிருந்தான். அன்று இரவுதான், தான் வரைந்திருந்த ஓவியங்களுடன் புறப்பட்டுச் சென்றான். அந்த ஓவியங்களை அவனுடைய பெற்றோர் சட்டமிட்டு, தங்கள் வீட்டின் வரவேற் பறையில் தொங்கவிட்டனர்.

இந்த விபத்து தன் இல்லற வாழ்க்கையை மட்டுமல்ல, பணி, படைப்பு ஆகியவற்றுடனான உறவு குறித்தும் புதியதொரு கோணத்தில் அணுகக்கூடிய வாய்ப்பைத் தந்துள்ளது என அவன் உறுதியாக நம்பினான். அவனுக்குச் சில திட்டங்கள் இருந்தன. அவன் தனக்குள் இவ்வாறு சொல்லிக்கொண்டான்: “புகழ்பெற்ற

ஓவியர் பேகனின் 'ஓலம்' போன்ற ஓவியத்தையோ என் பயத்தையோ வரைய வேண்டும் என்று விரும்புகிறேன். அதாவது, என்னை உறையவைத்துத் தாக்குதலுக்கு உள்ளாக்கும் இவ்விஷயங்களை வரைய விரும்புகிறேன். அதனைத் தொட்டுப் பார்த்து உணரும் அளவுக்கு அச்ச உணர்வைத் தத்ரூபமாக வரைய வேண்டும். அதேநேரத்தில் அதன் இயக்கத்தை முடக்கி, அதனைத் துடைத்தெறிந்து என் வாழ்விலிருந்து நீக்கவும் முடிய வேண்டும். ஓவியத்தில் உதிக்கும் இத்தகைய மாயாஜாலங்களை நிஜ வாழ்வில் நிகழ்த்திக்காட்டும் வித்தை மீதும் நான் நம்பிக்கை வைத்திருக்கிறேன். ஆம். என் கை, கால்களை அசைக்க முடிந்த நொடிமுதல் அச்ச உணர்வின் மீது தாக்குதல் தொடுப்பேன்; அது ரயில் தண்டவாளத்தைப்போல் தொடரும் அச்சம்; அசையும் அச்சம். தோற்றத்தையும் வண்ணத்தையும் அவ்வப்போது மாற்றி அனைத்து வெளிச்சங்களையும் அணைத்துவிடக்கூடிய அச்சம், சந்தேகமென்ன, அச்சத்தைச் சிறைப்பிடித்துக் கடலின் முன் பரப்பி வைப்பேன். கடல் நீலம் அந்த கேன்வாஸ் ஓவியம் முழுவதிலும் சிதறி இருக்கும். இப்படி நீல வண்ண வெள்ளம் சூழ்ந்துவிட, அதில் அச்சம் மூழ்கிவிடும். மரணத்தைப்போல் அதனையும் இரசித்துக்கொண்டிருப்பேன். இப்போதெல்லாம் மரணம் என்னைப் பயமுறுத்துவதில்லை. எனினும், அதனிடம் கொஞ்சம் கவனமாக இருக்க வேண்டும். அச்சத்தை ஓட்டக்கூடிய புதுவிதமான இசையையும் தாளகதியையும் நான் உருவாக்கியாக வேண்டும்."

அசைவற்றிருந்த தன் காலைப் பார்த்து மெலிதாகச் சிரித்தான். ஒருநாள் இரவு, தனக்கு நேர்ந்துவிட்ட இந்த நிலை குறித்த சிந்தனையில் இருந்தான். பக்கவாத பாதிப்புக்குள்ளான இந்தக் கால்தான், தன் ஆன்மாவின் புகலிடம் என்றும், தன் விடுதலையின் தொடக்கம் இதில்தான் அடங்கி உள்ளது என்றும் உறுதியாக நம்பினான். தன் ஆன்மா உயிர்ப்புடன் உள்ளது என்றும் விறைத்தபடி அசைவற்று இருக்கும் ஒன்றைத் தாங்கிக்கொள்ள அதனால் இயலாது என்றும் நினைத்தான். காலில் குடியிருந்தபடி அதற்கு அசைவுகளைத் தன் ஆன்மா தந்துகொண்டிருப்பதாக நினைத்துப் பார்த்தபோது மகிழ்ச்சியாக இருந்தது. இப்படியான சிந்தனை என்பது கொஞ்சம் முட்டாள்தனமானதுதான் என்பதில் சந்தேகமில்லை என்றாலும் அதனை அவன் உறுதியாக நம்பினான்.

ஓவியம் வரைய முடியாத நிலை ஏற்பட்டதிலிருந்து கனவு காண் பதிலும் வாழ்க்கையை மீண்டும் ஒருமுறை உருவாக்கிப் பார்ப்ப திலும் நேரத்தைக் கழித்தான். தான் சிறியதொரு குடிசையில் வசிப்பதாகவும், தான் பார்ப்பது தெரியாமல் அங்கிருந்தபடியே உலகத்தைப் பார்க்க முடியும் என்றும் சொல்லிக்கொள்ள விரும்பி னான். ஆனால், தொடர்ந்து வாட்டும் வலி, கடுமையான உடல் இயக்கப் பயிற்சிகள் ஆகியவை நோய்வாய்ப்பட்ட குழந்தை ஒன்றின் உலகிலிருந்து அவனை விரைவாக வெளியேற வைத்தன.

ஒருநாள், சில பரிசோதனைகளைச் செய்வதற்காக அந்த மருத் துவமனைக்கு மீண்டும் சென்றபோது, தொலைபேசி அழைப்பு ஒன்று அவனுக்கு வந்துள்ளதாகத் தெரிவிக்கப்பட்டது. இரட்டை யர்களில் ஒருவன் தொலைபேசியை அவனிடம் நீட்டி, "திருமதி கியாரா பேசுகிறார்கள்" என்றவனின் முகத்தில் எதையும் புரிந்து கொள்ள முடியாத இயலாமை தெரிந்தது. இவன் குரலைக் கேட்டதும் உடனடியாக அவளை அடையாளம் கண்டுகொண்டான். தன்னை இன்னும் அவள் மறக்காதது அவனுக்கு ஆச்சரியமாக இருந்தது. முதலில் அவனிடம் நலம் விசாரித்தாள். அவனால் இன்னமும் இயல்பாகப் பேச முடியவில்லை என்பதைப் புரிந்து கொண்டாள். ரிக்கார்டோ ஆச்சரியப்படும் விதமாகத் தேறிவிட்ட செய்தியைத் தெரிவித்தாள். மேலும் இத்தாலியில் சிறிது காலம் ஓய்வெடுத்துவிட்டுப் பிறகு அமெரிக்காவுக்குச் சென்று அங்கேயே தங்கிவிட்டனர் என்றும் அங்கு வழங்கப்பட்ட உடல் இயக்கப் பயிற்சிகள் அவனைப் புது ஆளாக மாற்றிவிட்டன என்றும் கூறினாள். அவனுடைய கலைக்கான முகவர் அனைத்துச் செலவு களையும் ஏற்றுக்கொண்டாராம். இப்போது, ரிக்கார்டோவால் தன் விரல்களை அசைக்க முடிகிறது. பியானோ முன் அவனை அமர வைத்தால் 'கிளென் கூல்ட்' போல, பாக்கின் இசைக் கோர்வை யைத் தனது பாணியில் வினோதமான முறையில் அதாவது கொஞ்சம் இசை பிசகி வாசிக்கிறான். இதைக் கவனித்த அவனுடைய கலைக்கான முகவர், ரிக்கார்டோவின் பாணியில் ஏற்பட்டுள்ள இப்புதிய பரிமாணத்தைப் பயன்படுத்திவிட வேண்டும் என்று முடிவு செய்துள்ளார். "நிகழ்ச்சி தயாரிப்பாளர்கள் ஒருபோதும் ஏமாற மாட்டார்கள், ஆனால், மீண்டும் ரிக்கார்டோ தன் இயல்பு நிலைக்குத் திரும்ப வேண்டும் என்பதுதான் நமக்கு முக்கியம்" என்றெல்லாம் பேசினாள்.

அறையில் தன்னுடன் இருந்த தோழனின் உடல்நிலை தேறி வருவதை அறிந்து ஓவியன் திருப்தியடைந்தான். எந்த வலிக்கும் முடிவில் நம்பிக்கை ஒளி இருக்கும் என்று நினைத்துக்கொண்டான். பரிசோதனைகள் முடித்து வீடு திரும்பியதும் தான் பக்கவாதத்தால் பாதிப்புக்குள்ளானதைப் பற்றி என்னவெல்லாம் பேசிக்கொள்வர் என்று வேடிக்கையாக நினைத்துப்பார்த்தான்: "அவனுக்குப் பக்கவாதம் வந்துவிட்டது என்று உனக்குத் தெரியாதா? பாவம், இனி அவனால் ஓவியம் தீட்ட முடியாது... அவனது ஓவியங்களை வாங்க இதுதான் சரியான நேரம்."

"அவன் சரியான மூர்க்கன். தன்னைப் பற்றியே நினைத்துக் கொண்டிருப்பவன். கடவுள் சரியாக அடி தந்திருக்கிறார். அவனுக்கு எச்சரிக்கை அளித்திருக்கிறார். அடுத்த முறை ஏதாவது நடந்தால் அதுவே இறுதியாக இருக்கும்."

இவற்றைவிட மோசமாகவும் சிலர் பேசுவர்: "அவன் முடிந்த கதை. பெண்களை அப்படி விரும்பினானே, இனி அவனது உறுப்பில்கூட எழுச்சி இருக்காது. ஒருவழியாக அவனுடைய மனைவிக்கு இப்போதுதான் நிம்மதி. என்னமாய் அவளை மோசமாக நடத்தினான். அவனது உறுப்பு இனிச் சிறுநீர் கழிக்க மட்டுமே பயன்படும் என்ற உறுதியுடன் அவள் இருக்கலாம். எப்போதும் கடைசியில் நியாயத் தீர்ப்பு வந்தே தீரும்."

"எப்படியோ காதல் மன்னனுக்கு நாம் அனுபவிக்கும் தனிமை என்னவென்று இப்போதாவது விளங்கியிருக்கும்! அவன் பெற்ற வெற்றிகளைக் கண்டு நாம் பொறாமை அடைந்தோம் என்பதை மறுப்பதற்கில்லை. அத்துடன் அவனது ஓவியங்களும் நன்றாக விற்றுக்கொண்டிருந்தன."

இத்துடன் தன் ஓவியங்களுக்கான விற்பனைப் பொறுப்பாளர் ஓவியங்களைச் சேகரிப்பவர்களுடன் தொலைபேசியில் என்ன பேசிக்கொண்டிருப்பார் என்றும் யோசித்துப்பார்த்தான்:

"ஆமாம். இப்போது அதனை விற்காதீர்கள். இன்னும் சில மாதங்கள் போகட்டும் காத்திருங்கள்."

அடுத்ததாக, அவனுடைய மனைவி இந்தச் செய்தியை அறிந்த நாள் முதல் என்ன செய்துகொண்டிருப்பாள்? அவன் மீது தனக்குள்ள

வஞ்சத்தைத் தீர்த்துக்கொள்ள நினைத்திருப்பாளா? இல்லை, இல்லை. இதுபோன்ற மனைவிகுறித்த எண்ணமெல்லாம் மனதில் தோன்றக் கூடாது என்று தனக்குள் உறுதியேற்று இருந்தான். அவளுடன் உள்ள சச்சரவை இனியும் தொடரக் கூடாது. அவனுக்கு அமைதி வேண்டும். அப்போதுதான் குணமடைய முடியும்.

துரதிர்ஷ்டவசமாக ஏதாவது நோய் அல்லது விபத்து எனப் பாதிக்கப்பட்டால் உங்கள் சுற்றம் தம் முகத்தைச் சட்டென மாற்றிக்கொள்ளும். மூழ்கும் கப்பலைவிட்டு வெளியேறும் எலி களைப்போல் சிலர் விலகிவிடுவர். சிலரோ எப்படி முடிகிறது என்று பார்த்து முடிவெடுக்கக் காத்திருப்பர். மேலும் சிலர் தங்கள் இயல்பு அல்லது நடவடிக்கையை மாற்றிக்கொள்ளாமல் விசுவாசமாக இருப்பர். அப்படியானவர்கள் மிகவும் அரிதான வர்கள், ஆனால், பெரும் மதிப்புக்குரியவர்கள்.

அவனைச் சுற்றி இதுபோன்ற மூன்று வகையான மக்களும் இருந்தனர். இவ்விஷயத்தில் அவனுக்கு ஒருபோதும் குழப்பம் ஏற்பட்டதில்லை. ஓவியக் கலையில் ஈடுபடும் முன் தத்துவங் களை விரிவாக வாசித்துள்ளான். அவனுக்குக் குறிப்பாகச் சிந்தனை யாளர் ஷோபென்ஹாவூவாவையும் அவரது மணிமொழிகளையும் மிகவும் பிடிக்கும். நறுக்கான அவரது கருத்துகள் அவனைச் சிரிக்க வைத்ததுடன் வெளித் தோற்றங்களை நம்பாமல் இருக்கவும் அவற்றுள் புதைந்திருக்கும் கண்ணிகளிடம் சிக்காமல் கவனமாக இருக்கவும் கற்றுத்தந்துள்ளன. ஒரு கட்டத்தில் தத்துவவியல் துறையில் ஈடுபடத் தயங்கிய காலமும் உண்டு. காரணம், ஓவியம் தீட்டிக்கொண்டே நீட்ஷே, ஸ்பினோஸா எனச் சிந்தனையாளர் களின் படைப்புகளை வாசிப்பது சாத்தியமாகாது என்று எண்ணி னான். இரண்டு துறைகளும் ஒத்துப்போகாது என்பது அவனது கருத்து. பென்சிலையும் தூரிகைகளையும் கையாள்வதில் சிறந்த ஆற்றலைப் பெற்றிருந்தான். பாரீஸில் உள்ள நுண்கலைக் கல் லூரியில் சேர்ந்து கற்கும்படித் தொடர்ந்து அவனுடைய ஓவிய ஆசிரியர் உற்சாகமளித்தார். அவர் தந்த உத்வேகம்தான் தத்துவ வியல் மீது அவனுக்கு இருந்த ஆர்வத்தை ஒதுக்கிவைக்க உதவியது.

இவ்வாறாகத்தான் ஒரு நல்ல நாளில் மொராக்கோவிலிருந்து பாரீஸுக்குப் புறப்பட்டான். அப்போது அவனுக்கு இருபது

வயதுகூட நிரம்பவில்லை. அவனைப் பொறுத்தவரை பாரீஸ் என்றால் விடுதலை, துணிவு, அறிவுத்தளத்திலும் கலை சார்ந்தும் சாகசம் புரிதல் - ஆகியவற்றுக்கான இடம். புகழ்பெற்ற ஓவியரான பிக்காஸோ புகழும் பெருமையும் பெற்றது இந்த நகரில்தான். அந்த மாபெரும் கலைஞனின் தொடக்ககால ஓவியங்களைப் பார்த்து வியந்து இத்துறை மீது அவனுக்கு முதன்முதலில் ஈடுபாடு வந்தது இந்த நகரில்தான். குறிப்பாக இறக்கும் தறுவாயில் கட்டிலில் கிடந்த தன் தாய் குறித்துப் பதினைந்து வயதேயான பிக்காஸோ வரைந்திருந்த ஓவியங்களை அப்படி இரசித்திருக்கிறான். அவன் மீது ஆழமான தாக்கத்தை உண்டாக்கிய பிக்காஸோவின் வழித் தடத்தைப் பின்பற்ற வேண்டும் என்று விரும்பினான். பாரீஸின் நுண்கலைக் கல்லூரியில் தன் திறமையைச் செம்மையாக்கிக் கொண்ட பின் தனக்கென ஒரு பாணியை வகுத்துக்கொண்டான். இத்தகைய புகழ்பெற்ற ஆளுமைகளிடமிருந்து விலகி, எதார்த்த மாகத் தனக்கென ஒரு பாணியை உருவாக்கிக்கொண்டான். அதன் பின் அதுவே அவன் படைப்புகளின் தனி முத்திரையாக மாறியது. அவனது ஓவியங்கள் மிகவும் துல்லியமாக இருந்தன. அவை பெரிதும் கவனம் எடுத்து வரையப்பட்டவை மட்டுமின்றி நீண்ட நேர உழைப்பினால் விளைந்தவையாகும். இவ்வாறில்லாமல் வேறு விதமாக அவனால் கலையை உருவாக்க முடியாது. ஓவியத் துணியின் மீது வர்ண வாளியைச் சிதறி அடிக்கவோ சில கோடுகளைக் கிறுக்கி வைக்கவோ தன் சக ஓவியர்களால் எப்படிச் சாத்தியமாகிறது என்று அவனுக்குப் புரியவில்லை. தங்கள் கைக்கு வந்தபடி அவர்கள் எளிதாக வரைகிறார்கள் எனக் கருதினான். உண்மையில் இப்போக்கை அவன் வெறுத்துவந்தான். எவ்வித உழைப்பும் இல்லாமல், கற்பனையும் இல்லாமல் எளிதில் கிடைக்கும் விஷயங்களை அறவே வெறுத்தான். தனது ஓவியம் தான் தொடராமல் விட்ட தத்துவவியல்போல இருக்க வேண்டும் என்று விரும்பினான். அதாவது துல்லியமாக எவ்வித முரணுமின்றி எழுப்பப்பட்ட கட்டமைப்பாக அது இருக்க வேண்டும். அதில் தோராயம், பொதுமை, கற்பிதம், தெளிவின்மை என எதுவும் இருக்கக் கூடாது. இத்தகைய சித்தாந்தங்களின் அடிப்படையிலேயே அவனது வாழ்க்கை முழுவதையும் கட்டமைத்தான். அவனைப் பொறுத்தவரை, எல்லாம் எதிர்பார்த்தபடி இருக்க வேண்டும்.

இவ்வாறு தன்னைக் கவனித்துக்கொள்வது போலவே தான் மேற்கொண்ட பணியிலும் அதிகக் கவனம் செலுத்தினான். தன் உடல் நிலை இப்படி நிரந்தரப் பிரச்சினையாய் மாறிவிடக் கூடாது என்பதற்காக அதிக முன்ஜாக்கிரதையாக இருந்தது மட்டுமல்ல, தனக்கு நெருக்கமானவர்கள் பலர் மருத்துவர் கூறிய பரிந்துரைகளை உதாசீனப்படுத்திவிட்டு மெத்தனமாக இருந்ததால் இறக்க நேர்ந்ததையும் அவன் பார்த்திருக்கிறான்.

இப்போதைக்குத் தான் இருக்கும் நிலையில் எல்லாவற்றிலும் துல்லியம் என்பது கொஞ்சம் தீவிரத்தை இழந்திருந்தது. இரண்டு விரல்களுக்கிடையே தூரிகையைக்கூடப் பிடிக்க முடியாத நிலையில் முழுமையான உடல்நலத்தை எதிர்பார்ப்பதில் என்ன பயன்? சில நாட்களில் கொஞ்சம் புத்துணர்வு கிடைக்கும்போது மீண்டும் வரைய வேண்டும் என்ற உத்வேகம் ஏற்படும். புகழ்பெற்ற ஓவியர்களான ரெனுவார், மத்தீஸ் ஆகியோரை நினைத்துக்கொள்வான். இருவரும் தங்கள் உடல் உபாதைகளைப் பொருட்படுத்தாமல் அதிக வயதானபோதும் தொடர்ந்து ஓவியங்களை வரைந்துகொண்டிருந்தவர்கள். எப்படியோ பெரிய அபாயத்திலிருந்து தப்பிவிட்டான். நாற்பதே வயதான அவனுடைய நண்பனான கர்பாவி, பாரீஸ் நகரின் பூங்கா இருக்கை ஒன்றில் தனிமையில் குளிரில் கிடந்து செத்துப்போகவில்லையா? புகழ்பெற்ற ஆறு நாள் போருக்கு அடுத்த நாள் பிரான்ஸைவிட்டு வெளியேறிய ஷெர்காவி, அவன் விரும்பிய மற்றுமோர் ஓவியனாவான். அவனும் முப்பத்தாறு வயதான நிலையில் வயிற்றில் ஏற்படும் 'பெரிடோனிடிஸ்' எனப்படும் நோயால் பாதிக்கப்பட்டு மரணம் அடையவில்லையா?

பக்கவாத நோய்க்கு ஆளான சில நாட்கள் கழித்து மருத்துவமனைக்குத் திரும்பியிருந்தான். உடல்நலத்தில் ஏற்பட்டுள்ள மாற்றம் குறித்துத் தெரிவிக்கப்பட்டபோது, தன் நிலையைக் குறித்து அவனுடைய அம்மா கவலையடைந்தது நினைவுக்கு வந்தது. கல் அல்லது மணல் குவியல்போல் வாழ்வின் ஓரமாக ஓரங்கட்டப்பட்டு எல்லாவற்றுக்கும் பிறரை நாடி இருக்கும்படியான பொருள்போல் ஆகிவிடுவேனோ என்று அம்மா பயந்தார். நல்லவேளையாக மருத்துவமனையிலிருந்து வீடு திரும்பியவுடன், இத்தகைய எதிர்பாராத புதிய நிலையின் பாரத்தை எதிர்கொள்ள இந்த

இரட்டையர்களை வேலைக்கு அமர்த்த முடிந்தது. கை, கால்களைச் சுத்தப்படுத்திக்கொள்ள, முகச்சவரம் செய்து உடலைத் துடைத்து, உடை மாற்றிக்கொள்ள அவர்கள் உதவினர். இதன் மூலம் தன் இயல்பான மிடுக்கை ஓரளவு காப்பாற்றிக்கொண்டு கௌரவமான வகையில் யாரும் முகம் சுளிக்காதபடி இருந்துவிட முடியும். அவனது காயங்கள் சில ஆழமானவையாக இருந்தன. அவை எதையும் வெளியே தெரியாமல் பார்த்துக்கொள்ள வேண்டும் எனவும் நினைத்தான். இவ்வாறு இருக்க முடிவதைத்தான் தன் இலக்காகக் கொண்டிருந்தான். கனாக்காலம் என்பது முடிந்து விட்டது. திடீரென ஏதாவது ஓர் உணவகத்துக்குப் போய், தனக்குப் பிடித்த ஸ்டீக் தர்தாரே சாலட் உணவு வகையைச் சாப்பிட்டுவரும் காலம் முடிந்துவிட்டது. உடலினைக் கட்டுக்கோப்பாக வைத் திருக்கக் கடைப்பிடித்துவந்த காலை நேர நடைப்பயிற்சி முடிந்த கதையானது. லூவரு அருங்காட்சியகம், பிராடோ காட்சியகம் அல்லது ஆறாவது வட்டத்தில் உள்ள அழகான காட்சிக்கூடங் களைப் பார்வையிட்டு வரும் வாய்ப்பு இனி இல்லை. காதல் லீலைகள், அறிமுகமில்லாத பெண்களுடனான சந்திப்புகள், ரோம் அல்லது வேறு நகரில் யாரோ ஒரு பெண்ணுடன் தனிமையில் உணவு அருந்துவது, பழமையான கலைப்பொருட்களை வாங்கி விற்கும் தன் நண்பருடன் நினைத்த நேரத்தில் பாரீஸ், லண்டன் எனப் பல்வேறு நகரங்களுக்குச் சென்று பொருட்களை வாங்கும் குதூகலம் எல்லாம் இனிக் கிடையாது. இவை மட்டுமல்ல, இன்னும் பல்வேறு விஷயங்களுக்கும் வாய்ப்பில்லை. மேலும் இவனது மனம் பொதுவாக எவ்விதப் பாரமுமின்றி இலகுவாக இருக்கும். அந்த நிலையை இப்போது இழந்திருந்தான். தன் வாழ்க்கை, தன் அசைவுகள், தன் விருப்பங்கள், தன் மனநிலை என அனைத்தும் முன்புபோல் இவனது கட்டுப்பாட்டில் இல்லை. எல்லாவற்றுக்கும் பிறரை நாடவேண்டி இருந்தது. ஒரு குவளைத் தண்ணீர் அருந்த, இயற்கை உபாதைகளைக் கழிக்க, கழிவறை இருக்கையில் அமர என எல்லாவற்றுக்கும் பிறரின் உதவி தேவைப்பட்டது. இதன் விளைவு உடனடியாகத் தெரிந்தது. அவன் மலச்சிக்கலுக்கு உள்ளா னான். சில சமயங்களில் தன்னைத் தானே அடக்கிக்கொண்டு இயற்கை உபாதைகளைக் கழிக்கும் நேரத்தை ஒத்திவைத்தான். உடல் அசைவு அதிகமில்லாததால் இது மேலும் அதிகமானது.

மலமும் தனக்குத் துரோகம் செய்கிறதா என்று நினைத்தான். அவனுடைய அம்மா தன்னை மீறி மலஜலம் கழிப்பவளாக மாறியிருந்தார். கழிவாடை அணிந்துகொள்ள மறுத்துவிட்டார்; குழந்தையைப்போல் ஆடையிலேயே மலம் கழித்துவிடுவார். இதனால் அவரிடமிருந்து நாற்றம் வரும் என்றாலும், இவன் குனிந்து அம்மா நெற்றியின் மீது முத்தமிடுவான். பிறகு அங்கிருக்கும் செவிலிப் பெண்களை அழைத்து வந்து சுத்தப்படுத்தி ஆடையை மாற்றிவிடச் செய்வான். முன்கூடத்துக்குச் சென்று அமர்ந்து தனிமையில் அழுதுவிட்டு வருவான். மற்றவர்கள் கையில்தான் நம் வாழ்க்கை என்றால் அதை இன்னமும் வாழ்க்கை என்று அழைக்க முடியுமா?

“உள்ளுணர்வு டிராம்வேயில் பயணம் செல்கிறது” - இந்த வாக்கியம் சில நேரங்களில் அவன் உள்ளே இருந்து ஒலிக்கிறது. அது அவனுக்கு எதையோ நினைவூட்டப் பார்க்கிறது. ஆனால், அதனை அவனால் இனங்காண இயலவில்லை. ஒருநாள் சட்டென மின்னலைப்போல் அவன் முன் காட்சி ஒன்று தோன்றியது. அழகான சிவந்த பெண் ஒருத்தி, 1950களின் பாணியிலான முடி அலங்காரத்துடன் அமர்ந்திருந்தாள். அவளது ஒரு கை தன் கன்னத்தின் மீதும், அடுத்த கை பக்கத்தில் இருந்தவனின் தோளின் மீதும் இருந்தது. அருகில் இருந்தவனின் முகம் சோகமாக இருந்தது. கைகளைக் கட்டிக்கொண்டிருந்த அவனுடைய சட்டையின் காலரில் டை கட்டியிருந்தபோதும் பொத்தானிடப்படாமல் திறந்தவாறு இருந்தது. அது ஒரு கறுப்பு – வெள்ளைக் காட்சி. தொடர்ந்து ஏதோ கனவுபோல், அப்பெண்ணின் பெயர் தோன்றியது. ‘லிலியா பிராதோ.’ அவனது நினைவு மூலையில் அப்பெயர் ஒலித்தது. லிலியா பிராதோ! சரி அவள் யார்? எங்கிருந்து வருகிறாள்? இப்பெயருடைய அல்ஜீரியத் தோழி ஒருத்தி நினைவுக்கு வந்தாள். ஆனால், அப்பெண்மணி இவளைப்போல் இருக்க மாட்டாள். அது போகட்டும். உள்ளுணர்வு எதற்காக டிராம்வேயில் பயணம் செல்ல வேண்டும்? இக்கேள்வியைப் பல முறை தனக்குள் கேட்டுப்பார்த்தான். ஒருவழியாக லூயி புய்நுயேல் என்னும் பெயர் ஆழ்மனத்திலிருந்து எழுந்தது. அவன் மனக்கண்ணில் தோன்றும் அந்த வாக்கியம் 1953ஆம் ஆண்டு ஸ்பெயின் நாட்டைச் சேர்ந்த திரைப்பட இயக்குநர் ஒருவர் இயக்கிய படத்தின் தலைப்பாகும்.

ஸ்பெயின் உள்நாட்டுப் போரின் காரணமாக அங்கிருந்து வெளி யேறி மெக்ஸிகோவில் வாழ நேர்ந்தவர் அவர். பிரஞ்சு விநியோகஸ் தராகவும் இருந்த அவர் இதே படத்துக்குத் தேர்ந்தெடுத்த தலைப் பான 'ஒரு புகைவண்டி களவு போனது' என்பது விசித்திரமாக இருந்தது. அசல் தலைப்பில் இருந்த கவித்துவமும் பூடகமும் களவாடப்பட்டன. இப்புதிரை மீண்டும் நினைவுகூர்ந்ததில் திருப்தியடைந்தான். பழுதாகியிருந்த அவனது நினைவுத்திறன் மீண்டும் இயங்கத் தொடங்கியிருந்ததற்கான அறிகுறியாக இதனைக் கருதினான்.

அத்தியாயம் 3

பாரீஸ் 1986

"ஓர் ஆணும் ஒரு பெண்ணும் ஓர் ஆப்பிளின் இரண்டு பாதிகள் என்று வைத்துக்கொண்டால், இரண்டு ஆண்கள் என்பது பெரும்பாலும் ஒரு ஜோடியின் இரண்டு பாதிகள் தான்."

அவர்கள் மொத்தம் ஒன்பது பிரம்மச்சாரிகள், சாஷா கித்ரி

1980களின் மத்தியில், இந்த ஓவியன் தனக்கான நிலையான ஓரிடத்தை இன்னும் தேர்ந்தெடுக்காமல் இருந்தான். சில மாதங்களுக்கு மேல் ஒரே ஓவியக்கூடத்தில் தங்கியிருக்க மாட்டான். உடமைகள் எதுவுமின்றி பயணம் மேற்கொள்வான். அவனுக்கு ஒரு கையேடு, ஓவியங்கள் வரைய சில பென்சில்கள் ஆகியவை மட்டுமே போதுமானவையாக இருந்தன. இந்நிலையில் அவன் வருங்கால மனைவியுடனான சந்திப்பு அனைத்தையும் மாற்றியமைத்தது. அவர்களிடையேயான முதல் முத்தத்துக்கு அடுத்த வாரத்திலிருந்து அவளுக்காக அதிக நேரம் ஒதுக்க வேண்டியிருந்ததால் ஓவியக்கூடத்தில் குறைவான நேரத்தையே கழிக்க முடிவுசெய்தான். ஒரு மாதத்திற்குப் பின் இருவரும் சில விசுவாச உறுதிமொழிகளைப் பரிமாறிக்கொண்டனர். இவர்களை நன்கு அறிந்தவர்களால் தங்கள் கண்களை நம்ப முடியவில்லை. தன்னைவிட வயதில் இளையவளாகவும் மிக அழகாகவும் இருந்த மனைவியுடன் கைகோர்த்தபடி பாரீஸ் நகரில் தன் நண்பர்களைச் சந்திக்க நேர்ந்தால் அவர்கள் என்ன பேசிக்கொள்வார்கள் என்று இந்த ஓவியனால் ஊகிக்க முடிந்தது.

இவர்களைப் பற்றித் தவறாகப் பேசியவர்கள் எல்லாம் வருந்தும் படியாக அருமையாகக் கழிந்த இவர்களின் முதல் இரண்டு ஆண்டு திருமண வாழ்க்கை அமைந்தது. அந்த அளவுக்கு இருவரும்

இவ்வுலகிலேயே மகிழ்வான தம்பதியினராய் வாழ்ந்து காட்டினர். இவனை நன்றாக வைத்திருக்கும் வழிமுறை அவளுக்குத் தெரிந்திருந்தது. இவனது குணாதிசயங்கள், பழக்கவழக்கங்கள், விருப்புவெறுப்புகள் என எல்லாவற்றோடும் ஒத்துப்போகச் சீக்கிரமாகப் பழகிக்கொண்டாள். மெல்லிய புன்னகையுடனும் சில நேரங்களில் நயமான கேலியுடனும் எல்லாவற்றையும் ஏற்றுக்கொண்டாள். ஒருபோதும் சிறு முரண்பாடுகூட ஏற்பட்டது கிடையாது. “இதமான வானிலை!” என்று அவள் எப்போதும் புன்னகையுடன் கூறிவந்தாள்.

அவளுக்காக புயூத்தோ காய் வீதியில் சிறிய வீடு ஒன்றை இந்த ஓவியன் வாடகைக்கு எடுத்திருந்தான். பாரீஸில் இருந்த போதிலும் கிராமம் ஒன்றில் இருப்பதுபோல் அது ரம்மியமான சூழலில் அமைந்திருந்தது. எவ்விதமான சண்டை சச்சரவு இல்லாமல் அவர்கள் வாழ்ந்துவந்தனர். அந்தக் காலகட்டத்தின் இனிய நினைவுகளை இன்றும்கூட உண்மையான ஏக்கத்துடன் அசைபோட்டுக்கொள்வான். இவனை வெகுவாக நேசித்த மனைவி, இல்லறத்தை முழுமையாகத் துய்க்க வேண்டும் என்ற முடிவில் இருந்தாள். அவர்கள் தேனிலவுப் பயணமாக எங்கும் செல்லவில்லை என்றாலும் திருமணமான பின் ஓவியக் கண்காட்சிகள், கருத்தரங்குகள், நவீன ஓவியச் சந்தைகள் என எங்கிருந்து இவனுக்கு அழைப்பு வந்தாலும் மனைவியையும் உடன் அழைத்துச் செல்வது என்று அவர்கள் இருவரும் முடிவு செய்திருந்தனர். எந்த நாட்டிற்குச் சென்றாலும், கையில் பயண வழிகாட்டிக் கையேட்டுடன் அந்த நாட்டைச் சுற்றிப்பார்த்துவரக் கூடுதலாகச் சில நாட்களை ஒதுக்கினர். ஓவியன் ஏற்கெனவே பல நாடுகளுக்கும் சென்றுவந்துள்ளான். இப்போது, தன் மனைவிக்கு உலகின் பெரும் நகரங்களான வெனீஸ், ரோம், மத்ரீத், பிராக், இஸ்தான்புல், நியூயார்க் மட்டுமல்லாமல் சான்பிரான்சிஸ்கோ, ரியோ டி ஜெனிரோ, பாஹியா எனப் பல இடங்களைச் சுற்றுக்காட்டுவதில் நெகிழ்ந்துபோனான். தனக்கு விருப்பமான அனைத்தையும் வாங்கிக்கொண்டதுடன் தன் குடும்பத்தினருக்கும் பரிசுப் பொருட்களை வாங்கிவர அவள் மறந்ததில்லை. செலவைப் பற்றி அவன் கண்டுகொண்டதில்லை. பாரீஸ் திரும்பியவுடன் தன் உறவினர், நண்பர்களை எல்லாம் தொலைபேசியில் அழைத்து

இந்த அற்புதமான பயண அனுபவங்கள் குறித்த செய்திகளை ஒன்றுவிடாமல் சொல்லி மகிழ்வாள். இத்தகைய வாய்ப்புக் கிடைக்க தான் மிகவும் கொடுத்துவைத்திருக்க வேண்டும் என்று அடக்கத்துடன் அவர்களிடம் சொல்லும்போது பெருமிதம் ஏற் படும். அவள் தொலைபேசியில் பேசி முடித்ததும், இவன், "ஒன்று தெரியுமா, உன்னைச் சந்திக்க நான்தான் கொடுத்துவைத்திருக்க வேண்டும்" என்று மென்மையாகக் கூறுவான். முப்பத்துஎட்டு வயதில், இருபத்துநான்கு வயதுடைய இளம் பெண் ஒருத்தியைத் திருமணம் செய்வது என்பது உண்மையில் அசாதாரணமானது மட்டுமல்ல, குறிப்பிட்ட சிலருக்கு மட்டுமே அத்தகைய கொடுப் பினை கிடைக்கும் என்றும் கருதினான். மற்றவர்களைப்போல் செய்யாததே நிரந்தரமான இன்பத்துக்கு உத்தரவாதம் என்று அவன் மனம் நம்பியது. மேலும், வாழ்க்கையில் ஓரிடத்தில் நிலை கொண்டு குடும்பம் என ஒன்றை அமைத்துத் தன் வாழ்க்கைப் பாதையை மாற்றி அமைக்க வேண்டிய நேரம் வந்துவிட்டதாக நினைத்தான். இத்தகைய புதிய வாழ்க்கைக்கு ஏற்ற பொருத்தமான துணைவி இவளேதான் என்று நம்பினான்.

அவர்கள் அடிக்கடி உடலுறவு வைத்துக்கொண்டனர் என்றாலும் அது மென்மையாகவும் இயல்பாகவும் இருந்தது. சில சமயம் கொஞ்சம் அதிகமாக அவள் ஈடுபட வேண்டும் என இவன் விரும்பினான். அவளோ, தான் சற்றே கூச்ச சுபாவம் கொண்டவள் என்பதைச் சிரித்தபடியே இவனுக்குப் புரிய வைத்துவிடுவாள். ஒருநாள், நள்ளிரவுக்குப் பின் தொலைக்காட்சி அலைவரிசையை மாற்றிக்கொண்டிருந்தபோது, தற்செயலாக ஆபாசப் படம் ஒன்று ஓடிக்கொண்டிருந்ததைப் பார்க்க நேர்ந்தது. வரம்பு மீறிய நிலையில் இருந்த பெண்களும், பருத்த ஆண்குறிகளுடன் இருந்த ஆண்களும் இடம்பெற்ற அந்தக் காட்சியைப் பார்த்து மிரண்டு போய் அவள் சத்தம் போட்டு அலறிவிட்டாள். அதிர்ச்சியில் அவனை அப்படியே கட்டி அணைத்துக்கொண்டாள். பெரும் ஆபத்திலிருந்து தன்னை அவன் பாதுகாக்க வேண்டும் என்பது போல் அவளது செய்கை இருந்தது. இத்தகைய காட்சிகளை அவள் ஒருபோதும் பார்த்ததில்லை. இத்தகைய படங்கள் எல்லாம் மூர்க்கத்தனமானவை என்றும், உண்மையில் பெரும்பாலானவர் களின் உடலுறவு என்பது மிகவும் சாதாரணமானது என்றும் அவன்

விளக்கிக் கூறியதும் அமைதியடைந்தாள். தொலைக்காட்சியை அணைத்துவிட்டு அவர்கள் இருவரும் கூடத்தில் இருந்த சோபா மீதே அணைத்தபடி உறங்கிப்போனார்கள்.

ஒருநாள், கிளெர்மோன் ஃபெரோன் அருகில் வசிக்கும் தன் பெற்றோரைப் பார்த்து வர புகைவண்டியில் அவள் பயணம் மேற்கொண்டாள். தனக்குப் பயணச்சீட்டு வாங்க உதவ முடியுமா என இவனைக் கேட்டாள். தன் பெற்றோருக்குச் சிறு பரிசுப் பொருட்கள் வாங்கிச் செல்லவும் விரும்பினாள். அவள் கேட்ட பணத்தைத் தந்ததுடன் அன்று பிற்பகலே இருவரும் கூட்டாக இயங்கக்கூடிய வங்கிக் கணக்கு ஒன்றையும் தொடங்கித் தருவதாகவும் கூறினான். இதன் மூலம் பணம் தேவைப்படும்போது இவனிடம் அவள் கேட்க வேண்டி இருக்காது. இதைக் கேட்டு மகிழ்ந்த அவள், எப்படியும் உனக்குச் சொந்தமானது எனக்குச் சொந்தம், எனக்கு உரியது, உனக்கு உரியதுதானே என்றாள். இந்த அற்புதமான மன ஒற்றுமையை நினைத்து மகிழ்ந்தவனாய் இவன் சிரித்தான்.

ஒரு வார காலம் தன் பெற்றோர் வீட்டில் அவள் தங்கியிருந்தாள். அந்த ஏழு பகலும் ஏழு இரவும் ஏதோ கைவிடப்பட்டது போன்ற ஓர் உணர்வில் இந்த ஓவியன் வாழ்ந்து வந்தான். இத்தனை நீண்ட காலம் பிரிந்திருந்தது இதுதான் முதல் முறை. அவள் இல்லாதது அவனை மிகவும் பாதித்தது. நாள்தோறும் அவளைத் தொலை பேசியில் அழைப்பான். ஆனால், பெரும்பாலும் அவளுடன் பேச இயலாது. அப்போதுதான் அவள் வெளியே புறப்பட்டுச் சென்றிருப்பாள். ஏதாவது வாங்கக் கடைக்குச் சென்றிருப்பாள். தான் எந்த அளவு காதல் வயப்பட்டிருக்கிறோம், அதாவது இளம் வயதில் கூறிக்கொள்வதுபோல் தனக்குக் காதல் பித்து உள்ளது என்பதைப் புரிந்துகொண்டான். அவனை விட்டு அகலாமல் அவனது நினைவுகள் முழுவதிலும் அவள் நிறைந்திருந்தாள். தன் ஓவிய மேசையின் முன் அமர்ந்திருந்த அவனுக்கு எந்தவொரு சிறு வேலைகூடச் செய்ய இயலவில்லை. தன் கரங்களின் அணைப்பில், கிராமியக் கீதங்களை முணுமுணுத்தபடி இருக்கும் அவளைக் கற்பனைசெய்து பார்த்தான். அப்பாடல்களின் பொருள் எதுவும் இவனுக்குப் புரியாது என்றாலும், அப்பாடல்கள் மீது பெரிய ஆர்வமில்லை என்றாலும், அப்பாடல்கள் திடீரெனப் பிடிக்க

ஆரம்பித்துவிட்டது. அதுதான் காதல், தன்னை விரும்புபவர் நம் மீது வைத்திருக்கும் அன்பை நினைவூட்டுவதாகும். அவர்கள் வசித்த வீட்டின் அறைகளில் அவளைக் காண முடியாமல், அலுத்துப்போய் பகல் பொழுதிலேயே குளியலறைக்குள் சென்று அவளது பைஜாமாவை முகர்ந்துபார்த்து அவளுடைய வாசத்தை உணர முயன்றான். அடுத்த நாள் அவளது பிரஷ் கொண்டுகூடப் பல் துலக்கினான். வரவேற்பறையில் அமர்ந்திருந்தவன் ஏதோ தன் முன் அவள் இருப்பதுபோல் நினைத்துக்கொண்டு அவளோடு பேசிக்கொண்டிருப்பான். இந்தச் செய்கையானது அவனுக்கு ஆச்சரியத்தை அளித்தது. தன் படைப்புகளில் முழு கவனத்தைச் செலுத்த முடியாமல் இரவு வெகுநேரம் கடந்த பின்பும் தொலைக்காட்சியில் பழைய திரைப்படங்களைப் பார்த்துக்கொண் டிருந்தான். இவ்வாறு தொலைக்காட்சியைப் பார்த்தவாறே சோபாவிலேயே தூங்கிப்போவான். இப்படித்தான் விடியற்காலை இரண்டு மணி வாக்கில் விழிப்பு வந்துவிட்டால், 'எலியா கஸான்' இயக்கிய 'இரத்தத்தில் காய்ச்சல்' என்ற திரைப்படத்தின் கதா நாயகி நத்தாலிவுட்டின் முகமும் இவனது மனைவியின் முகமும் ஒன்றாகத் தெரியும். அந்தக் கதாநாயகி இவனுடைய மனைவி போல் இருப்பாள் என்றாலும் இவன் மனைவி அவளைவிட உயரமாக இருப்பதுடன் கூந்தல், அடர் பழுப்பு நிறத்தில் இருக்கும்.

ஒருவழியாக கிளெர்மோன் ஃபெரோனிலிருந்து அவள் வீடு திரும்பிய அன்று ஒரே கொண்டாட்டமாகத்தான் இருந்தது. அவளை அழைத்துவரப் புகைவண்டி நிலையத்துக்குச் சென்றி ருந்தான். வழக்கத்துக்கு மாறாக முன்னதாகவே வந்துசேர்ந்தான். வீட்டில் அவள் வருகைக்காகச் சில சிறிய பரிசுப் பொருட்கள் காத்திருந்தன. அவளை வரவேற்கும் விதமாக இசையை ஒலிக்க வைத்தான். பதற்றத்துடன், தான் இல்லாதது அவனுக்கு மிகவும் துன்பமாக இருந்ததா என்று கேட்டாள். அதையும் தாண்டி, அவள் இல்லாமல் தூங்கவோ, சாப்பிடவோ, அருந்தவோ தன்னால் இயலவில்லை என்று பதில் அளித்தான். "உண்மையில் நான் அநாதை இல்லக் குழந்தையைப்போல் இருந்தேன்" என்றான்.

இரண்டு மாதம் சென்றதும், தான் கர்ப்பமாக இருக்கும் செய்தியை அவனிடம் தெரிவித்தாள். மகிழ்ச்சியில் துள்ளிக் குதித்தான். அவன் சந்தோஷமாக உரக்கப் பாடியதில், அக்கம்பக்கம்

வசித்தவர்கள், ஒன்றும் பிரச்சினை இல்லையே என்று விசாரிக்கும் அளவுக்கு அவனது உற்சாகம் இருந்தது. உடனடியாக அவர்கள் எல்லோருக்கும் விருந்து வைக்க ஏற்பாடு செய்தான். மீண்டும் ஒரு முறை ஷம்பாஞ் பாட்டில் உடைத்துக் கொண்டாட்டம் நடந்தது. பெண் ஒருத்திக்காக இந்த அளவுக்கு அவன் எப்போதும் சிரத்தை எடுத்துக்கொண்டதில்லை. எவ்விதமான முக்கிய வேலையும் இல்லாமல்கூட மணிக்கணக்கில் இருவரும் பொழுதைப் போக்க முடிந்தது. அவளைத் திருப்தி செய்ய எதை வேண்டுமானாலும் செய்யத் தயாராக இருந்தான். ஒருநாள் நள்ளிரவும் கடந்த பின் 'கடல் மூரை' சாப்பிட ஆசைப்படுவதாகக் கூறினாள். ஏன் கடல் மூரை? அதுவரை இருவரும் அதைச் சுவைத்துப் பார்த்தது இல்லை. அன்றுதான் இதழ் ஒன்றில் அந்தக் கடல் உணவு குறித்துக் கட்டுரை ஒன்றை வாசித்திருந்தாள். எனவே, அதை சுவைத்துப் பார்த்தால் என்ன என்ற எண்ணம் தோன்றியது போலும், அவ்வளவுதான். சரி, எப்படி அந்த ஆசையை நிறை வேற்றுவது? தங்கள் காரை எடுத்துக்கொண்டு அந்த நள்ளிரவில் திறந்திருக்கக்கூடிய உணவகத்தை நோக்கிச் சென்றனர். வடக்கி லிருந்து தெற்குப் பகுதிக்கும், கிழக்கிலிருந்து மேற்குமாக பாரீஸ் நகரைச் சுற்றிவந்தனர். எனினும் அவர்களது ஆசை நிறைவேற வில்லை. அப்போது அதிகாலை மணி மூன்று ஆகியிருந்தது. கடைகள் அனைத்தும் மூடி வெகு நேரம் ஆகியிருந்தது. அவளிடம் பேச்சுக் கொடுத்துப் பார்த்தபோதுதான் அவள் ஏற்கெனவே தூங்கிப்போயிருந்தது தெரிந்தது. அவளுக்கு இருந்த ஆசை சட்டென மறைந்து இருக்க வேண்டும். கடந்த ஒன்பது மாதங்களில் இருவருமாகச் சில புது விளையாட்டுகளையும் கண்டுபிடித்து இருந்தனர். ஏதோ 'ஜான் கஸாவெட்டீஸின்' புகைப்படக் கருவி இவர்களைப் படம் பிடிப்பதுபோல் நினைத்துக்கொண்டு இரு வரும் சில காட்சிகளை நடித்துப் பார்த்தனர். இவ்வாறு தாராள மாகவும் இனிமையாகவும் சுதந்திர உணர்வுடனும் பொழுதுகள் கழிந்தன. கஸாவெட்டீஸின் உயர்ந்த திரைப்படங்களைப் பார்க்க அவளை எக்கோல் வீதிக்கு அழைத்துசென்றான். அவை அந்த அளவுக்கு அவளுக்குப் பிடிக்கவில்லை. அவை மிகவும் சோக மாகவும் ஏமாற்றமளிப்பதாகவும் இருந்தன. நகைச்சுவைப் படங் களும் காதல் படங்களுமே தனக்கு அதிகம் பிடிக்கிறது என்றும்,

நடிகர் தெலோன் மீது தனி மயக்கம் உண்டு என்றும் அவனுடன் பகிர்ந்திருக்கிறாள். அவர்களுடைய நண்பர்களில் ஒருவருக்கு இவ்விஷயம் தெரியவந்தது. படப்பிடிப்புத் தளத்தில் நிழற்படக் கலைஞராகப் பணியாற்றும் அவர், தெலோன் கொள்ளைக் கும்பல் தலைவனாக நடிக்கும் படப்பிடிப்புக்கு அழைப்பு விடுத்தார். புலோஞ் திரைப்படப்பிடிப்புக் கூடத்தில் அது நடந்தது. நன்றாக ஒப்பனை செய்துகொண்ட அவள் மறக்காமல் தன் நிழற்படக் கருவியை எடுத்துக்கொண்டாள். படப்பிடிப்பின்போது இரண்டு காட்சிகளுக்கிடையே கிடைக்கும் நேரத்தில் அந்த நடிகரிடம் இருவரையும் அறிமுகம் செய்துவைத்தார் நண்பர். அந்த நடிகர் மிகவும் அன்பாக நடந்துகொண்டார். குறிப்பாக, அவள் மீது அதிக அக்கறை செலுத்தினார். அவருடன் நின்று படம் எடுத்துக் கொண்டாள். அவர்கள் விடைபெற்றுப் புறப்பட்டபோது தெலோன் அவர்களைப் பார்த்து, "இந்த அழகான இளம் பெண்ணுக்குத் திரைப்படத்தில் நடிக்க விருப்பமில்லையா? அவள் மிகவும் அழகாக இருக்கிறாள். மேலும் தனித்துவமானதொரு அழகு. பார்த்தவுடன் சட்டென அவளிடம் ஒரு தனித்துவம் தெரிகிறது. என்ன சொல்கிறீர்கள்?" என்றார். சொல்வதறியாது ஓவியன் மௌனமாக நின்றான், அவள் கீழே பார்த்தபடிச் சன்னமான குரலில், "திரைப்படத்தில் நடிக்க வேண்டும் என்பது என் நீண்ட நாள் கனவுதான்" என்றாள். பிறகு திடீரெனக் கூச்சத்திலிருந்து விடுபட்டவளாய் உறுதியான குரலில், "என் பதினேழாவது வயதில் சப்லைம் நிறுவனத்தில் உடை விளம்பரத்துக்கான மாடல் அழகி யாகப் பணியாற்றி இருக்கிறேன். உங்களுக்குத் தெரிந்திருக்குமே அதுதான் ஜெரோம்... ஜெரோம் லொன்ஷாம்ப்?" தெரியவில்லை என்று தெலோன் தலையசைத்தார். படப்பிடிப்புக் குழுவில் இருந்து யாரோ ஒருவர் அவரைத் தேடி வர படப்பிடிப்புத் தொடர்ந்தது. அவளுக்கு வழக்கப்படி முத்தம் தந்துவிட்டு நடிகர் அந்த இடத்தைவிட்டு மறைந்துபோனார்.

முதல் பொம்மையைப் பெற்ற சிறுமியைப்போல் உற்சாகமும் திருப்தியும் அடைந்தாள். 'கர்ப்பமாக இருக்கும் என் மனைவி அலென் தெலோன் மீது காதல் கொண்டுள்ளாள். நானோ கனவில் மிதக்கிறேன்' - வீட்டுக்குத் திரும்பும்போது டாக்ஸியில் ஓவியன் இவ்வாறு நினைத்துக்கொண்டான். இல்லை. இது சாத்தியமில்லை.

வேடிக்கையானது. பொறாமைக் குணம்தான் அவனை அவ்வாறு நினைக்கத் தூண்டியிருக்க வேண்டும். எனினும், அரண்மனை போன்ற இல்லம் ஒன்றில், பகல் நேரக் காதல் காட்சியில் நடிக்க தெலோன் அவளை வரச்சொல்லி இருப்பதாகக் கற்பனை செய்து பார்த்தான். 'அவனது கரங்களில் அவள், அவனுடன் ஒட்டி உறவாடியபடி இருக்கிறாள். நீச்சல் குளம் ஒன்றில் மிதந்த அவர்களது கையில் ஏதோ மது கலந்த ஆரஞ்சுப் பழச்சாறு.' அவன் பித்துப் பிடித்தவனாய், முட்டாள்தனமான இத்தகைய எண்ண ஓட்டங்களால் நலமில்லாமல் போனான். சுருக்கமாகச் சொன்னால் பரிதாபமாகக் காணப்பட்டான். அவள் எதையும் கவனித்ததாகத் தெரியவில்லை.

அடுத்தடுத்த நாட்களில், நண்பர்களைத் தொலைபேசியில் அழைத்து நடிகருடனான சந்திப்பு குறித்துப் பேசினாள். அந்தச் சிறந்த நடிகரின் அழகு, கவர்ச்சி, நற்குணம் ஆகியவைப் பற்றி அவர்களிடம் விவரித்தாள். இவன் பதற்றமடையாமல் இருக்க முயன்றான். திடீரென தெலோன் திரும்பிய பக்கமெல்லாம் நிறைந்து இருப்பதுபோல் தெரிந்தது. வரவேற்புக்கூடம், குளியல் அறை, படுக்கை அறை, அவனது தலை, அவளது தலை என எல்லா இடங்களிலும்! மொத்த இடத்தையும் ஆக்கிரமித்துக்கொண்டு, தங்கள் வாழ்வை ஒரு துளிக்கூட மிச்சம் வைக்காமல் விழுங்கி விட்டதைப்போல் உணர்ந்தான்.

இரண்டு வாரம் கழிந்ததும், 'தெலோன் காய்ச்சல்' சட்டெனக் குறைந்தது. அத்துடன் அவனின் பொறாமையுணர்வும் குறைந்தது. நடிகரைப் பற்றிய பேச்சு இப்போது இல்லை. மீண்டும் மகிழ்ச்சியும் திருப்தியும் அடைந்தவளாய்க் காணப்பட்ட மனைவியின் முழுக் கவனமும் வயிற்றில் இருக்கும் குழந்தையின் மீது திரும்பியது. அவர்களின் வீடு இன்பத்திலும் இனிமையிலும் தோய்ந்திருந்தது. மிக அழகானதாகவும் உண்மையானதாகவும் (அந்த இல்லற இன்பம்) எளிமையானதாகவும் இருந்தது. ஓவியன் தன் மனைவியின் வயிற்றைத் தடவி, "எந்த அளவுக்கு உன்னை விரும்புகிறேன் தெரியுமா!" என்று காதல் மொழி பேசினான். அது அவளுக்குப் பிடித்திருந்தது. இவ்வாறு அவர்களிடையே இருந்த இணக்கம் கச்சிதமாக இருந்தது.

ஒருநாள் காலையிலேயே அவளுக்குப் பிரசவ வலி ஏற்பட்டது. மருத்துவமனைக்கு அழைத்துச் சென்று, பிரசவத்தின்போது கூடவே இருந்தான். செவிலிப் பெண் அவனிடம் தொப்புள் கொடியை வெட்டும்படிக் கத்தரிக்கோலைத் தந்தபோது அவனுக்கு மயக்கமே வருவதுபோல் இருந்தது. அந்த அளவுக்கு அவன் உணர்ச்சி வசப்பட்டான். இயல்பு நிலைக்கு வந்ததும் வேகமாக அந்தக் கூடத்தில் இருந்த தொலைபேசிக் கூண்டுக்கு ஓடிப்போய் இந்த மகிழ்ச்சியான செய்தியை அனைவருக்கும் அறிவித்தான். அவனிடமிருந்த அத்தனை நாணயங்களையும் தொலைபேசி எந்திரம் விழுங்கும்வரைச் செய்தியைப் பகிர்ந்துகொண்டிருந்தான். அவனுடைய அம்மா செய்த ஆரவாரம் அவனது கண்களில் நீரை வரவழைத்தது. நண்பர்களும் அவனுடன் பணியாற்றுபவர்களும் வாழ்த்துத் தெரிவித்தனர். அவனது ஓவியங்களை விற்கப் பொறுப் பேற்றுள்ள நிறுவனம், பெரிய பூச்செண்டு ஒன்றை அனுப்பி வைத்தது. மருத்துவமனையைவிட்டு வெளியே வந்த பின் இரவில் அவன் பாட்டும் ஆட்டமுமாய்க் கொண்டாடினான்.

மருத்துவமனையில் இருந்து வீடு திரும்பியதும் நிலைமை கடினமாக இருந்தது. அவர்களுடைய பணிப்பெண் வேலையை விட்டுச் சென்றுவிட்டாள். அவளுக்குப் பதில் வேறு ஒருத்தியைத் தேடி முடிக்க நேரமில்லை. நல்லவேளையாக அவன் மனைவியின் அம்மா உதவிக்கு வந்தார். குழந்தை பிறந்ததைச் சிறப்பாகக் கொண்டாடினர். மொராக்கோவில் உள்ள அவனுடைய அம்மா வால் நாட்டைவிட்டு வர இயலவில்லை. தான் ஒதுக்கி வைக்கப் பட்டதாக உணர்ந்தார். "நீங்கள் இங்கு வரும்போது, நான் உண்மையான கொண்டாட்டத்துக்கு ஏற்பாடு செய்வேன்" என்று அதட்டலான தொனியில் கூறினார். அவன் எதுவும் சொல்லாமல் கேட்டுக்கொண்டான்.

பிறகு அவர்கள் வாழ்க்கை திடீரென மாறிப்போனது. எல்லா நேரத்தையும் குழந்தையே கைப்பற்றிக்கொண்டது. அவர்களது இல்லறம் இரண்டாம் இடத்துக்கு நகர்ந்துவிட்டது. எனினும் ஓவியனுக்கு அவள் மீது எப்போதும்போல் நேசம் சிறிதும் குறை யாமல் இருந்தது. ஒரு மாதத்துக்குப் பின் ஓவிய நிறுவனம் அவனை அழைத்து மீண்டும் பணியைத் தொடங்கும்படிக் கேட்டுக்கொண்டது. ஓவியப்பட்டறைக்குச் சென்று உள்ளே

தாழிட்டுக்கொண்ட அவனுக்கு உத்வேகம் பெற நேரம் பிடித்தது. திருமணத்துக்கு முன் அவன் வரைந்த வறட்சியான மீஎதார்த்த ஓவியங்கள் இப்போது திருப்தியளிக்கவில்லை. இரவு வீடு திரும்பியபோது தன் மனைவி எவ்வளவு களைத்துப்போய் இருக்கிறாள் என்பதைக் கண்டான். அவளைப் பொறுப்புடன் கவனிக்கத் தொடங்கினான். உணவு சமைத்துப் பரிமாறினான். அவளுக்கு ஆறுதல் கூறினான். குழந்தை அருகே சென்று உடை மாற்றி பால்புட்டியைத் தந்தான். குழந்தை ஏப்பம் விடும் ஒலியைக் கேட்டுத் தொட்டிலில் படுக்க வைக்க நீண்ட நேரம் காத்திருந்தது இப்போதும் அவன் நினைவில் உள்ளது. பொறுப்புள்ள தந்தை யாக இருந்தான். எப்படிக் கவனித்துக்கொள்ள வேண்டும் என் பதைக் கற்றுக்கொண்டான். வீட்டில் மகிழ்ச்சியைக் கொண்டுவர முயன்றான். எனினும், அவனுடைய மனைவி மன அழுத்தத்துக்கு உள்ளானாள், இது வழக்கமான ஒன்றுதான், எதிர்பார்த்ததுதான். அவன் இன்னும் அதிகமாக அக்கறையும் அன்பும் செலுத்தினான். இதைப் பார்த்து இதற்காக அவனுக்குத் தான் மிகவும் கடன் பட்டிருப்பதாகக் கூறினாள். மீண்டும் புத்துணர்வு பெற்றவள் போல் நடந்துகொள்ள ஆரம்பித்தாள். குழந்தை நாளுக்கு நாள் வளர்ந்துகொண்டிருந்தது. அவர்களின் இல்லற வாழ்வு உறுதியாய் நிலைபெற்றுவிட்டது என்பது தெளிவாகத் தெரிந்தது. வாழ்க்கை இன்னும் இனிமையானதாக அமைய புதியதொரு அத்தியா யத்தைத் தொடங்குவதைப்போல் உணர்ந்தான்.

அத்தியாயம் 4

பாரீஸ் 1990

"உன்னைக் கொல்ல வேண்டும் என்று எனக்கு எப்போது தோன்றுகிறதோ அப்போது தீர்த்துக்கட்ட முடியும்" என்று சந்தையின் உரிமையாளர் பெண்மணி லிலியோமிடம் கூறியது.

லிலியோம், ஃபிரிட்ஸ் லாங்

அது ஓர் அழகான மேசை விரிப்பு பத்தொன்பதாம் நூற்றாண்டின் இறுதியில் ஃபேஸ் பகுதியில் கையால் பின்னப் பட்டதாகும். கொஞ்சம் பழையதாகி இருந்தது. ஆண்டுகள் பல ஆகிவிட்டதால் துணியால் தாக்குப்பிடிக்க முடியவில்லை. அழகான பின்னல் வேலைப்பாடுகளை விரும்புபவன் என்று தெரிந்ததால் அவனுடைய மொராக்கோ நண்பர் ஒருவர் அதனைத் திருமணப் பரிசாக வழங்கி இருந்தார். மிகவும் அழகாகவும் மதிப்பு மிக்கதாகவும் இருந்ததால் அதனைச் சட்டமிட்டு ஓவியத்தைப் போல் சுவற்றில் மாட்டிவைக்க அவன் எண்ணியிருந்தான். அப்படிச் செய்யும்வரை அதனைச் சிறிய அலங்கார மேசை ஒன்றின் மீது கூடுமானவரை மென்மையாக விரித்துவைத்தான். பெரும்பாலான வீடுகளில் காணப்படும் அதுபோன்ற மேசையின் வடிவமோ மரமோ எதுவும் அவனுக்குப் பிடிக்காது. வரவேற் பறையின் நடுவில் அந்த விரிப்பு இருப்பதால் அந்த இடம் ஒரு வகையில் எடுப்பாகத் தெரிவதுபோல் அமைந்திருந்தது. அந்தச் சாதாரண மேசையின் குறையை மறைப்பது மட்டுமின்றி அந்த அறையின் அழகையும் அது கூட்டியது. சென்ற நூற்றாண்டில் ஃபேஸ் நகரில் மேற்கொள்ளப்பட்ட பின்னல் கலை குறித்த தகவல்களைத் திரட்டினான். இந்த விரிப்பு அவனுடைய

தாய்வழித் தாத்தாவின் குடும்பத்துக்குச் சொந்தமானது என்பதை அறிந்து ஆச்சரியமடைந்தான். அல் கராவூயின் பல்கலைக்கழகப் பேராசிரியர் முலே அலியின் மகளான லாலா ஸினேப் மண மகளாக இருந்தபோது அவரது ஒப்பனைப் பையில் இருந்த பொருட்களில் இந்த விரிப்பும் ஒன்றாகும். இந்த அறையில் இப்போது அத்தகைய விலைமதிப்பற்ற பொக்கிஷம் ஒன்று நம் கண்முன் உள்ளது. அதற்குக் காரணம் அது தனித்துவமாகவும் அழகாகவும் இருப்பது மட்டும் இல்லை. குடும்பச் சீதனமாகவும் அது விளங்குகிறது. பார்க்கப்போனால் தான் பெற்ற பரிசு களிலேயே இதைத்தான் உண்மையில் அவன் அதிகம் நேசித்தான். மற்றவை எல்லாம் சராசரியானவை என்பதால் அவற்றை விரைவில் மறந்துபோனான். ஆனால், அவனுடைய மனைவி அப்படி இல்லை. மற்ற பரிசுப் பொருட்களை அவர்களின் படுக்கை அறையில் மட்டுமல்ல, ஏறக்குறைய எல்லா இடங்களிலும் காட்சிக்கு வைத்திருந்தாள். பூ ஜாடிகள், தங்கமுலாம் பூசிய தட்டுகள், இளங்கைகளால் பின்னப்பட்ட துணிகள், செயற்கை இழையினாலான கம்பளிப் போர்வைகள், ஆங்கிலேயே பீங்கான் பாத்திரங்களைப்போல் தோன்றும் காபிக் கோப்பைகள் (ஆனால், நிச்சயமாகச் சீனத் தயாரிப்பாகத்தான் இருக்கும்), எப்போதும் வீணாகாமல் இருக்குமாறு செய்யப்பட்ட பிளாஸ்டிக் மலர்ச் செண்டுகள் - இவற்றுடன் எதற்கும் பயன்படாத சாமான்கள். இவையெல்லாம் அங்குள்ள தட்டுகளில் அடுக்கி வைக்கப்பட் டுள்ளதற்குக் காரணம் அவற்றோடு தொடர்புடைய திருமணம் அழகான கொண்டாட்டமாக இருந்தது என்று நினைவூட்டவும் அவை மீது தூசு படிந்து கிடப்பதைப் பொறுமையாகப் பார்த்துக் கொண்டிருக்கவும்தான்.

ஒருநாள் மாலை வீடு திரும்பியபோது அந்த விரிப்பு அங்கு இல்லாததைக் கவனித்தான். அதனை அழுக்குத்துணிக் கூடையில் அவனுடைய மனைவி வீசியிருந்தாள். எதுவும் பேசாமல், அதனை எடுத்துக் கவனமாக மடித்துத் தன் அலமாரியின் மேசை ஒன்றில் பாதுகாப்பாக வைத்தான். இந்தத் துணியை வாரக்கணக்கில் பின்னிய அந்த மென்மையான கைகளை எண்ணிப்பார்த்தான். இந்த மலர்களை வரைந்து அதற்கான வண்ணங்களைத் தேர்ந் தெடுத்த ஆணோ பெண்ணோ அந்த நபரைப் பற்றிய நினைவு

வந்தது. அவன் மனம் உடைந்துபோனான். இந்த விரிப்பு இரண்டு உலகப் போர்களைக் கடந்துள்ளது. மொராக்கோவில் பிரஞ்சுக் காலனித்துவத்தையும் தன் நாட்டின் விடுதலையையும் கண்டிருக்கிறது. பல இடங்களுக்கு மாறி இருக்கிறது. குறைந்தது மூன்று அல்லது நான்கு குடும்பங்களின் வீடுகளுக்கு மாறியுள்ளது. பிறகு விபரமறிந்த பழைய பொருள் அங்காடிக்காரர் ஒருவரிடம் வரவே அதனைக் காட்சிப்பொருளாகக் கடைப் பேழையில் அவருக்கு வைக்கத் தோன்றி இருக்கிறது. இறுதியில் அதனை இவனுடைய நண்பர்களில் ஒருவர் வாங்கி அவனுக்குத் திரு மணப் பரிசாக அளித்துள்ளார்! அவனுடைய மனைவியின் செய்கையோ இத்தனை விஷயங்களையும் அலட்சியப்படுத்தி விட்டது என்பதைவிட அறியாமையினால் அத்தனையையும் அழித்துவிட்டது. இதுபோன்ற கடந்தகாலப் பொருட்களுக்குத் தான் வழங்கும் முக்கியத்துவம் குறித்து அவளிடம் விரைவில் விளக்க வேண்டும் என்று விரும்பினான். எனினும் அறிவுரைகள் வழங்கப்படுவதை அவள் விரும்ப மாட்டாள் என்பதைக் கவனித் திருக்கிறான். அவள் வெடுக்கெனக் கோபப்பட்டு வஞ்சத்துடன், "இது என்ன, என் வீடு பழையத் தட்டுமுட்டுச் சாமான்களைப் போட்டு வைக்கும் கிடங்கா?" என்று கேட்கும் அபாயமும் உண்டு. அவள் செய்த மேற்கண்ட செய்கைக்காக அவளை மன்னித்து மென்மையாக விஷயங்களை அவளுக்கு விளக்கலாம் என்று முதலில் நினைத்தான். கலைப்பொருள் ஒன்றை எப்படிப் பார்க்க வேண்டும் என்று கற்றுத்தர வேண்டும். பின்னல் விரிப்பை அழகான கவிதை ஒன்றை வாசிப்பதுபோல் வாசிக்கலாம், பழைய தரைவிரிப்பு ஒன்றைப் பண்டைய நாகரிகம் ஒன்றின் சுவடுகளை ஆராய்வதைப்போல் ஆய்வு செய்யலாம் என்றெல்லாம் புரிய வைக்க வேண்டும் என நினைத்தான்.

தன் அறைக்குள் சென்று கதவைச் சாத்திக்கொண்டு இந்த விரிப்புப் பிரச்சினை ஏன் தன்னை இந்த அளவு ஆழமாகப் பாதிக்கிறது என்று யோசித்துப்பார்த்தான். இந்த நொடிவரை அவர் களின் நேசம் வலிமையாகவே இருந்து வந்துள்ளது. மனைவியின் சில நடவடிக்கைகள் அவனை அதிர்ச்சிக்குள்ளாக்கின. என்றாலும், தன்னைவிட அவள் வித்தியாசமாக இருப்பது அவனுக்குப் பிடித்

திருந்தது. தங்களிடையே இருந்த வேற்றுமைகளையும் வித்தியாசங்களையும் எப்போதுமே அவர்கள் சமாளித்துவந்துள்ளார்கள். ஆனால், இந்த விஷயத்தில் அது நடக்கவில்லை. அவளது இந்தச் செய்கையை அவனால் மன்னிக்க இயலவில்லை. முதல்முறையாக என்றாவது ஒருநாள் தாங்கள் பிரியக்கூடிய சாத்தியம் இருக்கிறது என்ற எண்ணம் தோன்றியது. அந்த அளவுக்குச் சீர்செய்ய முடியாத தவறு ஒன்றை அவள் செய்திருக்கிறாள். அன்றைய மாலைப்பொழுது எப்படியோ கழிந்தது. இரவு உணவின்போதும் இந்தப் பிரச்சினை குறித்து ஓவியன் தன் மனைவியிடம் எதுவும் பேசவில்லை. பின் இரவில் தனக்கு ஏற்பட்ட இந்தக் கோபத்தை நினைத்து அவன் சிரித்துக்கொண்டான்.

மகன் பிறந்ததிலிருந்து தன்னம்பிக்கை அதிகமானதுடன் அவளது நடவடிக்கைகளிலும் போக்கிலும் மாற்றம் தெரிந்தது. விரிப்புப் பிரச்சினையைத் தொடர்ந்து சில குடும்பச் சண்டைகள் ஏற்பட்டன. அவ்வாறான நேரத்தில் வீட்டை விட்டுக் கிளம்பி நகரில் காலாற நடப்பதை வழக்கமாக்கிக்கொண்டிருந்தான். உணவகங்களுக்குச் செல்வதை அவன் விரும்பியதில்லை. உள்ளங்கையை இறுக்கமாக்கிக்கொண்டு, கால்சட்டைப் பைகளுக்குள் செருகியபடி தனக்குள் பேசிக்கொண்டு அவன் நடந்துகொண்டிருப்பான்.

ஒருநாள் மாலை வெகு நேரம் கழித்து 'அட்லாஸ் மலைத் தொடர் இசை' குறித்த செய்திப் படம் ஒன்றை அனைத்துத் தொலைக்காட்சி அலைவரிசைகளும் ஆர்வமாக மறுஒளிபரப்புச் செய்துகொண்டிருந்ததைக் கண்டு கடை ஒன்றின் காட்சித் திரை முன்பு அவன் நின்றான். ஒலி வராமல் நிறுத்தியிருந்தனர். எனினும் பல்வேறு வண்ண ஆடைகளை அணிந்திருந்த பெண்கள், பெரிய மத்தளத்தைக் கொட்டிக்கொண்டிருந்த வெள்ளை ஜெலாபா அணிந்திருந்த ஆண்கள், புல்லாங்குழல் ஊதியபடிச் சிலர் - என இவர்களை எல்லாம் பார்த்தபோது, தங்கள் திருமணத்தின்போது இசைக்கப்பட்ட பொருந்தாத, மோசமான அந்த இசையை மீண்டும் நினைப்பதைத் தவிர்க்க முயன்றும் முடியவில்லை. மறக்க வேண்டும் என்று எவ்வளவு முயன்றாலும் அந்த நினைவு மேலெழுந்த வண்ணம் இருந்தது.

அது தன் நாட்டு இசையாக இருந்தாலும் சரி, வேற்று நாட்டு இசையாக இருந்தாலும் சரி, நாட்டுப்புற இசை என்றாலே அவனுக்குப் பிடிக்காது. ஆனால், அவனுடைய திருமணத்தின் போது அவனுடைய கருத்தை யாரும் கேட்கவில்லை. பெரும் கூச்சல் இல்லாமல் சிறப்பான விருந்து என்று எதுவும் இல்லை. இசை இல்லாமல் எந்தக் கொண்டாட்டமும் இல்லை. நண்பர்கள் வேண்டுமானால் சில நெருங்கிய உறவினர்கள் - ஆகியோர் மட்டும் கலந்துகொள்ளக்கூடிய சிறிய அளவிலான திருமணத்தையே அவன் திட்டமிட்டிருந்தபோதும் முற்றிலும் அதற்கு மாறாகத் தடபுடலும் இரைச்சலும் மிகுந்த நிகழ்ச்சியில் அவன் மாட்டிக் கொள்ள வேண்டியதாயிற்று.

விரும்பிய பெண்ணைத் திருமணம் செய்துகொள்ளும் மகிழ்ச்சி மனதுக்குள் இருந்தபோதிலும் மணவிழா நடந்த அந்த மாலைப் பொழுது முழுவதும் அவன் முகத்தில் வழக்கத்துக்கு மாறான திகைப்பு இருந்தது. அவனுடைய அப்பாவின் கண்களைக் கவனித்த போது அவன் முகம் மேலும் பதற்றத்துக்குள்ளானது. ஏனெனில், அவனுடைய அப்பா இந்தத் திருமணத்தை ஆரம்பத்திலிருந்தே பலமாக எதிர்த்து வந்தார். இதற்கு அவசியமும் இல்லை, இந்தத் திருமணத்தால் எவ்விதப் பயனும் இல்லை என அவர் நினைத்தார். அவனுடைய அம்மா, தன்னிடமிருந்த மிக அழகான காஃப்தான் உடையையும் நகைகளையும் தங்க ஒட்டியாணம் ஆகியவற்றையும் அணிந்துகொண்டார். எனினும், இவ்வாறு தன் மகனால் உண்டாகி விட்ட வகுப்புகளின் கலப்பு தந்த அதிர்ச்சி, அவரது மனதைப் பெரிதும் பாதித்திருந்தது. அவனது குடும்பத்தைச் சேர்ந்த மற்ற உறவினர்களும் இதே நிலைப்பாட்டைத்தான் கொண்டிருந்தனர் என்பது அவர்களது விறைப்பான முகத்தில் தெரிந்தது. எதையும் வெளிப்படையாகப் பேசிவிடுபவர் எனப் பெயரெடுத்திருந்த அவனுடைய அத்தையைக்கூட அமைதியாக இருக்குமாறு கேட்டுக் கொண்டனர். நாம் இங்குக் கூடியிருப்பது கோபப்படுவதற்கோ பிரச்சினையை உண்டாக்குவதற்கோ அல்ல என்று உணர்ந்திருந் தனர். அவனுடைய மனைவி தரப்பில் வந்திருந்த பெண்கள் அனைவரும் நன்கு அரட்டையடித்தனர். ஆனால், அவர்களுடைய பார்வைகளில் நிறைய உள்அர்த்தங்கள் தென்பட்டன. இரு சாரார் இடையிலும் உடைகள் மட்டுமின்றி நடவடிக்கைகளும் வேறு

பட்டன. அதிகபட்ச ஒலி அளவில் ஒலித்த அந்த இசைக் கருவிகள் மட்டும் நிலைமையை வெடித்துப் பாழாக்கிவிடாமல் எல்லோருடைய காதுகளையும் செவிடாக்கியபடி இரைந்துகொண் டிருந்தன. அவனையும் அவளையும் தவிர யாரும் மகிழ்ச்சியாக இல்லை. யாருக்கும் இந்தப் பந்தத்தில் விருப்பம் இல்லை. இது போன்ற வேறுபட்ட இரண்டு உலகங்களை இணைக்க விரும்பும் யாரும் முட்டாளாகத்தான் இருக்க வேண்டும் என்று வந்திருந்த விருந்தினர்கள் நினைத்தனர்.

தன் திருமணம் தொடர்பான மற்றொரு நினைவு அவனை அலைக்கழித்தது. அவனுடைய மனைவி குடும்பத்துப் பெண்கள் சுமந்து வந்த கிராம்பு நெடியுடைய வாசனைத் தைலம்தான் அது. சிறுவனாகத் தன் பெற்றோருடன் ஆட்டோவில் பயணம் செய்த போதுதான் முதல் முறையாக அதனை முகர்ந்தான். அந்த நொடி யிலிருந்து அந்த நெடி அவனுக்கு குமட்டலை உண்டாக்கக்கூடிய தாக இருந்தது. அந்த வாசனை மீது ஒருவித ஒவ்வாமை என்றே சொல்லலாம். அதை முகர நேர்ந்தால், பின் மணிக்கணக்கில் தலைவலியால் துடிப்பான்.

இவ்வாறு அந்தத் திருமணத்தின்போது நடந்த அனைத்து விஷயங்களும் ஒன்றுசேர்ந்து அவனை நிலைகுலையச் செய்தன. எனினும் அவன் எப்படியோ சமாளித்தான். இந்தப் பெண் மீது எல்லையில்லாப் பிரியத்தை வைத்திருந்தான். அவள் குடும்பத் தாரிடமிருந்து விலகி நிற்பவள், அவர்களது பிடிக்கு அகப் படாதவள் என்று இவன் நினைத்து, அவளை நன்றாகக் கவனித்துக் கொண்டான். அவளை முத்தங்களால் போர்த்தினான். ஏறக்குறையச் செந்நிறமாக இருந்த அவளது அழகிய கூந்தலைத் தடவி இறுக அணைத்துக்கொண்டான். அவள் மீது கண்மூடித்தனமான காதல் கொண்டிருந்தான். தான் மேற்கொண்ட பயணங்கள், சந்திப்புகள் மூலம் எத்தனையோ அனுபவங்களைப் பெற்றவன், பெண்கள் மயங்கும் இயல்புடையவன் என்றாலும் எந்தப் பெண்ணும் இவளைப்போல் அவனது கண்களுக்கு இவ்வளவு இனிமையாக இருந்ததில்லை.

அந்தத் திருமண விழா (இப்போது அதனைத் தன் தோல்வி என்று அழைக்கிறான்) தங்கள் வாழ்வில், தன் வாழ்வில் அழிக்க

முடியாத வடுக்களை ஏற்படுத்திவிடும் என்று ஒருபோதும் அவன் நினைத்திருக்க மாட்டான். அந்த இரண்டு குடும்பங்களின் சந்திப்பு என்பது இருவேறு வகுப்புகளின் கலப்பால் விளைந்த அதிர்ச்சியாக இருந்தது. எந்த ஓர் அம்சமும் பிணைத்துவைக்க முடியாத இரண்டு துருவங்களாக இருந்தன. எனினும், அப்போதைக்கு அதனைப் பெரிதுபடுத்த அவன் விரும்பவில்லை. அவன் பெரிதும் ஆராதிக்கும் 'டக்ளஸ் ஸிர்க்' படைத்த சோக நாடகங்களில் வருவதுபோல எல்லாவற்றையும்விடக் காதல் வலிமையானதாக இருக்கும் என்று நம்பினான். அவனது கற்பனையில் புத்தகங்களைக் காட்டிலும் திரைப்படங்களின் தாக்கம் அதிகமாக இருந்தது. பிணக்குகள் உண்டானபோது, எலியா கஸானின் 'இரத்தத்தில் காய்ச்சல்' என்ற படத்தையும் ஜார்ஜ் ஸ்டீவென்ஸனின் 'சூரியனில் ஓர் இடம்' என்ற படத்தையும் நினைத்துக்கொண்டான். இரண்டு குடும்பங்களுக்கிடையே சிக்கிக்கொண்ட அந்த இளம் கதாநாயகர்களுடன் தன்னைப் பொருத்திப் பார்த்துக்கொண்டான். எதார்த்த வாழ்வின் கனவுதான் திரைப்படம் என்பதை அவன் அறியாதவனில்லை.

மாலைப்பொழுது தொடங்கியபோது முன்னெச்சரிக்கையாகத் தன்னிடம் வைக்கப்பட்ட வேண்டுகோள்களை எல்லாம் மறந்து, அவன் அத்தை அருகில் இருந்த விருந்தினர்களிடம் தன் கருத்தை உரத்த குரலில் காட்டமாகத் தெரிவித்தார். தன்னைப் பொறுத்த வரை எத்தகைய கலப்பு என்றாலும் அது விதிக்கு நாம் செய்யும் துரோகமாகத்தான் அமையும் என்பதை மூடி மறைக்காமல் போட்டு உடைத்தார். நேரடியாக மனதில் போய்த் தைக்கும்படியான கடுமையான வார்த்தைகளைப் பயன்படுத்தினார். அவரது மூர்க்கமான அங்க அசைவுகளும் கடுகடுத்த முகமும் அந்த வார்த்தைகளின் வீரியத்தை அதிகரிப்பதாக இருந்தன. ஃபேஸ் நகரத்து உயரிய மேட்டுக் குடியைச் சேர்ந்த அவரைப் போன்ற பெண்மணி ஒருவரால், அரபி மொழிகூடப் பேசத் தெரியாத நாட்டுப்புற மக்களுடன் கலப்பதை எவ்வாறு ஏற்றுக்கொள்ள முடியும்? தன் தம்பி மகன் எப்படி இந்த அளவு திசைமாறிச் செல்லலாம்? இவற்றுக்கெல்லாம் ஒரே விடைதான் இருக்க முடியும். அதாவது அவன் இயங்கவில்லை, அவன் யாராலேயோ இயக்கப்படுகிறான். முடிவை அவன் எடுக்கவில்லை. அவனுள் இருந்த ஏதோ ஒன்று

அவன் சார்பாகப் பேசியது. நிச்சயமாக இது ஒரு சதியாகத்தான் இருக்க வேண்டும். மிகவும் உயர்ந்த பாரம்பரியங்களின் மாண் பையும் புனிதத்தையும் கைப்பற்றச் சரியான சந்தர்ப்பமாக இந்தத் திருமணத்தை அவர்கள் பயன்படுத்திக்கொண்டனர். அந்த அறியாத மக்கள் கைகளில் பாவம் இந்த மணமகன் பலியாடாகச் சிக்கிக் கொண்டான். இந்த இரண்டு காதல் பறவைகள் ஒன்றையொன்று விரும்புவதால் மட்டுமே இரண்டு குடும்பங்களும் இணைந்து விட்டதாக ஒருபோதும் நினைத்துவிடக் கூடாது என்று அந்தக் கூட்டத்திற்குச் சுட்டிக்காட்டி அவர்கள் மனதைப் புண்படுத்துவ தோடு மட்டுமல்லாமல் தன் கருத்தை உறுதியாக அத்தை பதிவு செய்யவும் விரும்பினார்.

அவனுடைய அம்மா அந்த விழா முழுவதும் மௌனமாக இருந்தார். இந்தப் பந்தத்தால் தன் மென்மையான இயல்பும் நினைவும் பாதிப்புக்கு உள்ளாகி இருந்தாலும், வருகிற கோபத் தைக் கட்டுப்படுத்திக்கொண்டார். தான் அணிந்திருந்த கண்ணாடி மட்டும் அறியும் விதமாக அமைதியாகக் கண்ணீர் விட்டுக் கொண்டிருந்தார். சரி செய்ய முடியாத பெரிய தவறு ஒன்றைச் செய்துவிட்டதாகக் கருதித் தன் மகனை அவ்வப்போது பரிதாப மாகப் பார்த்தவாறு அவர் இருந்தார். அன்பு, அறிவு கொண்ட பெண்மணி எனப் பெயர் எடுத்தவர். யாரையும் பழி தூற்றவோ சண்டை பிடிக்கவோ இயலாதவர். எனினும் பல தீர்க்கமான முடிவுகளை எடுத்திருந்தது நன்கு தெரிந்தது.

பிரச்சினை இருப்பது தெளிவாகத் தெரிந்தது. கைக்குலுக்கல்கள் இல்லை. ஆரத்தழுவல்கள் இல்லை. வெளிவேஷம் எதற்கும் இடமில்லை. அவனுடைய அத்தைதான் எதிர்ப்புக் குரலுக்குத் தலைமை தாங்கினார் என்று சொல்ல வேண்டும். எதையும் பூசி மெழுகாமல் வெளிப்படையாகப் பேசினார். தன் அக்கா, மகள்கள், அக்கா மகள்கள் ஆகியோரைப் பார்த்துப் பேசுவதாகக் காட்டிக் கொண்டார். "இந்தக் கூட்டத்தினரைப் பார்த்தீர்களா? நம்மோடு சேர இவர்கள் தகுதி இல்லாதவர்கள். துளிகூடச் சிரித்த முகம் இல்லாத பெண்ணின் அப்பாவைப் பாருங்கள். கசங்கிய காண்டூரா அங்கியை அணிந்துகொண்டு ஒழுங்கான ஆடை உடுத்த வேண்டும் என்ற கண்ணியம்கூடத் தெரியாதவர். நம் மக்களுடன் சரிசமமாய்ப் பேச விரும்புகிறார். சாப்பாட்டைப் பொறுத்தவரை நான் ஒன்றும்

சொல்வதற்கில்லை. நிச்சயமாக நம்மிடம் பொதுவான அம்சம் என்று சொல்ல எதுவுமில்லை. ஒத்த விருப்பங்களோ ஒரேவிதமான எதிர்பார்ப்புகளோ எதுவும் இல்லை. ஒரு கிறித்துவப் பெண் அதாவது ஐரோப்பியப் பெண் ஒருத்தியை அவன் திருமணம் செய்து இருந்தால்கூடப் பரவாயில்லை. நம் மத நம்பிக்கைக்கு அப்பாற்பட்டவர்களாக இருந்தபோதிலும் உயர்ந்த நாகரிகத்தை உடையவர்களாக அவர்கள் இருப்பார்கள். என் அண்ணன் மகன்களில் ஒருவன்கூட பிரஞ்சுப் பெண் ஒருத்தியைத் திருமணம் செய்துகொண்டான். அவர்கள் குடும்பம் மீது எங்களுக்கு எந்தக் குறையும் இல்லை. இந்த அளவு வெளிப்படையாகப் பேசுவதற்கு வருத்தமாகத்தான் இருக்கிறது. ஆனால், என் மனதில் பட்டதை நான் சொல்கிறேன். நம் குடும்பத்தில் உள்ள மற்றவர்கள் மனதில் உள்ளதைத்தான் நான் வெளிப்படையாகச் சொல்கிறேன். இது முதல் கோணல் முற்றிலும் கோணலாகத்தான் முடியும். நேரத்தோடு விழித்துக்கொண்டால் அவனை மறைத்துள்ள திரை விலகும். இல்லை என்றால் அவனுக்கு நிறைய பிள்ளைகள் பெற்றுத் தந்து விட்டால் பிறகு மீள முடியாது. இது எல்லோருக்கும் தெரிந்த வழிதான். ஒவ்வொரு குழந்தையும் ஒரு பாரம். பின் கணவன் எங்கும் செல்ல முடியாத அளவுக்கு அழுத்திவிடும்."

நள்ளிரவு நெருங்கும் முன் தன் மனைவியிடம் இந்தப் பகைமை உணர்ச்சியைக் களைய தன்னால் முயன்ற அளவு முயற்சி செய்தான். அறையின் மூலையில் மறைந்தபடி இருந்த அவளைப் பார்த்தான். அவள் அழுதுகொண்டிருந்தாள். கண்ணீரைத் துடைத்து அவளைத் தேற்றினான். அவனுடைய அத்தை உதிர்த்த வசவுச் சொற்களை ஒருவேளை அவள் கேட்டிருப்பாளோ? அல்லது புது வாழ்க்கையை அமைக்கத் தன் பெற்றோரைப் பிரிந்துவர நேர்ந்ததால் உண்டான சோகமா? இந்த அளவு அவள் துக்கமாக இருப்பதற்கு எது காரணம் என்று தெரியவில்லை. தன் அக்கா திருமணத்தின்போது எல்லோரும் அழுதது அவன் நினைவுக்கு வந்தது. ஏனென்றால் அக்காவை அவரது கணவர் நிரந்தரமாக அழைத்துச்செல்ல வந்திருந்தார். அந்தத் திருமணம் வெகு நாட்களுக்கு முன்பே ஃபேஸ் நகரில் பாரம்பரிய முறைப்படி நடந்தது. அதை அவனுடைய அத்தை மிகவும் போற்றிப் புகழ்வார். இரு குடும்பங்களும் ஒற்றுமையாகக் கலந்திருந்தனர். எல்லாம் சொல்லிவைத்தாற்போல் நடந்தது.

தத்தமது பணியை ஒவ்வொருவரும் நன்கு உணர்ந்திருந்தனர். அனைத்தும் ஏற்கெனவே திட்டமிடப்பட்டிருந்ததால் அந்த அரங்கில் எந்தத் தவறும் நிகழ வாய்ப்பில்லை. எவ்விதத் தடங்கலுமின்றி எல்லாச் சடங்குகளும் நடந்தேறின. குடும்பங்கள் ஒற்றுமையாக இருந்ததால் எவ்வித எதிர்பாராத அதிர்ச்சியோ, தேவையற்ற விமர்சனமோ, தேர்ந்தெடுப்பதில் மனவேற்றுமையோ எதுவும் இல்லை. சிறிதாக இடர் ஏதும் ஏற்பட்டுவிட்டாலும் அதை உடனடியாகச் சீர்செய்ய யாராவது ஒருவர் அங்கு ஓடோடி வந்துவிடுவார்.

அன்றைய மாலைப்பொழுதில் தன் மனைவி ஏன் அழுதாள் என்பதும் ஏன் அவளால் பதில் கூற இயலவில்லை என்பதும் அவனுக்குத் தெரியும். அவர்களின் திருமணத்தை ஏற்காத போக்கை இரண்டு குடும்பங்களும் மீண்டும் உயிர்ப்பித்தன. எனினும் அவனுடன் சேர்ந்து வாழத் தொடங்கிய நாள் முதல் அதனைச் சமாளித்துவிட்டதாக நினைத்தாள். ஏழ்மையான சூழலின் காரண மாக சிறு வயதில் தான் அனுபவிக்க நேர்ந்த தாங்கமுடியாத அவமானங்கள் குறித்த நினைவுகள் மீண்டும் அவளுக்குள் வந்தன. அவை திடீரெனத் திறந்துகொண்ட காயம்போல் வலியை உண் டாக்கின.

அவளை இன்னும் சிறப்பாகக் கவனித்து இருக்கலாம் என்று அவனுக்குத் தோன்றியது. திருமணத்திற்கு முன்பே அவளைத் தயார்ப்படுத்தியிருக்கலாம். இரண்டு குடும்பங்களின் கருத்துகள் எதுவாக இருந்தபோதிலும் அதைப் பற்றிக் கவலைப்படாமல் அவளை விரும்புவதாகச் சொல்லியிருக்கலாம். இடையில் எந்தச் சம்பவம் நடந்தாலும் அதைவிடத் தங்களுடைய காதல் வலிமை யானது என்பதை அவளுக்கு எளிதில் நிரூபித்திருக்க முடியும். ஆனால், அவனோ இவ்வாறான முன்னெச்சரிக்கை நடவடிக்கை எதுவும் எடுக்கவில்லை. தன் காதல் தெளிவாகவும் உறுதியாகவும் இருப்பதால் பழி தூற்றுபவர்களின் வாயை அது அடைத்துவிடும் என்று நம்பினான். இந்தத் திருமணம் என்பது மேடை ஏறித் தன் காதலை எல்லோரும் அறியும் வண்ணம் உரத்த குரலில் அறிவிப்பது போன்று அவன் நினைத்தான். மேலும் வேறு வகுப்பைச் சேர்ந்த இப்பெண்ணுடன் தனக்கிருக்கும் நெருக்கத்தை எல்லோருக்கும் தெரிவிப்பது போன்றும் தான் சார்ந்த சமூக வகுப்பு ஒன்றை

ஒட்டுமொத்தமாக எதிர்த்து நிற்பதில் பெருமை கொள்வதை அறிவிப்பது போன்றும் அவனுக்குத் தோன்றியது.

தன் கைகளைச் சட்டைக்குள் விட்டபடி வீதியில் நடந்து செல்லும்போது அவர்களுக்குள் நடந்த சம்பவங்களை அசை போட்டபடி நடப்பான். அவர்களிடையே ஏற்படும் பூசல்களை முடிவுக்குக் கொண்டுவரும் வழியையும் தங்கள் காதலின் முழு அர்த்தத்தைக் கண்டடையும் வழியையும் கண்டுபிடிக்க முயன்று தோல்வி அடைவான்.

அத்தியாயம் 5

மராக்கேஷ், ஜனவரி 1991

மரியான் எழுபத்து எட்டு வயதுடைய தன் மாமனார் ஈசாக் போர்க்கிடம் கூறியதாவது: "உன்னை எந்த விஷயத்துக் காகவும் நம்புவது என்பது கொடுமையானதாக இருக்கும்."

காட்டு ஸ்டிராபெரிகள், இங்மார் பெர்க்மேன்

ஒருநாள் இருவரும் தென் மொராக்கோ பகுதியில் சுற்றுப் பயணம் மேற்கொண்டனர். பிரான்ஸ் நாட்டுக்கு வரும் முன் அவள் சிறு வயதில் வளர்ந்த கிராமம் ஒன்றைக் கடந்து வந்தனர். அப்போது தன் மனைவி மிகவும் மகிழ்ச்சியாக இருப்பதைக் கண்டான். அவள் அப்படி இருந்ததைப் பார்த்து நீண்ட நாட்களாகியிருந்தது. அவளது நடவடிக்கைகளில் ஒருவித இயல்புத் தன்மையும் இனிமையும் இருப்பதைக் கவனித்தான். அவள் மிகவும் இணக்க மாகப் பழகினாள். கடந்துவந்த கிராம மக்கள் காட்டிய அன்பு, அங்கிருந்த இயற்கைக் காட்சிகள், அழகிய வெளிச்சம் என எல்லாவற்றையும் பற்றி அவனிடம் பேசியபடி இருந்தாள். சட்டெனத் திருமணத்துக்கு முன் அவன் காதல் கொண்டிருந்த பெண் ஒருத்தியை நினைவூட்டினாள். சங்கடத்துக்குள்ளான அவன், அவளுடைய போக்குச் சரியாகப் பொருந்தி வருவதால் அந்த ஊரிலேயே நிரந்தரமாக அவளைத் தங்க வைக்கலாம் என்றுகூட நினைத்தான். அவன் அவ்வாறு நினைத்தது சரிதான். ஏனெனில், தன் சொந்த மண்ணுக்குத் திரும்பிய மகிழ்ச்சியில் புது நம்பிக் கையைப் பெற்றிருந்தாள். மற்றவர்களுடன் பழகும்போது மூர்க்க மாகவோ நம்பிக்கையற்ற நிலையிலோ நடந்துகொள்ளாமல் கனி வாகப் பேசினாள். தங்கள் பிரச்சினைகளைப் பகிர்ந்துகொண்ட கிராமப் பெண்களிடம் மணிக்கணக்கில் உரையாடினாள்.

குறிப்புகள் எடுத்துக்கொண்டதுடன் சமூகவியலாளர் ஒருவரின் துல்லியத்துடன் பிரச்சினைகளை அலசினாள். உரிய தீர்வுகளுடன் அவர்களைச் சந்திக்க மீண்டும் வருவதாக உறுதி கூறினாள். தனக்குத் தெரிந்த பெண்களுக்காகப் புத்தாடைகளை வாங்கி வந்திருந்தாள். அவற்றை வாங்கும்போது மிகக் கவனமாகத் தெரிவுசெய்தாள். குழந்தைகளுக்கு விளையாட்டுப் பொருட்களையும் கொண்டு வந்திருந்தாள். மேலும் மருந்துகள் அடங்கிய பெட்டி ஒன்றைத் தனக்குத் தெரிந்த பெண் ஒருத்தியிடம் தந்தாள். அந்தக் கிராமத்தில் அவளுக்கு மட்டுமே எழுதப் படிக்கத் தெரியும்.

நல்லதைச் செய்துவரும் தன் மனைவியைக் கண்டு ஓவியனுக்கு மகிழ்ச்சியாக இருந்தது. வானம் தெளிவான நீல நிறத்தில் இருந்தது. இரவில் குளிர் வாட்டியெடுத்தது. அவனோடு அவள் ஒட்டிக்கொண்டு பழகியது சூடாக்கிக்கொள்ள மட்டுமல்ல, தன் கணவன் தனக்கு மட்டுமே உரியவன் என்ற எண்ணத்திலும்தான். அவனைப் பற்றிப் பிடித்து பலம்கொண்ட மட்டும் தன் பக்கம் இழுப்பதைப் பார்த்தால் நிரந்தரமாகத் தன் கட்டுப்பாட்டில் வைத்திருக்க விரும்புவதைத் தெரிவிப்பதாக இருந்தது. தன்னை இங்கு அவள் அழைத்து வந்திருப்பது அவனை மந்திரத்தால் கட்டிப்போடத்தான் என்றுகூட ஒரு கணம் நினைத்தான். அந்தக் கிராமப் பெண்களைப்போல் இவளும் மந்திரதந்திரங்களில் நம்பிக்கை உடையவள்தானே! பிற்போக்கான இத்தகைய சிந்தனை களை உடனடியாக நிறுத்திக்கொண்டான்.

தங்கள் பந்தத்தை உறுதி செய்யும் விதமாக அன்று இரவு உடலுறவுகொள்ள வேண்டும் என்ற விருப்பம் அவனுக்கு இருந்தது. ஆனால், அந்த அறையில் அவர்களுடன் மற்றவர்களும் தங்கி யிருந்தனர். அவர்கள் அருகில் குழந்தைகள் உறங்கிக்கொண் டிருந்தனர். அவனை மென்மையாகத் தழுவியபடி, "என் அன்பே, நீதான் என் துணை" என்று காதோடு கொஞ்சினாள். இவனும் அவளது மார்பகத்தை நீண்ட நேரம் தடவிக்கொண்டே அவளுக்குப் பதில் கூறினான்.

மறுநாள் காலை, சீக்கிரமாக விழித்துவிட்ட அவர்கள் பாரம் பரிய காலை உணவை உண்டனர். காபி மிகவும் மோசமாக இருந்தது. பொட்டுக்கடலையும் காபிக் கொட்டைகளும் கலந்து

வினோதமான ஒரு சுவையாகத் தெரிந்தது. எனவே தேநீர் வேண்டு மென்று கேட்டான். அதுவும் அதிக இனிப்பாக இருந்தது. அடுத்து, மலைக்குச் செல்லும் பாதையில் கொஞ்சம் காலாற நடந்துவரலாம் என்று புறப்பட்டனர். இருவரும் கைக்கோர்த்தபடி நடந்தனர். அவள் எவ்விதக் கூச்சமுமின்றி சகஜமாக இருப்பதாக அவன் உணர்ந்தான். தன் சொந்த ஊரான ஃபேஸ் நகரத்துக்குப் போகும்போதும் இதுபோலவே அங்கும் நடை பழக வேண்டும் என்னும் தன் விருப்பத்தைத் தெரிவித்தான். அது தனக்கும் மகிழ்ச்சி அளிக்கும் என்ற அவள், அவனுடைய குடும்பத்தாரை மட்டும் போய்ப் பார்க்கக் கூடாது என்று நிபந்தனை போட்டாள். குறிப்பாக, அவனுடைய அத்தையைப் பார்க்கக் கூடாது என்றாள். ஏனெனில், அவரை நினைத்தாலே அவளுக்கு அச்சமாக இருந்தது. அவன் எதுவும் பேசாமல், பேச்சு தொடர்வதைத் தவிர்த்தான். இப்போது கிடைத்திருக்கும் இந்த இனியச் சூழலை முடிந்தவரை நீடிக்கச் செய்ய வேண்டும் என விரும்பியதால் எந்த ஒரு சிறு தவறும் நேராமல் பார்த்துக்கொள்ள வேண்டும் என்று நினைத் தான். இவ்வளவு தூரம் மனம் தணிந்து அவள் இருந்து மாதக் கணக்காகிறது.

அவர்கள் நீண்ட நேரம் நடந்துகொண்டிருந்ததில் நேரம் போனதை மறந்துவிட்டனர். மலையின் உச்சியை வந்தடைந்ததும் புல்லாங்குழல் வாசித்துக்கொண்டிருந்த ஆடு மேய்ப்பவன் ஒரு வனைக் கண்டனர். அந்த இடத்தில் கண்ட காட்சிகள், படங்கள் நிறைந்த புத்தகத்தின் ஒரு பக்கத்தைப் பார்ப்பதுபோல இருந்தது. அங்கே சிறிது நேரம் இளைப்பாறினர். ஆட்டு மந்தையுடன் அவன் அந்த இடத்தை விட்டுச் சென்றவுடன் மீண்டும் அவர்கள் தனிமையில் இருப்பதைப்போல் உணர்ந்தனர். அவனது உதடுகள் மீது மென்மையாக முத்தமிட்டாள். அவளை அடைய வேண்டும் என்ற ஆவல் மேலிடச் சுற்றுமுற்றும் பார்த்தான். சிறிய குடிசை ஒன்று அங்கு இருப்பதை அவள்தான் கண்டுபிடித்தாள். அங்கிருந்த பாயின் மீது படுத்துத் தங்கள் உடைகளைக் களைந்தனர். உடலுறவில் பொறுமையாக ஈடுபட்டனர். இந்த இடத்துக்கு அடிக்கடி வர வேண்டும் என்று முடிவு எடுத்தான். இங்கு அவள் முற்றிலுமாக மாறி விடுகிறாள்.

அந்தக் குடிசையிலேயே நீண்ட நேரம் தங்கியிருந்தனர். அவர்களுக்குப் பசி எடுத்தது. பாரம்பரிய முறைப்படிக் குளிர்ந்த மோரும் பேரீச்சம் பழங்களையும் அந்த ஆடு மேய்ப்பவன் கொண்டுவந்து கொடுத்தான். அது ஒரு விதமாக விருந்தினரை உபசரிக்கும் முறையாகும். அந்தி சாய்ந்தது. குளிர ஆரம்பித்தது. அவர்களைப் பற்றி ஆடு மேய்ப்பவன் கேட்டுத் தெரிந்துகொண்டான். அந்த மலையை விட்டுத் தான் எங்கும் சென்றதில்லை என்றும் நகரங்களில் நடப்பவை என்ன என்பதைத் தெரிந்துகொள்ள ஆர்வமாய் இருப்பதாகவும் கூறினான். எனினும் சிறிய கறுப்பு வெள்ளைத் தொலைக்காட்சிப் பெட்டி ஒன்றை வைத்திருந்தான். கேஸ் சிலிண்டர் ஒன்றால் அதனை இயக்கிக்கொண்டான். வெளி உலகைக் காட்டும் இந்த ஜன்னல் அவனை மகிழ்ச்சியாக வைத்துள்ளது. சில நேரங்களில் அது அவனுடைய அப்பா, சித்தப்பா ஆகியோர் உழைத்துக்கொண்டிருக்கும் பிரான்ஸ் நாட்டுக்கு அழைத்துச்சென்று காட்டுகிறது.

இரவு வந்தால் கடினமாகிவிடும் என்பதால் விரைவாகப் புறப்பட வேண்டும் என்று எழுந்தனர். ஜனவரி மாதத்தில் இரவு நேரம் நீளமானதாகவும் அடர் இருட்டாகவும் இருக்கும். எதிர்பாராத அவர்களது வருகை, ஆடு மேய்ப்பவனுக்கு மகிழ்ச்சியை அளித்தது. அவனுக்கு நன்றி தெரிவிக்கும் விதமாகத் தன் குளிர்க் கண்ணாடியை ஓவியன் பரிசளித்தான். "என்னைவிட உனக்குத்தான் இது அதிகமாகத் தேவைப்படும். நீ நாள்தோறும் வெயிலில் நிற்கிறாய். உன் கண்களைப் பார்த்துக்கொள்ள வேண்டும்" என்றான். நவீன நாகரிகமாகக் கண்ணாடி அணிந்துகொள்வதை நினைத்து அவனுக்கு ஏற்பட்ட மகிழ்ச்சியில் தலைகால் புரியாததுபோல் இருந்திருக்க வேண்டும். உடனடியாக அதை அணிந்துகொண்டு அவன் அந்த மலையும் சமவெளியும் வேறு மாதிரியாகத் தெரிவதாகவும் தன் ஆடுகளின் நிறம் மாறி இருப்பதாகவும் கூறினான். வாய் நிறைய சிரித்து அவர்கள் நீண்ட நாள் சிறப்பாக வாழ வாழ்த்தினான். ஓவியனின் மனைவி அவன் சட்டைப் பைக்குள் 100 திர்ஹாம் தாளைத் திணித்தாள். பதிலுக்கு அவளுடைய கையை அவன் முத்தமிட்டது அவளைச் சங்கடத்தில் நெளிய வைத்தது.

மலையை விட்டுக் கீழே இறங்கியபோது சோர்வை அவர்கள் உணர்ந்தனர். என்றாலும் அது சுகமானதொரு சோர்வு. நேராகப்

படுக்கைக்குப் போய்ப் படுத்தவுடன் தூக்கத்தை வரவழைக்கும் சோர்வு. அவர்களுக்குப் பசித்தது. பாரீஸில் கிடைப்பது போன்று வெண்ணெய்யில் தோய்த்த ரொட்டி கிடைக்குமா என ஏங்கினர். ஆனால், அவர்கள், தங்கியிருந்த வீட்டின் பெண்மணி ஏழு காய் கறிகள் கொண்டு செய்த குஸ்குஸ் உணவைச் சமைத்திருந்தார். வெளிநாட்டுச் சுற்றுலாப் பயணிகள்போல அதனைச் சாப்பிட்டு முடித்தனர். கெட்டுப்போன வெண்ணெய்யை அவனால் சாப்பிட முடியவில்லை. உணவு சமைத்த பெண்ணோ கண்களை அகல விரித்து, "கண்ணே, இது நன்றாக இருக்கும் உன் உடம்புக்கு நல்லது, உன் கண் பார்வைக்கு, நினைவாற்றல், கற்பனை, படைப் பாற்றல் எல்லாவற்றுக்கும் நல்லது" என்றார். எந்தப் படத்தையும் வரைய அவனுக்கு நேரமில்லை என்றாலும் அனைத்தும் அவன் மனதில் பதிந்துவிட்டன. அவன் நினைவுகளில் வானத்தின் குறிப் பிடத்தக்க நீல நிறம் அடிக்கடி வந்து போனது. அதனைத் தன் ஓவியத்தில் எவ்வாறு கொண்டுவரப் போகிறோம் என நினைத்துக்கொண்டான். அந்நிறம் ஏறக்குறைய வெளிர் நிறத்தில் இருக்கும் காஸாபிளான்கா வானத்துடன் ஒப்பிடும்போது முற்றிலு மாக வேறுபட்டு இருப்பதாகும். பாரீஸ் வானமோ இன்னும் விலகிச் சாம்பல் நிறமாக இருக்கும், மொராக்கோவின் கீழ்ப் பகுதியில் இருக்கும் இந்த வானம், மாசுபாடுகளிலிருந்து விலகி இனிமையான, இதமான நீல நிறத்தில் காட்சியளிக்கிறது. சிலர் எண்ணியிருப்பதற்கு மாறாக, மொராக்கோவில் இருந்தபடி எந்த ஒரு ஓவியத்தையும் 'தெலாக்குருவா' தீட்டவில்லை. இங்குக் குறிப்புகளை எடுத்துக்கொண்டு தன் கையேட்டில் வரைந்து கொள்வார். பிறகு பிரான்ஸுக்குத் திரும்பியதும் அந்த நாட்டுக்குத் தொடர்புடைய நிறங்களைக் கண்டுபிடிப்பார். பிறகு அவற்றை ஓவியங்களாகப் படைப்பார்.

அடுத்த நாள் அவர்கள் கிராமத்தில் சில புகைப்படங்கள் எடுத்தனர். புகைப்படக் கருவியைப் பார்த்ததும் சிறுவர்கள் ஓடி வந்து எதிரில் நின்று படம் எடுத்துக்கொண்டனர். அங்கிருந்த பெண்களோ புகைப்படக் கருவிக்கு முகத்தைக் காட்ட மறுத்து விட்டனர். ஏனெனில், தங்கள் ஆன்மாவை இழக்க நேரிடும் என்று அஞ்சினர். அவர்களில் ஒரு பெண் திரும்பி நின்றுகொண்டாள். அவள் சிரித்தபடியே, "என் ஆன்மாவை நான் பாதுகாப்பாக வைத்துக்கொள்கிறேன்" என்றாள். அவள் பூப்போட்ட சேலை

அணிந்திருந்தாள். பார்க்க மொராக்கோ ஓவியர் மஜோரெல் வரைந்த ஓவியம்போல் இருந்தாள்.

அந்தக் கிராமத்திலிருந்து புறப்படும் நேரம் வந்தது. அனைவருக்கும் வணக்கம் தெரிவித்துவிட்டு காரில் ஏறி அகாதீர் செல்லும் சாலையில் பயணத்தைத் தொடங்கினர். கடற்கரையைப் பார்த்தவாறு அமைந்திருந்த அழகான தங்கும்விடுதி ஒன்றில் இரவைக் கழித்தனர். இந்த நகரம் அக்காலத்தில் எப்படி இருந்திருக்கும் என்று யோசித்துப் பார்த்தான். அதாவது 1960ஆம் ஆண்டு பிப்ரவரி 29 அன்று நேர்ந்த நிலநடுக்கத்துக்கு முன். அவனுடைய ஆசிரியர்களில் ஒருவர் அப்போது கண்ணீர்விட்டு அழுதது நினைவுக்கு வந்தது. அந்த நிலநடுக்கத்தில் ஒட்டுமொத்தக் குடும்பத்தையும் அவர் பறிகொடுத்திருந்தார்.

அந்த இயற்கைப் பேரிடருக்குப் பின்பு அகாதீர் நகரம் முற்றிலுமாகப் புனரமைக்கப்பட்டது. கண்ணுக்கு எட்டிய தூரத்துக்குத் தங்கும் விடுதிகள் எழும்பின. சுற்றுலாவுக்கென்றே மொத்த நகரமும் இயங்கியது. அதன் ஆன்மா கொல்லப்பட்டது. 1960ஆம் ஆண்டு அவனுடைய மனைவி பிறந்திருக்கவில்லை. அவனுக்கோ ஆறு வயது. பெரும் சோகத்துக்குள்ளான ஆசிரியரின் துயரம் மட்டும் இன்றும் பசுமையாக நினைவில் உள்ளது. இறைவனின் நல்உள்ளம் குறித்த சந்தேகத்தை எழுப்பும் அளவுக்கு இத்துயரம் அவன் அப்பாவையும் பாதித்தது. இது தெய்வம் தந்த தண்டனை என்று மக்கள் வதந்தியைப் பரப்பிவிட்டனர். அப்போது ஆறு வயதுதான் என்றபோதும் தோராயமாக அது நினைவில் உள்ளது. மேலும், அந்த நினைவு வாழ்நாள் முழுவதும் தொடர்ந்து வந்தது.

அந்த நகரின் பல்வேறு சந்தைகளைச் சுற்றிப் பார்த்தனர். அப்பகுதி மக்கள் மாராக்கேஷ் பகுதியிலிருந்து முற்றிலுமாக வேறுபட்டிருந்தனர். அவர்களிடம் இருந்த இயல்பான கௌரவம் மதிக்கத் தூண்டியது. ஆனால், செயற்கையான அழகுக்காக நிறைய அறுவைச் சிகிச்சைக்குள்ளான முகம்போல் மாற்றி அமைக்கப்பட்டுள்ள இந்த நகரத்தில் அவனால் வசிக்க முடியுமா? அங்குள்ள எதுவும் அவனுடன் உறவாடவில்லை. மனைவி சோகமாக இருப்பதைக் கவனித்தான். மீண்டும் அவள் மனம் சோர்வதற்கு முன் அடுத்த நாள் அங்கிருந்து அவர்கள் புறப்பட்டனர். ஓட்டுனர் இருக்கையில்

அமர்ந்த அவள் காரை வேகமாக ஓட்ட ஆரம்பித்தாள். அந்தப் பெரிய காரை லாவகமாக அவள் கையாள்வதை வியப்புடன் கவனித்தான். சட்டெனத் தன் பக்கத்தில் அமர்ந்திருப்பவள், அவன் அறிந்திராத ஒரு பெண்ணாகத் தெரிந்தாள். அந்த அளவு அவள் எதைப் பற்றியும் பயப்படாதவளாக, தன் முடிவில் உறுதியாக இருப்பவளாகத் தோன்றினாள்.

அதிவேகத்தில் சென்றதற்காகப் போக்குவரத்துக் காவலர்கள் அவளை நிறுத்தினர். ஓவியனும் ஒரு வழியாக நிம்மதிப் பெரு மூச்சுவிட்டான். காவலர்களுக்கு லஞ்சம் அளிக்க அவள் முயன்றாள். அவர்களில் ஒருவன் அவளுக்கு அறிவுரை கூற ஆரம்பித்துவிட்டான். அவனிடம் தன் தாய்மொழியில் பேசினாள். அவனும் அதே மொழியில் பதில் அளித்தான். ஓட்டுனர் உரிமம் உள்ளிட்ட ஆவணங்களைத் திருப்பி அளித்து இனிக் கவனமாக ஓட்டிச் செல்லும்படிக் கூறினான்.

இதையெல்லாம் கவனித்துக்கொண்டிருந்த ஓவியன் ஆச்சரியத்தில் உறைந்துபோனான். அனைத்து வகையான போக்குவரத்து விதி களைக் காட்டிலும் அவர்களின் சமூக ஒற்றுமை வலிமையாக இருப்பதைப் புரிந்துகொண்டான்.

அத்தியாயம் 6

காஸாபிளான்கா, 24 மார்ச் 2000

கதவைத் திறந்துவிடும் வீட்டுப் பணிப்பெண்ணிடம் லூயி மூவே கூறியது:

"காலமாகிவிட்ட ஒருவரின் சார்பாக நான் வந்துள்ளேன். நெகிழ்வைத் தரும் இந்த இடத்தில் சந்திக்கலாம் என அவர் கூறியிருந்தார். ஆனால், அவர் வர மாட்டார்."

மீண்டும் வந்தவன், கிறிஸ்தியான் மூாக்

தலை முன்பக்கம் தொங்க, பாதம் கனக்க, கைகள் ஒன்றை ஒன்று இறுக்கமாகக் கட்டியபடி இருக்க ஓவியன் தூங்கிக் கொண்டிருந்தான்.

மெதுவாகக் கண்களைத் திறந்து பார்த்தான். தோட்டத்துப் புல் தரை மீது அமர்ந்தபடி, இரட்டையர்கள் சீட்டுக்கட்டு விளையாடிக் கொண்டிருந்தனர். அவனது சாய்வு இருக்கையில் அழைப்புமணி பொருத்தப்பட்டு இருந்தது. ஆனால், அவர்களைத் தொந்தரவு செய்ய விரும்பவில்லை. நகைச்சுவைத் துணுக்குகள் சொல்வதும் சிரிப்பதுமாக இருந்த அவர்களின் உரையாடல் இவன் காதில் விழுந்தது. பிரிட்ஜ் எனப்படும் சீட்டுக்கட்டு விளையாட்டு, சதுரங்கம் என வழக்கத்தில் இருக்கும் எந்த விளையாட்டுமே இவனுக்குத் தெரியாது. கால்பந்தைத் தவிர வேறு எந்த ஆட்டத் திலும் அதிக நாட்டம் இல்லை. ஒரு முறை டென்னிஸ் விளை யாடிப் பார்த்தான். ஆனால், நண்பர்கள் ரொலான், பிரான்சுவா ஆகிய இருவரும் அவனைக் கேலி செய்தனர், "உன் ஆட்டம் அந்தோணியோனியின் படத்தில் வருவதுபோல இருக்கிறது"

என்றான் ஒருவன். "நீ வெட்டவெளியில் அருமையாக ஆடுகிறாய். பந்தைத் தொட வேண்டிய அவசியமே இல்லை" என்றான் மற்றொருவன். இத்தகைய ஆட்டங்களில் எல்லாம் அவனால் முழுக் கவனம் செலுத்த இயலவில்லை. அவன் சிந்தனை முழுக்க ஓவியங்கள் மீதே இருந்தது. வாழ்க்கை முழுவதையும் ஓவியப் பணிக்கு அர்ப்பணித்திருந்தான். சிறிது காலம் ஆசிரியர் வேலையில் இருந்தான். ஆனால், பிறகு ஓவியத்தை மட்டுமே வரைந்து கொண்டிருந்தான். எனினும் தொலைக்காட்சியில் விளையாட்டுப் போட்டிகளைப் பார்க்கப் பிடிக்கும். விளையாட்டில் இடம்பெறும் சவால் என்ற அம்சம் அவனுக்கு மிகவும் பிடித்தமானதாக இருந்தது. அத்துடன் தங்கள் இடைவிடா முனைப்பு, அயரா உழைப்பு, ஊக்கம் இவற்றை மட்டுமே அடிப்படையாகக் கொண்டு மிகச் சிறந்த ஆட்டக்காரனாக விளங்க வேண்டும் என்னும் விளையாட்டு வீரர்களிடம் உள்ள அந்த வேட்கையும் மிகவும் பிடித்தது. தன் பிள்ளைகளிடம் எவ்வாறு தான் படிப்படியாக முன்னேறி வெற்றிப் பெற்றேன் என்று சொல்ல அவன் விரும்பினான். வாழ்க்கையில் ஒவ்வொரு கட்டமாகக் கடந்து வந்துள்ளான். எளிதான வழி என்னும் பொறி எதிலும் சிக்கியதில்லை. அதேபோல், நவீன மயத்தின் தாக்கத்துக்கும் விழுந்ததில்லை. சிறந்த கலைஞர்களைக் கூட அது பாழடித்துவிடும். வீண் அரட்டைகளுக்கும் இடம் கொடுத்ததில்லை.

காஸாபிளான்காவில் பள்ளி ஆசிரியராகப் பணியாற்றியபோது தன் முதல் ஓவியக் கண்காட்சியை அங்குதான் நடத்தினான். தலைமை ஆசிரியரைச் சம்மதிக்க வைக்கக் கஷ்டப்பட்டான். ஆனால், அவரிடம் எப்படிப் பேசுவது என்று தெரிந்திருந்தது. அவர், கல்லூரியில் அவனுடன் பழகிய தோழர். சமூகத்தில் அவருக்கு நல்ல பெயர். தன் பெற்றோரின் விருப்பப்படித் திருமணம் செய்துகொண்ட அவருடைய இரண்டு மகன்களும் பிரஞ்சு இராணுவச் சேவை செய்தவர்கள். ஸ்பெயின் நாட்டின் தெற்குப் பகுதியில் விடுமுறையைக் கழித்துவந்த அவருக்கு வங்கிக் கடனில் சொகுசான வீடு ஒன்று கட்ட வேண்டும் என்ற விருப்பம் இருந்தது. அவருடைய பெயர் ஷாபி. அனைவரும் அவரை 'பாப்' என்று அழைத்தனர். (பிரபலம் என்னும் பொருளுடைய 'பாப்புலர்' என்பதன் சுருக்கம்). இவ்வாறு கண்காட்சி ஒன்றை ஏற்பாடு

செய்யலாம் என்ற திட்டத்தை அவரிடம் கூறிய ஒரு வாரம் கழித்து ஷாபி அவனை வந்து சந்தித்தபோது ஏதோ அவருக்குத்தான் இந்தத் திட்டம் உதித்ததைப்போல் பேசினார். "குறிப்பாக வேலை நிறுத்தம், கிளர்ச்சி ஆகியவை நடக்கும் இந்த நேரத்தில், இந்த ஏற்பாடு குறித்து நம் துறை மிக்க மகிழ்ச்சி அடையும். எனவே, கலை மூலம் நீ மாணவர்களின் கிளர்ச்சிகளுக்குப் பதில் சொல்ல வேண்டும்! இதில் எந்த ஆபத்தும் இல்லை. உனக்குப் பதவி உயர்வுகூடக் கிடைக்க வாய்ப்புள்ளது என்று என்னால் சொல்ல முடியும்!" என்றார். உண்மையில், சுற்றுப்புற ஊர்களில் இருந்து உழைக்கும் வர்க்கத்தைச் சார்ந்த இளைஞர்கள் முதல் முறையாக ஓவியத்தைப் பார்க்க வந்திருந்தனர். அதுவும் தற்கால ஓவியம். கண்காட்சி தொடங்க இருக்கும் நாட்களுக்கு முன்பே பள்ளி வகுப்புகள் முடிந்ததும் ஓவியன் பல சந்திப்புகளுக்கு ஏற்பாடு செய்தான். அப்போது தன் ஓவியப் பணி குறித்து விரிவாகப் பேசினான். அவர்களை ஓவியக்கலையின் பக்கம் ஈர்க்கவும் குறிப் பாக, படைப்பு ஒன்றை எவ்வாறு பார்க்க வேண்டும் என்றும் கற்றுத் தருவதே அவனுடைய குறிக்கோளாக இருந்தது. புகழ்பெற்ற ஓவியர் வேன்சான் வான்கோ குறித்து அலேன் ரெனெ இயக்கிய குறும்படத்தையும் பிக்காஸோ குறித்து எச். ஜி. குளூஸோ இயக்கிய குறும்படத்தையும் அவர்களுக்குக் காட்டினான். அப்படங்கள் பிடித்திருந்ததோடு அவர்களைப் பாதிக்கவும் செய்தன.

அடுத்தடுத்த ஆண்டுகளில் வெவ்வேறு ஓவியர்கள் குறித்த ஆவணப்படங்கள் காட்டப்பட்டன. இந்த நடைமுறை நல்ல பலனைத் தந்தது. இவ்வாறு அவனுடைய தயவால் பள்ளிக் கூடங்களில் ஓவியக்கலை அறிமுகம் செய்யப்பட்டது. கண்காட்சி களில் அரிதாகக் காணப்பட்ட பல ஓவியர்களின் படைப்புகள் காட்சிக்கு வந்தன. அதில் அவனுக்குப் பெருமையாக இருந்தது.

இவ்வாறாக முப்பது ஆண்டுகள் நாள்தோறும் உழைத்தான். தேவையான அளவு ஒவ்வொரு ஓவியத்தையும் பலமுறை மாற்றி மெருகேற்றுவதில் எப்போதும் அதே முழு ஈடுபாட்டுடன் கடமையாற்றினான். கலைக்குப் போதிய முக்கியத்துவம் தராத வர்கள் என்று உணர்ந்தால், அதிகப் பணம் தர முன்வந்த கண் காட்சி அமைப்பாளர்களின் கோரிக்கையை ஏற்க மறுக்கவும் தயங்கியதில்லை. அவனுக்கான அங்கீகாரம் மெதுவாகத்தான்

வந்தது. என்றாலும், உறுதியாகக் கிடைத்துவிட்டது. எதுவும் அவனுக்கு எளிதில் கிடைக்கவில்லை. சில ஓவியர்கள், அதிலும் தரமற்ற ஓவியர்கள் சிலர் அவனுக்கு ஏதாவது பிரச்சினையை உண்டாக்குவதில் குறியாய் இருந்தனர். அவனுடைய புகழுக்குக் களங்கம் விளைவிக்கும் விதமாக ஏதேனும் பொறியில் சிக்க வைக்கும் முயற்சிகளைச் செய்தவண்ணம் இருந்தனர். ஆனாலும் அந்நேரத்தில் அவன் ஈடுபட்டிருந்த ஓவியக் கலையின் வெற்றியை அவை எவ்விதத்திலும் பாதிக்கவில்லை. ஓவியம் தொடர்பாக எதுவும் இல்லை. எல்லாம் மட்டமான தாக்குதல்கள். இந்த மோசமான கலைஞர்கள் தங்கள் முயற்சியில் தோல்வி கண்டனர். ஆனாலும், 'நெருப்பில்லாமல் புகையாது' என்பதைப்போல் ஓவியனின் அப்பாவுக்கு அவனது எதிர்காலம் குறித்த கவலை ஏற்பட்டது. எனவே, அறிவுரை ஒன்றை வழங்கினார்: "என்றாவது ஒருநாள் விரக்திக்கு உள்ளானவர்களின் தாக்குதலுக்கு நீ இரையாகக் கூடும். அதிகம் வெளியில் தலைகாட்டாதே. அடக்க மாக இரு. நம் இறைத்தூதரின் பொன்மொழியை மறந்து விடாதே. எதிலும் தீவிரப்போக்கைக் கடைப்பிடிக்காதே, எப்போதும் நடு மையம்தான் சிறந்தது. இதோ பார்! யாராவது புகழின் உச்சத்தில் இருந்தால்போதும், குப்பையைக் கிளற என்று யாராவது சிலர் இருக்கத்தான் செய்வார்கள். பழி தூற்றும்படி எதுவும் கிடைக்க வில்லை என்றாலும் அவர்களாகவே எதையாவது உண்டாக்கு வார்கள். பத்திரிகை ஊடகமும் அதைத் தான் பெரிதும் விரும்பும். அந்தப் பழியை நீ சீர் செய்தாலும் யாரும் அதனைக் கண்டுகொள்ள மாட்டார்கள். அதற்குள் தீங்கு விளைந்திருக்கும்!"

அவனுடைய விவேகம், அறிவுக் கூர்மை ஆகியவற்றால் கவரப் பட்டு, அவனது முப்பதாவது வயதில், இலண்டனின் பெரிய ஓவிய விற்பனைக்கூடம் ஒன்று அதுவரை வரைந்திருந்த ஓவியங்களை வைத்துக் கண்காட்சி ஒன்றை நடத்தியது. ஒட்டுமொத்த உலகத்தின் பார்வையை அவன் பக்கம் திருப்ப அது உதவியது. அதைத் தொடர்ந்து உலகின் ஏனைய தலைநகரங்களிலும் கண்காட்சிகள் நடந்தன. குறிப்பாக, அவனுடைய முகவருக்கு அதில் பெரும் திருப்தி ஏற்பட்டது. நியூயார்க்கிலிருந்து தொலைபேசியில் அழைத்து அந்த முகவர் மோசமான பிரஞ்சில் பேசினான்: "நீ ஒரு விஷயத்தைக் கவனித்தாயா! அரபு நாட்டுக்காரன் ஒருவனுக்கு

ஒரு யூதன்தான் நிறையப் பணம் சம்பாதித்துக் கொடுக்கிறான். உண்மையில் இது அபாரம். எல்லாம் விற்றுத் தீர்ந்துவிட்டது. உன் விலை ஏறுகிறது!” என்றான். அதே ஆண்டு ரோம் நாட்டின் பரிசும் கிடைத்தது. அதன் மூலம் மெதிசி பங்களாவில் ஓராண்டு தங்கியிருக்கவும் இத்தாலி நாட்டை நன்கு அறிந்துகொள்ளவும் முடிந்தது. இத்தகைய பிரம்மாண்டமான வெற்றி அவனுடைய எளிமையையோ நல்லியல்பையோ மாற்றிவிடவில்லை. பெற்றோர் பெருமை அடைந்தனர். பெண்கள் பலர் விரும்பினர். அவனைச் சுற்றி வட்டம் அடித்தனர். ஆனால், அவன் எப்போதும்போல் தன் வேலையில் ஈடுபட்டிருந்தான். வதந்திகள் பல தோன்றுவதும் பின் தானாக மறைவதுமாக இருந்தன. தன் நாட்டின் அழகை வைத்துப் பணம் பண்ணுவதாக மொராக்கோ நாளிதழ் ஒன்று குற்றம் கண்டுபிடித்தது. லிபியா நாட்டு நாளிதழ் அவனைப் புறக்கணிக்கப்போவதாக அறிவித்தது: “ஸிபோனிச ஆட்களுக்கு விலைபோன ஓவியன் இவன். இவனுடைய முகவர் ஒரு யூதன். இவனது ஓவியங்களை அமெரிக்கர்களுக்குச் சொந்தமான காட்சிக் கூடத்தில் வைத்து விற்கிறான். இஸ்ரேலின் தீமை பயக்கும் கொள்கைகளை ஆதரிப்பவர்கள் அந்த அமெரிக்கர்கள்” என்ற விளக்கத்தையும் வழங்கியது. இவ்வாறு மோசமான நிலைமைகள் நிறைய அவனைச் சூழ்ந்தபோதிலும் எதுவும் தன்னைப் பாதிக் காமல் பார்த்துக்கொண்டான். எந்தவொரு வெற்றியும் உழைக்காமல் கிடைக்காது என்பதை அறிந்திருந்தான். அவனுடைய அப்பா அடிக்கடி அவனைப் பார்த்து, “தோல்வி என்பது அநாதை, வெற்றிக்கோ பல தந்தைகள்” என்று கூறுவதுண்டு.

அனைத்து விஷயங்களையும் இப்போது பகுத்தறிவோடு அணுகினான். தன் மீஎதார்த்த ஓவியங்களில் காணப்பட்ட வளமை, பிரம்மாண்டம் ஆகியவற்றிலிருந்து இப்போக்கு முற்றிலுமாக விலகியிருந்தது. பண்டைய முறையிலிருந்து துளியும் வழுவாமல் அவ்வப்போது படைத்த ஓவியங்கள் நிச்சயமாகக் கடந்தகாலத்தில் அவன் இருந்த தன்மையைப் பிரதிபலிப்பவையாக இருந்தன. ஆனால், ஏனைய படைப்புகளில், தன் படைப்புப் பொருண் மையை மாற்றுவதில் குறியாக இருந்தான். இதன்மூலம் தன் கலைத்திறன் தற்செயல் நிகழ்வு அல்ல என்பதையும் கலையில் தனக்குள்ள ஆளுமையால் விளைந்தது என்பதையும் உறுதிசெய்ய

விரும்பினான். அது மட்டுமே நிஜக் காட்சியை நிழல் வடிவமாக வடிக்க உதவும் எனக் கருதினான். சுயபிரகடனம் செய்துகொண்ட நிறுவனங்கள், கலை விமர்சகர்கள் தாங்களே உருவாக்கிக்கொண்ட போக்குகள் ஆகியவற்றிடம் அவனுக்கு அதிகமான ஒவ்வாமை இருந்தது. அவனைப் பொறுத்தவரை இவை எல்லாம் வெவ்வேறு எண்ணம் கொண்ட கலைஞர்களைப் பலவந்தமாக ஒன்றாகப் போட்டுவைக்கப் பயன்படும் பெட்டிகள் ஆகும். எந்தக் குறிப் பிட்ட இயக்கத்தையோ குழுவையோ சேராதவன் அவன். அவனிடம் நிறையக் கேள்விகளை அவர்கள் எழுப்பியபோது 'அதுவா' கல்விக்கூடத்தைச் சார்ந்தவன் எனப் பதில் அளித்தான். அது ஃபேஸ் பகுதியில் உள்ள ஆரம்பப்பள்ளி ஒன்றின் பெயர். அப்பகுதி மேட்டுக்குடி மக்களின் பிள்ளைகள் பயிலும் பிரான்கோ மொராக்கன் பள்ளி. குர்ஆன் பள்ளி முடித்து, அந்தப் பள்ளியில்தான் அப்பா சேர்த்திருந்தார். அங்குதான் எழுதப் படிக்கவும் வரையவும் கற்றுக்கொண்டான். அவர்களுடைய ஆசிரியர் ஓவியத்தின் மீது ஆர்வம் உடையவர் என்பதால் மாணவர்களுக்கு வான்கோ, ரெம்பிராண்ட் ஓவிய நூல்களை அடிக்கடிக் காண்பிப்பார். சில பிள்ளைகள் அவற்றைப் பார்த்துச் சிரிப்பதோடு நின்றுவிட்டனர். ஆனால், இவனோ அவற்றை ஆர்வத்தோடு பார்ப்பது வழக்கம். அந்த ஆர்வம்தான் இன்றுவரை தொடர்கிறது.

ஃபேஸ் நகரத்தின் மெதினா பகுதியில் வெளிச்சம் அரிதாகவே இருக்கும். நன்கு வெயில் அடிக்கும்போது தன் வீட்டின் மொட்டை மாடிக்குப் போய் கண்ணில் படுவதை வரைவான். அது கடின மான பணியாக இருக்கும். வரைந்ததை அடிக்கடிக் கிழித்துப் போட்டுவிட்டு மீண்டும் முதலில் இருந்து வரைவான். முடிந்தவரை நகரின் துல்லியமான காட்சி கிடைக்கும்வரை அவ்வாறு செய்து கொண்டிருப்பான். அங்கு இருந்த வீடுகள் அனைத்தும் ஒரே மாதிரியாக இருந்தன. புதிர் விளையாட்டுக் காய்களாய் அவை ஒன்றையொன்று பிணைந்து அவனுள் பதிந்துவிடும். அத்தகைய தோற்றத்தைக் கடந்து அந்தச் சூழலை உருவாக்கியாக வேண்டும். பத்து வயதிருக்கும்போது, தான் வரைந்த ஓவியங்களில் ஒன்றை ஆசிரியரிடம் அவன் கூச்சப்படாமல் காட்டினான். அவரும் அவனைப் பாராட்டி ஊக்கமளித்தார். ஆண்டின் முடிவில் வண்ணப் பென்சில் பெட்டி ஒன்றை அவனுக்குப் பரிசளித்தார்.

ஓவியம் வரைவது என்பது ஒருவிதத்தில் தப்பித்தல் உணர்வைத் தரவல்லது, உலகுடன் வேறு விதமாக உறவாட வைக்க உதவுவது, அவன் வீட்டின் அருகே அழகான பெண் ஒருத்தி வசித்துவந்தாள். வாய் பேச இயலாத அவளுடைய பெயர் ஸீனா. சைகை மொழி அவளுக்கும் தெரியாது, அவனுக்கும் தெரியாது. எனவே அவளுடன் ஓவிய மொழியிலேயே செய்திகளைப் பரிமாறிக்கொண்டான். பகல் பொழுது முழுவதும் இவ்வாறு அவளுக்கு ஓவியங்கள் வரைந்து கொடுப்பான். அதன் மூலம் அன்பான விஷயங்களை அவள் தன் கற்பனை உலகில் கனவு காணச் செய்வான். அவள் குடும்பத்தைச் சேர்ந்தவர்களையும் அவளுக்காக வரைந்து கொடுத்தான். எதிர் காலத்தில் அவன் கையாள இருக்கும் உத்திக்கு அது சிறப்பான தொரு பயிற்சியாக அமைந்தது. அவளுடன் செய்திகளைப் பகிர்ந்து கொள்ள வேண்டும் என்னும் ஆவல், அவனைப் படைப்பாளியாக வளர வைத்தது. அவளைப் பார்த்துவிட்டு வீடு திரும்பியவுடன் அவளுக்கு அடுத்த நாள் தருவதற்காகத் தொடர்ந்து சில கதைகளை வரையலானான். ஸீனாவின் பெற்றோர் ஃபேஸ் நகரத்தை விட்டு காஸாபிளான்காவுக்குப் புறப்பட்ட நாளன்று மிகுந்த சோகத்துக் குள்ளானான். தன் முகவரியை நிச்சயம் அனுப்புவதாக அவள் தெரிவித்துச் சென்றாள். நீண்ட நாள் காத்திருந்தும் அவளிட மிருந்து எந்தச் செய்தியும் வரவில்லை. இந்த நினைவு அவனுக்குள் சிரிப்பை வரவழைக்கும். ஏனெனில், அவன் முதன்முதலில், அதுவும் பத்து வயதாக இருக்கும்போது காதலித்த பெண் ஸீனா தான். மேலும் சில நாட்கள் காத்திருந்து சோர்ந்தபின் அந்தச் சம்பவத்தை அடியோடு மறக்க நினைத்து அவளுக்காக வரைந்து வைத்த அத்தனை ஓவியங்களையும் கொளுத்திவிட முடிவு செய் தான். அவ்வாறு நடந்துகொண்டதற்காக இன்று வருந்துகிறான் என்றாலும் அவை எல்லாம் மிகவும் மோசமாகத்தான் இருந் திருக்கும் என்று சமாதானம் அடைகிறான்.

அருகில் இருந்த நகரும் மேசையையும் அதன் மீது வைக்கப் பட்டிருந்த அலாரத்தையும் பார்த்தான். அதில்தான் தன்னால் இயலும்போது வரைய ஏதுவாக தூரிகைகள், வண்ணங்கள் ஆகி யவை இருக்கும். காலை 11 மணி 45 நிமிடம் ஆகிறது. அது ஊசி போட்டுக் கொள்ளவும் மருந்து சாப்பிடவுமான நேரம். அவனைக் கவனிக்கும் செவிலிப் பெண், இமான் மாநிறமானவள். கருணை

நிறைந்த கண்களுடன் மென்மையாக நடந்துகொள்பவள். உள்ளே நுழைந்ததும் நேரடியாக வேலையில் இறங்கினாள். எப்போதும் அடக்கமாகவும் இனிமையாகவும் பழகும் அவள் தினமும் மூன்று முறை அவனைக் கவனிக்க வருவாள். அவளை 'ஃபுவா' என்று அழைப்பான். அவளுடைய அரபிப் பெயரைக் குறிக்கும் பிரஞ்சுச் சொல் அது. இப்பெயர் அந்த இளம்பெண்ணைச் சிரிக்க வைக்கும். மருத்துவ நண்பர் ஒருவர் அவளைப் பரிந்துரை செய்து வைத்த போது, "இவளுடன்தான் நீ நிறைய நேரம் கழிக்க வேண்டியதாக இருக்கும். அவளுடைய திறமை ஒருபுறமிருக்க, பழக இனிமை யானவள், மிகவும் அழகாகவும் இருப்பாள். உன்னைச் சுற்றி இருப்பவர்கள் பார்ப்பதற்கு அழகாகவும் இருக்க வேண்டும். உனக்குப் பெண்களைப் பிடிக்கும் என்பது எனக்குத் தெரியும். இவளை உனக்கு நிச்சயம் பிடிக்காமல் போகாது. குறிப்பாக, உங்களிடையே சிகிச்சை தொடர்பான உறவு மட்டுமே இருக்கப் போவதால் அவளைப் பிடிக்கும். மேலும் அவள் ஒரு நல்ல குடும்பப் பின்னணியை உடையவள். நிச்சயம் கன்னியாகத்தான் இருப்பாள் என்று நினைக்கிறேன். நம் வாழ்வில் நடக்கும் விபத்து களில் கிடைக்கக்கூடிய ஆதாயம் இவைதானே!" என்று கூறினான்.

இமானின் வருகைக்காக ஒவ்வொரு முறையும் ஆவலுடன் காத்திருப்பான். அவள் இருப்பு இதமளித்ததால் அவனுக்குச் சிறப் பானதொரு தருணமாக அது இருந்தது. தன் பணியை அவள் மிகுந்த சிரத்தையுடனும் கனிவுடன் செய்துவந்தாள். ஒருநாள் அவளுக்குக் காதலன் யாராவது இருக்கிறானா என்று கேட்டான். மெல்ல சிரித்து விட்டு, "அடுத்த முறை எனக்கு ஓய்வு கிடைக்கும்போது என் கதையை உங்களுக்குக் கூறுகிறேன். வேண்டுமானால் உங்க ளுக்கு அரபி மொழியிலும் பிரஞ்சு மொழியிலும்கூட என்னால் சொல்ல முடியும்" என்றாள். அவளது திட்டம் அவனுக்குப் பிடித் திருந்தது. மீண்டும் ஒருமுறை 'பொதலேரின்' படைப்புகளில் முழுகிக் களிக்க இது ஒரு வாய்ப்பாக அமையும். தெலாக்ருவாவை அதிகம் நேசித்தவர் பொதலேர். மேலும், அவர் குறித்து மத்தீஸ் எழுதியுள்ள புதிய வாழ்க்கை வரலாறு என்ன சொல்கிறது என்பதை அறிந்துகொள்ளவும் முடியும். அன்றைக்குத் தன் மருத்துவ சேவை முடிந்ததும் வந்ததுபோலவே ஓசைபடாமல் இமான் வெளி யேறினாள்.

பகல் உணவு நேரம் வந்ததும், அவனைக் கவனிக்கும் இரண்டு உதவியாளர்களும் வந்தனர். அங்கிருந்து சாப்பாட்டு மேசை இருக்கும் இடத்துக்கு அழைத்துச்சென்றனர். குழந்தைக்கு ஊட்டுவதுபோல அவனுக்கு உணவை ஊட்டினர். அவனுக்கு அதுதான் ஒரு நாளின் கடினமான பொழுதாக இருக்கும். இன்னும் சில வாரங்களில் வலது கையை அசைக்க முடியும் என்று மருத்துவர் சொல்லி இருந்தார். கொஞ்சம் பொறுமைதான் வேண்டும் என்றார். ஆனால், எதுவும் நடக்கவில்லை. அவன் குறைவாகவே சாப்பிட்டான். பசியின்மையைவிட இந்தக் கொடுமையில் இருந்து சீக்கிரமாக விடுபட வேண்டும் என்ற ஆர்வமே அதிகம் இருந்தது. இத்தனை அலங்கோலமாகவும் பலவீனமாகவும் இருப்பது அவனை மன தளவில் முற்றிலுமாகப் பாதித்தது. எங்கே புரை ஏறிவிடுமோ என்ற அச்சத்தில் ஒவ்வொரு முறையும் நீர் அருந்தும்போது, உடல் வற்றிப்போன முதியவரைப்போல் மெதுவாக அருந்தினான். தன் அப்பாவிடமிருந்து பரம்பரையாக வரும் இப்பிரச்சனை அடிக்கடி ஏற்பட்டிருக்கிறது. இப்போது இருக்கும் நிலையில் அது மிகவும் ஆபத்தாக முடியவும் வாய்ப்பு இருக்கிறது.

அவன் தனியாகச் சென்றுவரும் அளவுக்குக் கழிவறைகள் இன்னும் மாற்றி அமைக்கப்படவில்லை. 'ஈத் அல்-அதா' என்னும் ஈகைத் திருநாள் கடைப்பிடிக்கப்படுவதால் இந்நாட்டில் இப்போது வேறு வேலை எதுவும் நடக்காது. தன்னிடம் வேலை செய்யும் தொழிலாளிகள் தத்தமது கிராமத்திலிருந்து திரும்பி வந்ததும் வேலையை மீண்டும் தொடரலாம் என்று குழாய் பொருத்துநர் காத்திருந்தார். கொத்தனாரைத் தொடர்புகொள்ள இயலவில்லை. ஓவியன் அவர்களின் கண்களுக்குத் தெரியவில்லை. இலட்சக் கணக்கான மொராக்கோ குடிமக்களுக்குக் கறி சாப்பிட இது ஒரு வாய்ப்பு. யாரும் அதனைத் தவறவிட விரும்புவதில்லை. ஆனால், சிறிய மற்றும் நடுத்தர வர்த்தகர்கள் மிகவும் அஞ்சும் பண்டிகை இது. ஏனெனில், இந்நேரத்தில் அனைத்துப் பொருளாதார நடவடிக்கைகளும் சட்டென ஸ்தம்பித்துவிடும். அவனுக்கும் இது உண்மையிலேயே கொடுமையாக அமைந்தது. உணவு உண்ணுவது, கழிவறைக்குச் செல்வது ஆகியவை தவிர, மீதி நேரம் முழுவதும் ஓய்வெடுத்தபடி இருந்தான். இத்தகைய ஓய்வு அவனுக்குத் தேவைப்பட்டது. ஏனெனில் அன்றாடம் நிகழும் இந்தச் சாதாரண நடவடிக்கைகளுக்குக்கூட மிகவும் சோர்வடையவேண்டியிருந்தது.

பகல் தூக்கத்திற்காகப் படுக்கையில் கிடத்திவைத்தபோது தன் மூத்த மகனுடன் நடந்த உரையாடல் நினைவுக்கு வந்தது. அந்த உரையாடல் நடந்து நீண்ட நாட்களாகி விடவில்லை. அவன் கேட்டது நினைவில் உள்ளது. "அப்பா உன்னை எங்குப் புதைக்க வேண்டும் என்று விரும்புகிறாய்? மொராக்கோவா, பிரான்ஸா? உன் உடல் வெள்ளைத் துணியால் சுற்றப்படுவதை விரும்பு கிறாயா? அல்லது அழகான கறுப்பு நிற உடையுடன் சவப் பெட்டியில் வைக்கப்படுவதை விரும்புகிறாயா? உன் கல்லறையை நாங்கள் வந்து பார்வையிட வேண்டும் என ஆசைப்படுகிறாயா? அல்லது அதைப் பற்றி உனக்குக் கவலை இல்லையா? எப்படியும் உனக்கு எதுவும் தெரியப்போவதில்லை. நாங்கள் வந்தால் என்ன வராவிட்டால் என்ன, உனக்கு எல்லாமே ஒன்றுதான் இல்லையா? உன் உடல் எரிக்கப்படுவதில் எனக்கு விருப்பமில்லை. திரைப் படங்களில் பார்த்திருக்கிறேன். அது மிகவும் கொடூரமாக இருக்கும். இஸ்லாமும் இப்போது அதைத் தடை செய்துள்ளது என்று நினைக் கிறேன். அப்படித்தானே? போகட்டும், உன்னிடம் நிறையக் கேள்விகள் கேட்கிறேன். உனக்குத் தெரியுமா, நீ நீண்ட காலம் வாழ வேண்டும், ஆமாம் நீண்ட காலம் வாழ வேண்டும் என்று விரும்புகிறேன். உன்னை மிகவும் நேசிக்கிறேன். இருந்தாலும் எந்த நாடு, என்ன துணி என்பதை மட்டும் சொல்" என்றான்.

மகனுக்குப் பொறுமையாகப் பதில் அளித்தான். "மகனே, நன்கு யோசித்துதான் சொல்கிறேன். மொராக்கோதான் அந்த நாடு. உடலுக்கு வெள்ளைத் துணிதான். கறுப்பு உடை வேண்டாம். நம்முடைய அசுத்தமான கல்லறைகளை நினைத்தால்தான் கவலை யாக இருக்கிறது. உன் தாத்தா, பாட்டி கல்லறைக்கு நான் போன போது பார்த்திருப்பாயே, அங்குக் காணப்பட்ட சுகாதாரக்கேடு நம்மை முகம்சுளிக்க வைத்தது. எங்குப் பார்த்தாலும் புட்டிகள், பிளாஸ்டிக் பைகள், செத்துக் கிடந்த பூனைகள், தெருநாய்கள், பிச்சைக்காரர்கள், ஏமாற்றுக்காரர்கள் எனப் பலரது மனிதக் கழிவுகள் - இப்படிச் சொல்லிக்கொண்டே போகலாம். நெடுந் துயிலில் ஆழ்ந்துள்ள மறைந்தவர்களுக்கான மரியாதை இல்லை. அவர்களுக்கு அது தேவையில்லை என்று நீ சொல்லலாம். சரி தான். ஆனால், அப்படி மரியாதை செய்வதுதான் சிறந்த முறை என்பது என் கொள்கை. மகனே, எப்படியும் இந்த மண்ணைவிட்டுச்

சென்றவர்களுக்கு மரியாதை செய்வதுதான் முக்கியம். ஓர் உயிரைப் பற்றி நாம் நினைக்கும் போதே அந்த உயிர் இன்னும் இறக்கவில்லை என்பதுதான் அர்த்தம். நம் நினைவுகளில் அவர் வாழ்வார், தொடர்வார். நீ என் கல்லறையைப் பார்க்க வந்தாலும் வராவிட்டாலும் சரி, அதைப் பற்றி எனக்குக் கவலையில்லை. என்னை முழுவதுமாக மறந்துவிட்டால் அதுதான் மோசமானதாகும். நடக்கும்போது நடக்கட்டும். அதுவரை வாழ்க வாழ்க்கை!

இப்படியெல்லாம் மகனிடம் பேசிய அந்த நினைவுகளுடன் ஓவியன் தனக்குள்ளேயே அமைதி கண்டு தூங்கிப் போனான்.

அத்தியாயம் 7

பாரீஸ், ஆகஸ்ட் 1992

"முதன் முதலில் வந்தபோது இருந்த அதே நிலையில் இப் போது நான் இல்லை. காலம்தான் எவ்வளவு வேகமாய்ப் பறக்கிறது! எனக்குத் 'துலிப்' மலர்களைப் பிடிக்காது. இப் போது நான் உனக்கு அளிக்க இருக்கும் மலர்கள், 'பார்மா' ஊதா மலர்கள். என்றாவது ஒருநாள் எனக்கு 'அனிமோன்' மலர்களைப் பிடிக்கலாம்.

மீண்டும் வந்தவன், கிறிஸ்தியான் மூாக்

மொராக்கோ பயணம் முடிந்து ஒன்றரை ஆண்டுகள் கழிந்தன. அப்பயணத்தில்தான் அவர்களிடையே இருந்த நெருக்கம் சட்டெனத் தேங்கி நின்றது. பாரீஸ் திரும்பியதும் எப்படியோ சமாளித்து வாழ்க்கையை நகர்த்திச் சென்றனர். ஓவியம் வரைவ துடன் குழந்தைகளைக் கவனித்துக்கொள்வது என மனைவியோடு பயனுள்ள வகையில் நேரத்தைக் கழிக்க முயன்றான். இந்த வாழ்க்கைமுறை அவர்களிடையே இருந்த பழைய இயல்பு நிலையை மீட்க உதவியது. அவர்கள் போட்டுக்கொண்ட சண்டை களைக் கெட்ட கனவாய் மறக்க முயன்றனர். ஓவியக் கண் காட்சிக்காகச் சில காலம் அவன் வெளியூர் செல்ல நேர்ந்தது. சிறிது காலம் குடும்பத்தைவிட்டு வெளியில் சென்று செலவிட ஓவியனுக்கு அது உதவியது. புதிதாய் அவர்களிடையே உருவான இணக்கத்திற்கு உண்மையிலேயே பெரும் உதவியாக இது அமைந்தது. இவ்வாறு அவன் பிரிந்து வெளியில் செல்வதை அவள் ஒருபோதும் தடுப்பதில்லை. ஏனெனில், அவளுக்கும் தன் விருப்பப்படிக் கழிக்கச் சிறிது நேரம் கிடைத்தது.

ஒரு நாள், தென் நாடுகளின் கலைஞர்களுக்கான கருத்தரங்கத்தில் கலந்துகொள்ளும்படி அழைப்பு வந்தது. அக்கருத்தரங்கம் சீனாவில் நடைபெற இருந்தது. அந்நாட்டைப் பற்றிக் குறிப்பிட்டுக் கூறும் அளவிற்கு இவனுக்கு எதுவும் தெரியாது. ஆனால், அவற்றை அறிந்துகொள்ளும் ஆர்வம் இருந்தது. அந்த நாட்டைக் காண வேண்டும் என்று நீண்ட நாட்களாகக் கனவு கண்டுகொண்டிருந் தான். எனவே, உடனடியாக அழைப்பை ஏற்றுக்கொண்டான். ஓர் இளைஞனுக்குரிய உற்சாகத்துடன் பயண ஏற்பாட்டைக் கவனித்தான். அந்த ஆகஸ்ட் மாதத்தில் பீஜிங் விமான நிலையத்தில் போய் இறங்கியபோது வானத்தைப் பார்த்தான். ஒற்றை வண்ண ஓவியம்போல் அது காட்சியளித்தது என்றாலும் அந்த வண்ணம் கொஞ்சம் அதிகமாகவும் மனதைப் பாதிப்பதாகவும் இருந்தது. மேகமோ அல்லது நீலவான வெள்ளிக் கீற்றோ தென்படுகிறதா எனத் தேடி ஏமாந்துபோனான். உலகில் வேறு எங்கும் காண முடியாத ஒரு வானம் சீனாவில் இருந்தது. ஒற்றைத் தலைவலி ஆரம்பமானதுபோல் உணர்ந்தான். குளிரூட்டப்பட்ட அறையும் காற்றில் உள்ள ஈரப்பதமும்தான் அதற்குக் காரணம் என்று நினைத்தான். வலி நிவாரண மாத்திரைகளை விழுங்கிப்பார்த்தான். சாதாரணமாக அவை உடனே பலனளிக்கும். ஆனால், இம்முறை தலைவலி குறைந்தபாடில்லை. அனைத்தும் இங்கே வினோதமாக இருந்தன. என்ன நடக்கிறது என்று விளங்கவில்லை. மொராக்கோ தூதரகத்தில் நடைபெற்ற வரவேற்பு நிகழ்வில் கலந்துகொண்டான். சில தெரிந்த முகங்களைப் பார்க்க முடிந்தது. குறிப்பாக, தன் னுடன் உயர்நிலைப் பள்ளியில் படித்தவனைச் சந்தித்தான். இப்போது அவன் தூதரக வர்த்தகச் செயலராக இருக்கிறான். “இங்கு எந்த அடையாளத்தையும் தேடிக்கொண்டிருக்காதே” என்று ஓவியனிடம் நண்பன் கூறினான். “இங்கு எல்லாமே வித்தியாசமாக இருக்கும். எப்படியும் தூதரக வட்டாரத்தின் கண்காணிப்பிலிருந்து எளிதில் தப்பிச் செல்ல முடியாது” என்றான். தன் உழைப்பை நன்கு புரிந்துவைத்திருந்த நண்பனின் அழைப்பை ஓவியன் ஏற்றுக்கொண்டான். அங்குள்ள பிரபலமான உணவகம் ஒன்றுக்கு அவன் அழைத்துச் சென்றான். அந்த உணவகத்தில் உள்ள உணவை ஒரு குடும்பத்தினர் சமைத்து வழங்கி வந்தனர். நல்ல சீன உணவை பீஜிங்கைக் காட்டிலும் பாரீஸில் சாப்பிடலாம் என

ஓவியன் தெரிந்துகொண்டான். அன்று இரவு, அவன் உடல்நலம் சரியில்லாமல் போனது. தலை சுற்றியது. கண்கள் இருண்டன. விலா எலும்புகளில் வலி ஏற்பட்டது. சளி பிடித்திருக்கும் என்று நினைத்தான். அனைத்தும் இரகசியமாய், தீவிரக் கண்காணிப்பும் சோதனையுமாய் இருக்கும் அந்த நாட்டை விட்டு உடனடியாகப் புறப்பட வேண்டும் என்று முடிவு செய்தான். வயதான சீன ஓவியர் ஒருவரைப் பார்த்து வரும்படி ஸ்பெயின் நண்பர் ஒருவர் கூறியிருந்தார். அவரைப் பார்க்கச் செல்வது கடினமாக இருந்தது. சீனாவில் முகவரி மட்டும் போதுமானதாக இல்லை. இறுதியில் அந்த மனிதரைச் சந்திக்க வேண்டும் என்ற ஆவலைக் கைவிட்டான். "சரிதான், நீங்களும் அவரைப் பார்க்க விரும்புகிறீர்களா! எல்லோரும் அவரைப் பார்க்க விரும்புகின்றனர். ஆனால், என்ன செய்வது, அவர் எங்கு வசிக்கிறார் என்று யாருக்கும் தெரியவில்லை. இந்த நாட்டில் அவர் மட்டுமே இல்லை. ஏராளமான ஓவியர்கள் இருக்கின்றனர். நீங்கள் விரும்பினால் சீனாவில் உள்ள சிறந்த ஓவியர்களைச் சந்திக்க நாங்கள் ஏற்பாடு செய்கிறோம். மேற்கத்திய நாடுகளில் அவர்களைத் தெரியாமல் இருக்கலாம். ஆனால், அவர்களின் திறமையை யாரும் மறுக்க முடியாது" என்றான் நண்பன்.

உடல்நலம் சரியில்லை என்ற போதும், அந்த நாட்டை விட்டு வெளியேறினாலே போதும், அது தானாகக் குணமாகிவிடும் என்று நினைத்தான். ஒரு வாரத்துக்குப் பின்பு திரும்பி வருவதற்காக எடுத்த பயணச்சீட்டை மாற்றியமைத்து மோசமான நிலையில் பாரீஸ் வந்து சேர்ந்தான். நுரையீரல்களுக்கும் விலாவுக்கும் இடையே குடியிருந்த ஊமை வலி நீங்குவதாக இல்லை. கொச்சின் மருத்துவமனையில் உள்ள நெஞ்சக நோய்ப் பிரிவுக்குச் சென்றான். அங்கு அதிக வீரியமுள்ள ஆன்டிபயாட்டிக் மாத்திரைகளைத் தந்தனர். உடல்நிலையில் முன்னேற்றம் எதுவும் இல்லை. மாறாக, நிலைமை மோசமானது. மூச்சு விடுவதில் சிரமம் இருக்கவே அவசரச் சிகிச்சைப் பிரிவில் சேர்க்கப்பட்டான். மரணத்தை நேருக்கு நேர் சந்தித்தான். அதற்கு முகமில்லாமல் இருக்கலாம். ஆனால் பிளீச்சிங், ஈத்தர், சமையல் எரிவாயு - ஆகியவை கலந்த பயங்கர நெடி இருந்தது. தன் இலக்கை அடையும் முன் மரணம் பல்வேறு கட்டங்களைக் கடக்க வேண்டியிருந்தது. ஆக்சிஜன் உதவியுடன் சில மணி நேரங்கள் அவசரச் சிகிச்சைப் பிரிவின்

காத்திருப்புக் கூடத்தில் வைத்திருந்தனர். ஏனெனில், அவனுக்குச் சிகிச்சை அளிக்க வேண்டிய பிரிவில் அறை எதுவும் காலியாக இல்லை. அன்று இரவு, வெப்பமண்டல நோய்களுக்கான கூடத்தில் ஓர் இடம் கிடைக்கவே, அங்குக் கொண்டுசெல்லப்பட்டான். அவனது நல்ல காலம், தற்செயலாக இளம் மருத்துவ அதிகாரி ஒருவர், அவனிடம், "நீங்கள் அண்மையில் ஏதாவது ஆசிய நாட்டுக்குப் போயிருந்தீர்களா?" என்று கேட்டார். 'ஆம்' என்று தலை அசைத்தான். திடீரென மரணத்தின் வாசனைகள் எல்லாம் தூரச் செல்வதுபோலவும் மரண உருவத்தின் நிழல் விலகிச் செல்வதுபோலவும் தோன்றியது. புதிர் நிறைந்த முகத்துடன் அந்த மருத்துவர் விசாரித்தார்: "ஓட்டு மீன்கள் ஏதாவது சாப்பிட்டீர்களா?" அவன் யோசனை செய்துபார்த்தான். அந்தக் குடும்ப உணவு விடுதியில் சாப்பிட்ட சாலட்டில் இறால் ஒன்று இருந்தது நினைவுக்கு வந்தது. "உங்களை ஒட்டுண்ணி ஒன்று தாக்கியுள்ளது. அது ஆசியாவில் மட்டுமே இருக்கக்கூடியது. ஓட்டு மீன்களால் செய்யப்படும் உணவு வகைகளின் மூலமாகத் தொற்றி, நுரை யீரலை அது தாக்கும். உங்களுக்கு வந்திருப்பது நுரையீரல் தொற்று நோய். அதாவது 'பாரகோனிமியாசிஸ்', பாரகோனிமஸ் மியாஸாக்கி என்னும் ஒட்டுண்ணியின் காரணமாகச் சூட்டப்பட்ட பெயர்." உடனடியாக இரண்டு மாத்திரைகளை விழுங்கத் தந்தார் அந்த மருத்துவர். "உங்களுக்குத் தூக்கம் வரக் கஷ்டப்பட்டால் தூக்க மாத்திரைகளும் வலி நிவாரணிகளும் தரச் சொல்கிறேன்" என்றும் கூறிவிட்டு அந்த இடத்தை விட்டுச் சென்றுவிட்டார். அன்று வாழ்க்கையில் மோசமானதொரு இரவை அங்குக் கழிக்க நேர்ந்தது. அவன் படுத்திருந்த அந்த மெத்தை பிளாஸ்டிக் உறையால் மூடப் பட்டிருந்தது. அதன் மீது சொரசொரப்பான துணி விரிக்கப்பட் டிருந்தது. அதிலிருந்து தாங்கிக்கொள்ள முடியாத வெப்பம் வெளிப் பட்டது. அது அவனுக்குச் சித்திரவதையாக இருந்தது என்றாலும் அவனால் படுக்கையை மாற்ற இயலவில்லை. ஒருவழியாக உட்கார்ந்து பார்த்தான். எங்கே ஆக்சிஜன் செல்லும் டியூப்கள் பிடுங்கிக்கொள்ளுமோ என அஞ்சி அதிக முன்னெச்சரிக்கையோடு எழுந்து உட்கார வேண்டியிருந்தது. ஏனெனில் அவைதான் அவ னுக்கு சுவாசிக்க உதவி வந்தன. அவனை நெருப்பு ஜுவாலைகள் கடந்துசெல்வதைப்போல உணர்ந்தான். தேகம் எரிய, முடிகள்

கொட்டுவதுபோல் இருந்தது. மீண்டும் மரணம் தன்னை நெருங்கு வதைப்போல் உணர்ந்தான். இப்போது மரணத்தை நோய் என்று ஏன் கூறுகின்றனர் என்பது அவனுக்குப் புரிந்தது. மரணம் என்று ஒன்றுமில்லை. அதற்கு முன் நடப்பதுதான் கொடுமையானது. மோசமான இரவைக் கடக்க நேரும்போது அவனுடைய அம்மா கூறியது நினைவுக்கு வந்தது: "என்னைப் புதைக்க வருபவனிடம் சொல்லக்கூடிய இரவுகளில் இதுவும் ஒன்று" என்று சொல்வார். இதைக் கேட்டு அவன் சிரிப்பான். ஏனெனில், இறந்தவன் எப்படிப் பேச முடியும்? அதுவும் ஒருவன் எப்படித் தன்னைப் புதைக்க வருபவனிடம் பேச முடியும்? - குழந்தையாக இருந்த அவனுக்கு அம்மா கூறியது புரியவில்லை. மேலும் அவனிடம் என்ன கூறுவார்? சரியாகத் தூக்கம் வராததையும் பதற்றத்தில் துன்பம் அனுபவித்ததையும், அச்சத்தில் ஏற்பட்ட நடுக்கத்தால் வியர்வை வழிந்ததையும் துன்பமும் அநித்தியமும் கலந்து தன்னை நிச்சயம் மரணம் கவ்விவிடும் என்ற உணர்வுடன் காலம் கழித்ததையும் விவரிப்பாரா?

தூக்கமும் வராமல், வலியைக் குறைக்கவும் முடியாமல் போகவே கையேடு ஒன்றில் தன் எண்ணங்களை எழுதி வைத்தான். வழக்கமாக அதை ஓவியம் வரைவதற்காக வைத்திருப்பான். விழிப் பிற்கும் தூக்கத்துக்கும் இடையில் கீழ்க்காணும் சொற்களை ஏதோ ஒரு குரல் அவனுக்கு உரைத்ததுபோல் இருந்தது:

செப்டம்பர் 27 அல்லது 28ஆம் நாள். கடும் வெப்பம். வலியில் துடிக்கும் என் தேகத்தில் தீ வைத்தது போன்ற உணர்வு. தொற்றைவிடத் தாங்க முடியாததாக இருந்தது. நீண்டநேரம் வேதனை. அந்த இரவு நேரம் சித்திரவதைக் குகையில் உள்ள காத்திருக்கும் அறைபோல் இருந்தது. வியர்த்துக்கொட்டுகிறது. மூச்சு முட்டுகிறது. ஜன்னலைத் திறக்கிறேன். எங்கே குளிரப் போகிறதோ என்ற பயம். அதிகமான அழுக்குடன் இருந்த பிளாஸ்டிக் சோபா ஒன்றின் முன் இருந்தபடி பொழுது எப்போது விடியும் என்று காத்திருக்கிறேன். பகல் பொழுது முழுக்கக் கட்டிலில் கிடந்தபடி நாட்களைக் கழித்த நோயாளிகளுக்கு இரவில் தூக்கம் வராது. அவர்களுக்கு விளையாட்டுகள்போல் ஏதாவது ஏற்பாடு செய்ய வேண்டும். அல்லது குழந்தைகளுக்குச் செய்வதைப்போல நையாண்டி செய்பவர்கள், பல குரல்

மன்னர்கள், ஊக்கம் தரும் பேச்சாளர்கள் என யாரையாவது வரவழைக்க வேண்டும்.

நான் படுத்திருந்த சித்திரவதை செய்யும் கட்டிலில் எத்தனையோ விதமாகப் புரண்டுபுரண்டு படுத்துப் பார்த்தேன். அதில் இருந்து வெளியான தகிக்கும் அலைகள், பெருத்த சோர்வுக்கு உள்ளாகி என் உடல் துவண்டு போகும்போது கெட்டக் கனவாக மாறிவிடும்: பிள்ளைகளால் எங்கள் வீடு சூறையாடப்படுவதாகக் கனவு வந்தது. எங்கள் வீட்டின் மேசை, நாற்காலிகள், கட்டில், நூலகம் என எல்லா இடங்களிலும் அந்தப் பிள்ளைகள் வண்ணச் சாயத்தை ஊற்றுவதாகக் கனவு கண்டேன். மண்டியிட்டபடி யாரோ ஒருவர் மஞ்சள், பச்சை, சிவப்புப் பஞ்சுகளைப் பிய்த்துப் போடுவது தெரிந்தது. இந்த நேரத்தில், நான் அங்கு இருப்பதைப் பற்றிக் கவலைப்படாமல் வண்ணச் சாயச் சகதியில் அந்தப் பிள்ளைகள் கால் நனைத்து விளையாடுகின்றனர். மண்டியிட்டிருக்கும் நபரின் முகத்தைப் பார்க்காமல் அவனை அடித்துக்கொண்டிருக்கிறேன். நான் அடித்த வேகத்தில் நடுக்கத்துடன், வியர்வை வழிய விழித்துவிட்டேன். படுக்கையில் இருந்து துள்ளிக் குதித்து எழுந்தேன். இந்த மோசமான கட்டில் மீது என் உடலால் இனி ஒரு நொடிகூட உரச முடியாது.

இறங்கி அங்கிருந்த சோபாவில் உட்கார்ந்துகொண்டேன். பிளாஸ்டிக்கை என் உடல் தொடாதவாறு என் உடைகளால் போர்த்திக்கொண்டேன். எனக்குத் தூக்கம் சொக்கியது. மீண்டும் கனவு வந்தது. நான் காஸாபிளான்காவில் உள்ள ஹோட்டல் ரியாத் சலாமில் தங்கி இருக்கிறேன். டாக்ஸி ஒன்றில் ஏறுகிறேன். அந்த காரோட்டி வேகமாக ஓட்டுகிறான். ஒவ்வொரு திருப்பத்திலும் நான் காரின் ஜன்னலில் போய் முட்டிக்கொள்வதைப் பற்றி அவன் கவலைப்பட்டதாகத் தெரியவில்லை. அவன் ஏதோ அவசரத்தில் இருப்பதைப்போல் தெரிகிறது. நான் சொல்வதைக் காதில் வாங்காமல் ஓட்டுகிறான். என் பக்கம் திரும்பவும் இல்லை. என்னை இறக்கிவிடும்படிச் சொல்லப்பட்ட இடத்துக்கு

அவன் அழைத்துச்செல்கிறான். கார் கதவுகள் சாத்தப்பட்டுள்ளன. காஸாபிளான் காவின் மெதினா பகுதிக்கு வந்து சேர்ந்தோம். அந்த காரோட்டி என்னை அங்கிருந்த திடல் ஒன்றில் தள்ளிவிட்டான். எனக்காகச் சில இளைஞர்கள் அங்குக் காத்திருப்பது தெரிந்தது. அவர்களில் முதல் ஆள் மொட்டைத் தலையுடன் இருந்தான். அவனுக்குப் பல் இல்லை. என்னைநீண்ட நேரம் முறைத்துப் பார்த்தான்: "சரி, இப்போது நீ பதில் சொல்லியாக வேண்டும்" என்று கூறியது கேட்டது. முரட்டு இளைஞர்கள் சிலரிடம் என்னை ஒப்படைத்து விட்டு அவன் நகர்ந்தான். அந்தக் கும்பலில் யாரையும் எனக்கு அடையாளம் தெரியவில்லை. மெரூன் நிற சுவெட்டரில் இருந்த ஒருவன் என்னைப் பார்த்து, "நீ ஏன் அரபி மொழியில் எழுதாமல் வேறு மொழியில் எழுது கிறாய்? அதற்குப் பதில் சொல்லியாக வேண்டும்" என்று கேட்டான். "நான் எழுத்தாளர் இல்லை. ஓர் ஓவியன். நீங்கள் தவறாக நினைத்துவிட்டீர்கள்" என்கிறேன். யாருக்கும் நான் சொல்வது காதில் விழவில்லை. "நீ யார் என்று தெரியும். உன்னை டி.வி.யில் பார்த்திருக்கிறோம். நீ எங்களிடம் பிரஞ்சில் பேசுகிறாய்" என்று யாரோ சொல்வது கேட்கிறது. நான் அவர்களைச் சமாதானம் செய்யப் பார்க்கிறேன். நான் எழுத்தாளர் இல்லை என்ற போதிலும் பிரஞ்சில் எழுது பவர்களுக்காக வாதாடிப் பார்க்கிறேன். அவர்களிடம் உள்ள வெறுப்பை உணர்கிறேன். விசாரணை ஒன்றை நடத்தித் தீர்ப்பளித்து உடனடியாகத் தண்டனையையும் நிறைவேற்றி விடத் துடித்தார்கள். என் கதை முடிந்தது என்பது புரிந்தது. "என் ஓவியக் கண்காட்சிக்காகத்தான் காஸாபிளான்காவுக்கு வந்திருக்கிறேன்" என்று சொல்லிப் பார்க்கிறேன். என்னைப் பார்த்துச் சிரிக்கின்றனர். "இவன் நம்மிடமிருந்து தப்பிக்கப் பார்க்கிறான். நம் விசாரணையில் இருந்து தப்பிக்க ஓவியன் என்று நடிக்கிறான். இது சுலபமான வழி. ஏனெனில் ஓவியத்துக்கு பிரஞ்சு, அரபி என்ற வேறுபாடு எதுவும் கிடையாது என்றனர். அந்த நேரம் பார்த்து சாம்பல் நிற முடியுடன் ஒருவன் வந்துசேர்ந்தான். தெரிந்த முகம்போல் இருந்தது. வழக்கைத் தள்ளி வைக்கலாம் என்று அவன்

ஆலோசனை கூறினான். நான் மயிரிழையில் தப்பினேன். அந்த நபர் என்னிடம் பேசவில்லை. என்னைப் பார்க்காமல் முகத்தைத் திருப்பிக்கொண்டு என்னை ஒரு இடத்துக்குக் கொண்டு சென்றான். அங்கு மேசை, நாற்காலிகள், சித்திர வதைக் கருவிகள் ஆகியவற்றைத் தயார் செய்யும் வேலையில் சிறுவர்கள் சிலர் ஈடுபட்டிருந்தனர்...

காலை ஐந்து மணிக்கு ஓவியனுக்கு விழிப்பு வந்தது. அதுவரைப் படுத்திருந்த நரகமயமான கட்டிலைச் சபித்தான்.

பொழுது விடிந்தது. ஆக்சிஜன் டியூப்களை விடுவித்தான். குளியலறையில் தண்ணீரைத் திறந்து விட்டுத் தன் உடலில் அது வழிந்தோடும்போது, சாம்பல், கறுப்பு என நிறம் மாறுவதைப் பார்த்தான். கனவு போய் இப்போது மருட்சியில் விந்தையான காட்சிகள் தோன்றின.

மருத்துவமனையில் கழித்த இந்த அனுபவமும் மரணத்தின் விளிம்புவரை சென்று வந்த உணர்வும் சேர்ந்து அவனை விந்தை யானதொரு மோன நிலைக்குக் கொண்டு சென்றது.

நோய் மிகவும் சோர்வடையச் செய்தது. ஒட்டுண்ணிகளின் தாக்கம் முற்றிலுமாக மறைய நீண்ட காலம் பிடித்தது. எனினும், உடல்நிலை தேறிவிட்டதைப்போல் வெளியே போய்வந்தான். வீட்டிலிருந்து வெகு தொலைவில், அதாவது 14வது நகரப் பகுதியில் இருந்த தனது ஓவியக்கூடத்துக்கு எப்போதும்போல் நடந்து செல்ல ஆரம்பித்தான். மனித உரிமைப் பிரகடனத்தின் ஆண்டு விழாக் கொண்டாட்டத்துக்கான ஓவியங்களைத் தயாரிக்கு மாறு பார்சிலோனா நகராட்சியிடமிருந்து அழைப்பு வந்தது. ஆனால், அவனால் பணியில் கவனம் செலுத்த இயலவில்லை. ஒருநாள் காலையில் பணிக்குப் புறப்பட்டபோது மிகவும் சோர்வாக இருப்பதாக உணர்ந்தான். அவனுடைய மனைவிதான் தன் காரில் அழைத்து சென்றாள். போகும் வழியில் அவளிடம், “மாலை ஐந்து மணி வாக்கில் திரும்ப வருகிறாயா?” என்று மெதுவாகக் கேட்டான். யாரும் எதிர்பாராத வகையில் அவள் எரிந்துவிழுந்தாள். “நான் உன் டிரைவரும் இல்லை. இது உன் டாக்ஸியும் இல்லை. இங்கே பார். ஒரு மாதமாக நான் நோயாளியைக் கவனிக்கும் பணிப்பெண்

வேலை பார்க்கிறேன். உன்னை யார் என்று நினைத்துக்கொண்டு இருக்கிறாய். உலகமே உன்னைச் சுற்றி வருவதாக நினைக்கிறாயா? உன் உடல்நிலையை நல்ல சாக்காகப் பயன்படுத்திக்கொள்கிறாய். இனிமேலும் என்னை நம்பாதே" என்று பொரிந்து தள்ளினாள்.

அப்போது அலேஸியா வீதியில் இருந்தனர். அவன் பொறுமை இழந்து கத்தினான். "அப்படியானால் நான் நடந்து போய்கொள் கிறேன்" என்றான். அவள் சட்டென வாகனத்தை நிறுத்திக் கதவைத் திறந்தாள். அவன் இறங்கித் தனியாகத் தன் ஓவியக்கூடத்துக்குச் சென்றான்.

இந்தச் சம்பவம் அவர்களது இல்லற வாழ்க்கையை உண்மை யிலேயே குலைத்துவிட்டது. தொடர்ந்து பூசல்கள் வந்தன. அவை ஒவ்வொன்றும் வித்தியாசமானதாக இருந்தன. இந்தப் பிணக்குகளில் அவனது பங்கும் இருந்தது. அவனிடமிருந்த பல வீனம், கூச்சம், கற்பிதங்கள் ஆகியவை தவிர என்றாவது ஒரு நாள் அவள் மாறிவிடுவாள் என்னும் நம்பிக்கையும்தான். இவற்றுக் கெல்லாம் அவன் பொறுப்பேற்க வேண்டும். அவளுடனான வீண் சச்சரவுகளைத் தவிர்க்கும் பொருட்டு அவளை விட்டு விலகி, அவனை மிகவும் விரும்பும் பெண்களை (அவனைச் சாதாரண மனிதனாகவும் கலைஞனாகவும் ஆராதித்த பெண்கள் அவர்கள்) இரகசியமாகச் சந்திக்கத் தொடங்கினான். அத்தகைய பெண்களிடம் அவனுக்கு ஏற்ற திருப்தி அதிகம் கிடைப்பதாகவும், தற்சமயம் தேவைப்படும் ஒரு வித இனிமையான பாசம் கிடைப்பதாகவும் கருதினான். இதுபோன்ற இரகசிய சந்திப்புகள் அவனுக்குச் சமநிலையை இழக்காமல் இருக்கவும், திடுமென வீட்டை விட்டு வெளியேறாமல் தடுக்கவும் உதவின. அவனுடைய பிள்ளைகள் மகிழ்ச்சியாக இருந்தனர். அவனை விரும்பியதோடு கொஞ்சி விளையாடினர். அந்த நாள் முதல் அவனது மகிழ்ச்சி வெவ்வேறு இடங்களில் வெவ்வேறு நேரத்தில் ஏற்படுவதாக அமைந்தது. அது ஒரே இடத்தில் இருக்காது என்பதோடு தொடர்ச்சியாகவும் இருக்காது. நன்றாக அமைந்துள்ள இதுபோன்றவற்றால் சமநிலை யைக் குலைக்காத வண்ணம் தன் இல்லறத்தில் எழுந்துள்ள பூசல்களைக் களைந்துவிட்டு இரட்டை வாழ்க்கையை வாழலாம் எனத் திட்டமிட்டான்.

நிலைமை மோசம் அடையவே உளவியல் மருத்துவர் ஒருவரைச் சந்தித்து வர அவளைச் சம்மதிக்க வைத்தான். அந்தச் சந்திப்புக்குப் புறப்படுவதற்கு முன்பு, அவனைப் பார்த்து, "நான் ஒன்றும் பைத்தியமில்லை. உன்னுடன் வர நான் சம்மதித்ததற்குக் காரணம் வேறு ஒன்றும் இல்லை. நீ எவ்வளவு வக்கிரமும் கொடூரமும் கொண்ட ஆள் என்று உன் உளவியல் மருத்துவரிடம் காட்டத்தான் வருகிறேன்" என்று கூறித் தெளிவுபடுத்தினாள். வரவேற்பறையில் அவள் அவனைப் பார்த்தபோது கண்களில் மனக்கசப்பு அதிகமாகத் தெரிந்தது.

தொடங்கும் முன், தன் சிகிச்சை முறை எவ்வாறு நிகழும் என்று அந்த உளவியலாளர் தெளிவாக விளக்கினார். அதைப் பற்றி எல்லாம் அவள் கண்டுகொள்ளவில்லை. தங்கள் மண வாழ்க்கையில் நடந்த கொடுமைகளை அந்நியரான மருத்துவர் முன் அடுக்கத் தொடங்கினாள்:

தன் மனைவியை வீட்டிலேயே அடைத்து வைக்க விரும்பும் அயடோலாவுடன் அவனை ஒப்பிட்டாள். அவளை வாழவிடாமல், பிள்ளைகளுக்கான பணத்தை எடுத்து அவனுடைய சகோதர சகோதரிகளுக்குச் செலவிடுவதும், அடிக்கடிப் பயணம் மேற் கொள்வதுமாக இருக்கிறான் என்றாள். அவன் உண்மையில் பேய் அல்லது அது போன்ற ஒரு கணவன்... என்று கூறினாள். "அவன் வீட்டில் இருந்ததே இல்லை. பிள்ளைகள் அருகிலிருந்து தந்தை, தாய் என இரண்டு பொறுப்பையும் நான்தான் கவனிக்க வேண்டி யதாக இருக்கிறது. குழந்தைகளை அடியோடு கவனிக்காமல் விட்டபோதும் அவர்கள் அவனை விரும்ப வேண்டும் என்பதற் காக நான் இவ்வளவையும் செய்தேன். ஆனால், அவனோ அதையெல்லாம் கண்டுகொள்ளவில்லை. கண்காட்சிகள் இருப்ப தாகவும் ஓவியக்கூடத்தில் வேலை இருப்பதாகவும் ஒரு சாக்கு வைத்துக்கொண்டு மறைந்துவிடுவான். ஒருவேளை திரும்பி வந்தாலும் அவனது மனநிலை மோசமாக இருக்கும். கத்துவான், கூச்சலிடுவான், பிள்ளைகளை அடிப்பான்!" என்றாள்.

மாறாக, அவனோ தன் பக்கம் உள்ள நியாயத்தை எளிமையாக எடுத்து வைத்தான். "கொஞ்ச நாட்களாகவே எங்கள் இல்லற வாழ்வு எப்படி இருக்க வேண்டும் என்பதில் ஒரே விதமான பார்வை

இல்லை. கல்வியிலும் ஒரே மாதிரியான கருத்து இல்லை. அவளது விருப்பங்களை முடிவு செய்வதில் அவளுடைய குடும்பத்தினர் அதிகச் செல்வாக்கு செலுத்துகின்றனர். என்னால் எதுவும் சொல்ல இயலவில்லை. உங்களிடம் அவள் கூறியதில் எதுவும் உண்மை இல்லை. மன்னிக்கவும். அவள் ஒத்துழைக்கவில்லை. தன்னைப் பற்றி எண்ணிப்பார்க்க மறுக்கிறாள். நான் ஏன் இங்கு வந்திருக் கிறேன் என்றால் எனக்குச் சில சந்தேகங்கள் இருக்கின்றன. கணவன் மனைவிக்குள் உள்ள பிரச்சினைக்கு ஆலோசனை பெறவே நான் விரும்பினேன்" என விளக்கினான்.

அடுத்தக்கட்ட ஆலோசனைக்கு வர அவள் மறுத்துவிட்டாள். தன் பொற்றோரின் குடும்பக் கௌரவத்தைக் கெடுக்க இந்தச் சந்தர்ப்பத்தை அவன் பயன்படுத்திக் கொண்டதாகவும் அதைத் தாங்கிக்கொள்ள முடியவில்லை என்றும் அவள் குற்றம் சாட்டினாள்.

ஒரு மாதம் கழித்து அவன் மட்டும் தனியாகச் சென்று உளவியலாளரைச் சந்தித்தான். அந்த மனிதர் பருமனாக இருப் பார், மாநிறமுடையவர், சிவப்பு விளிம்புடைய கண்ணாடி அணிந் திருப்பார். அடர்த்தியான முடி கொண்ட அவருடைய தலையி லிருந்து விழுந்து கிடக்கும் பொடுகுகளைத் தோள்களில் காண லாம். ஓவியனைப் பார்த்தார்: "நீங்கள் இங்கு வருவீர்கள் என்று எனக்குத் தெரியும்" என்பது போலிருந்தது அவரது பார்வை. அவனை முதலில் பேச விட்டார்.

பின் குறுக்கிட்டு, "நான் இப்போது உங்களிடம் ஒரு உண்மை யைக் கூறப் போகிறேன். இது மிகவும் அரிதானது மட்டுமல்ல தொழில்முறையில் அறவே சாத்தியம் இல்லாதது. என் பெயர் ழான் கிறிஸ்தோப் அர்மான் இல்லை. உங்களைப் போல் உங்கள் மனைவியைப்போல் நானும் மொராக்கோ குடிமகன்தான். என் பெயர் அப்தெல்லா லாம்ரானி. காஸாபிளான்காவில் பிறந்த நான் ரபாத்தில் மருத்துவமும் பாரீஸில் உளவியலும் படித்து முடித்தேன். மொராக்கோவில்தான் மருத்துவராகப் பணிபுரிய வேண்டும் என்று விரும்பினேன்... ஆனால், என் துறையைக் குறித்து அங்குத் தவறான எண்ணங்கள் ஏராளமாக உள்ளன. உளவியல் மருத்துவரைத் தேடிச் செல்பவர்கள் மனநலமில்லாதவர்கள் என்று நிறையப் பேர் நினைக்கின்றனர். இருக்கட்டும், உங்கள் கதைக்கு வருவோம். உங்கள் மனைவி இங்கு வந்தது நிலைமையை மாற்றுவதற்காக

இல்லை. நீங்கள் மனநலப் பாதிப்புக்கு உள்ளாகி இருப்பதாகவும் அவர் நல்ல மனநிலையில் இருப்பதாகவும் நினைத்துக்கொண் டிருக்கிறார். அவர் நினைப்பது முற்றிலும் தவறு. எனினும், சிகிச்சைக்குத் தயாராக இல்லாதவர்களுக்கு நான் எவ்விதத்திலும் உதவ முடியாது. இப்படியான சூழ்நிலையில் தற்போதைக்கு உளவியல் ஆலோசனை என்பது உங்கள் இருவர் விஷயத்தில் சாத்தியமில்லை. அப்படியானால் உங்களுக்கு நான் என்ன அறிவுரையைக் கூறலாம்? பிரிந்து இருக்கும்படிச் சொல்லலாமா? விவாகரத்தா? முயற்சிகளைக் கைவிடும்படிச் சொல்லலாமா? எங்காவது ஓடிவிடும்படிக் கூறலாமா? இவற்றில் ஏதாவது ஒரு முடிவுக்கு வரவேண்டியது நீங்கள்தான். நீங்கள் மட்டுமே அந்த முடிவை எடுக்க முடியும். பிரச்சினை எப்போதும் இருக்கும். யாரும் உண்மையில் மாறிவிடுவதில்லை. இதை நான் சொல்லவில்லை. நம் முன்னோர்கள் கூறியிருக்கிறார்கள். வாழ்த்துகள்" என்று கூறி முடித்தார்.

அத்தியாயம் 8

மராக்கேஷ், 3 ஏப்ரல் 1993

மேட்டுக்குடி மக்கள் மூவர் தங்களுக்கு ஏற்பட்ட பிரமைகளைப் பகிர்ந்துகொண்டனர்:

“மூடியைத் திறந்த உடன் பெரிய மலைச் சரிவு ஒன்றைக் கண்டேன். ஓடையிலிருந்து தெளிவான நீர் கொட்டியபடி இருந்தது.

உட்காரலாம் என்று பார்த்தபோது எனக்கு மேல் பருந்து ஒன்று பறந்து சென்றது.

என் முகத்தின் மீது சருகுகளை வாரி அடித்தது காற்று.”

தீர்த்துக்கட்டும் தேவதை, லூயி புய்நுயெல்

என்றாவது ஒருநாள் தெலாக்குருவாவைப் பின்பற்றி மொராக்கோவில் பயணம் செய்ய வேண்டும் என்று ஓவியன் முன்பு ஒருமுறை முடிவு செய்திருந்தான். மொராக்கோவுக்குச் செல்வதற்கான விமானப் பயணச்சீட்டை அவன் வாங்கியபோது இளவேனில் கால வெளிச்சத்தில் அந்நாடு மிதந்துகொண்டிருந்தது. இளைஞனாக இருந்தபோது செய்ததைப்போல், சில கையேடுகள், பென்சில்கள், தூரிகைகள் ஆகியவற்றை எடுத்துக்கொண்டான். உடமைகள் எதுவுமில்லை. ஜம்மா எல் ஃபெனா சதுக்கத்தின் அருகில் உள்ள சிறிய தங்கும் விடுதி ஒன்றில் தங்கினான். மதினாவில் வசிக்கும் நண்பன் ஒருவனைத் தொலைபேசியில் அழைத்துப் பேசினான். எழுத்தாளரான அவன் உடனடியாக ஓவியனை வீட்டுக்கு அழைத்தான். அந்த எழுத்தாளர் இவனை இரண்டு பெண்களிடம் அறிமுகம் செய்து வைத்தான். இருவரும் படித்தவர்களாக இருந்தனர். இவனைப்போலவே தற்காலிகமாக

அந்த ஊரில் தங்கியிருந்தனர். ஒருத்திக்கு சுமார் ஐம்பது வயது இருக்கும். ஒல்லியாக வற்றிப் போய் இருந்த அவள், சதா புகைத்த படி இருந்தாள். மற்றொருத்தி முற்றிலுமாக மாறுபட்டு இளமை யாக இருந்ததுடன் அழகாகவும் கவர்ச்சியாகவும் இருந்தாள். ஆனால், குறைவாகப் பேசினாள். அடுத்தவள் இவளுக்காகப் பேசினாள். முதல் பெண் பெயர் மரியா. இரண்டாவது பெண் ஆன்ழேல். இருவருக்கும் இடையில் குறைந்தது முப்பது ஆண்டு இடைவெளி இருக்கும். மரியா ஒரு பன்னாட்டு நிறுவனத்தில் வேலை செய்கிறாள் என்பதால் எப்போதும் பயணத்தில் இருப் பாள். மொராக்கோ குறித்து நிறைய தெரிந்திருந்த அவளிடம் பேசிக்கொண்டிருப்பது சீக்கிரமே அவனுக்குப் பிடித்து போனது. விடைபெறும் முன் அப்பெண்கள் தங்கியிருந்த விடுதியில் அடுத்த நாள் சந்திக்க முடிவு செய்தனர். பெண்கள் இருவருமாகச் சேர்ந்து எழுதிய "லத்தீன் அமெரிக்காவில் இந்தியக் கலையின் தொடக்கம்" என்னும் நூலை வழங்க அவர்கள் விரும்பினர். அவனுக்கு நிச்சய மாகப் பிடிக்கும் என்று நினைத்தனர். மரியா அர்ஜெண்டினாவைச் சேர்ந்தவள், ஆன்ழேல் கத்தாலானில் பிறந்து கௌதமாலாவில் குடியேறியவள்.

விடுதியில், ஆன்ழேலிடம் பேச்சு கொடுத்தான். ஆனால், மரியாதான் பதில் கூறினாள். நூலுக்கு நன்றி கூறியதுடன், தென் பகுதியில் உள்ள கிராமம் ஒன்றுக்கு காரில் அவர்களை அழைத்துச் செல்லத் தயாராக இருப்பதாகச் சொன்னான். அவர்கள் அறிந்திராத அந்தக் கிராமம் நிச்சயம் அவர்களுக்குப் பிடிக்கும் என்றும் கூறினான். ஆனால், மறுநாள் விமானப் பயணம் இருப்பதால் அழைப்பை அவர்கள் ஏற்கவில்லை. அடுத்தமுறை பாரீஸ் பக்க மாக வரும்போது சந்திப்பதாகக் கூறி முகவரிகளைப் பரிமாறிக் கொண்டனர்.

அன்று இரவு, ஆன்ழேலிடம் மீண்டும் ஒரு முறை பேசிவிட முயன்று பார்த்தான், அதனால் எரிச்சலடைந்ததுபோல் அவள் தொலைபேசியில் கடுமையாகப் பதிலளித்தாள். அழைப்பைச் சுருக்கமாக முடித்துக்கொண்டு தன் செய்கைக்கு வருந்தினான். பத்து நிமிடத்துக்கு பின் அவளே அழைத்துப் பேசினாள். "நான் வீதியில் நடந்துகொண்டிருக்கிறேன். இப்போது தாராளமாகப்

பேசலாம். நாம் கடிதங்கள் வழியே உரையாடலாம். சரியா! எனக்கு பிரஞ்சு புரியும், ஆனால், சரளமாகப் பேச வராது" என்றாள். "எனக்கு ஸ்பானிஷ் சரியாக எழுத வராது, ஆனால், பேச முயற்சி செய்வேன்" என்றும் பதிலளித்தாள்.

அவனுடைய உள்ளுணர்வு சரியாகத்தான் வேலை செய்திருக்கிறது, அவர்களிடையே ஏதோ ஒன்று சாத்தியமாவதுபோல் தெரிகிறது. உடல் ஈர்ப்பு, காதல் முயற்சி, சாதாரண சம்பவம் - இவற்றில் எது அந்த சாத்தியம்? அவனுக்குத் தெளிவாகத் தெரியுமா? எம்மாதிரியான வாய்ப்புகள் வந்தாலும் - அவை எல்லை மீறியதாக இருந்தாலும் - அவன் அதற்குத் தயாராக இருந்தான். தன் மனைவியிடம் இருந்து விடுபடும் வழியைத் தேடிக்கொண்டிருந்தான். அவளுடன் உடலுறவு கொண்டு பல மாதங்கள் ஆகியிருந்தன, மனதளவில் அவளைப் பிரிந்து வெகு நாளாகிறது. ஆனால், வழக்கமான நடவடிக்கைகளில் மாற்றம் ஒன்றும் இல்லை. தெலாக்குருவா பாதையைப் பின்தொடர வேண்டும் என்னும் திட்டத்தைக் கைவிட்டுவிட்டு, கார் ஒன்றை வாடகைக்கு அமர்த்திக்கொண்டுத் தன் மனைவியின் சொந்த ஊரை நோக்கி விரைந்தான். ஒருவேளை மனம் மாற நேர்ந்தால் தேவைப்படும் என்ற எண்ணத்தில் மராக்கேஷ் விடுதியின் அறையையும் காலி செய்யவில்லை. சென்று சேர்ந்த அந்தச் சிறிய கிராமத்தில் கிடைத்த இனிமையான நினைவுகள் மட்டுமல்லாமல் மோசமான நினைவுகளும் அவனை விட்டு அகலவில்லை.

'காம்ஸா' என்னும் பெயர்ப் பலகையைக் கண்டுபிடிப்பதற்கு முன் பல முறை பாதையைத் தவற விட்டிருக்கிறான். ஐயாயிரம் மக்கள் வசிக்கும் அந்த ஊரில் ஐந்து மரங்களும் ஐந்து மசூதிகளும் மட்டுமே உள்ளன என்பதால்தான் அந்த ஊருக்கு அப்பெயர் வந்தது.

ஊருக்குள் நுழையும் போதே சிறுவர்களின் உற்சாகமான வரவேற்புக் கிடைத்தது. "மிசியோ, மிசியோ" என்று அவனைச் சுற்றி வந்தனர். அவர்களில் சிலர் வெற்றுக்காலுடன் இருந்தனர். சிலருடைய கண்பார்வையில் பாதிப்பு இருப்பது தெரிந்தது. அவர்களிடம் அரபி மொழியில் பேசியபோது அவனுடைய வடக்குப் பகுதியின் மொழிச் சாயலை அவர்கள் கேலி செய்தனர். ஆனால்,

அவர்களுக்காக எடுத்து வந்திருந்த பொருட்களைப் பையிலிருந்து எடுத்தான். கையேடுகள், வண்ண பென்சில்கள், ஸ்கெட்ச் பேனா பாக்கெட்டுகள் ஆகியவற்றை அவர்களிடம் தந்துவிட்டு, அடுத்த நாள் வந்து அவர்கள் வரைந்த படங்களைக் காட்டும்படிச் சொன்னான். அவனுடைய மனைவியின் மாமாக்கள், அத்தைகள் என உறவினர்கள் அவனை வரவேற்றனர். ஆனால், மிரட்சியுடன் காணப்பட்டனர். அவனை எவ்வாறு திருப்திபடுத்துவது என்று தெரியாமல் விழித்தனர். மனைவியுடன் சென்ற முறை வந்தபோது நடந்தது நினைவுக்கு வரவே, மராக்கேஷில் மருந்துகளை வாங்கியிருந்தான். அவற்றை அவர்களுக்கு வழங்கினான்.

அவனுக்கு நன்றி கூறிய அவர்கள், அவனுடைய மனைவி குறித்து விசாரித்தனர். அவள் நன்றாக இருப்பதாகவும் பிள்ளைகளையும் வீட்டையும் கவனித்துக்கொள்வதாகவும் இருவரும் சந்தோஷமாக இருப்பதாகவும் கூறினான். அவன் தனியாக வருவது அதுதான் முதல்முறை. இவ்வாறு அடிக்கடி வர வேண்டும் என்று நினைத்துகொண்டான். ஏனெனில் இப்போது அங்கு அனைத்தும் வேறு விதமாகத் தெரிந்தன. அங்குள்ள மக்கள் மிகவும் தன்னடக்கத்துடன் தாராள மனம் படைத்தவர்களாகவும், பண்பானவர்களாகவும் நல்ல உள்ளம் கொண்டவர்களாகவும் தெரிந்தனர். நிழற் படம் எடுக்கவும் ஓவியம் வரையவும் மலைக்குச் செல்ல விரும்பியதாகவும் போகும் வழியில் இங்கு வந்ததாகவும் அவர்களிடம் கூறினான். உடனே அங்கிருந்த ஒருவன் உதவிக்கு வருவதாகக் கூறினான். அவனது பைகளைத் தூக்கிவர முன்வந்தான். துடிப்பான பார்வை கொண்ட அந்த இளைஞன் சிறிதளவு பிரஞ்சு பேசினான். ஆனால், அவனுக்கு அரபி மொழியில் ஒரு வார்த்தைகூடத் தெரியவில்லை. இருபது வயதுகூட இருக்காது. அவன் பெயர் பிரெக்.

மலையை ஏறி முடிக்கும்வரை, கிளிர்மாஃபிரான் குறித்துப் பல சந்தேகங்களை விடாமல் கேட்டு வந்தான். அவன் குறிப்பிடுவது கிளெர்மோன் ஃபெரான் என்ற நகரத்தைப் பற்றித் தான் என்பதைக் கண்டுபிடிக்க ஓவியனுக்குக் கொஞ்சம் நேரம் ஆனது. மலை உச்சியில் நின்றுகொண்டு சுவராசியமற்ற அந்த நகரின் பெயரை ஒருவன் ஓயாமல் உச்சரிப்பதைக் கேட்க எரிச்சலாகத்தான் இருந்தது. வானம் தெளிவான நீல நிறத்தில் இருந்தது. இயற்கைக்

காட்சிகள் அருமையாக இருந்தன. தொடுவானம் எல்லையற்று விரிந்திருந்தது. இரண்டு ஆண்டுகளுக்கு முன் அப்பகுதியைச் சுற்றிப் பார்க்கவந்த பிரஞ்சுத் தம்பதியினருக்கு இதே இளைஞன் பிரெக் உதவி செய்துள்ளான். அவர்கள் கிளெர்மோன் ஃபெரானில் வசிப்பவர்கள். அவர்கள் வீட்டில் உள்ள தோட்டத்தைக் கவனித்துக் கொள்ளவும், வீட்டு வேலை பார்க்கவும் அவனுக்கு விசா பெற்றுத் தர முயற்சி செய்வதாய் உறுதி அளித்திருப்பதாகத் தெரிந்தது.

ஓவியன் தன்னிடம் இருந்த பெரிய கையேடு ஒன்றில் ஓவியம் வரைந்துகொண்டிருந்தபோது பிரெக் சட்டென,

"ஒரு விஷயம் தெரியுமா, என் அக்கா, அதுதான் உங்கள் மனைவிகூட என்னை பிரான்ஸுக்கு வரும்படிச் சொன்னார். நானும் அவரிடம் என் அடையாள அட்டை, என் கடவுச்சீட்டு, மற்ற ஆவணங்கள் எல்லாவற்றையும் கொடுத்திருந்தேன். சீக்கிரத்தில் நான் அங்கு வர முடியும் என்று கூறினார். அதனால்தான் நான் கிளிர்மாஃபிரான் பற்றி எல்லாவற்றையும் தெரிந்துகொள்ள விரும்புகிறேன். நீங்களும் அங்குதான் வசிக்கிறீர்களா?" என்று விசாரித்தான்.

"இல்லை, நாங்கள் பாரீஸில் வசிக்கிறோம். 13ஆவது நகரப் பகுதியில் இருக்கிறோம். இந்த ஊர்போல் கிடையாது:

"உங்கள் வீடு பெரியது என்றும் நான் தோட்டத்தைக் கவனித்துக் கொள்ளலாம்" என்றும் அக்கா சொன்னார்.

"அப்படியா?"

"ஆமாம், நான்தான் உங்கள் தோட்டக்காரர்."

"நீ தோட்ட வேலைக்காரனா?"

"இல்லை. கிளிர்மாஃபிரான் தம்பதியினரும் இப்படித்தான் விசாரித்தார்கள். ஆனால், என்னால் சமாளிக்க முடியும், எனக்குக் களை எடுக்கத் தெரியும், குழி வெட்டத் தெரியும், தண்ணீர் பாய்ச்சத் தெரியும்."

"ஆனால், உனக்கு அண்மையில்தானே திருமணமாகியிருக்கிறது. உன் மனைவியை விட்டுவிட்டு வெளிநாட்டுக்குப் போகப் போகிறாயா?"

"இல்லை. என் மனைவிக்கு உங்கள் வீட்டில் வேலை இருக்கும் என்று என் அக்கா சொல்லியிருக்கிறார். அவளுக்கும் பாஸ்போர்ட், விசா எடுத்துத் தருவார்."

சில மாதங்கள் கழித்து ஏறக்குறைய அப்படித்தான் நடந்தது. ஜெர்மனியில் ஓவியக் கண்காட்சி முடித்து பாரீஸ் திரும்பிய ஓவியன், பிள்ளைகளுக்கான அறைகளின் ஒன்றில் ஓர் இளம்பெண் தங்கி இருப்பதைக் கண்டு ஆச்சரியமடைந்தான். அவள் மிகவும் கூச்ச சுபாவம் கொண்டவளாகவும் பிரஞ்சு மொழியோ அரபி மொழியோ எதுவும் பேசாதவளாகவும் இருந்தாள். இந்த ஏற்பாடு குறித்து ஏன் தன்னிடம் விவாதிக்கவில்லை, தன் விருப்பத்தைக் கேட்கவில்லை என்று மனைவியிடம் கேட்டபோது அவள் காட்டமாகப் பதில் அளித்தாள்.

"நான் என்ன செய்கிறேன் என்று எனக்குத் தெரியும். இப் பெண்ணுக்கு இளம் வயதிலேயே திருமணம் ஆகிவிட்டது. அவள் பள்ளிக்குப் போய் கல்வி கற்கவும் அதே நேரத்தில் வீட்டில் குழந்தைகளைக் கவனித்துக்கொண்டு எனக்கு உதவி செய்யவும், நான்தான் அவளை இங்கு வரவழைத்துள்ளேன். நீதான் எப் போதும் இங்கு இருப்பதில்லை. நீ இல்லாதபோது வீட்டில் என்ன நடக்கிறது என்றும் என்னவெல்லாம் தேவைப்படுகிறது என்றும் உனக்குத் தெரியுமா? என்னிடம் சண்டை பிடிக்க உனக்கு ஏதாவது சாக்கு வேண்டும். அதுதானே! வேறு வேலையைப் பார்."

"நீயாக ஒரு முடிவை எடுத்துவிட்டு என் மீது திணிக்கிறாயே!"

"நீதான் அப்படிச் செய்கிறாய்!"

அவன் அதற்கு மேல் பேசவில்லை. நிலைமை மோசமடைவதை அன்றே உணர்ந்தான். பரிதாபத்துக்குரிய அந்தக் கிராமத்துப் பெண் இந்த வாழ்க்கைக்கு முற்றிலும் அந்நியமாக இருந்தாள். அவள் இருந்த அறையின் பக்கத்தில் இருந்த கழிவறையில் தரையெங்கும் கழிவறைத் தாள்கள் சிதறிக்கிடந்தன. கழிவுப் பீடம் அசுத்தமாக இருந்தது. அதில் அமர்ந்து மலம் கழிக்கத் தெரியாததால் அதன் மீது ஏறியிருக்க வேண்டும். குமட்டலுடன் அறையை விட்டு வெளியே வந்தான். மனைவியிடம் எதுவும் பேசவில்லை. அவளே பிரச் சினையைத் தெரிந்து கொள்ளட்டும் என்று நினைத்தான். அந்தப்

பணிப்பெண் இருந்த அறையை எட்டிப் பார்த்தான். தன் உடமை களை கட்டில் மீது பரப்பி இருந்தாள். இரவில், மெத்தை விரிப்பைத் தரையில் போட்டு, அதன் மீது தூங்கிக்கொண்டிருந்தாள். அடுத்த நாள் காலை அவன் போய் பார்த்தபோது தரையில் சுருண்டு கிடந்தாள். அவள் முகம் சிவந்திருந்தது. ஜாம் பாட்டில் என்று நினைத்துக் கடுகுப் பசையை வழித்து ஒரு முழுக் கரண்டி அளவிற்கு விழுங்கியிருக்கிறாள். சமையலறையில் கொக்கோக்கோலா டின் ஒன்று நிறைய ஓட்டைகளுடன் கிடந்தது. அதனைத் தன் பற்களால் திறக்க முயன்றிருக்க வேண்டும். அன்று இரவு தனியாக அறையில் அவள் அழுதுகொண்டிருந்தது கேட்டது.

ஒரு மாதத்திற்குப் பின் அந்தப் பணிப்பெண் கிராமத்துக்குத் திரும்பிச் சென்றாள். ஓவியன் நிம்மதிப் பெருமூச்சு விட்டான். ஆனால், இரண்டு வாரம் சென்றதும் அவளுக்குப் பதிலாக வேறு ஒரு பெண் வந்தாள். அவள் அண்மையில்தான் பள்ளிப் படிப்பை முடித்து உயிரியல் படிப்பைத் தொடங்கியிருந்தாள். இவள் வரு வதைப் பற்றியும் அவனுக்கு முன்கூட்டியே தகவல் இல்லை. விவாதமோ எதிர்ப்போ எதுவும் பலனளிக்கப் போவதில்லை. அவன் மனைவியிடம் ஒரே ஒரு கேள்வியைத்தான் கேட்டான். "தோட்டக்காரன் கதை என்ன? அவன் எப்போது வருகிறான்?" பதில் எதுவும் வரவில்லை.

★ ★ ★

மலை உச்சியில் இருந்து பார்க்க, காம்ஸா கிராமம் வறண்ட சிவப்புத் திட்டுபோல் தெரிந்தது. எங்கும் தண்ணீர் இல்லை. சுற்றுவட்டாரத்தில் எவ்விதப் பசுமை வெளியும் இல்லை. செடி கொடி எதுவும் இல்லை. பாறைகளும் முட்புதர்களும் நிறைந்த பயனற்ற கிராமம் என்று அவன் நினைத்துக்கொண்டான். பிரெக்கும் அதைத்தான் கூறினான். தான் பிறந்த ஊரைப் பற்றிப் பேசுவதை அவன் நிறுத்தவில்லை. "கடவுள் எங்களை மறந்துவிட்டார். எங்களிடம் எதுவும் இல்லை. குறைவான தண்ணீர். மின்சாரம் இல்லை. பள்ளி இல்லை. மருத்துவர் இல்லை. எதுவும் இல்லை. இங்கு எதுவும் விளையாது. ஆனால், எங்களிடம் ஏராளமான பூனைகளும் நாய்களும் இருக்கின்றன. எங்களைப்போல் அவையும்

பசியோடு இருக்கின்றன. எங்கே வேண்டுமானாலும் சுற்றட்டும் என்று சுதந்திரமாக அவற்றை விட்டுவிடுவதால் இங்கேயும் வரு கின்றன. இப்போது உங்களுக்குப் புரிகிறதா? கிளிர்மா ஃப்ரான், இந்த ஊரைக் காட்டிலும் நன்றாக இருக்கும்! திருமதி நிக்கோல் ஏன் எனக்குக் கடிதம் எழுதவில்லை, என் கடிதங்களுக்குப் பதில் போடவில்லை என்று உங்களுக்குத் தெரியுமா? என் அக்கா எனக்குக் கொடுத்த வாக்குறுதியைக் காப்பாற்றுவார் என்று நினைக் கிறீர்களா?"

போதுமான அளவுக்கு ஓவியங்களும் புகைப்படங்களும் வந்து விட்டன என்ற திருப்திக்குப் பின் பிரெக்கும் அவனும் கிராமத் துக்குத் திரும்பினர். அவனுக்காகச் சுவையான உணவு காத் திருந்தது. ஆலிவுடன் 'தஜீன்' வறுவல் அதிக எண்ணெய்யுடன் இருந்தது. அவனால் அதைச் சாப்பிட முடியவில்லை. சில துண்டுகளை விழுங்கிப் பார்த்தான். பிறகு குஸ்குஸ்ஸை எடுத் தான். அதுவும் வறுவலைப்போல் எண்ணெய்யாக இருந்தது. அந்தப் பெண்கள் நாள் முழுக்கக் கஷ்டப்பட்டுச் சமைத்த உணவுப் பண்டங்களைச் சாப்பிட முடியாததற்காகக் கூச்சப்பட்டான். நல்ல வேளையாக உடனிருந்தவர்கள் எல்லாவற்றையும் சாப்பிட்டு முடித்துவிட்டனர். தொழுகைக்காகப் பயன்படுத்தபட்ட அறை ஒன்றில் அவன் உறங்கினான். வயிற்றில் எரிச்சல், நெஞ்சில் எரிச்சல் என அவனுக்கு இரவு முழுக்கத் தூக்கம் வரவில்லை. காலையில் சீக்கிரமாக எழுந்து வெளியே வந்தான். மென்மையும் அசாதாரணமான நெகிழ்வும் கொண்ட வெளிச்சத்தைப் பார்த்தான். நினைவில் வைத்துக்கொள்ளச் சில புகைப்படங்களை எடுத்தான். திரும்பியவுடன் அந்தப் பயணத்தின்போது அவன் பார்த்தது, அவனை மிகவும் ஈர்த்தது என அனைத்தையும் ஓவியமாக வரை வதில் ஈடுபட்டான்.

அவனது பணிமனைக்குள் வந்து பார்த்த அவனுடைய மனைவி ஓவியங்களில் தன் சொந்த ஊர் இருப்பதைப் பார்த்துவிட்டாள். இரண்டு ஓவியங்கள் இன்னும் முடிக்கப்படாமல் இருந்தன. அவற்றைப் பார்த்துவிட்டு அவள் வெளியே போகும்போது,

"இந்த ஓவியங்களில் கிடைக்கும் பணம் காம்ஸா கிராமத் துக்குத்தான். அந்த ஏழை மக்களைச் சுரண்ட உனக்கு உரிமை

கிடையாது. அவர்களது வறுமையை வைத்து நீ பணம் சம் பாதிப்பது அவர்களுக்குத் தெரியாது. புகைப்படக் கலைஞனான உன் நண்பனைப்போல்தான் சுரங்கத் தொழிலாளர்களைப் பட மெடுப்பது, பிறகு அவற்றைக் கண்காட்சியில் வைத்து நன்றாகக் காசு பார்ப்பது, இவற்றையெல்லாம் தடை செய்ய வேண்டும்" என்று சொல்லிக்கொண்டே போனாள். அவளுக்குக் கேட்டதா, இல்லையா என்று தெரியாமல் அவன் பதிலளித்தான்:

"அவை விற்பனைக்கல்ல."

அத்தியாயம் 9

காஸாபிளான்கா, 1995

"இறந்துபோனவர் முடியின் நிற மாற்றத்தை வைத்து அந்த ஆன்மா என்னவாகியிருக்கும் என்று தெரிந்துவிடும் என்று சிலர் சொல்வார்கள்."

நதியும் மரணமும், லூயி புய்நுயெல்

இனி காஸாபிளான்காவில் உள்ள அழகான இல்லத்தில் வசிக்கலாம் என முடிவெடுத்த இரண்டு ஆண்டுகள் கழித்து ஒரு நாள், அவனுடைய மனைவி உறுதியான குரலில், "நீ என்னை ஏமாற்றுகிறாய் என்று எனக்குத் தெரியும். அது யாரென்றும் தெரியும்" என்று சுருக்கமாகச் சொன்னாள்.

சந்தேகப்படலம் தொடங்கியது. அதன் பிறகு அது நிற்கவே இல்லை. அவனைக் கண்காணிக்க ஆரம்பித்தாள். அவன் கூறிய அனைத்தையும் சந்தேகித்தாள். அவன் அருகில் எந்தப் பெண் வந்தாலும் அவளுக்குச் சந்தேகம் வந்தது. அவளது பொறாமைக்கு அளவில்லாமல் இருந்தது. இப்படித்தான், "கலையும் இலக்கியமும்" என்ற பொருளில் பெர்லின் நாட்டில் ஓவியர் அன்செலம் கெய்ஃபேருடன் விவாதம் நடைபெற இருந்தபோது, அந்த நிகழ்ச்சி ரத்து செய்யப்பட்டுவிட்டதாக இவள் கூறினாள்.

"அது எப்படி முடியும்? இதை யார் செய்தது?" என்று அவளிடம் கேட்டான்.

"ஏன், நான்தான். வேறு யார் செய்திருக்க முடியும் என்று நினைக்கிறாய்? எத்தனை மணிக்கு உன் விமானம் பெர்லின் வந்தடைகிறது என்பதை அறிந்துகொள்ள ஒருத்தி, தொலைபேசியில் அழைத்தாள். ஒரு மக்ரேபிய பெண். அஸ்மா என்ற

பெயராம். அவள் குரலை வைத்து அவள் ஒரு விலைமகள் என்று கண்டுபிடித்துவிட்டேன். எனவே, "இந்த விவாத அரங்கில் என் கணவருக்கு விருப்பமில்லை. தன் மனைவியுடன் இருக்கப் போகிறார்" என்று கூறித் தொடர்பைத் துண்டித்துவிட்டேன்.

இந்தச் சம்பவம் ஓவியனை உண்மையிலேயே ஆத்திரமடையச் செய்தது. நிகழ்ச்சியை எப்படியாவது உயிர்ப்பிக்கலாம் என்று பார்த்தான். ஆனால், காலம் கடந்துவிட்டது. அந்த விவாத அரங்கத்தின் அழைப்பிதழ்களை அவள் கிழித்துப்போட்டுவிட்ட படியால் அதை ஏற்பாடு செய்தவர்களின் பெயர்கள் அவனுக்குக் கிடைக்கவில்லை. இந்தச் சம்பவம் அவனுக்கு அவமானமாக இருந்தது. தன் மனைவி எந்த அளவுக்கு ஆபத்தானவள் என்பதைப் புரிந்துகொண்டான். எதற்கும் பெர்லினில் உள்ள நண்பர்களில் ஒருவரைத் தொலைபேசியில் தொடர்புகொள்ள முயன்றான். யாரும் பதில் அளிக்கவில்லை. கருத்தரங்கு நடக்க இருக்கும் முந்தைய நாளில் அவனால் கோபத்தை அடக்கிக்கொள்ள முடிய வில்லை. அன்று இரவு வரவேற்பறையில் படுத்துக்கொண்டான். அடுத்த நாள் உடல்நலமில்லாமல் இருக்கும் அம்மாவைப் பார்த்து வரத் திட்டமிட்டான்.

அடுத்த நாள் காலையும் அவனால் அமைதியாக இருக்க முடியவில்லை. வீட்டை விட்டு வெளியேறத் துடித்தான். அந்தக் கருத்தரங்கத்துக்குச் செல்ல முடியாமல் போனது மனதை அரித்துக் கொண்டிருக்கத் தன் அம்மா வசிக்கும் ஃபேஸ் நகரத்தின் பாதையில் பயணம் மேற்கொண்டான். தாஞ்சியரில் உள்ள மிராழ் ஹோட்டலின் உணவுக்கூடத்தில் அண்மையில் நண்பர்களுடன் கலந்துகொண்ட விருந்து நினைவுக்கு வந்தது. நண்பர்களுக்கும் அறிமுகமான ஒரு குடும்பத்தைப் பற்றித் தாறுமாறாக அவனுடைய மனைவி பேசிக்கொண்டிருந்தாள். "எங்கள் பிள்ளைகளை நீரில் அமுக்கிக் கொல்லப் பார்த்தவன்" என்று அந்த நபரைப் பற்றிக் குற்றஞ்சாட்டினாள். அப்போது கணவன் பக்கம் திரும்பி, "நீ ஒரு மனிதன் இல்லை. ஒரு கணவனாகக்கூட உன்னை ஏற்க முடியாது. உண்மையில் நீ ஒரு மனிதனாக இருந்தால் உன் பிள்ளையைக் கொல்லப் பார்த்தவனுடனான நட்பை உடனடியாக முறித்திருக்க வேண்டும்" என்றாள். எவ்வளவோ முயன்றும் சினத்தைக் கட்டுப் படுத்த முடியாமல் எதிரில் இருந்த தண்ணீரை அவள் முகத்தின்

மீது கொட்டினான். அவளும் உடனடியாகத் தன் கையிலிருந்த வைன் கிளாஸை அவன் மீது எறிந்தாள். அவனால் எதையும் பார்க்க முடியவில்லை. சில நொடிகள் எல்லாம் இருட்டாக இருந்தது. உணவுக் கூடத்தில் இருந்த அத்தனைப் பேரும் இந்தக் காட்சியைப் பார்த்துக்கொண்டிருந்தனர். உடன் இருந்த தம்பதியினர் சமாதானம் செய்ய முயன்றனர். எனினும் நடந்துவிட்ட அசம்பாவிதம் அவனை மிகவும் பாதித்தது. தான் நிதானம் தவறியதற்கு நொந்துகொண்டான். இதுபோல் இனி ஒருமுறை நடக்காமல் பார்த்துக்கொள்வது என்ற முடிவுக்கு வந்தான். கண்களில் நீர் ததும்பத் தன் நண்பனுடன் கடற்கரையில் நடக்கச் சென்றான். "தம்பதியினருக்குள் கைகலப்பு வந்துவிட்ட பிறகு சேர்ந்து வாழ்வது என்பது சாத்தியமில்லை. அதன் பின் மேற்கொள்ளும் ஒட்டும் முயற்சி எல்லாம் தன்னைத் தானே ஏமாற்றிக்கொள்ளுதல்தான். எனவே, விவாகரத்து மட்டுமே ஒரே தீர்வாக இருக்கும்" என்று அவனுடைய நண்பன் கூறினான். அவர்களுடைய இல்லற வாழ்க்கையில் விவாகரத்து குறித்து ஒருவர் பேசுவது அதுதான் முதல் முறை.

தன் மனைவி வெளியூருக்குப் பயணம் மேற்கொண்டபோது பிள்ளைகளுடன் இருக்க நேர்ந்தது. அப்போது காஸாபிளான்காவில் இருந்த அவர்களுடைய பெரிய வீடு, அமைதியாகவும் எவ்விதச் சச்சரவும் இல்லாமல் அனைத்தும் நடந்துகொண்டிருந்தன. பிள்ளைகளிடையே எழும் வழக்கமான சண்டைகளைக்கூட எப்போதாவது தான் பார்க்க முடிந்தது. துப்பறிவாளன்போல் வீட்டைக் கூர்ந்து கவனித்த ஓவியன், சுவர்கள்கூட ஓய்வெடுக்கின்றன என்று நினைத்துக்கொள்வான். அங்கு நிலவிய அசாதாரணமான அமைதியை அவள் இல்லாத இந்தச் சூழ்நிலையைக் கடந்தும் நீடித்திருக்க வேண்டும் என்று விரும்பினான். ஆனால், எப்படி அதை நிறைவேற்றுவது?

பாரீஸில் வசித்த காலத்தில் ஓவியக்கூடத்துக்குச் செல்லும் அவன் சில நேரத்தில் அங்கேயே உறங்கிவிடுவதுண்டு. வீட்டில் புயல் காத்திருக்கக் கூடும் என்று உணர்ந்ததால் அப்படிச் செய்வான். பூசலை ஓர் இரவுப் பொழுது ஒத்திவைத்தால் மனக்கசப்புத் தணியும் என்று எதிர்பார்ப்பான். அவன் மனைவியோ, ஓவியக்கூடத்தில் அவன் தனியாக இருந்திருக்க மாட்டான் என்று சந்தேகப்படுவாள். நள்ளிரவில் வந்து எட்டிப்பார்த்துவிட்டு எதுவும் பேசாமல் போய்

விடுவாள். அவன் ஓவியம் வரையும் இடத்தைப் "பேருக்கு ஓவியக்கூடம்" என்றும் நேரடியாகவே "விபச்சார விடுதி" என்றும் அழைத்துவந்தாள்

தன் பெண் நண்பர்களை அந்த ஓவியக் கூடத்தில் சந்திக்கும் வழக்கத்தை அவன் வைத்திருந்தான். பெரும்பாலும் பகலில் சந்திப்பதையே விரும்புவான். காலையில் வரையும் வேலையில் ஈடுபடுவான். பகல் உணவு முடித்துக் குட்டித்தூக்கம் போடப் பிடிக்கும். 'குட்டித் தூக்கம்' என்பதற்கு அவன் கொண்டிருந்த அர்த்தம் என்னவென்று அவனுடைய குறிப்பிட்ட தோழி ஒருத்திக்கு நன்றாகத் தெரியும். அவள் திருமணமானவள், பயன்பாட்டுக் கணிதப் பேராசிரியர், அவனைச் சந்திப்பதற்கு முன்பே கலைஞன் என்ற முறையில் ஓவியனை ஆராதனை செய்தவள். அந்தகைய கலைஞனைச் சந்திக்க உதவும் அந்தத் தருணங்களை அவள் பெரிதும் விரும்புவாள். அவனுக்காகப் பரிசுப் பொருட்களைக் கொண்டுவருவாள். மெல்லிய நறுமணத்தையுடைய தேநீரை எடுத்துவருவாள். தன் கணவனை விரும்பும் அதே நேரம் இவனையும் அவள் நேசித்தாள். எவ்விதப் பொய்யும் சொல்லாமல், துரோகத்துக்கு இடமில்லாமல் அவளுடைய கணவனுக்குத் தெரிந்து தான் சுதந்திரமாகப் பழகிவந்தாள். இதனால் தான் குற்றம் செய்வதான உணர்வு ஓவியனுக்கு எந்த நேரத்திலும் ஏற்படவில்லை. அவன் எந்தத் தவறும் செய்யவில்லை, குடும்பச் சம்பவங்கள் மட்டுமல்ல, குறிப்பாக வெளியூர் பயணங்கள் போகும்போது மட்டும் தன் இல்வாழ்க்கைக்கு வெளியே அமைதியைத் தேட முயல்கிறான். அவ்வளவுதான். அந்தப் பேராசிரியருடன் (அப்படித் தான் அவளை அழைத்துவந்தான்) விவாதிப்பதும், அரட்டை அடிப்பதும், சில நேரம் அந்தரங்க விஷயங்களைப் பேசுவதுமாக மணிக்கணக்காக நேரத்தைக் கழித்தான். சில நேரங்களில் உடலுறவும்கூட அவர்களிடையே நிகழ்ந்ததுண்டு. ஆனால், அது அவ்வளவு முக்கியம் இல்லை. சில ஆண்டுகள் சென்றதும் அவர்கள் அமைதியைக் கண்டடைந்தனர், குறிப்பாக, அவனுக்கு அது மிகவும் தேவையாக இருந்தது. அவர்களிடையே பரிவு இருந்தது, நட்பும் மோகமும் இருந்தது. தேநீர் அருந்தியபடி அப்போது நடந்துகொண்டிருக்கும் கண்காட்சிகளைப் பற்றிப் பேசிக்கொண்டிருப்பார்கள். அவனை அவள் நன்கு தெரிந்து

வைத்திருந்தாள் என்பதால் அவனது தேவைகளை முன்கூட்டியே உணர்ந்துவிடுவாள். அவளுக்கு வாசிக்கப் பிடிக்கும். 18ஆம் நூற்றாண்டுப் புதின ஆசிரியர்களில் யாருடைய எழுத்துத் தன்னை மிகவும் கவர்ந்தது என்பதை அவனிடம் விளக்குவது பெரிதும் பிடிக்கும். தெளிவான கண்களுடைய அந்தக் கணிதப் பேராசிரியை செந்நிற முடியும் கண்ணைப் பறிக்கும் வெள்ளை நிற உடலையும் உடையவள். அவள் உடைகளைக் களையும்போது, அவளது உடல் அழகையும் நடை அழகையும் இரசிப்பதற்காக அந்த ஓவியக் கூடத்திற்குள் நடந்து வரும்படி அவன் கேட்பான். இவளோ அவன் உடையைக் களையாமல் இருக்கும்படிக் கூறுவாள். பிறகு அவன் முன் மண்டியிட்டபடி அவனது பேண்ட் ஜிப்பைத் தன் பற்களால் கவ்வி அவிழ்ப்பாள். அவனது உறுப்பை விரலால் நீண்ட நேரம் வருடி வசப்படுத்துவாள், முத்தமிடுவாள். விந்தினை விழுங்காமல் அந்த உறுப்பை விட மாட்டாள். அவளது மேலண்ணத்தில் அது தெறிக்கும்போது அவளுக்கு உடல் முழுவதும் நடுக்கத்தை ஏற் படுத்தும்.

தன் மனைவியின் சந்தேகத்தையும் மீறி பாரீஸ், அதன் சாம்பல் நிறப் பின்னணி ஆகியவற்றை விட்டு வெளியேறி காஸா பிளான்காவில் நீண்ட காலம் தங்குவது என்று தான் செய்த முடிவு சரிதான் என்று ஓவியன் நினைத்தான். இந்த நகரின் வெளிச்சம் அவனுக்கு மிகவும் பிடித்திருந்தது. அவனது புதிய வகையிலான ஓவியக் கலையில் அதன் விளைவுகளைக் காணமுடிந்தது. அவர்கள் வசித்துவந்த இடம் பல அழகுகளால் நிறைந்திருந்தது. 1920களில், ஓரினச்சேர்க்கையுடைய தம்பதியினரால் கட்டப்பட்ட அந்த வீட்டில் அழகான தோட்டம் இருந்தது. அது பழைய துறை முகத்தைப் பார்த்தவாறு அமைந்திருந்தது. துறைமுகத்தைத் தாண்டிக் கடல் தெரியும். ஆனால், இவ்வளவு அருமையான இல்லம், அவனுக்கும் அவனுடைய மனைவிக்கும் இடையில் சண்டை வெடிக்கும் ஒவ்வொரு முறையும் இருண்டுபோகும்.

ஓவியனுக்கு ஏதோ ஓர் உள்ளுணர்வு, ஒருவித வினோத எண்ணம் இருந்தது. தான் ஏதாவது ஒரு தாக்குதல் அல்லது அது போன்றதொரு அதிர்ச்சிக்கு உள்ளாவோம் என்ற உள்ளுணர்வுதான் அது. இதய நிபுணரான நண்பன் ஒருவனின் ஆலோசனையைப் பெற்றான். எதையெல்லாம் தவிர்க்க வேண்டும் என்று அவனுக்கு

அந்த நண்பன் அறிவுரை கூறினான். முக்கியமாக மன அழுத்தம், விவாதங்கள், அடிக்கடி எழும் கோப உணர்ச்சி, சினத்தில் பொங்கி விடுவது ஆகியவற்றைத் தவிர்க்கும்படிச் சொன்னான். "கொஞ்சம் சாமர்த்தியமாக இரு. எதையும் கண்டுகொள்ளாமல் இரு. உன் மனைவி உன்னை ஆட்டிவைக்கும்படி நடந்துகொள்ளாதே. நம் இருவருக்கும் ஒரே வயதுதான். எனவே உனக்கு என்ன சொல்வது என்று எனக்குத் தெரியும். எங்காவது வெளியில் போய் வா. வீட்டில் பிரச்சினை ஏற்படப் போகிறது என்று தெரிந்தால் உன் ஓவியக்கூடத்துக்குப் போ. நண்பன் என்ற வகையில் மட்டுமல்ல கலைஞனாகவும் நீ எங்களுக்குத் தேவை. நீ புகழ் பெற்றுவிட்டாய். உன்னை எல்லோருக்கும் தெரிகிறது. நல்ல மரியாதை இருக்கிறது. உன்னிடம் நல்ல திறமை இருக்கிறது. உலகெங்கும் உன் படைப்புக்கு அங்கீகாரம் கிடைக்கிறது. எனவே உன்னை எதுவும் வீழ்த்தும்படி விட்டுவிடாதே... போகட்டும். உன் ஈ.சி.ஜி. நன்றாக இருக்கிறது. டிரெட்மில் டெஸ்டும்தான். இரத்தக்கொதிப்பு மட்டும் கண்காணிக்கப்படாமல் அதிகமாக இருக்கிறது. அதில் கவனம் செலுத்த வேண்டும். உடற்பயிற்சி செய். உணவில் கவனமாக இரு. எல்லாவற்றுக்கும் மேலாக உடலுக்குக் கொஞ்சம் ஓய்வு கொடு."

இவை அனைத்தும் அவனுக்குத் தெரிந்தவைதான், அவன் நண்பன் அவற்றை உறுதி செய்துள்ளான். இரத்தக் கொதிப்பைக் குறைக்க எண்ணெய் உணவு வகைகளைத் தவிர்த்தான். முன்பு போல் சிகரெட் புகைப்பதில்லை. எப்போதாவது ஒரு சிகரெட் பிடிப்பதுடன் நிறுத்திக்கொண்டான். நாள்தோறும் நடைப்பயிற்சி செய்ய ஆரம்பித்தான். பாரீஸைவிட்டும், அங்கு அனுபவித்த கொந்தளிப்பான வாழ்க்கைச் சூழலை விட்டும் வெளியேறி மொராக் கோவில் குடியேறியபின் தன் உடல்நலத்தைக் கவனிக்க அவனுக்கு அதிக நேரம் கிடைத்தது. தினமும் காலையில் நண்பன் ஒருவனுடன் நடக்கப் போவான். அவனை 'கூகுள்' என்று அழைத்து வந்தான். ஏனெனில் அவனிடம் ஒரு கேள்வியை எழுப்பினால்போதும், ஆயிந்தியாப் கடற்கரைச் சாலையைக் கடக்கும்வரை நடந்து கொண்டே பெரியதொரு சொற்பொழிவையே ஆற்றிவிடுவான். அந்த அளவு அறிவு படைத்தவனாக இருந்தான். நண்பன் பேசிக் கொண்டிருக்கும்போது ஓவியன் சில உடற்பயிற்சிகளைச் செய்வான். அதற்கு இரண்டு மணி நேரம் ஆகும். பிறகு கடலில்

மூழ்கி எழுந்து பங்களாவுக்குத் திரும்புவான். அங்கே ஓவியக்கூடம் ஒன்றை அமைத்திருந்தான்.

இலையுதிர்காலத்தின்போது, ஸ்பெயினில் உள்ள ஓவியக் கண் காட்சி ஏற்பாட்டாளர் அவனைப் பார்க்க வந்தார். அடுத்த ஆண்டுத் தொடக்கத்தில் அவனுக்காக ஏற்பாடு செய்யலாம் என்று எண்ணியிருக்கும் மாபெரும் கண்காட்சிக்குத் தயாராக இருக்கும் படி நினைவூட்டினார். அவனது படைப்புகள் குறித்த நூல் ஒன்றை எழுதிக்கொண்டிருக்கும் இரண்டு கலை விமர்சகர்களும் சந்திக்க வந்தனர். அவனைப் பற்றி வரும் முதல் நூல் இது இல்லை என்றாலும் அது முக்கியமான நூல். கண்காட்சியின்போது மூன்று மொழிகளில் வெளிவர இருக்கும் நூல். அது ஒரு பெரிய விழாவாக அமையும். அவன் தன்னடக்கமாக இருந்தபோதும் உள்ளுக்குள் பெருமையும் பெருமிதமும் அடைந்தான். எதையும் வெளிக்காட்டிக் கொள்ளாமல் தான் ஏற்கெனவே கற்பனை செய்து வைத்த, ஆரம்பகட்டமாக வரைந்த ஓவியங்களை நல்லவிதமாகப் படைக்கத் தன்னுள் குறிப்பிட்டதொரு சக்தி பிறப்பதாக உணர்ந் தான். இம்முறை தன் தோட்டத்தில் உள்ள மரங்களை வரைவது என்று முடிவு செய்தான். ஒவ்வொரு ஓவியமும் ஒரே நேரத்தில் ஒரே விதமாகவும் வேறுபட்டும் இருந்தன. ஆனால் கோடுகளின் துல்லியம், கற்பனைக்கும் நிஜத்துக்குமான ஒற்றுமை ஆகியவை வியப்புக்குரியதாகவும் கச்சிதமாகவும் அமைந்திருந்தன. அனைத்தும் பெரிய ஓவியங்கள். பொதுவான பின்னணியில் மரங்கள் தனியாக நின்றிருந்தன. ஆனால், அழகாகக் காட்சிப்படுத்தப்பட்டிருந்தன. "உறைந்த இயற்கைக் காட்சி" என்ற ஓவிய வகைமை அவனுக்குப் பிடிக்காது. ஏனெனில், அவனைப் பொறுத்தவரை கலை என்பது ஓரிடத்தில் தேங்கிக் கிடப்பதல்ல. அது உயிரோட்டமானது என்பதால் அவனது ஓவியங்களில் எதுவும் உயிரற்று இருக்காது. வகைமைகள், முத்திரைகள் ஆகியவற்றின் மீது அவனுக்கு நம்பிக்கை இருப்பதில்லை. குறிப்பாக எதார்த்த ஓவியங்களை அவன் படைப்பதே இல்லை! அவனுடைய எழுத்தாள நண்பர்களில் ஒருவன், அவனது படைப்புகள் குறித்து எழுதுவது என்பது அவ்வளவு எளிதானதல்ல என்று குறிப்பிட்டான். அப்படி எழுதுவதற்கான சரியான சொற்கள் அரிதாகவே கிடைக்கும், மேலும் நிறைய பொருத்தமற்ற சொற்றொடர்களை நீக்க வேண்டிய கட்டாயமும் ஏற்படும்.

தனக்குத் தேவையானப் பொருட்களை வாங்கச் சில நாட்கள் மத்ரீத் நகருக்குச் சென்றான். சில நண்பர்களைச் சந்திக்க இந்த வாய்ப்பைப் பயன்படுத்திக்கொண்டான். அங்கு லோலாவை மீண்டும் சந்தித்தான். அவன் திருமணத்துக்கு முன் காதலித்திருந்த அப்பெண், இப்போது முற்றிலுமாக மாறியிருந்தாள். திருமணமாகி இரண்டு குழந்தைகளுக்குத் தாயாகி இருந்தாள். அவளுக்குத் தெரியாமல் சில முறை அவளைப் பார்த்து, தம் நினைவுகள் எந்த அளவுக்கு ஏமாற்றம் அளிக்கின்றன என்று எண்ணிப்பார்த்தான். ஏனெனில், அபாரமான உடலமைப்பும் கலங்கடிக்கும் கவர்ச்சியும் உடைய அழகிய இளம் பெண் என்னும் உருவத்தையே அவன் மனதில் தேக்கிவைத்திருந்தான். இப்போது தன் அழகைப் பற்றிக் கவலைப்படாத குடும்பப் பெண் ஒருத்தியைப் பார்க்கிறான். அது ஒரு சோகமான மாலைப் பொழுதாக அமைந்தது. பார்த்தவுடன் அவனைத் தழுவி வரவேற்ற அவள், தன் வீட்டுக்கு அழைத்துச் சென்றாள். நினைவுகளை மீண்டும் கிளறாமல் இருப்பது எப் போதும் நல்லது.

காஸாபிளான்காவுக்குத் திரும்பியதும் அவனுடைய கார் ஓட்டுநர் விமான நிலையத்தில் காத்திருப்பான் என்று தேடினான். உதவியாளராக இருந்த அவன்தான் எல்லாவற்றையும் கவனித்துக் கொண்டான். கடைக்குச் சென்று பொருட்கள் வாங்குவது, கட்டணங்களைச் செலுத்துவது - இவை தவிர இந்நாட்டில் வினோதமாக அடிக்கடி எழும் அன்றாடப் பிரச்சினைகள் அனைத் தையும் பார்த்துக்கொண்டான். அவன் பெயர் டோனி. உண்மை யான பெயர் அப்தெரஸாக். ஆனால், அவனுடைய பழைய இத்தாலிய முதலாளி, உச்சரிக்க எளிதாக இருக்கும் என்று இப் பெயரை அவனுக்கு வைத்துள்ளார். அவன் வராதது வியப்பாக இருந்தது, அவன் ஒருபோதும் குறித்த நேரத்தில் வராமல் இருந்தது கிடையாது, எப்போதும் ஒழுங்காக நடந்துகொள்பவன், அது மட்டுமன்றி முன்னெச்சரிக்கையாகக் காரியங்களைச் செய்யும் அறிவு படைத்தவன். தொலைபேசியில் அவனைத் தொடர்பு கொண்டான். “மன்னிக்க வேண்டும் ஐயா, உங்கள் மனைவிதான் என்னிடமிருந்த கார் சாவியைப் பிடுங்கிக்கொண்டு என்னை வேலையை விட்டு நிறுத்திவிட்டார். உங்களுக்குத் தொலை பேசியில் தகவல் தெரிவிக்கலாம் என்று நினைத்தேன். ஆனால்,

உங்கள் விமானம் எத்தனை மணிக்கு வந்து சேருகிறது என்று எனக்குத் தெரியாது" என்று புலம்பினான். மனைவியைத் தொலை பேசியில் அழைத்துப் பேசினான். அவள் பொரிந்து தள்ளினாள். "ஒழிந்தான்! என் பிள்ளைகளின் பணத்தைத் திருடி நம்மை ஏமாற்றிக்கொண்டிருந்த ஒட்டுண்ணி அவன். நீ ஒரு வெகுளி. உன்னை எப்போதும் ஏமாற்றிக்கொண்டிருந்தான். இது போன்ற ஏமாற்றுக்காரர்களைத் தொடர்ந்து நம்பிக்கொண்டிருக்கிறாய். உன் டோனி கதை முடிந்தது! வேறு எங்காவது போய் திருடட்டும். எப்படியும் நமக்கு அவன் தேவையில்லை. அவன் நம்மைச் சார்ந்து வாழ்ந்துவந்தான். இனி மேல் அவனுடைய இத்தாலிய ஓரினச்சேர்க்கையாளனிடம் போய் சேர்ந்துகொள்ளட்டும். மேலும், அவனை இந்த அளவு நீ தாங்குவதும் ஏன் என்றும் புரியவில்லை! விடு, அதைப் பற்றி நான் கேட்கப்போவதில்லை. அவன் திருடியதை நான் கண்டுபிடித்துவிட்டேன். அதனால் அவனை வேலையை விட்டு அனுப்பிவிட்டேன். உன் டோனி சரியான திருடன்."

இவள் இதுபோல் கண்டதையும் கத்திக்கொண்டிருக்கும்போதே அவனுள் கட்டுக்கடங்காத கோபம் கொந்தளித்துக்கொண்டிருந்தது. அதற்கு மேலும் அவனால் கோபத்தைக் கட்டுப்படுத்த முடிய வில்லை. சுற்றியிருந்த பயணிகள் அவனைச் சிறிது நேரம் பார்த்தனர். பிறகு பயணப் பைகளை எடுக்கும் இடத்தை நோக்கி நகர்ந்தனர். மடிக்கணினி இருந்த கைப்பையைத் தரையில் வீசி எறிந்து, அங்கேயே தன் பங்குக்கு அவனும் கத்தினான். விமான நிலையத்திலேயே பைத்தியம்போல் சுற்றிச்சுற்றி வந்தான். மனைவியைச் சபித்தபடித் திட்டிக்கொண்டே தொலைபேசியை நிறுத்திவைத்தான். அவன் களைத்துப்போய் இருந்தான். எச்சில் அசாதாரணமாகக் கசப்பாக இருப்பதை உணர்ந்தான். ஏதோ பெரியதொரு பாதிப்பின் அறிகுறி அது. தண்ணீர் குடித்துப் பார்த்தான். விழுங்கும்போது புரையேறி இருமல் வந்தது. முகம் சிவந்து போக, தண்ணீர்க் குவளையைக் கீழே வைத்துவிட்டு நெஞ்சைப் பிடித்துக்கொண்டான். யாரோ ஒருவர் ஓடிவந்து அவனுடைய பையை எடுத்துத் தந்தார். அந்த நபருக்கு நன்றி கூறிக்கொண்டிருக்கும்போதே கத்திக் குத்து விழுந்ததுபோல் நெஞ்சில் கடுமையான வலி ஏற்பட்டது. வலியில் துடித்த

அவனுடைய கால்கள் நடுங்கின. எனவே, நாற்காலி ஒன்றில் அமர்ந்தான். உடல் குளிரில் நடுங்கியது, ஆனால் வியர்த்துக் கொட்டியது. வழக்கத்துக்கு மாறாக கடும் தலைவலி உண்டானது. விமான நிலையத்தில் அவனுக்குத் தெரிந்த ஊழியர்கள் உதவி செய்ய ஓடிவந்தனர். பயணிகளில் யாராவது மருத்துவர் இருந்தால் வருமாறு ஒலிபெருக்கியில் அழைப்பு விடுத்தனர். ஸ்வீடன் நாட்டைச் சார்ந்த ஒருவர் வேகமாக வந்து பார்த்துவிட்டு, "சீக்கிரம் இவரை மருத்துவமனைக்குக் கொண்டு செல்லுங்கள்" என்று ஆங்கிலத்தில் கூறினார். 24 மணிநேரக் கண்காணிப்புக்குப் பின் அடுத்த நாள் ஒரு டாக்ஸி அவனை வீட்டுக்கு அழைத்து வந்தது.

அது ஓர் எச்சரிக்கை ஒலி மட்டுமே. பிள்ளைகள் பள்ளியில் இருந்தனர். மனைவி வெளியில் சென்றிருந்தாள். ஒருவேளை மொத்தமாகவே வெளியேறி இருக்கலாம். பெரிதாகப் பெருமூச்சு விட்டான். விமானநிலையச் சம்பவத்துக்குப் பின் என்ன பேசுவது? எதுவும் பேசாமல் மௌனமாக இருப்பது சம்மதிப்பதுபோல்தான். எனவே அவள் அப்போது அங்கே இல்லாதது அவனுக்கு நல்லதாக அமைந்தது. மேலும் ஒரு சண்டை தவிர்க்கப்பட்டது. தொலைபேசியில் சண்டையிட்ட நாளில் அவன் வீட்டுக்குத் திரும்பாததைப் பற்றிகூட அவள் கவலைப்பட்டதில்லை. அவன் திரும்பிச் சென்றிருப்பான் அல்லது தங்கும் விடுதியிலோ ஏதாவது ஓர் ஆசை நாயகியின் வீட்டிலோ தங்கியிருப்பான் என்று அவள் நினைத்திருக்கக் கூடும். மருத்துவமனைக்கு டோனி வந்து பார்த் தான். அவனுடைய மனைவிதான் காரணம் என்று கூற வேண்டாம் என்று கேட்டுக்கொண்டான். தான் தொடர்ந்து அவனுக்குச் சேவை செய்ய வருவதாகவும் கூறினான். சோகமாக இருந்த டோனி, தன் முதலாளி இத்தகைய நிலையில் இருப்பதைப் பார்த்து மிகவும் வருந்தினான்

அத்தியாயம் 10

காஸாபிளான்கா, 1995

> "ஆண், பெண் இருவருக்கிடையில் கொடூரம் என்பது தவிர்க்க முடியாதது" என்று கொலையாளியின் மனைவி மட்சுகோ பதில் அளித்தாள்."
>
> பட்டப்பகலில் வெறித்தனம், நகீசா ஓஷிமா

காஸாபிளான்காவில் வந்து குடியேறியதிலிருந்து தன் மனைவியின் பழக்கவழக்கங்களில் மாற்றம் இருப்பதைக் கண்டு ஓவியன் ஆச்சரியப்பட்டான். அவள் அடிக்கடிக் காணாமல் போனாள். இரவு நேரம் கடந்து வீட்டுக்குத் திரும்பினாள். நிறைய குடித்தாள். "பெண்களுடன்" இருந்துவிட்டு வருவதாகச் சொன்னாள். அடிக்கடிச் சில பெண்களைச் சந்திக்கச் செல்கிறாள். அவர்கள் எல்லோரும் விவாகரத்துப் பெற்று, மனக்கசப்புடன் வாழ்பவர்கள், வயதான காலத்தில் பெண்ணியவாதிகளாகி இருந்தவர்கள். பெண் மந்திரவாதி ஒருவரின் வீட்டில் அவர்கள் ஒன்று கூடுவதை வழக்கமாகக் கொண்டிருந்தனர். அந்த மந்திரவாதியின் உள்ளத்தில் உள்ள விகாரம் உடலிலும் தெரிந்தது. குள்ளமாகவும் பருமனாகவும் இருந்த அப்பெண்ணின் தலைமுடி சிங்கத்தின் பிடரிபோல் இருக்கும். ஆழமான, சிறிய கண்களும் குறிப்பாகக் குறுகிய நெற்றியும் கொண்டிருந்தாள். உடலியல் நிபுணர் ஒரு வரைப் பொறுத்தவரை அத்தகைய நெற்றி ஒரு கெட்ட சகுனமாம். தன் பெயர் 'லாலா' என்றும் தன் தாய், மன்னர் இரண்டாம் ஹசனின் ஆசை நாயகிகளில் ஒருவர் என்றும் கூறிக்கொள்வாள். எந்த இளவரசியின் பெயராக இருந்தாலும் லாலா என்ற மரியாதைக் குரிய பெயரில்தான் தொடங்கும். அவள் சகட்டுமேனிக்குக் கதை அளப்பாள். ஹிப்பியாக இருந்த காலங்களில் சில பிரபலங்களுடன்

தொடர்பில் இருந்ததாகக் கூறிக்கொள்வாள். அவர்களில் பாடகர்கள், இசையமைப்பாளர்கள் இருந்தனராம். புகழ்பெற்ற நடிகர் ஒருவர் கூட இவளுடைய காதலனாக இருந்தானாம். அவனுடன் சேர்ந்து லாஸ் ஏஞ்சல்ஸில் உள்ள பங்களாவில் எடுத்ததாகப் புகைப்படம் ஒன்றைக் காட்டுவாள். அது ஸகோராவில் உள்ள காஸ்பாவில் எடுத்ததாக இருக்கும். இந்தியாவில் யோகி ஒருவரின் இல்லத்தில் தங்கியிருந்ததாகவும் அவர்தான் ஆன்மாவின் புதிர்களைப் புரிந்து கொள்ளக் கண்களைத் திறந்து வைத்ததாகவும் கூறுவாள். நேர் மறை, எதிர்மறை என்று அனைத்துச் சக்திகளின் ஊற்றும் எங்கு உள்ளது என்பதை அவரிடம் தான் கற்றதாகவும் கூறுவாள். நம் மிடமிருந்து வெளியேறும் அலைகள் தன் இலக்கை எட்ட நேர மாகும். பத்து ஆண்டுகளுக்கு முன் புதைக்கப்பட்ட தன் தாயின் அலைகளையே தற்போது தான்தான் பெற்றதாகக் கூறி வந்தாள். சுருக்கமாகச் சொன்னால், தன்னை ஓர் ஆன்ம யோகிபோல் காட்டிக்கொள்வதற்குக் குழப்பமான, புதிரான வார்த்தைகளைப் பயன்படுத்தி வந்தாள். அவற்றின் உண்மையான அர்த்தம் அவளுக்குத் தெரியாது. ஆனால், அவளை நம்பத் தயாராக இருந்தவர்களிடம் அச்சொற்களை உறுதியான தொனியில் உச்சரித்து அவர்கள் மீது தன் தாக்கத்தை ஏற்படுத்தி வந்தாள். அவளுடைய பிதற்றல்களை ஏற்று அந்த வித்தைகளுக்கு அடிபணிந்து கிடக்க அவர்கள் தயாராக இருந்தனர். 1960களில் வெளிவந்த பழைய பெண்ணியம் சார்ந்த உரைகளை மாற்றியமைத்து, அவற்றுடன் ஆன்மீகம், தொன்மம், கீழைநாட்டுத் தில்லுமுல்லு முதலியவற்றைச் சேர்த்துச் சொந்தமாக ஒரு கலவையைத் தயாரித்து ஏமாற்றி வந்தாள். மாரீஃப் பகுதியில் உள்ள மருந்து கடைகளில் கிடைக்கும் சீனத்தில் தயாரித்த நறுமண நீரின் ஆவியில் இவ்வளவையும் பரிமாறுவாள். அந்த இந்திய யோகிதான் இந்த மூலிகைகளை அனுப்பி வைத்ததாகக் கூறுவாள், தன் தோட்டத்திலிருந்து பறித்து, தியான மண்டபத்தில் வைத்து உலர்ந்த பின் அவற்றை அனுப்பியுள்ளதாகக் கூறுவாள். ஜுடேயா காய்கறிச் சந்தைக்கு அருகில் விற்கப்படும் திருட்டு குறுந்தகடுகளில் உள்ள திரைப்படத் தலைப்புகளில் இருந்து சில பெயர்களைக் கண்டுபிடித்து அவர்களிடம் கதைவிடுவாள்.

லாலாவிடம் எதையும் மிகைப்படுத்தி உணர்ச்சி பொங்க விவரிக்கும் திறமை இருந்தது. அவள் விஷயத்தில் அனைத்தும்

பித்தலாட்டம்தான். அவள் செய்வது தவறு என்பது தெளிவாகத் தெரிந்தபோதிலும், அவளுடைய பேச்சு அபத்தமாக இருந்த போதிலும் தன் முயற்சியில் வெற்றி பெற்று வந்தாள். பெரிய அளவில் வெளிப்படும் அவளது பொய், அவளை அப்படியே நம்பும் கூட்டத்தை மேலும் அதிகமாகக் கவர்ந்தது. அவர்களைப் பொறுத்தவரை, ஒருவழியாகத் தங்களின் ஆன்ம சகோதரியை அவள் வடிவில் கண்டடைந்தனர். அவர்களைப் புரிந்துகொண்டு அவர்களுக்குப் புரியும் சொற்களில் பேசவும் அவர்களுக்கான வழிகாட்டியாகவும் அவள் விளங்கினாள். தன் சித்தப்பா மகன் ஒருவனை லாலா திருமணம் செய்துகொண்டாள். அவனுக்குப் பரம்பரைச் சொத்து அதிகமாக இருந்தது. அவன் ஓர் ஓரினச் சேர்க்கையாளன். சமூகத்தில் அவனுக்கு ஒரு போர்வை தேவைப் பட்டது. அதற்கான பெரும் விலையை அவளுக்குத் தந்திருந்தான். பெயரளவில் தம்பதியினராய் ஒரு வருடம் வாழ்ந்தபின் அவனிடம் சில இலட்சக்கணக்கில் திர்ஹாம்களையும் வசித்து வந்த வீட்டையும் பறித்துக்கொண்டு பிரிந்துவிட்டாள். பணத் தட்டுப்பாடு என்று எதுவும் இல்லாததால், தன்னை ஒரு முக்கிய நபராகக் காட்டிக் கொள்ளத் தனக்கென ஒரு கூட்டத்தைச் சேர்த்துக்கொண்டாள். இதற்கு அவளிடம் போதிய அளவு பணமும் நேரமும் இருந்தன. சில அமெரிக்கப் பதிப்பகங்களுக்காக மொழிப்பெயர்ப்பு செய்து தருவதாகவும் கூறி வந்தாள். ஆனால், முன் அட்டையில் தன் பெயருடன் ஒரு நூலைக்கூட அவளால் காட்ட முடியாது. தன் மனைவியின் மரணத்துக்குப் பின் மறுமணம் செய்துகொண்ட அவளுடைய தந்தை தூரத்தில் எங்கேயோ வசித்துவந்தார். அவர் களிடையே தொடர்பு இல்லை என்றே கூறலாம். அவளுடைய தந்தையின் இரண்டாம் மனைவியைத் தன் வட்டத்துக்குள் இழுக்கப் பார்த்தாள். ஆனால், அவர் இவளுடைய பித்தலாட்டத்தை விரைவிலேயே தெரிந்துகொண்டதுடன் தான் நினைப்பதை நேரடி யாகவே அவளிடம் கூறிவிட்டார். இது நடந்த சில நாட்கள் கழித்துத் தன் அப்பாவை லாலா சந்தித்தாள். கணினியின் துணையுடன் அவருடைய இரண்டாவது மனைவி வேறு ஒருவருடன் நெருக்க மாக இருப்பதுபோல் போலி புகைப்படத்தைத் தயாரித்திருந்தாள். அதைத் தன் அப்பாவிடம் காட்டினாள். தன் சித்தியின் பெயரைக் கெடுக்க இவள் விரும்பினாள். ஆனால், அந்த சித்தி இவளைவிட

மிகவும் உறுதியானவராகவும் புத்திக்கூர்மையுடையவராகவும் இருந்ததால் அந்தப் புகைப்படம் செயற்கையாகப் புனையப்பட்டது என்பதை நிரூபித்துவிட்டார். இந்த ஏமாற்றும் முயற்சி பரிதாப கரமாகத் தோல்வியில் முடிந்ததும், அவள் அப்பாவின் வீட்டுக்குள் நுழையாதபடி ஒதுக்கி வைக்கப்பட்டாள். அவளை நம்பும் 'பெண்மணி'களிடம் தன் அப்பா, பெண் மந்திரவாதி ஒருவரின் வலையில் விழுந்துவிட்டதாகவும் அப்பெண் அவரின் சொத்துகள் அனைத்தையும் அபகரித்துவிட்டதாகவும் என்றாவது ஒருநாள் அப்பாவைத் தன்னால் மீட்க முடியும் என நம்புவதாகவும் கூறி வந்தாள்.

இந்தக் கட்டுக்கதையை ஓவியனின் மனைவி உண்மையென நம்பிவிட்டாள். அந்தச் சூனியக்காரியின் அப்பாவுக்கு அமைந்த இரண்டாவது மனைவி அகாதீர் பகுதியைச் சார்ந்த ஒரு குடும் பத்தைச் சேர்ந்தவர் என்றும், தெற்குப் பகுதியில் புகழ்பெற்ற சூனியக்காரர்களின் மரபு வழியில் வந்தவள் என்றும் அடித்துக் கூறினாள். அவள் அவ்வாறு கூறியதை நம்ப மறுத்த கணவன் மீது கடும் கோபம் கொண்டு கத்தினாள். லாலாவின் வாக்கை எதிர்த்துப்பேச அவன் துணிந்தது அவளுக்கு ஆத்திரத்தை உண் டாக்கியது.

சூனியக்காரியுடனான இத்தொடர்பு, ஓரினச்சேர்க்கை வகை யாக இருக்குமோ என ஒரு கணம் ஓவியனுக்குச் சந்தேகம் ஏற் பட்டது. எனினும் தன் மனைவி ஓரினச்சேர்க்கையை வெறுப்பவள் என்பதும் தன்னை மயக்க அதிகமாக நெருங்கிவரும் பெண்களை அவளுக்குப் பிடிக்காது என்பதும் அவனுக்குத் தெரியும். அந்த லாலா மீது அதிக ஆர்வம் காட்டியதை அவனால் புரிந்துகொள்ள முடியவில்லை. சில சமயங்களில் நாள் முழுவதும் அவளுடன் கழித்துவந்தாள். அவளிடம் மனதைப் பறிகொடுத்திருக்க வேண்டும். அந்த அளவுக்கு அவள் கூறியதை ஒரு வார்த்தை விடாமல் உறுதியாகத் திருப்பிச் சொல்லிக்கொண்டிருந்தாள். ஏதோ நீதி மன்றக் கூண்டில் பேசுவதுபோல், அவள் மீது சத்தியம் செய்து ஒவ்வொரு வாக்கியத்தையும் நிதானமாக நிறுத்திப் பேசினாள். தன் மனைவிக்கு உண்மையைப் புரியவைக்க ஓவியன் முயன்றான். அப்பெண் அளவுக்கதிகமாக உணர்ச்சிவசப்படுபவள், வாழ்க்கையில் அலுப்புத் தட்டியதால் தன்னுடன் துணைக்கு ஒரு கூட்டத்தைச்

சேர்ப்பவள் என்று மனைவிக்கு விளக்க முயன்றான். ஆனால், பலனில்லை. அப்பெண்மணிக்காக ஓவியனின் மனைவி பரிந்து பேசியதுடன் அவள் குறித்துச் சிறிய அளவிலான விமர்சனத்தையும் தாங்கிக்கொள்ள முடியாதவளாக இருந்தாள். எனவே அப்பெண்மணி மீது பொறாமைப்படுவதுபோல் பேச ஆரம்பித்தான். தன் மனைவியைத் தினமும் பாதி நாள் அபகரிக்கும் நபரின் மீது எந்தக் கணவனுக்கும் பொறாமை எழுவது இயல்பானதுதான். இந்த வகையான அணுகுமுறை அவளை நெகிழ வைக்கும் என்பதுடன் அவள் மீதான தன் நேசத்துக்குச் சாட்சியாக இருக்கும் என்றும் நினைத்தான். லாலாவுடனான தொடர்பை முறித்துக்கொள்ளாமல் போகலாம் என்றாலும் ஏமாற்று வித்தை செய்யும் அவளுடைய தந்திரமான மனப்போக்கைக் குறித்துச் சிறிதளவாவது விழிப்புணர்வைப் பெறுவாள் என்று நினைத்தான்.

அதுதான் இல்லை. அவள் கூறியவை இதனைத் தெளிவாக்கியது. "எப்படியோ ஒரு வழியாக என் கண்களைத் திறக்க ஒருவர் வந்துவிட்டார். இந்த நகரத்திலேயே லாலாதான் உன்னதமான பெண். மதிப்புகுரியவர் மட்டுமல்ல மிகவும் நேர்மையானவரும் அவர்தான். அவர் ஒரு திறமை படைத்த கலைஞர். என் வாழ்க்கையைத் தியாகம் செய்துவிட்டேன் என்பதை ஒரு வழியாக எனக்குப் புரியவைத்த அவருக்கு நான் மிகவும் கடமைப்பட்டுள்ளேன். இனியும் என் மனம் நோகும்படி விட அனுமதிக்க மாட்டேன். உன் குடும்பம் என்னை அவமானப்படுத்துவதைச் சகித்துக்கொண்டிருக்க மாட்டேன். உன் அண்ணனும் அவனது அழகு மனைவியும் சேர்ந்து செய்யும் தந்திரங்களையும் நம்மிடம் கெஞ்சிப் பணத்தைப் பெற்றுச் செல்ல மட்டுமே எட்டிப்பார்க்கும் உன் சகோதரிகளின் நயவஞ்சகத்தையும் இனியும் பார்த்துக் கொண்டு இருக்க மாட்டேன். இப்போது நான் ஒரு சுதந்திரமான பெண். எனக்கு விருப்பமானதை என்னால் செய்ய முடியும். எனக்கு முழுத் திருப்தி கிடைக்கும்படி வாழப் போகிறேன். வக்கிரமும் சுயநலமும் கொண்ட கோழை ஒருவனின் பிடியில் இனியும் வாழாமல் எனக்கான தனிப் பாதையை அமைத்துக் கொள்ளப்போகிறேன். இன்னமும் தன்னை ஒரு திருமணமாகாத இளைஞனாகவும், தனியாக வாழ்வதாகவும் நினைத்துக்கொண்டிருப்பது மட்டுமல்லாமல், இரண்டு குழந்தைகளுக்குத் தந்தை

என்ற உணர்வுகூட இல்லாமல் வெளிவேடம் போடும் ஒருவனின் கைப்பாவையாக இருக்கப்போவதில்லை. ஆம், லாலாவின் தயவில் நான் நன்றாக விழித்துக்கொண்டேன். ஒருவழியாக நான் வாழப்போகிறேன். எனக்கான வாழ்க்கையை வாழப்போகிறேன். நீ தொலைந்து போ. நீயும் உன்னைச் சுற்றிக் கொட்டமடிக்கும் உன் விலைமகள்களும் உன் கேவலமான பணமும் எதுவும் வேண்டாம். நீ ஆசியா நாட்டுக்குப் போய்விட்டாய் என்று கூறி உன் கடைசித் தங்கையைத் திருப்பி அனுப்பிவிட்டேன். அவளும் நான் கூறியதை நம்பி வந்த வழியே திரும்பிவிட்டாள். அவளுக்கு மிகவும் ஏமாற்றமாகிவிட்டது. இனிமேல் காஸாபிளான்காவரை மராக்கேஷிலிருந்து பயணம் மேற்கொள்ள அவசியம் இருக்காது என்பதைப் புரிய வைத்தேன். நீ பணத்தட்டுப்பாட்டில் இருப்ப தாகவும் பணம் எல்லாம் தீர்ந்துவிட்டது என்றும் கூறிவிட்டேன். இவற்றைக் கேட்டு அவள் அழுதுவிட்டாள் என்று கூட நினைக் கிறேன்."

அவளது நிலைப்பாட்டை விளக்கிவிட்டாள். இனி முடிவுக்கு வரவேண்டியது அவன் கையில்தான் உள்ளது. அந்தச் சூனியக் காரியைப் பற்றி நன்கு அறிந்திருந்த சிலர் அவளிடம் பேசிப் பார்க்கவும் முன்வந்தனர். தன்னிடம் பேசுபவர்கள் கூறுவதைக் கவனமாகக் கேட்டுக்கொள்வதாக நம்ப வைப்பதில் மட்டுமின்றி அவர்கள் சொல்வதை அப்படியே ஏற்றுக்கொள்வதுபோலவும் நடிப்பதில் அவனுடைய மனைவி திறமை படைத்தவள். தாங்கள் தலையிட்டதன் பலனாக அவளிடம் மாற்றம் தெரிவதில் திருப்தி அடைந்தவர்களாக அவர்கள் திரும்பிச் சென்றனர். ஆனால், நடந்தது என்னவோ நேர்மாறானது. அவளது தற்காப்பு முறை மிகவும் பழமையானது என்றாலும் ஆச்சரியப்பட வைக்கும் விதமாகப் பலனளிக்கக் கூடியது. தன் விருப்பப்படியே அவள் எதையும் செய்து வந்தாள். மற்றவர்கள் தன்னைப் பற்றி என்ன நினைப்பார்கள் என்பதைப் பற்றிய கவலை இல்லை என்பதுடன் அதில் ஒருவித மகிழ்ச்சியும் அடைந்தாள்.

ஓவியனின் நண்பர்களில் ஒருவன் தந்திரமான திட்டம் ஒன்றைப் பற்றி விவரித்தான். அதாவது, அந்தச் சூனியக்காரியை வசீகரிக்க முயன்று பார்க்குமாறு கூறினான். இதன் மூலம் ஓவியனின் மனைவியை அவளிடமிருந்து நிரந்தரமாகப் பிரிக்க முடியும்

என்றான். இது போன்றதொரு நடிப்பில் பங்கேற்கும் அளவுக்குத் துணிவு அவனிடம் இல்லை. ஏனெனில் அவனுக்கு நடிக்கத் தெரியாது. இத்தகைய நடிப்பைத் தன் எதிரிகளும் துரோகிகளும் செய்யட்டும் என விட்டுவிட்டான்.

அவனுடைய மனைவியுடனான நேரடியான உறவை லாலா தொடர்ந்தாள். அவனுடைய பிள்ளைகளும் இந்தப் பெண்களுக் கிடையில் உள்ள உறவை சந்தேகப்பட ஆரம்பித்தனர். இது குறித்து தங்கள் அப்பாவிடம் முறையிட்ட போது, அவர்கள் எவ்விதத்திலும் பாதிக்கப்படக் கூடாது என்பதற்காகப் பிரச்சினையைப் பெரிது படுத்தாமல் மழுப்பிச் சமாளித்தான். தங்கள் அம்மாவுடன் கோடை விடுமுறையைக் கழிக்கத் திட்டமிட்டபோது அதில் லாலா தேவை யில்லாமல் தலையிட்டாள். இத்தகைய தலையீட்டை ஏற்க மறுத்த பிள்ளைகள், அப்பெண்ணை இனிமேல் சந்திக்கப் போக வேண்டாம் என்று தங்கள் அம்மாவைக் கேட்டுக்கொண்டனர். ஆனால், அவள் ஏற்கெனவே தனது நெருங்கிய தோழியின் செல் வாக்கினால் வசியம் செய்யப்பட்டு அவளது பிடியில் முற்றிலும் அகப்பட்டுக் கிடந்தாள்.

"மூல சக்தி" குறித்துச் சில பக்கங்களை லாலா எழுதி வைத் திருந்தாள். ஆனால், அவற்றைப் பதிப்பிக்க முயலவில்லை. அவற்றையெல்லாம் தொகுத்துப் புத்தக வடிவில் கோர்த்துத் தன் நம்பிக்கைக்குரியவர்களுக்கு மட்டும் படிக்கத் தந்தாள். தன் எண்ணங்கள் மிகவும் அந்தரங்கமானவை என்பதால் எல்லோருக்கும் தெரியும்படி அவற்றைப் பதிப்பிக்க விரும்பவில்லை என்று கூறிக் கொண்டாள். அவள் கொடுத்து அனுப்பிய அந்தப் பதிவில் சராசரியான ஓவியங்களும்கூட இருந்தன. அவள் தம்பட்டம் அடித்த அளவு அந்தப் பிரதி இல்லாததால் எந்த விளைவையும் அது ஏற்படுத்தவில்லை. இப்படியாகத்தான் அவளுடைய வாழ்க் கையை ஓட்ட, அவளை நம்பிய அந்தச் சிறிய கும்பல் பண உதவி செய்துவந்தது. அதில் எவ்விதத் தவறும் இருப்பதாக யாரும் நினைக்கவில்லை.

ஒருநாள் ஓவியன் திரைப்படம் ஒன்றைப் பார்க்க நேர்ந்தது. பள்ளிக்குப் புதிதாக வரும் அழகான ஆசிரியை ஒருவரைப் பற்றிய கதை. திருமணமான அவளுக்கு இரண்டு குழந்தைகள். அவற்றில்

ஒரு குழந்தைக்கு மனவளர்ச்சி குறைபாடு. வயதில் மூத்தவரான பெண் ஒருத்தியுடன் அந்த ஆசிரியைக்குப் பழக்கம் ஏற்படுகிறது. அதே பள்ளியில் ஆசிரியையாக இருக்கும் அப்பெண் பூனை ஒன்றுடன் தனியாக வசித்துவருபவள். இரண்டு பெண்களுக்கும் இடையே நட்பு உருவாகிறது. கொஞ்சம்கொஞ்சமாக அத் தொடர்பு வளர்ந்து ஒரு கட்டத்தில் இணைபிரியாதவர்களாக ஆகிவிடுகின்றனர். வயதில் மூத்த பெண் தனது இளந்தோழியைப் பாதுகாப்பதுடன் ஆசிரியப் பணியில் மட்டுமல்ல தனிப்பட்ட முறையிலும் அவளுக்கு வழிகாட்டியாக இருந்து வந்தாள். ஒரு நாள் இரவு, தன் மாணவர்களில் அழகான இளைஞன் ஒருவனின் அழகில் மயங்கி, இளம்பெண் தன்னை இழக்கிறாள். அவர்கள் தவறிழைத்ததைப் பார்த்துவிட்டு அவளது தோழி மிரட்ட ஆரம் பிக்கிறாள். ஆனால், வயதில் பெரியவளான அவளுக்கு இருக்கும் உள்நோக்கம் எதுவும் இவளுக்கு இல்லை. தம் கட்டுக்குள் அவளைக் கொண்டுவந்துவிட்டதாகப் பெரியவள் நினைத்தாள். எனினும், பூனையும் இளையவளின் மனவளர்ச்சி குன்றிய குழந்தையும் தொடர்புடைய சம்பவம் ஒன்றின் காரணமாக, இந்தத் சந்தேகத்துக்குரிய நட்பு ஒருவழியாக முடிவுக்கு வந்தது. தனக்குத் துரோகம் இழைத்துவிட்டதாகவும் கைவிடப்பட்டதாகவும் கருதிய பெரியவள், அந்த இளம்பெண் சிறுவர்களுடன் பாலியல் தொடர்பு வைத்துள்ளவள் என்றும் தன் மாணவன் ஒருவனுடன் அவள் தொடர்பில் உள்ளாள் என்றும் வதந்தியைப் பரப்பினாள். இவ் விஷயம் பரபரப்பை ஏற்படுத்தியது. இளம்பெண்ணுக்குச் சிறைத் தண்டனை கிடைத்தது. எனினும், இச்சம்பவத்தின் காரணமாக வயதில் பெரியவளான அப்பெண்ணின் பிடியிலிருந்து அவள் தப்பிக்க முடிந்தது.

லாலா குறித்தும், தன் மனைவியுடன் அவளுக்கு இருக்கும் தொடர்பு குறித்தும் ஓவியன் யோசித்தபடியே இருந்தான். அத் திரைப்படத்தின் குறுந்தகட்டை வாங்கி வந்து அதைக் கவனமாகப் பார்க்கும்படி அவளிடம் கூறினான். அவளும் பார்த்தாள்.

"சரி, ஏன் இப்படத்தை நான் பார்க்க வேண்டும் என்று வற்புறுத்தினாய் என்பது எனக்குப் புரியவில்லையே" என்று கூறி விட்டாள். நிச்சயமாக அத்திரைப்படச் சூழலுக்கும் தனக்கும்

உள்ள தொடர்பு அவளுக்குப் புரிந்திருக்கும். ஆனால், தனக்கு எதைப் பற்றியும் எவ்விதக் கவலையும் இல்லை என்று அவள் நினைக்கிறாள். தனக்குள் சிரித்துக்கொண்ட ஓவியன், அந்தத் தீய பெண்ணின் பிடியில் இருந்து தன் மனைவியை விடுவிக்கும் திட்டத்தைக் கைவிட்டான். "நீ வேண்டுமானல் பார்த்துக்கொண்டே இரு, என்றாவது ஒருநாள் அவளே சலிப்புத் தட்டிப்போய் அந்தத் தீய பெண்ணை விட்டுப் பிரிந்துவிடுவாள். கொஞ்சம் பொறுமை வேண்டும். அவ்வளவுதான்" என்று கூட ஒருவர் அவனிடம் கூறினார்.

மேலும் சில சம்பவங்கள் நடந்தன. சூனியக்காரப் பெண்ணுடனான அவளது தொடர்பு முன்பைப்போல் பெரிய பிரச்சினையாக இல்லை. இனிமேல் தன்னைக் காப்பாற்றிக் கொள்வதுதான் முக்கியமானது என்பதை அவன் உணர்ந்தான். இந்தக் குடும்ப வாழ்க்கையில் தனக்கு உரிய இடமோ மதிப்போ இல்லை என்று உணர்ந்துகொண்ட அவன், இதற்கு முற்றுப்புள்ளி வைத்து இங்கிருந்து வெளியேறிவிட வேண்டும் என்பதைப் புரிந்துகொண்டான்.

அத்தியாயம் 11

காஸாபிளான்கா, ஏப்ரல் 2000

"கனவு, வாழ்வு எல்லாம் ஒன்றுதான்; இதை உணரவில்லை என்றால் வாழ்வதில் பயனில்லை."

சொர்க்கத்தின் குழந்தைகள், மர்செல் கர்னே

இமான், ஒரு செவிலிப் பெண் என்பதோடு உடல் சீரமைப்புக்கான பயிற்சியாளர் (பிசியோதெரபிஸ்ட்). அவனுடைய கைகளையும் உணர்வற்ற கால்களையும் மசாஜ் செய்வாள். அவ் வாறு அவள் செய்யும்போது அதில் வன்மையும் மென்மையும் ஒரே நேரத்தில் சேர்ந்திருக்கும். இதுபோன்ற அங்க அசைவுகளை அவன் விரும்பியதுடன் சிறிதளவே என்றபோதும் தன் உடல் நலத்தில் கண்டுள்ள முன்னேற்றத்தை அவனால் உணர முடிந்தது. தன் கண்கள், வசீகரம், சிரிப்பு ஆகியவற்றால் கொஞ்சம் சேட்டை செய்பவளாகவும் அவள் நடந்துகொண்டாள். அவளிடம் மிகவும் நெருக்கமாக இருந்த அவன், தன்னிடம் உறுதியளித்தபடி ஒருநாள் அவளுடைய கதையைக் கேட்டபோது மகிழ்ந்து போனான்.

ஒருநாள் காலை இமான் வரவேண்டிய நேரத்தில் ஒருவன் வந்தான். வயதான அவனுடன் ஒரு பெண் வெள்ளை அங்கியில் உள்ளே நுழைந்தாள். சிரிப்பை மறந்த இறுக்கமான முகத்துடன் இருந்த அவள், "நான்தான் உங்களுக்கான புது நர்ஸ். என் தம்பி உங்கள் பிசியோவாக இருப்பான். உங்கள் மனைவிதான் எங்களை அனுப்பி வைத்தார்" என்றாள். வாயிலிருந்து வார்த்தை வர மறுத்ததால் கையிலிருந்த தடியை ஓங்கித் தரையில் அடித்துத் தன் எதிர்ப்பைத் தெரிவித்தான். விபத்து நடந்த நாள் முதல் எவ்விதத் தொடர்பும் இல்லாமல் இருந்த தன் மனைவி, இவனது நிலையைப்

பற்றி எதுவும் தெரிந்துகொள்ளாமல் இப்படித் தலையிடுவது இது தான் முதல் முறையாகும். தன்னைக் கவனித்துக்கொண்ட இரட்டை யர்களிடம் தான் நினைப்பதைப் புரியவைத்தான். அவர்களுக்கான பணத்தைக் கொடுத்து அனுப்புமாறும், இனி ஒருபோதும் திரும்பி வரக் கூடாது என்பதையும் புரியவைத்து அனுப்பச் சொன்னான். இமானை அழைத்து என்ன நடந்தது என்பதை அவளிடம் விளக்கி யாக வேண்டும். ஆனால், திடீரென ஏற்பட்ட இந்தக் குறுக்கீடு அவனுக்கு அதிர்ச்சியாக இருந்ததால் உடனடியாக அவ்வாறு செய்யவில்லை. தனக்குப் பிடிக்காத இந்தச் சம்பவம் ஏற்படுத்தி யிருந்த அதிர்ச்சி, சற்றுக் குறையட்டும் என்று காத்திருந்தான்.

தம் பணியாளர்களான இரட்டையர்களின் முயற்சியால் மீண்டும் இமான் திரும்பினாள். பணிக்கு அவள் திரும்பியது அவனைச் சமாதானமாக்கிய அதே நேரத்தில் சலனத்தையும் உண்டாக்கியது. அவனுக்கு மிகவும் மகிழ்ச்சியாக இருந்தது. தன் முகம் உருமாறி யிருந்ததால், உள்ளத்தில் இருந்த மகிழ்ச்சியை அவனால் வெளிப் படுத்த இயலவில்லை. எனினும் அவனது கண்கள் காட்டிக் கொடுத்துவிட்டன. இரண்டு நாட்களுக்கு முன் அவனுடைய மனைவி தன்னைப் பார்க்க வந்ததையும் அப்போது அவள் மிரட்டும் தொனியில் கொச்சையாகப் பேசியதையும் இமான் அவனிடம் விவரித்தாள். தன்னிடம் சிகிச்சை பெறுபவரின் மனைவியுடன் சண்டை பிடிக்க விரும்பாத இமான் அவனைக் கைவிட்டுவிடலாம் என்ற முடிவுக்கு வந்தாள். தன் வருத்தங்களையும் அனுதாபங் களையும் தெரிவித்து அவனுக்குக் கடிதம் எழுதலாம் என்றுகூட எண்ணி இருந்தாள். "இனிமேல் நீங்கள் மட்டுமே என்னைக் கவனித்துக்கொள்ளப் போகிறீர்கள். ஒருவேளை என் மனைவி ஏதாவது கேட்டாலும் நான்தான் உங்களைப் பணி அமர்த்தியிருப்ப தாகவும் எந்த முடிவாக இருந்தாலும் அதை நான்தான் எடுக்க முடியும் என்றும் சொல்லிவிடுங்கள்" என்று அவன் கூறினான்.

மிகவும் மகிழ்ந்துபோன இமான், தன் வேலையைப் பாடல் களை முணுமுணுத்தபடிச் செய்துவந்தாள். அவனுடைய சோர் வைப் போக்கும் விதமாக ஏதாவது பேசுவாள். அவ்வாறான ஆறுதல் சொற்கள் அவனுக்குத் தேவையாக இருந்தன. கடைசியாக நடந்த அந்தச் சம்பவம் அந்த அளவுக்கு அவனைப் பாதித்திருந்தது.

திடீரென தன் மனைவி தொடர்புகொள்வதற்கு என்ன காரண மாக இருக்க முடியும்? புதிய தாக்குதல் ஏதாவது தயாராகிவரு கிறதா? அவனுடைய மனம் அமைதிகொள்ளவில்லை. மேலும், கொஞ்சம் நேரம் அவனுடன் இருக்கலாம் என்று இமான் முடிவு செய்தாள். தேநீர் சாப்பிட விருப்பமா என்று கேட்டாள். இரட்டை யர்கள் சீட்டு விளையாடிக்கொண்டிருந்தனர். இவனுக்குத் தொந்தர வாக இல்லாமல் முதுகை அந்தப் பக்கமாகத் திருப்பியபடி விளையாடிக்கொண்டிருந்தார்கள். அது தாய்லாந்து தயாரிப்பிலான தேநீர். 'கவிஞர்களின் தேநீர்' என்று பெயர். மிகவும் மென்மையான நறுமணம். அவனுடைய உதட்டின் அருகில் கோப்பையைக் கொண்டுசென்று ஒவ்வொரு மடக்காகக் குடிக்க வைத்தாள். அவன் எதிரில் அமர்ந்த அவள், அவன் மகிழ்ச்சியாக இருப்பதைப் பார்த்துத் தன் கதையைக் கேட்பதில் இன்னும் ஆர்வமுடன் இருக்கிறானா என்று விசாரித்தாள். ஆம் என்று தன் கண்களால் சொன்னாலும் சிரிப்பைச் சட்டென நிறுத்திக்கொண்டான். ஏனெனில் சில நேரம் அவனது சிரிப்பு கோணலாகிவிடுகிறது. ஓவியனின் மனைவி தென்படுகிறாளா என்று இமான் அவ்வப்போது எழுந்து ஜன்னல் வழியாகப் பார்த்துக்கொண்டிருந்தாள். அவளுக்கு இருக்கும் அச்சத் தைப் புரிந்துகொண்ட ஓவியன், பிரிய மனமில்லாமல் அவளை, "நாளைக்குப் பார்க்கலாம்" என்று கூறி அனுப்பி வைக்க முயன் றான். துரதிர்ஷ்டமாக மறுநாள் தன் வயது, உடல் சோர்வு ஆகிய வற்றைத் தாண்டி ஹம்மாம் என்னும் குளியல் கூடத்துக்குப் போய்தான் தீருவேன் என்று அடம்பிடிக்கும் தன் பாட்டியைக் கவனிக்க வேண்டிய கட்டாயத்தில் இமான் இருந்தாள். எனவே, புறப்படும் முன், அவன் அருகில் குனிந்து அவன் தாடையை முகத்தால் வருடினாள். சிரித்துக்கொண்டே, "குத்துகிறது" என்று கூறினாள். இரண்டு நாட்களாக இரட்டையர்கள் அவன் முகத்தை மழிக்காமல் விட்டிருந்தனர்.

அத்தியாயம் 12

காஸாபிளான்கா, 1998

"ஒரு போக்கிரி, ஒரு நேர்மையானவன் இவர்களுள் தயங்காமல் போக்கிரியைத் தேர்ந்தெடு" என்று ஜூலியிடம் திருமதி மேனு கூறினார்.

லிலியோம், ஃபிரிட்ஸ் லாங்

ஓவியனும் அவனுடைய மனைவியும் உண்மையில் நரக வாழ்க்கையை அனுபவித்து வந்தனர். வீடுதான் அவர்களது போர்க்களம். அவர்களுடைய நண்பர்கள் பார்வையாளர்கள். அவர்களது குடும்பங்கள் நடுவர்கள். ஆனால், நடுநிலையானவர்கள் எனக் கூற முடியாது. எனினும், இந்தச் சச்சரவுகளை நிறுத்த வழி ஒன்று கிடைக்கும் என்னும் நம்பிக்கையை அவன் கைவிடவில்லை. இது எதில் போய் முடியும் என்று மணிக் கணக்கில் அவன் யோசித்துப் பார்ப்பதுண்டு.

இப்படித்தான் ஒருநாள், தங்கள் இல்லறத்தில் ஏற்பட்ட இந்த விசித்திர சூழ்நிலைக்கான காரணத்தைக் கண்டுபிடித்துவிட்டதாக அவன் உணர்ந்தான். அவனுடைய மனைவி இரட்டைத் தன்மையுடையவளாக மாறியிருந்தாள். அவளது ஒரே உடலுக்குள் இரண்டு மனிதர்கள் இருந்தனர். இரண்டு பண்புகள், இரண்டு மனநிலைகள், இரண்டு முகங்கள். அவளது குரல்கூட மாறியிருந்தது. மனிதர்கள் எல்லோருமே ஏறக்குறைய இருவேறு குணங்கள் கொண்டவர்கள் தான் என்பது அவனுக்குத் தெரிந்திருந்தாலும் இந்த அளவுக்கு இருப்பதுதான் பிரச்சினையாக உள்ளது. சில நேரங்களில் அவளை அடையாளம் காண ஓவியனால் முடியவில்லை. அதுபோன்ற நேரத்தில், அவளைப் பார்த்து, "நீ யார்? வெளியூரா? என் பிள்ளைகளின் தாயா அல்லது வேறு ஒரு பெண்ணால் அபகரிக்கப்பட்ட

பெண்ணா?" என்று கேட்டான். அவள் பதில் எதுவும் கூற மாட்டாள். மனநலம் பேதலித்தவர்கள் என்று கூறப்படும் சிலரைச் சந்தித்திருக்கிறான். ஆனால், இது வேறு வகையாக இருந்தது. ஒரு நிலையில் இருந்து வேறு நிலைக்கு எவ்வித அறிகுறியும் இன்றித் தனக்கே தெரியாமல் மாறிக்கொண்டே இருந்தாள். அவனை அழைத்து, தெளிவான குரலில் தீர்க்கமாக, "உனக்கு ஓர் ஆச்சரியம் காத்திருக்கிறது" என்று அவள் கூறினால், அடுத்த கால் மணி நேரம் மிகவும் மோசமாக இருக்கும் என்பதை அவன் ஊகித்துவிடுவான். அவனிடம் விளக்கம் கேட்பதற்கோ அல்லது புதிதாக சண்டையை ஆரம்பிக்கவோ அவள் கையாளும் முறை அதுதான்.

ஒருமுறை, வீட்டுக்குத் திரும்பியபோது தன் குளியலறையின் வாசலருகே ஷாம்பு உள்ளிட்ட பொருட்கள் சிதறிக் கிடப்பதைக் கண்டான். சிகரெட் புகைத்தபடி அவனை எதிர்பார்த்துப் படிக் கட்டுகளின் உச்சியில் மனைவி உட்கார்ந்திருந்தாள். அவளுடன் உடலுறவு கொள்ளும்போது ஆணுறையைப் பயன்படுத்தி வந்த காலம் அது. "கோபென்ஹேகனுக்குப் புறப்படுவதற்கு முன் ஆணுறைகள் பதினொன்று இருந்தன. இப்போது ஒன்பதுதான் இருக்கின்றன. ராஸ்கல், இரண்டு முறை நீ தவறு செய்திருக்கிறாய். இதற்கெல்லாம் நீ எனக்குப் பதில் சொல்லியாக வேண்டும். நீ தங்கியிருந்த விடுதியில் ஏற்கெனவே தொலைபேசி மூலம் விசாரித்துவிட்டேன். அவளது பெயர் பார்பாரா. கிளிம்ட் ஓவியக் கூடத்தில் வேலை பார்க்கும் விலைமகள்" என்று நிதானமாகக் கூறினாள்.

தான் ஏமாற்றப்பட்டுவிட்டதாக அவள் உறுதியாக நம்பினாள். தன் கணவனின் குடும்பத்தினர் அவளுக்குக் கெடுதல் விளைவிக்க முயல்பவர்கள்; கணவனின் நண்பர்கள் அனைவரும் நேர்மை யற்றவர்கள், சந்தர்ப்பவாதிகள், அருகில் வசிப்பவர்கள் எல்லாம் பொறாமைக்காரர்கள்; வீட்டில் வேலை செய்பவர்கள் திருடப் பார்ப்பவர்கள்; இவ்வாறு எல்லோரையும் அவள் சந்தேகப் பட்டாள். இப்படியாகத் தகர்க்க முடியாத உறுதியான பல கருத்து களை அவள் உருவாக்கி வைத்திருந்தாள். எவ்வித விவாதமும் சாத்தியமில்லை. தன் குடும்பத்தின் மீது தாக்குதல் தொடுப்பதற்கு முன்னதாக அவனிடம் அதிக நெருக்கமாக இருக்கும் சில நண் பர்களை பிரிக்கப் பார்த்தாள். அவர்களை அடிக்கடிச் சந்திக்கும்

சந்தர்ப்பங்கள் அமைந்துவிடும். அதைப் பயன்படுத்திகொள்வாள். இவ்வாறு சண்டை பிடிக்க ஏதாவது ஒரு சிறு தவறைக் கண்டு பிடித்தாகவேண்டிய கட்டாயம் அவளுக்கு இருந்தது.

ஓவியனின் இளமைக்கால நண்பன் அவளின் இந்தச் சூழ்ச்சிக்கு எளிதில் இரையானான். ஏனெனில் அவன் அவ்வளவாக நல்ல இயல்புடையவன் இல்லை. தன்னைப் பற்றிய உயர்ந்த எண்ணம் கொண்டவன். அவளைப் போன்றே திமிராக நடந்துகொள்பவன். அவனைச் சீண்டிப் பார்த்தாள். பதிலுக்கு அவன் தரக்குறைவாக நடந்துகொண்டான். சண்டை முற்றிப்போய் அவளைக் கேள்வி கேட்கத் துணிந்த அந்தக் 'குள்ளனின்' தொடர்பைத் துண்டித்துக் கொள்ள வேண்டிய நிர்ப்பந்தம் ஓவியனுக்கு ஏற்பட்டது. அவன் நகைச்சுவை உணர்வு உள்ளவன்தான் என்றாலும் எதையும் விளையாட்டாக எடுத்துக்கொள்ள மாட்டான். நம் நட்பு முறிந்தது என்ற கடிதம் அந்த நண்பனிடமிருந்து வந்த நாள்வரை ஓவியன் எதிலும் தலையிடாமல் இருந்தான். ஆனாலும், இறுதியில் அவள் வென்று விட்டாள்.

அடுத்ததாக வேறு ஒரு நண்பனைக் குறி வைத்தாள். அவன் அறிவுக்கூர்மை உடையவன். சிந்தனையாளன். அவனுடைய மனைவியிடம் கோபித்துக்கொண்டாள். ஆனால், தன் கணவனிடமிருந்து அவனைப் பிரிக்க இயலவில்லை.

ஓவியனின் மற்ற நண்பர்கள் சிலரிடமும் இதே முயற்சியில் அவள் ஈடுபட்டாள். குறிப்பாக, அவனது ஆரம்பகால ஓவியக் கண்காட்சி ஒன்றை நடத்திய ஓவியக்கூடத்தின் உரிமையாளரான பெண்ணையும் வம்புக்கு இழுத்தாள். அவளைத் தன் குடும்பத்தைச் சேர்ந்த சகோதரியைப்போல் கருதி அவன் பழகி வந்தான். தன் அம்மாவுடனும் அவள் மிகவும் நெருக்கமாகிவிட இருவரும் பரஸ்பரம் உதவிகள் செய்துகொண்டனர். ஓவியனின் மனைவியோ உடனே அவளைத் தன் கணவனின் ஆசை நாயகி என்று குற்றஞ்சாட்டினாள். அவளது கூற்று இவனுக்குச் சிரிப்பை வரவழைத்தது. ஏனெனில் எவ்வித சந்தேகத்துக்கும் இடமின்றி அவர்களிடையே சாதாரண நட்பு மட்டுமே இருந்து வந்தது.

தன் மனைவியின் விஷயங்களில் ஒருபோதும் அவன் தலை யிடுவதில்லை. எழுதப்படாத இந்த விதியை இரண்டு முறைதான்

அவன் மீறியிருக்கிறான். அதுவும் அவள் உண்மையிலேயே ஆபத்தில் சிக்கியிருந்ததால் அப்படிச் செய்ய நேர்ந்தது. முதல் முறை, சிரியாவைச் சேர்ந்த ஒரு மாணவனைச் சந்தித்ததாக அவள் கூறியபோது அவ்வாறு தலையிட்டான். அந்த மாணவன் படிப்பில் மட்டும் ஈடுபடவில்லை. மாறாக இரகசியத் தகவல் சேகரித்து அளிக்கும் துறையில் அவன் வேலை செய்கிறான் என்பதை அவளுக்குப் புரிய வைக்க முயன்றான். சிரியாவில் நடப்பது அச்சுறுத்தும் காவல்துறையின் ஆட்சி என்பதையும் டமாஸ்கஸ் நகரத்தில் அடைத்துவைக்கப்பட்டுள்ள அரசியல் கைதிகளை விடுவிக்குமாறு கொடுக்கப்பட்ட கோரிக்கை மனு ஒன்றில் தான் கையொப்பமிட்டுள்ளதையும் அவளுக்கு விளக்கிக் கூறினான். அந்த மாணவனுடனான தொடர்பு அவளுக்கு மட்டுமல்ல தனக்கும் ஆபத்தானது என்று நினைத்தான். அவன் கூறியதை அவள் நம்ப வில்லை. அந்த இளைஞனுடன் 'காபி சாப்பிடுவதை' நிறுத்த வில்லை. வேறு ஒரு சந்தர்ப்பத்தில் காஸாபிளான்காவில் இருந்த போது நண்பர்கள் சிலர் அவனை எச்சரித்தனர். "உன் மனைவி இப்போது மோசமான ஆட்களுடன் தொடர்பு வைத்துள்ளாள். லூலூ என்ற பெண்ணுடன் பழகிவருகிறாள். அவள் கடத்தல் காரர்களுடன் மட்டுமல்ல விடுமுறையில் வரும் சவுதி நாட்டுப் பயணிகளுக்கு இளம்பெண்களை ஏற்பாடு செய்யும் நபர்களுடனும் தொடர்பில் உள்ளவள். உன் மனைவிக்கு அதில் எந்தத் தொடர்பும் இல்லை என்பது உண்மைதான். என்றாலும், சந்தர்ப்பச் சூழ்நிலை யாலும் சில தவறுகளாலும் உங்களுக்கு ஏற்படக்கூடிய ஆபத்தைப் பற்றி அவளுக்குப் புரியவில்லை. அப்பெண்ணுடனான தொடர்புகள் அனைத்தையும் விட்டுவிடுவது மிகவும் அவசியமாகும்" என்று அறிவுரை கூறினர்.

எத்தகைய இக்கட்டில் தன் மனைவி சிக்கியிருக்கிறாள் என்பதை அறிந்த ஓவியன், நண்பர்கள் கூறியுள்ள அறிவுரைகளின்படி நடக்குமாறு கேட்டுக்கொண்டான். இப்போதாவது விழித்துக் கொண்டு நிலைமையைச் சரி செய்ய வேண்டும் என்பதை எடுத்துக் கூறினான். இதைத் தவறாகப் புரிந்துகொண்ட அவள் பொரிந்து தள்ளினாள். அவனும் மொராக்கோ நாட்டிலுள்ள மற்ற ஆண்களைப்போல் ஆணாதிக்கக் குணம் உடையவன் என்றும் வதந்திகளை நம்புபவன் என்றும் குற்றம் சாட்டினாள். தன்

கணவன் மீது நம்பிக்கை வைக்க முடியாதவளாக இருந்தாள். அவன் கூறுவதை நம்பவோ அது குறித்து யோசித்துப்பார்க்கும் மன நிலையிலோ அவள் இல்லை. அவள் எதைப் பற்றியும் சிந்திப்பது இல்லை; ஒருபோதும் சிந்தித்ததில்லை என்பது இவனுக்கு வெகுநாளாகத் தெரியும். இப்போது மேற்கண்ட விஷயம் சுற்றி யுள்ள அனைவருக்கும் தெரியவந்தது. தன் கணவனின் தொடர் எச்சரிக்கைகளையும் பொருட்படுத்தாமல் லூலூவை அவள் தொடர்ந்து சந்தித்து வந்தாள். நல்லவேளை ஒருநாள் ஓவியனின் மனைவியிடம் லூலூ அநாகரிகமாக நடந்துகொண்டதைப் பார்த்து அவள் வெறுத்துப் போனாள். ஒரு வழியாக அன்றுடன் அவர்கள் பிரிந்துவிட்டனர்.

தன் மனைவியின் விசுவாசம் குறித்து ஓவியன் நீண்டநாளாக எவ்வித சந்தேகமும் எழுப்பியதில்லை. அவளுக்குக் காதலர்கள் இருப்பார்கள் என்று அவன் எண்ணியதில்லை. இத்தனைக்கும் அவனுக்குத் துரோகம் செய்வதற்கான வாய்ப்பு அவளுக்கு இருந்தது. அவன் அடிக்கடிப் பயணம் மேற்கொண்டான் என்றாலும் அவளை அவன் கண்காணித்ததில்லை; அவள் உடமை களைத் துழாவிப் பார்த்ததில்லை; அவளுக்கு வரும் கடிதங்களை வாசிப்பதோ அவளின் அன்றாட நிகழ்ச்சிக் குறிப்புகளைப் பார்ப்பதோ கிடையாது. அவனுக்குக் கணக்கு எதுவும் காட்ட வேண்டிய நிர்ப்பந்தம் இல்லாமல் அவள் சுதந்திரமாகத்தான் வலம் வந்தாள்.

தன் தோழி ஒருத்தியுடன் துனிசியாவில் பயணம் முடித்து அவள் திரும்பியபோது அவனுக்குச் சந்தேகம் உண்டானது. அவள் மனம் முழுவதும் ஒரே எண்ணம் மட்டும்தான் ஆக்கிரமித்திருந்தது. ஸ்டேன்லி குயூபிரெக் குறித்து அத்தனை விஷயங்களையும் வாசித்தோ, பார்த்தோ தெரிந்துகொள்ள வேண்டும் என்பதுதான் அது. அவரது '2001, ஒடிசே வெளி' என்னும் திரைப்படம் அவளுக்குப் பிடிக்காமல் போனது அவன் நினைவில் உள்ளது. பின் எங்கிருந்து இந்தத் திடீர் நேசம் வந்தது? உண்மையில் ஹசன் என்ற நபரை அவள் சந்தித்துள்ளாள். குயூபிரெக் குறித்த ஆய்வை மேற்கொண்டிருந்த அவன், இவளுக்குச் சில திரைப்படங்களைப் போட்டுக்காட்டியிருக்கிறான். அவருக்குச் செலுத்தும் அஞ்சலிதான் இந்தத் திடீர் பாசத்துக்கான காரணம். அவரது படங்களைக் குறித்த

பெரிய புத்தகம் ஒன்றை இவளுக்கு அவன் பரிசளித்துள்ளான். இரண்டு வாரங்களாக 'பேரி லின்டன், புகழின் களங்கள், நிகரற்ற ரஸியா, மருத்துவர் ஃபொலமூர்' ஆகிய படங்களைப் பற்றித்தான் பேச்சு.

அவளது குட்டு வெளிப்பட்டுவிட்டது.

அவளுடைய இந்தத் தொடர்பு குறித்து அவன் விசாரிக்க முயன்றபோது அவள் நேரடியாகப் பதில் கூறாமல், "உலகில் காதலர்கள் இருப்பதை அவன் வளர்ந்த முறை அனுமதிக்க மறுக்கிறது" என்று சொல்லி மழுப்பினாள். ஒருநாள் குளியலறையில் அவளது அழகுச் சாதனப் பையில் சில கருத்தடை உறைகள் இருந்தன.

"இது எப்படி உன் பையில்?" என்று கேட்டான்.

"ஓ, அதுவா, எய்ட்ஸுக்கு எதிரான பரப்புரைக்காக இலவசமாகக் கிடைத்த மாதிரிக் கருத்தடை உறைகள்" என்று பதிலளித்தாள்.

அவள் சொன்னது எதையும் அவன் நம்பவில்லை. இதனைக் கிளறப் போனால் பல விஷயங்கள் வெளியே வரும். அதன் பின் நிலைமை மோசமாகிவிடும் என்று நினைத்துக்கொண்டான்.

அத்தியாயம் 13

காஸாபிளான்கா, 15 நவம்பர் 1999

"உன்னுடன் இருக்கும்போது எதைப் பற்றியும் எனக்கு அச்சமில்லை, போர்கூட; ஒரு வேளை காவல்துறை வேண்டுமானால் என்னைப் பயமுறுத்தலாம்" - போருக்குப் புறப்படும் முன் வெரோனிக்காவிடம் போரீஸ் கூறியது.

கொக்குகள் சென்றபோது, மிகேயில் கலாத்தோஸோவ்.

ஓவியனுக்கு, யானீஸ் என்றொரு நல்ல நண்பன் இருந்தான். கிரீஸ் நாட்டைச் சார்ந்த அவனிடம் மிகவும் நெருக்க மாகப் பழகி வந்ததுடன், கிரேக்க மொழியும் கற்றுக்கொண்டான். என்றாவது ஒருநாள் தினோஸ் என்னும் சிறிய தீவில் போய் வசிக்க வேண்டும் என்ற எண்ணம் அவனுக்கு இருந்தது. யானீஸ் நகைச்சுவை உணர்வு அதிகம் உள்ளவன். குறிப்பாக, அவனிடம் எள்ளல் சுவை அதிகம் இருக்கும். தற்காலக் கலைஞர்கள் குறித்த திரைப்படங்களைத் தயாரித்து வெளியிடுவான். அவ்வப்போது நாளிதழ்களில் சிறுகதைகளும் எழுதுவான். ஆணழகனுக்கான உடல்வாகோ அல்லது அமெரிக்கக் கூடைப்பந்து ஆட்டக்காரரின் உடல்வாகோ பெற்றவன் இல்லை என்றாலும் பெண்களை எளிதில் வீழ்த்திவிடக் கூடியவன். எல்லோரையும் தன் பக்கம் ஈர்க்கும் படக்கதைகளில் வரும் புரபஸர் தூர்ன்சோல்போல் இருந்த அவன் தனக்கு நேர்ந்த அனுபவங்களை ஒருவித எள்ளலுடன் விவரிப்பதை வழக்கமாகக் கொண்டிருந்தான். வழக்கமாகக் கூடும் உணவகத்தில் அவனுடன் மற்றுமொரு நண்பனும் சேர்ந்துகொள் வான். அவன்தான் பாதிரியார் பிரான்சுவா. அவன் உண்மையில் பாதிரியார் இல்லை. ஆரவாரம் இல்லாமல் இயங்கும் பெரிய எழுத்தாளன். அவ்வாறு யானீஸ் அவனை அழைக்கக் காரணம்

அவனது தீவிரமான நாத்திகவாதத்தையும் நகைச்சுவை உணர்வையும் அறிந்திருந்ததுதான்.

ஓவியனின் வருங்கால மனைவியை மணம் முடிக்கப் பெண் கேட்டு கிளெர்மோன் ஃபெரான்னின் புறநகர்ப் பகுதிக்குச் சென்ற குழுவில் யானீசும் பிரான்சுவாவும் இடம் பெற்றிருந்தனர். அந்தப் பயணத்தை இவர்களால் மறக்க முடியாது. நிறைய ஏமாற்றங்களைத் தந்த இதுபோன்ற அந்நிய மண்ணில் காலடி எடுத்து வைப்பது அதுதான் இந்த நண்பர்களுக்கு முதல் முறையாகும். அந்தப் புறநகர் பகுதியில் உள்ள தீமைகளை அவர்கள் புரிந்து கொண்டனர். புலம்பெயர்ந்தவர்களும் அவர்களுடைய பிள்ளைகளும் கைவிடப்பட்ட நிலையில் இருந்தனர். எவ்விதப் பாதுகாப்பு இல்லாதவர்களாகவும், அங்கு ஏற்படும் பிரச்சினைகளுக்கு அவர்கள் தான் காரணமானவர்கள் என்றும் முத்திரை குத்தப்பட்டு இருந்தனர்.

சில மாதங்களாக, யானீஸும் பிரான்சுவாவும் தங்கள் நண்பனான ஓவியனின் நிலையை நினைத்துக் கவலை அடைந்தனர். சண்டை சச்சரவுகள், அவற்றால் உண்டாகும் கோபம், சோர்வு, அடிக்கடி நேரும் நெருக்கடிகள் எனத் தங்கள் நண்பன் அலைக்கழிக்கப்படுவதைக் கவனித்து வந்தனர். அவர்களிடம் அனைத்து விஷயங்களையும் ஓவியன் பகிர்ந்துகொண்டான். விடுதலை உணர்வை நேசிக்கும் அந்த இரண்டு நண்பர்களும் எதுவும் சரியாக அமையாத இந்தத் திருமண பந்தத்தில் இருந்து அவனை விடுவிக்க எண்ணினர். அவனுக்கு ஏதாவது நேர்ந்துவிடுமோ என அஞ்சினர். ஏனெனில் தனக்குள்ள இரத்த அழுத்தத்தை அவன் சரியாகக் கவனிப்பதில்லை என்பது அவர்களுக்குத் தெரியும்.

ஒருநாள் கடைக்குச் சென்ற ஓவியனுடன் துணையாக யானீஸும் போனான். ஒலிப்பதிவுக் கருவி ஒன்றை ஓவியன் வாங்கினான். அவன் வேலைக்கு எந்த அளவிற்கு அது தேவையாக இருக்கும் என்று யானீஸுக்குத் தெரியவில்லை. ஒருவேளை தம் கடிதங்களை ஒலிப்பதிவு செய்யக்கூடும் என்று நினைத்தான். ஆனால், தன் நண்பனுக்குக் கடிதம் எழுதும் பழக்கமும் இல்லை என்பதை யானீஸ் அறிந்திருந்தான்.

"என் மனைவி எப்போதும் மாற்றிமாற்றிப் பேசுகிறாள். தான் என்ன சொன்னோம் என்பதை ஏற்றுக்கொள்ள மறுக்கிறாள்.

எனவே அவளுக்குத் தெரியாமல் அவள் கூறுவதை ஒலிப்பதிவு செய்துவிடுவது என்று முடிவு செய்துள்ளேன். அவளுக்குப் போட்டுக் காட்ட அது உதவும்."

"எல்லாம் சரி, அதனால் என்ன பயன்?"

"என்றாவது ஒரு நாள், தான் செய்த தவறுகளில் ஏதாவது ஒன்றுக்காகவாவது வருத்தம் தெரிவிப்பாள் என்ற நம்பிக்கைதான். அப்படி ஏற்றுக்கொள்வதைப் பதிவு செய்து வைத்தால் நான் மீண்டும் ஒருமுறை அதைக் கேட்டுச் சந்தோஷம் அடைய முடியும். "மன்னித்துவிடு!" "நான் குழப்பத்தில் இருந்தேன்." "நான் தவறு செய்துவிட்டேன், நீ சொன்னதுதான் சரி." அல்லது "பொறுத்துக்கொள் நான் அப்படி செய்திருக்கக் கூடாது" என்று கூடச் சொல்லலாம். இவற்றுடன், "நன்றி அன்பே" என்று சேர்த்துக் கொள்வேன். ஆனால், அவ்வாறு அவள் ஒருபோதும் சொன்னதே இல்லை.

"உங்களிடையேயான உறவு இவ்வளவு மோசமாகிவிட்டது என்று நினைக்கவில்லை. இதையெல்லாம் கேட்க உண்மையில் எனக்கு அதிர்ச்சியாக இருக்கிறது. இதைவிடச் சாதாரண விஷயத் துக்கே நான் விவாகரத்துப் பெற்றுவிட்டேன் தெரியுமா? என் முன்னாள் மனைவி மீது குற்றஞ்சாட்ட அதிகக் காரணங்களை என்னால் சொல்ல முடியாது. உண்மையில், நான்தான் கொஞ்சம் தேவையற்ற விஷயங்களைப் பேசிவிட்டேன்" என்று யானீஸ் விளக்கினான்.

தன் ஒலிப்பதிவு கருவியைப் பயன்படுத்துவதற்கான வாய்ப்பே ஓவியனுக்கு வாய்க்கவில்லை. ஒரே ஒரு முறை அப்படியான வாய்ப்பு அமைந்தது. ஆனால், அன்று கையில் அந்தக் கருவியை வைத்திருக்கவில்லை. அந்தக் குறிப்பிட்ட நாளில் சோர்வாக இருந்த காரணத்தால் வேகமாக காரை ஓட்டிய அவள், தான் பெரிய ஆபத்தில் சிக்கியிருக்க வாய்ப்புண்டு என்பதை ஒப்புக் கொண்டாள். அன்று மொத்தக் குடும்பமும் பயங்கரமான கார் விபத்தில் சிக்கியிருக்கும். அன்றைய தினம் அவள் தன் தவறை ஒப்புக்கொண்டதைப் பதிவு செய்ய வேண்டும் என்ற எண்ணமே வரவில்லை. ஏனெனில் காரில் பயணம் செய்தபோது அவர்களை நோக்கி லாரி ஒன்று வேகமாக வந்தது. அந்தப் பதைபதைக்கும்

காட்சி ஏற்படுத்திய பீதியில் இருந்து இன்னும் அவன் மீளாமல் இருந்தான். அப்போது அவள் சரியான மனநிலையில் இல்லாதத தால், சரியாகச் செயல்படுவதில் தவறி இருக்க வாய்ப்பு இருந்தது. மயிரிழையில் விபத்தில் இருந்து தப்ப முடிந்தது. பிள்ளைகள் பயத்தில் கூக்குரலிட்டனர். என்ன செய்வது என்று தெரியாமல் அப்படியே ஸ்தம்பித்துப் போய் காரில் உட்கார்ந்து இருந்தான். அந்தச் சம்பவத்தைத் தொடர்ந்து நீண்ட அமைதி நிலவியது. வீடு வந்துசேர்ந்ததும் ஒருவருக்கொருவர் பேசிக்கொள்ளவில்லை என் பது மட்டுமல்ல, பார்த்துக்கொள்ளவும் இல்லை.

அன்று முதல் அவளுடன் காரில் எங்கும் செல்வதில்லை என்ற முடிவுக்கு வந்தான். இது போன்றதொரு வாழ்க்கை இனி அவனுக்குத் தேவையில்லை. ஆனால், இந்த முடிவைப் பல முறை அவன் ஏற்கெனவே எடுத்திருந்தபோதிலும் பலன் இல்லை. செயல்பட்டாக வேண்டும், பதிலுக்கு ஏதாவது செய்ய வேண்டும், முடிந்தால் இங்கிருந்து விலகிப் போய்விட வேண்டும். அப்படி யான ஒரு செயல்பாட்டை முடிக்கும் வரை பல கஷ்டங்களை அனுபவித்தாக வேண்டும் என்பதில் அவனுக்கு எந்தச் சந்தேகமும் இல்லை. அந்தக் காலகட்டத்தில் தன் தசைகள், ஆன்மா, வாழ்க்கை என அனைத்தும் பாதிப்புக்குள்ளாகும் என்பதை உணர்ந்த அவன், தன் நோய் எதிர்ப்புச் சக்தியைப் பலப்படுத்த வேண்டி அதற்கான உளவியல் ஆலோசனைகளைப் பெற மீண்டும் மனநல மருத்து வரை நாடினான்.

மருத்துவர் அவனிடம், "உங்கள் மனைவியும் மனநல ஆய்வு மற்றும் சிகிச்சை பெற முன்வந்தால் மட்டுமே நிலைமையில் முன்னேற்றம் ஏற்படச் சாத்தியமுண்டு. ஆனால், உங்களுக்குத்தான் தெரியுமே, அந்த முடிவை அவர்கள்தான் எடுக்க வேண்டும். உங்கள் மனைவியின் நண்பர்களோ, ஆலோசகர்களோ, ஏன் உங்களுக்கே கூட அவர்கள் எந்த வழியில் செல்ல வேண்டும் என்று சுட்டிக்காட்டும் உரிமை இல்லை" என்றார்.

மருத்துவர் கூறியதைக் கேட்டு ஓவியன் சிரித்தான். இத்தகைய ஏற்பாட்டுக்கு உடன்படத் தன் மனைவி வளர்ந்த விதம் அனு மதிக்காது என்பதை அவருக்கு விளக்கினான். மேலும் மிஞ்சிப் போனால், ஏமாற்றுக்காரர்களிடம் ஆலோசனை பெறுவாள்;

அவர்கள் கூறும் சடங்குகளைச் செய்வாள். பௌர்ணமி இரவில் ஊதுபத்தி கொளுத்தி வைப்பது; படுக்கை அறையின் மூலையில் சில மூலிகை இலைகளை வைப்பது; மெக்காவிலிருந்து தருவிக் கப்பட்ட நீரில் சில எழுத்துகளைக் கரைப்பது; நூறாண்டு பழமை யான மரம் ஒன்றின் உச்சியில் தாயத்தைக் கட்டுவது அல்லது அந்த மரத்தின் வேர்களுக்கு அடியில் அதனைப் புதைத்துவைப்பது, கடல் சீற்றமாக இருக்கும்போது தாயத்துகளை அதில் வீசி வருவது என்ற வகையில் அச்சடங்குகள் இருக்கும் என்றும் கூறினான்.

எழுத்தறிவற்ற மக்களிடம் அதிகம் காணப்படும் இத்தகைய மந்திரச் சடங்குகள், மலைப்பகுதியில் வாழ்ந்த மூதாதையர்கள் கடைப்பிடித்தவையாகும். இவனுடைய பகுத்தறிவுடன் அவை ஒத்துப்போகவில்லை. சர்ச்சைக்குரிய அந்த லாலாவின் கூட்டத்தில் ஓவியனின் மனைவி சிக்கியதற்கான காரணங்களில் இதுவும் ஒன்றாகும். அவனது கணவனுடனான உறவையும் குறிப்பாக அவனது குடும்பத்துடனான உறவைக் கெடுப்பதில் லாலா துணை யாக இருந்து வந்தாள். ஏமாற்று மந்திரவாதிகள் அருகிலோ, தூரத்திலோ எங்கு இருந்தாலும் அவர்களைச் சென்று பார்த்து வருமாறு ஓவியனின் மனைவியைத் தூண்டும் வேலையையும் லாலா செய்துவந்தாள்.

ஒருநாள் லாலா தந்திருந்த மூலிகை கஷாயத்தைக் குடித்தாள். உடனடியாக அது வேலை செய்தது; பிள்ளைகளுடன் சேர்ந்து பகல் உணவு சாப்பிட்டுக்கொண்டிருந்த நேரம் அது; திடீரென அவள் மயங்கி விழப் போவதுபோல் தள்ளாடினாள். சுதாரித்துக்கொண்டு இருக்கையை விட்டு எழுந்து கொண்ட அவள் ஏதோ உளறியபடிப் பேசினாள். பிறகு கட்டிலில் போய் விழுந்தவள் ஆழ்ந்த தூக்கத்தில் கிடந்தாள். பிள்ளைகள் பதறியபடி இருக்க ஓவியன் தன் நண்பரான மருத்துவரை அழைத்தான். மருத்துவரும் உடனே வந்தார். ஏதோ தூக்க மாத்திரை மருந்தினை உட்கொண்ட அறிகுறி தெரிவதாகக் கூறினார். பிறகு பிரச்சினைகுரிய அந்த மூலிகைகளை அப்புறப்படுத்தியதுடன் அவன் கடுங்கோபம் அடைந்தான்.

"இவை எல்லாம் இன்னதென்று உறுதியாகச் சொல்ல முடியாத மூலிகைகளாகும். அவை விஷச் செடிகளாகக்கூட இருக்கலாம்; யாராலும் உத்தரவாதம் அளிக்க முடியாது. உன் மனைவியை

மயக்கம் தெளியவைத்துப் பேதி மருந்து கொடுத்தாக வேண்டும். அதைத்தான் செய்யப்போகிறேன்" என்றார் மருத்துவர்.

அவளை உலுக்கிப்பார்த்தார். மெதுவாகக் கண்களைத் திறந்த அவள் தனக்கு ஒன்றுமில்லை எனக் கூறியபடியே எழுந்தாள். நல்ல வேலையாக வாந்தி எடுத்தாள். அதனால் தன் உடல்நிலை கொஞ்சம் தேறியதுபோல் உணர்ந்தாள். ஆபத்தான பொருளை உட்கொண்டதால் இந்த நிலை என்பதை அவள் முற்றிலும் உணரவில்லை.

தன் நண்பன் ஒருவனிடம் இது குறித்துப் பேசிய ஓவியன், தன் கவலையை வெளிப்படுத்தினான்.

"கொஞ்சமும் பொறுப்பில்லாத, சிந்திக்கத் தெரியாத இது போன்ற பெண்ணை நம்பி எப்படி என் பிள்ளைகளை விட முடியும்?" என்ற அவனது கேள்வியில் இரண்டு விஷயங்கள் அடங்கியிருந்தன. ஒரு புறம் அவன் கவலை அடைவதில் நியாயம் இருக்கிறது. மற்றொரு புறம் இந்த நரகமயமான திருமண வாழ்வை முறித்துகொள்ளாமல் இருப்பதற்கான காரணமும் இதில் உள்ளது.

சமூகத்தில் உள்ள மற்றவர்களுடன் பழகும்போது அன்பாகவும், அழகாகவும், பணிவாகவும் அவள் நடந்துகொள்வதைப் பார்த் திருக்கிறான். மிகவும் பொறுப்புடன் இருப்பவள்போல நடந்து எல்லோராலும் நேசிக்கப்படுபவளாகவும் இருக்கிறாள். அவளது அழகையும் வனப்பையும் ஆண்கள் பாராட்டுகின்றனர். வசீகரமான குரலில் பல விஷயங்களைப் பேசும்போது அவளுக்குத் தெரியாமல் கவனித்திருக்கிறான். அப்போதெல்லாம் அவனுக்கு ஒரு புறம் மதிப்பும் மறுபுறம் கோபமும் வரும். மற்றவர்களுடன் இத்தனைக் கனிவாக இருக்கும் அவளைப் பெரிதும் மதிப்பான்; அதே வேளையில் தங்களிடையே உள்ள பந்தத்தில் இந்தக் கவனிப்பும் கனிவும் முற்றிலும் குறைவதை நினைக்கும்போது அவனுக்குக் கோபம் உண்டாகும். ஒருவேளை இரட்டைக் குணநலன் கொண் டவளாக இருப்பாளோ! என்று கூட ஒரு கணம் நினைத்துப் பார்த்தான். ஆனால், அவன் நினைத்ததுபோல் இல்லை; இரட்டைத் தன்மை எல்லாம் இல்லை. தன்னிடம் உள்ள நல்ல குணங்களை மற்றவர்களிடமும், கெட்ட குணங்களைத் தன் கணவனிடமும் காட்டுவது ஒரே ஆள்தான். இத்தனை ஆண்டுகளாகத் தன்

கணவனின் குடும்பத்தினர் மற்றும் அவன் நண்பர்கள் சிலரின் அலட்சியப் பார்வைக்கு எல்லாம் சேர்த்துவைத்து அவனைப் பழிவாங்கினாள். ஒருநாள் இவர்களின் இல்லறம் குறித்து ஒரு பெண்ணும் அவளுடைய கணவனும் பேசிக்கொள்வதை ஒட்டுக் கேட்டாள்:

"அவள் இளமையும் அழகும் உடையவள்தான். இருந்தாலும் நம் நண்பனின் (ஓவியன்) தகுதிக்கும் தரத்துக்கும் இதைவிட அழகும் அறிவும் படைத்த பெண் அமைந்திருக்கலாம்."

உண்மையில் இந்த உரையாடலைக் கேட்க நேர்ந்தால் யார் தான் கஷ்டப்படாமல் இருக்க முடியும். உடனே எவ்வித விளக்கத்துக்கும் இடமின்றி அந்தத் தம்பதியினரைத் தங்கள் நட்பு வட்டத்திலிருந்து அவள் நீக்கிவிட்டாள்.

ஒருநாள், அவளுடைய தம்பி வீட்டுக்கு வந்திருந்தான். அப்போது அவனை அவள் பொறுப்புடன் கவனித்துக்கொண்டதை, ஓவியன் கவனித்தான். தம்பி, இருமுவதைப் பார்த்ததும் தண்ணீரில் வைட்டமின் 'சி' மாத்திரையைப் போட்டுச் சாப்பிடச் சொன்னாள். முந்தைய நாள் துவைத்துப் போட்ட அவனுடைய சட்டையை இஸ்திரி போட்டு மடித்து வைத்தாள். அவனது வேலையைக் குறித்து அக்கறையோடு விசாரித்தாள்; பெரிய தொகையுடைய பணக்கட்டு ஒன்றை அவனது சட்டைப் பையில் திணித்தாள். அவன் புறப்பட்டுச் சென்றதும், அவளிடம் ஓவியன் மனம்விட்டுப் பேசினான்:

"ஏன் நீ என்னையும் உன் தம்பி போலவோ, அண்ணன் போலவோ நினைக்கக் கூடாது? கொஞ்சமாவது முயற்சி செய். இதோ பார்! நீ நினைப்பதுபோல் நான் ஒன்றும் பிசாசு இல்லை. மற்றவர்களிடமிருந்து சற்று வித்தியாசமானவன். அவ்வளவுதான். நான் ஒரு கலைஞன். எனக்கு ஆதரவும் என்னைப் புரிந்துகொள்ளும் மனமும் தேவைப்படுகின்றன. என்னை ஆராதிக்க வேண்டும் என்பதில்லை. அது கொஞ்சம் மிகையாக இருக்கும். மேலும் அவையெல்லாம் கேட்டுப் பெறுவதில்லை. வயதாகும் உன் கணவன் மேல் கொஞ்சம் அதிகக் கவனம் செலுத்து. அவன் தீயவன் இல்லை. இன்னும் சொல்லப்போனால், நல்லவன். நானும் எவ்வளவோ இருமியிருக்கிறேன். தொண்டை கட்டியிருக்கிறது.

நீ ஒருபோதும் வைட்டமின் 'சி' மாத்திரை போட்டு, தண்ணீர் குடிக்கச் சொன்னதில்லை. இவையெல்லாம் பெரிய விஷயங்கள் இல்லை என்றாலும், இது போன்ற சின்னச் சின்ன கவனிப்புகள் தான் எனக்குச் சந்தோஷத்தைக் கொடுக்கும். பார்க்கப்போனால், நம் இல்லறத்தில் இதுதான் பெரும் குறை, அதாவது சந்தோஷம்! மற்றவருக்குச் சந்தோஷம் தருவதும், ஒருவருக்கொருவர் சந்தோஷத்தைப் பரிமாறிக்கொள்வதும்தான். துரதிர்ஷ்டவசமாக இரண்டு பக்கத்திலும் பலமுறை எல்லையைக் கடந்துவிட்டோம்; நமக்குள் மரியாதை என்பதே இல்லாமல் போய்விட்டது. நடந்த வற்றுக்காக வருந்துகிறேன்; உன்னைப்போல் நானும் அதற்குப் பொறுப்புதான். ஆனால், யார் மீதும் மரியாதைக் குறைவாக நான் நடந்துகொண்டதாகத் தெரியவில்லை. நிச்சயமாக நான் சிக்கலானவனாக இருந்திருப்பேன்தான். குடும்பத்தின் மேல் போதிய கவனம் செலுத்தாமல் எல்லாவற்றையும் மேம்போக்காக எடுத்துக்கொள்பவனாக இருந்திருப்பேன். ஆனாலும், ஒரு போதும் உன்மேல் உள்ள மரியாதையைக் குறைக்கும் விதமாக நடந்துகொண்டதில்லை. எத்தனை முறை உன் கோபமும் மூர்க்கமும் நான் நினைத்துப்பார்க்க முடியாத சொற்களை எல்லாம் என் வாயிலிருந்து வரவழைத்துள்ளன. என் அகராதியில் இல்லாத வார்த்தைகள் அவை. என்னிடம் இருந்த மிக மோசமான குணத்தை எல்லாம் வெளிக்கொணர்வதில் நீ வெற்றி பெற்றுவிட்டாய் என்று சொல்ல வேண்டும். நானும் இதையேதான் செய்திருக்கிறேன். இதில் யாரையும் நான் குற்றம் சாட்டவில்லை. நான் எப்போதும் சண்டைசச்சரவுகளைத் தவிர்க்கவே முயற்சி செய்து வந்துள்ளேன். மேலும் அன்பும் பாசமும் நிறைந்திருக்கவேண்டிய நம் இல்ல றத்தில் சண்டைசச்சரவுகள்தான் குடிகொண்டிருக்கின்றன. ஒருநாள் நான் கிளம்பிவிடுவேன். அன்று என்னைத் தடுக்காதே! ஏனெனில் நான் செங்குத்தான பாறையின் விளிம்புக்கு வந்து நின்றிருக்க, அதற்கு மேல் நீ என்னைத் தள்ளினால் விழுந்துவிடுவேன் என்ற நிலையில் அந்த நாளில் இருப்பேன். எது எப்படியோ, ஒன்றை மட்டும் மறந்துவிடாதே. அந்த நாள் வரும்போது அதுவரை யார் என்று தெரியாத ஓர் அந்நியனுடன் நீ வாழ்ந்து வந்துள்ளாய் என்பதைப் புரிந்துகொள்வாய். அந்த மனிதனுடன் நீ எதையும் பகிர்ந்துகொள்ளவில்லை என்பதையும் குழந்தைகளைத் தவிர்த்துப்

பார்த்தால் வேறு எந்த நல்ல அம்சமும் இல்லை என்பதும் உனக்கு விளங்கும். நாம் இருவரும் தப்புக்கணக்குப் போட்டுவிட்டோம். என் பங்கு இதில் மிக அதிகமாக இருக்கலாம். என் உள்ளுணர்வுகள் மேல் அதிகமாக நம்பிக்கை வைத்திருக்கலாம். காதலுக்குக் கண்ணில்லை என்பது உண்மைதான்! விதியை வெல்ல முடியாது. நம் கனவுகள் நம்மை ஏமாற்றிவிடும். எல்லாம் இறுதியில் சரியாகிவிடும். உனக்கு வயதான பின் முதிர்ச்சி ஏற்படும். நம்மிடையே உள்ள பேதங்கள் அளவில் பெரியவை. குறிப்பாகக் கலாச்சாரம் சம்பந்தப்பட்டவை. நம் இருவரின் பின்னணிகளும் இரு வேறு துருவங்களைச் சேர்ந்தவை. அவை எல்லாம் எனக்குத் தெரியும் என்றாலும் நம் நேசத்தின் வலிமையால் அந்தத் தடையைக் கடந்துவிடலாம் என்று நம்பினேன். உள்ளுக்குள், நாம் இருவரும் ஒருவருக்கொருவர் அந்நியராகவே இருந்து வருகிறோம். இத்தகைய அந்நியத்தை நினைத்து மிகுந்த வருத்தத்துடன் நான் வாழ்ந்து வந்தேன். நீயோ எல்லாவற்றையும் குழப்பிக்கொண்டிருக்கிறாய். என்றாவது ஒருநாள் இதை நீ உணரும் நாள் வரும். ஆனால், அதற்குள் காலம் கடந்துவிட்டிருக்கும், எல்லாவற்றையும் நீ அழித்துவிட்டு இருப்பாய்."

அவன் பயந்த அந்த நாள், 1999ஆம் ஆண்டு நவம்பர் மாதத்தின் மத்தியில் வந்தது. ஏதோ வேலையாக இருந்தான். வெறி பிடித்தவள்போல் உள்ளே நுழைந்த அவள், அவன் கையில் இருந்த மடிக்கணினியை அவன் முகத்தின் மீது வீசி எறிந்தாள். அது இரண்டாக உடைந்து சிதறியது. அடுத்ததாக, தாள் பறக்காமல் இருக்க மேசைமேல் வைக்கும் கனமான வெண்கலக் கல் ஒன்றை எடுத்து அவன் மீது வீசினாள்; அது அவனது இடது தோள்பட்டையைப் பதம் பார்த்தது. கூடவே தன் தாய்மொழியான பெர்பெர், பிரஞ்சு, அரபி என மூன்று மொழிகளில் வசைமாரிப் பொழிந்தாள். "இரு, இதற்கெல்லாம் நீ நிச்சயம் பதில் சொல்லத்தான் போகிறாய். சொல்லாமல் எங்குப் போவாய்? உன்னை அழித்துவிடுவேன். உன்னைப் படுக்க வைத்து விடுவேன். உன் பாழாய்ப்போன ஓவியங்களை எல்லாம் எரித்துக் குப்பையில் போடுவேன். நீ ஒரு பிசாசு. வக்கிரம் பிடித்தவன். அருவருக்கத்தக்க கணவன். மோசமான தந்தை. துரோகி. உன் அப்பனைப்போல் பாழாய்ப்போனவன், பித்தலாட்டக்காரன்" என்றெல்லாம் வசவுகளை வீசினாள்.

அப்போது உடல் மீதான தாக்குதலும் மனத்தளவில் உண்டான அதிர்ச்சியும் சேர்ந்துகொண்டன. திடீரெனக் காய்ச்சல் அதிகரிப்பதைப்போல் உணர்ந்தான். உடல் முழுவதும் சூடான இரத்தம் பாய்வதைப்போல் இருந்தது. ஏதோ அவனது தோல் இழுத்துக்கொள்வதைப்போல் அவனது முகம் கோணியது. கையில் இருந்த தூரிகை கீழே விழுந்தது. கை இறுகிக் காணப்பட்டது. எல்லாம் மங்கலாகத் தெரிந்தன. கடைசியில் தரையில் விழுந்து விட்டான். விழுந்ததில் அறையை வெதுவெதுப்பாக்கும் கருவியின் மீது தலை மோதி இரத்தம் கொட்டியது. உடம்பிலும் சிராய்ப்புகள். நிலைமை மேலும் மோசமாகி, கண்கள் செருகின. கை, கால் எதையும் அவனால் அசைக்க முடியவில்லை.

அவள் அரண்டு போய்விட்டாள்; அவசரச் சிகிச்சைப் பிரிவுக்குத் தகவல் சொன்னாள். அருகில் உள்ள மருத்துவமனைக்குக் கொண்டு செல்லப்பட்டான். 'பக்கவாதம்' என்று கண்டறியப்பட்டது. இடப் பக்க இயக்கம் பாதிக்கப்பட்டுள்ளது. வலப்பக்க இயக்கத்தில் சிரமம் இருக்கும். ஏற்பட்டுள்ள பாதிப்பின் தீவிரத்தைப் பொறுத்திருந்துதான் பார்க்க வேண்டும்.

மருத்துவர் உணர்ச்சிவசப்பட்டு வேகமாகப் பேசினார். காரணம், புகழ்பெற்ற இந்த ஓவியனை அவருக்கு நன்றாகத் தெரியும். பத்திரிகையாளர்களிடம் இச்செய்தியை அறிவிக்கக் கூடாது என்று தன் செயலரிடம் அக்கறையுடன் சொல்லி வைத்தார்.

மருத்துவமனையில் தன் கணவன் அருகில் உறங்கவேண்டி, மனைவி கூடுதல் படுக்கை ஒன்றைக் கோரினாள். மருத்துவர் அவளிடம், "எதற்கும் அவன் தனியாக இருப்பது நல்லது, நாங்கள் இருக்கிறோம், கவலைப்படாதீர்கள், அவனுக்கு விழிப்பு வந்ததும் உங்களுக்குத் தெரியப்படுத்துகிறோம்" என்றார்.

நல்லவேளையாக, அந்தக் குறிப்பிட்ட கொடும் நிகழ்ச்சி குறித்த நினைவுகள் அவனிடம் இல்லை. ஏதோ எதுவும் நிகழாததுபோல் அனைத்தையும் மறந்துவிட்டான்.

மாறாக, மரணத்தை அவன் நேராகச் சந்தித்துவிட்டான். அது நீல நிறமாக இருந்தது. வடிவமோ, மணமோ இல்லாமல் வெள்ளை நிறத்திலும், பிறகு நீல நிறத்திலுமான ஆவியால் சுற்றப்பட்டிருந்தது போன்றதொரு உணர்வு அவ்வளவுதான். அவனால் எதையும்

யோசிக்க முடியவில்லை என்றாலும் வேகவேகமாகத் தாறுமாறாக அணிவகுத்துச் செல்லும் சில வடிவங்கள் அவனுக்குத் தெரிந்தன. எதுவும் தன் கட்டுப்பாட்டில் இல்லாததுபோல் இருந்தது, கட்டுப்பாட்டில் இல்லாத கனமான பொதியாக அவனது உடல் மாறியிருந்தது. அவனுடைய முகமும் முன்புபோல் இல்லை. அந்த இடத்தில் இருந்த தலை மோசமாக வரையப்பட்ட ஓவியம்போல் இருந்தது. இந்த அழையா விருந்தாளி நீண்ட நாட்கள் இங்கேயே தங்கிவிடுவானோ என்று அஞ்சினான்.

அவனது மூளை மட்டும் இன்னும் சுறுசுறுப்பாக இருந்தது. சொற்கள், ஒலிகள் எல்லாம் கேட்டன. ஆனால், அடர் நீலத்தில் கருமை கலந்து அடர்த்தியாகிக் கொண்டே போகும் இந்த ஆவி அவற்றைப் புரியாதபடிச் செய்கின்றன. கண்களைத் திறந்து பார்த்தான், எல்லாம் கலங்களாகத் தெரிந்தன. பிறகு மூடிக்கொண்டான். கண்களை நன்கு திறந்து பார்த்தால் மரணம் சற்று பின்வாங்கி விலகி, இன்னும் கொஞ்சம் நேரத்தை அதாவது மேலும் ஒரு வாய்ப்பை அவனுக்கு அளிக்கும் என்று அவன் நினைத்தான். இதில் ஆச்சரியம் என்னவென்றால் கடைசியாக வரைந்துகொண்டிருந்த ஓவியம் அவன் நினைவுக்கு வந்ததும் தனக்குள் ஒரு முடிவுக்கு வந்தான். "நான் உறுதியாக நிக்கோலாஸ் தெ ஸ்தயேல்போல் நடந்துகொள்ளப்போவதில்லை. இந்த ஓவியத்தை நான் முடித்தாக வேண்டும். நான் இறுதிவரை என்ன நடக்கிறது என்று பார்ப்பேன். ஜன்னல் வழியாக வெளியில் குதித்துச் சில்லுகளாய் நடை பாதையில் சிதறி விழப்போவதில்லை." இறுதி என்றால் எதுவரை போவது? தனக்காகக் காத்திருந்து அவனது பணியை முடிக்க உதவி செய்யத் தூண்டும் இந்தத் தீவிரம் எதுவரை நீடிக்குமோ அதுவரைதான்.

தற்போது அவனது தலைவிதி மருத்துவர்கள் கையில் உள்ளது. அவனை மீண்டும் இயங்க வைக்க அவர்கள் முயன்று வருகின்றனர்.

அத்தியாயம் 14

காஸாபிளான்கா, 27 ஆகஸ்ட் 2000

"உன் பிரச்சினைகளைக் கூறி என்னைத் தணிக்க முயல வேண்டாம். இந்த இடத்தில் பிறரை எதிர்பார்க்கக் கூடாது, தானேதான் சமாளித்தாக வேண்டும். ஆன்மா அனுபவிக்கும் துன்பங்களின் மீது எனக்கு எவ்வித பரிதாபமும் ஏற்படுவ தில்லை" - தன் மருமகளிடம் ஈசாக் போர்க் கூறிய பதில்.

காட்டு ஸ்டிராபெரிகள், இங்மார் பெர்க்மேன்

அந்த நாள் ஓவியப் பணிமனைக்கு இமான் வந்திருந்தாள். ஓவியனால் இன்னமும் கூட வரைய முடியவில்லை. எனினும், தனக்கு ஏற்பட்ட உடல்நலக் குறைவால் முடிக்க முடியாமல் தரையில் பரப்பி வைக்கப்பட்டிருந்த ஏராளமான ஓவிய அட்டை களைப் பார்த்துக்கொண்டிருந்தான். முற்றுப்பெறாத ஓவியங்கள் எனப்படும் இந்தப் படைப்புகளை அவனைச் சந்திக்க வந்த வர்களில் சிலர் ஆர்வமுடன் பார்த்துச் சென்றனர். மற்றவர்கள் அவற்றின் மீது ஈடுபாடு காட்டவில்லை. தனக்குள் அவன் ஒரு முடிவுக்கு வந்தான். "இந்த உலகை விட்டுச் செல்வது என நான் முடிவுசெய்ய நேர்ந்தால், அவ்வாறு செய்வதற்கு முன், என் படைப்புகளை ஒழுங்கு செய்துவிட்டுதான் புறப்படுவேன். என் குழந்தைகளுக்கு முறையான வழிகாட்டுதல்களை எழுதிவைத்துச் செல்வேன், அவற்றை அவர்கள் நிச்சயமாகப் பின்பற்றுவார்களா என்பது சந்தேகம்தான் என்ற போதிலும்! எப்படி முடியும் என்று யாருக்குத் தெரியும்? அடுத்ததாக நோட்டரி ஒருவரைச் சந்தித்து நான் விட்டுச் செல்லும் செல்வத்தில் என் மகன்களுக்கு இணையாக என் மகள்களுக்கும் சம பாகம் கிடைக்க வழி செய்வேன். ஆண் பிள்ளைகளுக்கு ஒரு பாகம் என்றால் பெண் பிள்ளைகளுக்குப் பாதிதான் என்ற பாகுபாட்டை நான் எதிர்க்கிறேன். அது இஸ் லாமிய சட்டம்தான் எனினும், பெண்கள் வேலைக்குப் போகாத

நபித் தூதர் காலத்து நடைமுறையை இன்னும் மாற்றாமல் இருக்கும் இறையியலாளர்களின் போக்கு எனக்கு வருத்தம் அளிக்கிறது. எனவே நான் இந்த உலகை விட்டுச் செல்லும் முன் இதனைச் சரிசெய்துவிட்டுச் செல்வேன்" ஏதோ தற்கொலை என்பது பழகிய விஷயம்போல் இவற்றையெல்லாம் மிக உற்சாகமாக எண்ணிப்பார்த்தான். தன் மரணத்துக்குப் பின் தொடர வேண்டிய பணிகள் குறித்த ஏற்பாடுகள், அவற்றைக் குறித்து ஒவ்வொருவரும் என்ன நினைப்பார்கள் என்பதைப் பற்றியெல்லாம் கற்பனைசெய்து பார்த்தபோது அவனுக்குச் சிரிப்பு வந்தது. எழுத வேண்டும் என்ற ஆசை இருந்தது. ஆனால், அவனது விரல்கள் பேனாவைப் பிடிக்கக் கஷ்டப்பட்டன. நினைப்பதை கேமரா முன் நின்று பேசிவிடலாம் என்று நினைத்தான். இந்தத் திட்டம் உதித்ததும் அழகான அமெரிக்கத் திரைப்படம் ஒன்று அவனது நினைவுக்கு வந்தது. அதில் 'ஆன்டி கர்ஸியா' கொள்ளைக்கூட்டத் தலைவனாக நடித்திருப்பான். பின்னர் தன் தொழிலை விட்டு விட்டு அமெரிக்காவில் உள்ள சிறிய நகரம் ஒன்றில் தங்கித் தனியாகத் தொழில் தொடங்குவான். சாகும் தறுவாயில் இருப்பவர்களின் கடைசி ஆசைகளை ஒலிப்பதிவு செய்து தருவதுதான் அவனது நிறுவனத்தின் பணியாகும். அவ்வாறு பதிவு செய்ய வரும்போது சிலர் தங்கள் வாழ்க்கை அனுபவத்தையும் பகிர்ந்து கொண்டனர். சிலர் அறிவுரை கூறினர்; சிலர் பொதுவான கருத்துகளைக் கூறினர்; நடிகர் கர்ஸியாவைக் காதலித்துக்கொண்டிருந்த அழகிய இளம்பெண் ஒருத்திக் கூறியது, இவனுக்கு நன்றாக நினைவில் உள்ளது. அவளைப் பார்த்து கர்ஸியா, "நீ காதலிக்கிறாயா?" என்று கேட்டானாம். அவ்வாறு கேட்டது மிகவும் ஆச்சரியமாக இருந்ததாம். காதல் முயற்சியில் முதல் பாடம்போல் அது ஓவியனின் மனதில் பதிந்துவிட்டது.

இமானிடம் ஏதாவது பேச வேண்டும்போல் இருந்தது. ஆனால், இன்னும் அவனால் தெளிவாகப் பேச முடியாமல் கஷ்டப்பட்டான். எனவே தனக்கு மசாஜ் செய்துகொண்டே இமான் பேசுவதைக் கேட்டுக்கொண்டிருந்தான். அவள் அணிந்திருந்த வெள்ளை ரவிக்கையில் இருந்த பொத்தான் இடைவெளிகள், அவளது உடலின் ஒரு பாகத்தைப் பார்க்க வழி செய்தன. அன்று அதிக வெப்பமாக இருந்ததால் தன் உடையைத் தளர்த்திக்கொண்டால்

வசதியாக இருக்கும் என்று அவள் நினைத்தாள். அவளிடம் சிகிச்சை பெறுபவர் மரியாதைக்குரியவர் என்பதால் அவள் எதற்கும் அஞ்சத் தேவையில்லை. விறைப்பாக இருக்கும் அவனது வலது கையைத் தளர வைத்து அசைக்க மென்மையாகத் தடவிய போது அவன் உடலை உரசி வருடியது அவனுக்குப் பிடித் திருந்தது. அது சிரிப்பையும் வரவழைத்தது. ஆனால், அப்படிச் சிரிக்கும்போது முகம் கோணியது, அவனை மிகவும் சங்கடத்துக் குள்ளாக்கியது. அவன் மெல்லிய குரலில், "நன்றி. உங்கள் கதையைச் சொல்ல முடியுமா?" என்று கேட்டான். தான் சொல்ல வருவதைப் புரியவைக்க சிறிது நேரம் பிடித்தது. அவள் சற்றே நகர்ந்துகொண்டு, "வேலை முடியட்டும். இன்று எனக்குக் கொஞ்சம் நேரம்தான் இருக்கிறது. முதலில் உங்கள் கை, கால்களைக் கவனித்தாக வேண்டும். அதுதான் முக்கியம், நீங்கள் குணமாகி பலத்துடன் உங்களை மீண்டும் பழைய நிலையில் பார்க்க வேண்டும் என்றுதான் துடிக்கிறேன். உங்களுக்குத் தெரியுமா? உங்கள் மீது மிகுந்த பாசம் வைத்துள்ளேன். எனக்கு ஓவியத்தைப் பற்றியெல்லாம் பெரிதாக எதுவும் தெரியாது. ஆனால், நீங்கள் பயன்படுத்தும் நிறங்கள், வடிவங்கள் அனைத்தும் என்னிடம் உறவாடுகின்றன; என்ன சொல்ல வருகின்றன என்று தெரியா விட்டாலும் எனக்குத் திருப்தியாக இருக்கின்றன. எந்த ஒரு புகைப்படக் கலைஞனையும்விட நீங்கள் சிறப்பாகக் காட்சிப் படுத்துகிறீர்கள். உங்கள் படைப்பில் உண்மையில் வேலைப்பாடு இருக்கிறது. நிறைய நேரம் ஆகியிருக்கும் என்பதைப் புரிந்து கொள்ள முடிகிறது. புகைப்படக் கலைஞனோ பொத்தான் ஒன்றை அழுத்துவதோடு திருப்தி அடைந்துவிடுகிறான். அது போகட்டும், வலது காலைக் காட்டுங்கள். கொஞ்சம் முயற்சி செய்து பாருங்கள். உங்களால் அசைக்க முடியும். அவ்வளவுதான். சிகிச்சைக்கு நல்ல ஒத்துழைப்புத் தருகிறீர்கள்!"

அவனது கால்களைப் பிடித்துவிட அவள் தரையில் மண்டி யிட்டு வேலை செய்யும்போது அவளது மார்பகங்கள் தெரிந்தன. அவ்வாறு தெரிவதை அவள் உணர்ந்தாளா என்பது அவனுக்குத் தெரியவில்லை. ஆனால், அவளுக்குத் தெரியாமல் அவற்றைப் பார்ப்பது அவனுக்குப் பிடித்திருந்தது. மார்பகங்கள் மீது அவனுக்கு எப்போதுமே பலவீனம் இருந்தது.

மசாஜ் முடிந்ததும், அவனுக்குத் தேநீர் தயாரிக்கத் தண்ணீரைக் கொதிக்க வைக்கப் போனாள். பிறகு, அவன் அருகில் அமர்ந்து 'ஆயிரத்து ஓர் இரவுகள்' கதைகளில் வரும் ஷெகேரஸாத்போல் கதை ஒன்றைச் சொல்லத் தொடங்கினாள்:

"முன்பு ஒரு காலத்தில் பெண் ஒருத்தி வாழ்ந்து வந்தாள். அவள் எப்போதும் கனவு கண்டபடியே இருப்பாள். இரவு நேரக் கனவில் கண்டவை மூலமாகவே வாழ்க்கையிலுள்ள அனைத்தையும் அறிந்துகொண்டாள். பள்ளியில் பாடங் களைக் கவனித்துக்கொண்டிருக்கும் அதே நேரத்தில் கனவில் கண்ட உருவங்கள் நடமாடுவதை அவளால் தெளிவாகப் பார்க்க முடிந்தது. இவ்வாறு நிழல், நிஜம் என இரு வேறு உலகில் வாழக்கூடிய சக்தி அவளுக்கு இருந்தது. இரண்டு உலகிற்கும் எளிதாக மாறக்கூடியவளாகவும் இருந்தாள். அவளது கனவுகளோ அவள் வயதுடைய இளம் பெண்களின் கனவுகள்போல் இல்லை.

எகிப்து மன்னர் ஒருவரின் தோளைப் பிடித்தபடி பிரமிடு களின் மீது ஏறுவதாகக் கனவு கண்டாள். தன் சிரிப்பாலும் வருடல்களாலும் அந்த மன்னருக்குச் சிகிச்சை அளித்து வந்த தாகக் கனவு கண்டாள்.

தன் குடும்ப உறுப்பினர்களும் நண்பர்களும் குழுமியிருக்க, பெரிய கூடமொன்றில் சிம்பொனி இசைக்குழுவை இயக்கு பவளாகக் கனவு கண்டாள். அக்குழுவில் உள்ள இசைக் கலைஞர்கள் அனைவரின் தலைக்கு மேலேயும் ஒரு நட்சத்திரம் ஒளிர்ந்துகொண்டிருந்தது. அந்த இசைக் குழுவில் பங்கேற்றுள்ளவர்கள் மீது தேவதைகள் பொழியும் அருளாக அது தோன்றியது.

தனியாகவே அட்லாண்டிக் பெருங்கடலைக் கடந்துவிடக் கனவு கண்டாள். ஆனால், நீச்சல் தெரியாததால் அக்கனவைக் கைவிட்டாள்.

பெரிய மசூதி ஒன்றில் நடக்கும் தொழுகைக்குத் தலைமை யேற்கும் பெண் இமாமாகத் தன்னைக் கற்பனைசெய்து கொண்டாள். அப்போது பெண்கள் மீது நேசம் வைத்த நபித் தூதர் குறித்து உரை நிகழ்த்துவதாக நினைத்துக்கொண்டாள்.

தன்னை ஒரு சிட்டுக்குருவியாக நினைத்துக்கொண்டாள். மரத்துக்கு மரம் தாவிப் பறந்து செல்லும் அக்குருவி, புதர்கள் கேட்கும் கேள்விகளுக்குப் பதில் சொல்வதாகவும் நினைத்துக்கொண்டாள்.

ஷெகேரஸாத்தின் சகோதரியாகத் தன்னை நினைத்துக் கொண்டாள். இளவரசனுடன் முதல் இரவைக் கழித்ததாகக் கனவு கண்டாள். இயல்பைவிடச் சிறியவளாய் இருப்பதாக நினைத்துக்கொண்டாலும் எந்த முக்கியமான காட்சியையும் தவறவிடவில்லை.

மருத்துவமனை ஒன்றை நிர்வகிப்பதாகவும், தன் கையில் மந்திரக்கோல் இருப்பதாகவும் கனவுகண்டாள்.

திரட்சியான அரேபிய பேரீச்சைப் பழங்களும் கோப்பை நிறைய ஆட்டுப்பாலும் கிடைப்பதாகக் கனவுகண்டாள்.

நாள் முழுக்க வேலைபார்த்தும் முதுகு வலி இல்லாமல் இருப்பதாகக் கனவு கண்டாள்.

மர நிழலில் நண்பர்கள் புடைசூழ, தொலைதூர நாடுகளில் இருந்து வந்திருந்த திராட்சையையும் பழங்களையும் தின்ற படிக் கோடையில் நீண்ட நேரம் கழிப்பதாகக் கனவு கண்டாள்.

எப்போதும் கனவு கண்டுகொண்டிருக்கலாம் என்றும் கனவு கண்டாள்.

அதற்கு அவள் இன்னும் கொஞ்சம் முயல வேண்டும்.

கதை சொல்வதை நிறுத்திக்கொண்டு ஓவியனின் முகத்தைப் பார்த்தபோது, ஏறக்குறைய இயல்பான முகபாவம் திரும்பி யிருந்ததைக் கவனித்தாள். அவள் சொல்வதை எல்லாம் காதால் கேட்டுக்கொண்டே வாயால் பருகுவதுபோல் இருந்தது. கதையைத் தொடரும்படிக் கண்களால் அவளுக்குச் சைகை செய்தான். அவனுக்குத் தேநீர் தந்து மேலும் சில மடக்குகள் பருக வைத்தாள். உதடுகளைத் துடைத்துவிட்டு, தன் இடத்துக்கு வந்து அமர்ந்துகொண்டு கதையைத் தொடர்ந்தாள்.

முன்பொரு காலத்தில் உடல்நலக் குறைவுடைய ஒரு மனிதர் வாழ்ந்து வந்தார். அவருடைய நல்ல மனதைக் கீழ்த்தரமாகச் சிலர் பயன்படுத்திக்கொண்டனர்.

இதைக் கேட்டதும் ஓவியன், தான் அமர்ந்திருந்த சாய்வு நாற்காலியைத் தட்டி அவளை இடைமறித்தான். "நான் கேட்க விரும்புவது உன் கதையை, என் கதையை அல்ல" என்பதைதான் அவன் தெரிவிக்க விரும்பினான். அதைக் கண்டு ஆச்சரியப்பட்ட அவள், அடுத்த முறை சொல்வதாக உறுதியளித்தாள்.

ஆனால், அடுத்த முறை வந்தபோது அவ்வளவு பரபரப்பாக இருந்தாள். அவளுடைய பாட்டி கீழே விழுந்து இடுப்பில் எலும்பு முறிவு ஏற்பட்டிருந்தது. நாற்காலியிலிருந்து விழுந்த பத்தாவது நாளில் இறந்துபோன தன் அப்பாவின் நினைவு ஓவியனுக்கு வந்தது. அது நடந்தது ஒரு செப்டம்பர் மாதம். 'ஜெக்கோமெட்டீ'யின் அஞ்சலிக்காகச் சில ஓவியங்களைத் தயாரித்துக்கொண்டிருந்தபோதுதான் தொலைபேசி ஒலித்தது. அவனுடைய மருத்துவ நண்பன்தான் பேசினான். "இந்த வயதில் சில நாட்களுக்கு மேல் தாக்குப் பிடிக்காது" என்றான். அப்பாவின் இழப்பு அவனைப் பெரும் சோகத்தில் ஆழ்த்தியது. இந்த எதிர்பாரா மரணம் அவனுக்குப் பெரும் கோபத்தையும் உண்டாக்கியது. அதனை நன்கு அழுது தணித்துக்கொண்டான். அவனுடைய மனைவியும் குறை சொல்ல முடியாத அளவுக்கு நடந்துகொண்டாள். அவளைக் குறைத்து மதிப்பீடு செய்து வைத்திருந்த ஓவியனின் குடும்பத்தினர் அனைவரும், துக்க நேரத்தில் அவள் தன் கடமையை இந்த அளவுக்கு முறையாகச் செய்வதைக் கண்டு ஆச்சரியப்பட்டுப் போனார்கள். அவள் வளர்ந்து வந்த பாரம்பரியம் குறித்து இதுவரைக் கேலி செய்தவர்கள், மறை முகமாக விமர்சனம் செய்தவர்கள் எல்லாம் வாயடைத்துப் போனார்கள். இந்த இக்கட்டான சூழ்நிலையை இவ்வளவு அழ காக அவள் சமாளித்ததில் அவனுக்குப் பெரும் திருப்தி ஏற்பட்டது.

தன் பாட்டியைக் கவனிக்கச் செல்லும் அவசரத்தில் இருந்த இமானால் அதிக நேரம் அங்கு இருக்க முடியவில்லை. அவனுக்கு ஊசியைப் போட்டுக் கொஞ்சம் நேரம் மசாஜ் செய்ய மட்டுமே நேரம்போதுமானதாக இருந்தது. அவன் நலம் பெற்று, மீண்டும் ஓவியம் தீட்டும்போது தன் உருவத்தை வரைய வேண்டும் என்பதே தன் கனவு என்று கூறினாள். "நான் ஓவியத்திற்கு போஸ் தரும் போது நிறைய விஷயங்களை உங்களிடம் பகிர்ந்துகொள்வேன். நீங்கள் மிகவும் ஆச்சரியப்பட்டுப்போவீர்கள்" என்றும் கூறினாள். ஆகட்டும் என்று தலையால் சைகை செய்தான்.

வேலை முடித்து இமான் சென்ற பின், அவனுடைய இரண்டு உதவியாளர்களும் உள்ளே வந்து அவனைச் சுத்தப்படுத்தும் வேலையைக் கவனிக்க ஆரம்பித்தனர். 'ஹம்மாம்' (குளியல் அறை) என்ற வார்த்தையை அவன் உச்சரித்தான். இருவரும் ஒருவரையொருவர் பார்த்துக்கொண்டனர். தாங்கள் கவனிக்கும் இந்த நோயாளிக்கான கவனிப்புப் பட்டியலில் இது இருக்கிறதா என்று யோசித்தனர். அவர்களில் ஒருவன் மருத்துவரை தொலை பேசியில் விசாரித்தான். குளியல் கூடத்துக்கு அழைத்துச்செல்ல அனுமதி அளித்த மருத்துவர், சில நிபந்தனைகளை விதித்தார். மிகவும் வெப்பமாக இருக்கும் அறையையும் பொதுவாகக் குளியல் கூடங்களில் செய்யப்படும் பலமான மசாஜ்களையும் தவிர்க்கும் படி அறிவுரை கூறினார். எனவே மிதமான வெப்பம் உள்ள அறை ஒன்றைத் தெரிவு செய்து கட்டணம் செலுத்தி, ஓவியனைச் சக்கர நாற்காலியில் அமர வைத்துக் கொண்டுசென்றனர். இதன் மூலம் சிறு வயது நினைவுகளில் ஒன்றை மீட்டு எடுக்க முடிந்ததால் அவன் மிகவும் திருப்தி அடைந்தான்.

அவனுடைய பணியாளர்களான அந்த இரட்டையர்கள் மிகவும் திறமையானவர்களாகவும், அனுபவம் வாய்ந்தவர்களாகவும் இருந்தனர். தோலில் ஒட்டியிருந்த அழுக்குகள் போகக் குளித்ததில் அவனுக்குச் சுகமாக இருந்தது. ஒருவன் நிலத்திலிருந்து பிடுங் கப்பட்ட கிழங்கு ஒன்றைத் தோல் சீவுவதுபோல் ஓவியன் உடலைச் சொரிந்து சுத்தப்படுத்தினான். இன்னொருவன் அவன் உடல் முழுவதையும் மெதுவாக மசாஜ் செய்தான். உடல் மிகவும் நன்றாக இருப்பதாக உணர்ந்தான். குறிப்பாக, குளித்து முடித்து வெளியேறிய பின் வெளிக்கூடத்தில் ஓய்வெடுத்தபோது மேலும் சுகமாக உணர்ந்தான். நல்ல தூக்கம் வரவே கொஞ்சம் குறட்டையும் விட்டான். அன்று இரவு, தூக்க மாத்திரை எதுவும் சாப்பிடுவ தில்லை என முடிவு செய்தான். எவ்வித இரசாயன மருந்தின் உதவியும் இல்லாமல் தூங்க முடியும் என்னும் அளவுக்குப் பதற்றம் எதுவும் இல்லாமல் இருந்தான். அவனுக்குக் கனவுகள் வந்தன. அவற்றில் எல்லாமே கலந்து இருந்தன. அவனுடைய மனைவி, இமான், கணித ஆசிரியை ஆவா, தன் ஓவியக்கூடத்தின் நிர்வாகி, இவர்களுடன் இன்னும் பலர் - இரவு முழுவதும் அவனுடைய கனவில் வலம் வந்தனர். மறுநாள் காலை, அவனுக்குப் பயம்

ஏற்பட்டது. சாகும் தறுவாயில் இருப்பவர்களைக் கடைசியாகப் பார்த்துப் போக வந்தவர்கள் என்பதைத் தெரிவிக்க முன்கூட்டியே விடுக்கப்பட்ட எச்சரிக்கையாக அந்தக் கனவுகளை எண்ணினான்.

பெண்களை நேசிக்கும் அனைத்து ஆண்களைப்போல் அவனை விரும்பிய பெண்கள் கூட்டத்தையும், அவன் விரும்பிய பெண்கள் கூட்டத்தையும் எண்ணிப் பார்த்தான். பெரிய வீடு ஒன்றில் அவர்கள் அனைவரையும் ஒருநாள் ஒன்றுகூட்டி, எந்த அளவு அவர்கள் தனக்கு மகிழ்ச்சியையும் சுகத்தையும் வாரி வழங்கினர் என்பதைச் சொல்ல வேண்டும் என்றுகூட விரும்பினான். அவர்களை ஒவ் வொருவராகக் கடைசி முறையாகக் கட்டி அணைத்து நன்றி கூற வேண்டும் என்று நினைத்தான். திடீரென ஒரு சந்தேகம். "அந்தக் கூட்டத்தில் என் மனைவியும் இருப்பாளா? எனக்கு மகிழ்ச்சி யையும் சுகத்தையும் தந்தவர்கள் பட்டியலில் அவள் இடம் பெறுவாளா?" நியாயம் தவற அவன் விரும்பவில்லை. இன்பம் தந்துள்ளாளா? நிச்சயமாக அளித்துள்ளாள். அவளுடன் உறவு வைத்துக்கொள்ள விரும்பியுள்ளான். எனினும் அதைப் பற்றி அவர்கள் ஒருபோதும் விவாதித்ததில்லை. அவர்களிடையேயான பாலியல் உறவு குறித்து அவள் ஒரு வார்த்தையும் உதிர்த்ததில்லை என்பதில் அவனுக்கு ஆச்சரியம்தான். ஒரே ஒரு முறை கோபத்தில் அவனைப் பார்த்து, "உன்னிடமிருந்து கிடைத்த பணம், உடல் சுகம் - இரண்டிலும் எனக்குத் திருப்தி இல்லை, நீ ஒரு பேடி" என்று கத்தியிருக்கிறாள்.

பணத்தையும், உடலுறவையும் ஒரே வாக்கியத்தில் இணைத்துக் கூறியது உண்மையிலேயே சுவாரசியமாக இருந்தது. ஓவியன், சிந்தனையாளர் பிராய்டை வாசித்திருக்கிறான். எனவே இந்த விஷயத்தைப் பற்றி நிறைய அறிந்துவைத்துள்ளான். எனினும் தன்னைப் பேடி என்று அழைத்தது உள்ளுக்குள் சிரிப்பை வர வழைத்தது. அவள் சொல்வதைப்போல் மற்ற பெண்கள் யாரும் அவ்வாறு கூறியது இல்லையே என்று பதில் அளிக்க முடியவில்லை. ஆனால், இந்த வாக்கியம் பழுதான அலாரம் போல் அவன் தலைக்குள் அடிக்கடி ஒலித்தபடி இருந்தது. "சரி இருக்கட்டும், அவள் திருப்தியடையவில்லை, சுகம் போதவில்லை என்பது ஒரு வேளை உண்மையாகவும் இருக்கலாம். ஆனால், அது உண்மை இல்லை என்பது எனக்குத் தெரியும். ஆனால், அவள் அவ்வாறு

நினைத்துக்கொண்டால், அதற்கு நான் எதுவும் செய்ய முடியாது" என்று சொல்லிக்கொண்டான்.

இந்தச் சம்பவத்துக்குப் பின் மீண்டும் ஒரு முறை அவன் மனதில் சில கேள்விகள் எழுந்தன. "ஏன் எங்களுக்குள் உரையாடிக்கொள்ள இயலவில்லை? சச்சரவு எதுவும் இல்லாமல் விவாதிக்க முடிய வில்லை? எல்லாவற்றிலும் முரண்டு பிடிக்காமல் ஏன் உரையாட முடியவில்லை? சுருக்கமாகச் சொன்னால், பரஸ்பரம் கருத்து களைப் பரிமாறி, புத்திசாலித்தனமாகச் சேர்ந்து வாழ முடியாமல் தடுப்பது எது? அவள் கூறுவதுபோல் நான் வக்கிரம் பிடித்த பேயா? குடும்பத்தைப் பற்றியும் வீட்டில் என்ன நடக்கிறது என்பது பற்றியும் கவலைப்படாத அளவு விட்டேத்தியாக இருப்பதாக அவள் குற்றம் சாட்டுகிறாளே, உண்மையில் அது போன்ற குறையுடையவன்தானா நான்? இவையெல்லாம் உண்மை இல்லை என்பது எனக்குத் தெரியும். ஆனால், திரும்பத்திரும்ப இப்படிக் குற்றம்சாட்டி வந்தால் கடைசியில் அதை நம்பும்படி ஆகிவிடும். குறைந்த பட்சம் சந்தேகமாவது எழும். அதுதான் அவளுடைய திட்டமாக இருக்க வேண்டும். என் திறமை மீதும், செயல்கள் மீதும், ஏன் எல்லாவற்றிலும் என் மீதே எனக்குச் சந்தேகம் ஏற்படும்படி என்னை மாற்றிவிட வேண்டும் என்று எண்ணியிருக்க வேண்டும். அதாவது, ஒருகட்டத்தில் அதிலிருந்து மீள முடியாத நிலைக்கு என்னைக் கொண்டுவந்து நிறுத்திவிடத் திட்டமிட்டு இருப்பாள். அவளது தயவை எதிர்பார்த்து நிற்பவனாக, அவள் கையில் சிக்கிய ஒரு பொருளாக, அவளுடைய இரையாக மாற்றிவிடத் திட்டமிட்டிருப்பாள். இப்படிச் செய்த பிறகு, அவளது இஷ்டம்போல் எதையும் செய்யலாம் என்று எண்ணியிருப்பாள். அயடோலா வீட்டில் சிறைவைக்கப்பட்டிருப்பவள் போலவும், அதிலிருந்து தப்ப எவ்வாறெல்லாம் செயல்படலாம் என்று திட்டமிடுவது போலவும் அவள் நடந்துகொண்டாள். அவனை 'அயடோலா' என அடிக்கடி அழைப்பாள். அந்தச் சொல்லுக்கு என்ன அர்த்தம் என்றாவது அவளுக்குத் தெரியுமா? அவளைப் பொறுத்தவரை அது ஒருவரை அவமதிப்பதற்கான சொல்.

நம்மை நாமே சந்தேகப்படும்படி வைத்து, நாம்தான் குற்ற வாளி என்று நம்பவைப்பதில் எதிரி எப்போது வெற்றி அடைகி றானோ அப்போதுதான் நம் தோல்வி உறுதியாகிறது. அதன் பின்பு

நாம் அவன் விருப்பப்படி நடப்பதற்கும் அவனுடைய தேவைக்கு ஏற்றவாறு வளைந்து கொடுப்பதற்கும் தயாராகிவிடுவோம்.

அவனுடைய நண்பர்களில் ஒருவன் தனக்கும் தன் மனைவிக்கும் ஏற்பட்ட வாக்குவாதத்தின்போது தன்னை அவள் கீறிவிட்ட சம்பவத்தைப் பற்றிச் சொன்னான். அப்போது, "இது நமக்குள் இருக்கட்டும். இவை எல்லாம் முடிவில்லாத யுத்தம் மாதிரி. என்றாவது ஒருநாள் நான் சரணடைந்துவிடுவேன். உனக்குத் தெரியுமா, நம் பழைய நண்பர்கள் எல்லோரும் தத்தமது மனைவி யுடன் சமாதானமாகி, அடங்கிப்போய் அமைதியாக வாழ்கிறார்கள். நான் இன்னும் அந்த நிலையை எட்டவில்லை. என்னை அவள் கல்லறைக்கு அனுப்பும்வரை நான் போராடிக்கொண்டுதான் இருப் பேன் போலும்" என்று தன் நிலையை ஓவியனிடம் விளக்கினான்.

அவனுடைய நண்பர்களில் ஒருவர் எழுத்தாளர்; அவருக்கு மட்டும் அதிசயத்தக்க வகையில் அமைதியான வாழ்க்கை அமைந் திருந்ததுபோல் தோன்றியது. அவருடைய மனைவி ஒருபோதும் அவருடன் முரண்படுவதில்லை. மாறாக, அவருக்கு உதவிகள் செய்வதுடன், எப்போதும் அவருடன் இருந்து நன்றாகக் கவனித்துக் கொண்டாள். அந்த எழுத்தாளருக்குத் தன்னால் தொந்தரவு ஏற் படாதவாறு பார்த்துக்கொண்டாள். இப்படியான இல்லறத்தின் இரகசியம் என்ன என்று நண்பரிடம் ஓவியன் கேட்டான். நீண்ட பெருமூச்சுவிட்ட எழுத்தாளர் மெதுவாக அந்த இரகசியத்தைக் கூறினார்:

"இதில் இரகசியம் ஒன்றும் இல்லை. அவள் விஷயத்தில் எல்லாவற்றையும் கை கழுவிவிட்டேன். இப்போது அனைத்தும் அவள் கட்டுப்பாட்டில்தான் இருக்கிறது. என் வங்கிக் கணக்குகூட எனக்குத் தெரியாது. அவள் இல்லாமல் நான் எந்த ஊருக்கும் செல்வது கிடையாது. குறுகிய நட்பு வட்டத்தைத் தாண்டி வேறு யாரையும் நான் சந்திப்பதில்லை. என் மின்னஞ்சல்கள், என் கைபேசி, எனக்கு வரும் கடிதங்கள் என எல்லாமே அவள் கண்காணிப்பில்தான் உள்ளன. என்னிடம் கேட்கப்படும் கேள்வி களுக்குக்கூட எனக்குப்பதில், அவள்தான் பதில் தருவாள். பத்திரிகையாளர்களும் அவளைக் கண்டாலே பயப்படுவார்கள். எனவே எனக்கு இந்தத் தொந்தரவுகள் எதுவும் இல்லாமல்

இருக்கிறேன். வேறு ஒருத்தியைப் பிறந்த மேனியாகக் கடைசியாக எப்போது பார்த்தேன் என்று எனக்கு நினைவில் இல்லை. ஆகவே ஒரு வடிகாலாக, அவள் தூங்கும்போது அடிக்கடி ஆபாசத் திரைப்படங்களைப் பார்ப்பேன். படுக்கை அறையில் இருந்து சத்தம் போடாமல் வெளியே போய் இதுபோன்ற நிர்வாணக் காட்சிகளை இரசிப்பேன். சில நேரங்களில் சுய இன்பமும் அனுபவித்ததுண்டு. இதுதான் இரகசியம். புரிகிறதா? உனக்கும் அமைதி வேண்டுமானால், இதுதான் அதன் விலை!"

சரணடைவதா? அதைவிடச் செத்துப்போகலாம்! யாரும் கண்டுகொள்ளாத அளவு சிறுமைப்பட்டு போவதால் என்ன பயன்? அதாவது நிழல்போல் மாறினால்தான் இருவரும் ஒற்றுமை யாகச் சேர்ந்துவாழ்வது சாத்தியமாகும் இல்லையா? தன் நண்பர் எழுதியிருந்த நூல் ஒன்றை ஓவியன் வாசித்துப்பார்த்தான். தன் மனைவிக்குதான் அந்த நூலை அவர் அர்ப்பணித்து இருந்தார். அதில், ஒரு சர்வாதிகாரியின் நாட்டில், அரசியல் போராளிகளை நாள் முழுக்கச் சித்திரவதை செய்யும் உள்துறை அமைச்சக அதிகாரி ஒருவரின் கதையை எழுத்தாளர் விவரித்திருப்பார். அவ்வாறு சித்திரவதை செய்யும் அதே நபர் மாலை வீடு திரும்பியதும் ஒரு பொறுப்புள்ள தந்தையாகவும் கணவனாகவும் மாறிப்போவார். காலையில் பிள்ளைகளைப் பள்ளிக்கு அழைத்துச் சென்று, அவர் களைக் கட்டியணைத்து, எங்கே குளிரால் கஷ்டப்படுவார்களோ என்று சட்டை காலரைச் சரிசெய்து பொத்தான் இட்டுப் பள்ளியில் இறக்கி விட்டு வருவார். அடுத்த கால்மணி நேரத்தில், தன் கோட்டைக் கழற்றி வைத்துவிட்டுச் சட்டையை மடித்துக்கொண்டு தன் நிர்வாகத்தின் கீழ் உள்ள சிறைக் கொட்டடிக்குப் போய் அதே சித்திரவதை நடவடிக்கையில் ஈடுபடுவார். அவரது மனசாட்சி தெளிவாக இருந்தது.

நூலாசிரியரின் சொந்த வாழ்க்கை அக்கதையில் அப்பட்டமாகப் பிரதிபலித்தது. அந்நூல் குறித்து ஓவியன் அவரிடம் எந்தக் கருத்தையும் பகிர்ந்துகொள்ளவில்லை. ஆனால், இவனைப் பொறுத்தவரை அப்படி வாழ்வது என்பது ஏற்றுக்கொள்ள முடியாததாகும்.

அத்தியாயம் 15

காஸாபிளான்கா, 28 ஆகஸ்ட் 2000

> “இல்லற இன்பத்துக்கான வழிமுறையை யாராவது கண்டு பிடித்துவிட்டால், எல்லோரும் உடனடியாகத் திருமணம் செய்துகொள்வதை நிறுத்திவிடுவார்கள்.”
>
> *உன் கண்களைக் கொடு, சாஷா கித்ரி*

கோடை வெப்பம் தகிக்கும் பகல் பொழுது ஒன்றில், தன் மனதில் எழுந்த சோக எண்ணங்களில் இருந்து சற்றே விடுபட, ஓவியன் கண்களை மூடியபடி, தன் வாழ்வில் சந்தித்தப் பெண்களைப் பற்றி ஒரு முறை நினைத்துப் பார்த்தான். கனவில் வருவதுபோல் முதலில் தொடுவானத்தில் தொடங்கியது; பிறகு அந்திச் சூரியனின் நிறம் தெரிந்தது.

திடீரென அவன் சந்தித்த பெண்கள் அனைவரும் ஒன்றாக வந்துசேர்ந்தனர். தான் பார்ப்பது தெரியாமல் அவர்களை அவனால் பார்க்க முடிந்தது. சிலர் கறுப்பு உடையில் இருந்தனர். மற்றவர்கள் வெள்ளை உடை அணிந்திருந்தனர். எல்லோருமே துக்கத்தில் இருந்தனர். இத்தனைக்கும் அவன் இன்னும் இறக்கவில்லை. ஒருவேளை, இவன் விடுத்த அழைப்பை அவர்கள் தவறாகப் புரிந்துகொண்டு இறுதியாக வழியனுப்ப வந்திருக்கிறார்களோ?

கிரிஸ் மட்டும் விதிவிலக்காக வண்ண உடையில் காட்சி யளித்தாள். பாதாம் போன்ற கண்களில் குறுகுறுப் பார்வையுடன் கை நிறையப் பரிசுப் பொருட்களோடும் நின்றிருந்தாள். ஓவியனை அவள் தேடிக்கொண்டிருந்தாள்; ஆனால், அவளால் கண்டுபிடிக்க முடியவில்லை. அவள் திரும்பிப்பார்த்தபோது மற்ற பெண்கள் அனைவரும் தங்களுக்குள் பேசிக்கொள்ளாமல் தொடுவானத்தை நோக்கி முன்னேறிச் செல்வதைப் பார்த்தாள். இது ஒரு கனவாக இருக்க வேண்டும் என நினைத்தாள். ஆனால், இது அவளுடைய

கனவு அல்ல மாறாக, சேர்ந்து வாழாமல் போனாலும் தான் விரும்பிய அந்த ஓவியனின் கனவு அது.

அது ஒரு வித்தியாசமான காதல் அனுபவம். சட்டென உதித்த காதல் சட்டென மறைந்து போனது. அந்தக் கலைஞனைப் பார்ப்பதற்கு முன்பே அவன் மீது நேசம் வைத்ததன் காரணமாகத் தன் விருப்பத்தை அல்லது ஒரு வேண்டுதலை தெரிவித்திருந்தாள் என்றுகூடச் சொல்லலாம். அவனை அந்த அளவு அதிகமாகக் காதலித்தாள். ஆனால், ஒருநாள் காலை எழுந்தவுடன், அவனைப் பார்த்து, "அது முடிந்த கதை" என்று கூறிவிட்டாள். அவளை அவன் பார்த்தான். தன்னால் இந்த முடிவை ஏற்றுக்கொள்ள முடியாது என்பதுபோல் சைகை செய்தான். ஆனால், அவளோ தான் சொன்னதில் உறுதியாக இருந்தாள். அவளுடைய முகம் மாறி இருந்தது. அவளது அசைவுகளும்தான். அடையாளம் தெரியாத அளவு அவள் மாறியிருந்தாள். தனக்கென எத்தனையோ வேலை களைச் செய்த அவள்தான் அவ்வாறு மாறியிருந்தாள். "ஆண்கள் என்றால் எனக்கு எப்போதும் பயமாக இருக்கும். நீங்களும் அதைப் போக்காமல் அந்தப் பயத்தை உறுதிசெய்துவிட்டீர்கள்." வீட்டில் மின் வேலையோ அல்லது குழாய் பழுதோ பார்த்தவரிடம் சொல்வதுபோல், அவனுக்கு நன்றி கூறினாள்.

கதவைச் சாத்தித் தாளிடும் முன், அவனைப் பார்த்து உறுதி யாகக் கூறினாள்: "நான் எப்போதும் உன் தோழியாக இருப்பேன். நம்மிடையே உடலுறவு என்பது முடிந்த கதை. எனக்கு என் தனிமை பிடிக்கும். சில நேரங்களில், உங்களைப் போன்ற பிரபல மான ஆணுடன் உறவு கொள்ளும்போது அந்தத் தனிமைக்கு நான் துரோகம் செய்வதாக உணர்கிறேன். உங்களைப் போன்றோர் அழகாகவும் பிரபலமாகவும் இருக்கிறீர்கள் என்றாலும் உயர்ந்த மனிதர்களாக இருப்பதில்லை. உங்களுடன் உறவு கொண்டபின் எனக்கு அதிகத் திருப்தியைத் தரும் என் தனிமை வாழ்க்கைக்கும் எனக்குப் பிடித்தமான வேலைக்கும் திரும்புகிறேன். என் தாபம் அதிகரிக்கும்போது சுயஇன்பம் அனுபவிக்கிறேன். அதிர்வலை களை ஏற்படுத்தும் செயற்கை உறுப்பை அடிக்கடிப் பயன்படுத்தி உச்சத்தைப் பெறுகிறேன். அன்பே, இதோ பார், இது மிக அழகானது மட்டுமல்ல சக்தி வாய்ந்ததும்கூட, அவ்வளவுதான், போகிறேன்!"

சில நொடிகள் அப்படியே ஸ்தம்பித்து நின்றான். ஒருசில மாத இடைவெளிக்குள் ஒரு பெண் இவ்வாறு ஒரு நிலையில் இருந்து வேறு ஒரு நிலைக்கு மாறிவிட்டதைக் கண்டு மிகவும் ஆச்சரியப்பட்டான். கிரிஸ், நகைச்சுவை உணர்வு இல்லாதவள். ஆண்களுடனான உறவில் திருப்தி அடையாதவள், ஒருவேளை அவள் பெரிதும் விரும்புவது பெண்களாக இருக்கலாம். அதை வெளியில் சொல்லத் தயக்கம் உடையவளாக இருக்கலாம். எது எப்படியோ, ஓவியனுடன் உடலுறவு வைத்துக்கொள்வது தனக்கு மிகவும் பிடிக்கும் என்று அவள் எப்போதும் கூறுவாள். இப்போது அதையெல்லாம் கூறி அவளிடம் எதிர்வாதம் எதுவும் செய்யாமல் அவளுடன் மேற்கொண்ட பயணங்களின்போது எடுத்திருந்த நிழற் படங்களைக் கிழித்துப் போட்டான். அத்துடன் அவளை மறந்து விட்டு அடுத்த வேலையைப் பார்ப்பது என முடிவு செய்தான்.

அடுத்ததாக 'ஸீனா', இவன் அருகில் வந்தாள். அவள்தான் இவனுடைய முதல் காதலி. வாழ்நாள் முழுவதும் அவளது நினைவுகள் தொடர்ந்து வருகின்றன. சிறு வயதில் அவளைப் பிரிய நேர்ந்த பின்பு, மீண்டும் சந்திப்பதற்கான வாய்ப்பு இல்லாமல் போனது. அவள் முகத்தை இடைவிடாமல் தேடிக்கொண்டிருக் கிறான். வேறு பெண்களின் முகங்களில் அவள் தெரிகிறாளா எனப் பார்க்கிறான். மாநிறமுடைய பெண் அவள், காமமும் ஆசையும் கொண்டு செதுக்கப்பட்ட உடல், அவர்களிடையே உண்டான ஆசைத்தீ எதிர்பாராதவிதமாக அணைந்து போனது. அவன் வாழ்வில் காதல் அத்தியாயத்தின் மிக விரக்தியான கட்டத்துக்கு அதுதான் ஆரம்பம். ஸீனாவுடன் அவன் ஒருபோதும் முழுமையாக உடலுறவு வைத்துக் கொண்டதில்லை. முதலிரவுக்காக இருவரும் காத்திருந்தனர். ஆனால், சில சிக்கலான காரணங்களால் அது நடக்காமலேயே போனது. கன்னித்தன்மை என்பதை விளை யாட்டாக எடுத்துக்கொள்ளாத காலம் அது. ஒருவரை ஒருவர் தொட்டுக்கொள்வதிலேயே திருப்தியடைவோம். இரு உடல் களும் உரசிக்கொள்ளும்போது வெளியேறும் விந்தினை, வீடு வந்துசேர்ந்ததும் குளியலறையில் கைகுட்டையால் சுத்தப்படுத்திக் கொள்வோம். நகரின் ஒதுக்குப்புறத்தில் இருந்த இருட்டான பகுதிகள், கல்லறைகள் போன்ற இடங்களில் அவர்கள் காதல் செய்ய ஒதுங்குவார்கள். ஒருநாள் சில காவலர்கள் அவர்கள் மீது

கல் வீசி விரட்டினர். அன்றிலிருந்து கல்லறைக்குப் போவதில்லை. அவ்வாறு விரட்டியதில் ஒரு கல் அவள் மீது பட்டு நெற்றியோரத்தில் காயமானது. அந்த வடு மறையும்வரை அவளது கைகுட்டையால் அதனை மறைக்க வேண்டியிருந்தது. அவர்களுடைய தோழி ஒருத்தியின் வீட்டில் சந்தித்துக்கொண்டனர். அந்தப் பெண்ணின் பெற்றோர் அச்சமயம் மெக்காவுக்குச் சென்றிருந்தனர். மிகவும் பாதுகாப்பானதாக, எவ்விதப் பயமும் இல்லாமல் இருப்பதாக உணர்ந்தனர். எனவே, இந்தச் சூழ்நிலையை அவர்கள் பெரிதும் கொண்டாடினர். இருந்தாலும், எல்லை மீற மட்டும் அவனுக்கு அவள் அனுமதி அளிக்கவில்லை. காதலையும் உறவையும் பதின் பருவத்துக்குரிய வெகுளித்தனத்துடன் அவர்கள் அனுபவித்தனர். கள்ளத்தனமான சந்திப்புகள் நிகழ்ந்த அந்தக் காலகட்டம், அவன் மனதில் நீங்கா இடத்தைப் பிடித்தது. திடீரென ஒருநாள், தன்னை விட வயது முதிர்ந்த ஒருவனுடன் வீதியில் கைகோர்த்தபடி அவள் நடந்து செல்வதைப் பார்த்தான். அதோடு எல்லாம் முடிவுக்கு வந்தன. ஏமாற்றம் என்பதையும் தாண்டி அது ஒரு பேரிடியாக வந்து இறங்கியது. அந்தச் சம்பவம் குறித்து இப்போது மீண்டும் சிந்தித்துப் பார்க்கும்போது அவனுக்குச் சிரிப்பு வருகிறது. ஏனெனில், பொறாமை உணர்வுதான் அவனை அத்தகைய நகைப்புக்குரிய நிலைக்குத் தள்ளியிருக்கிறது என்பது இப்போது புரிகிறது.

தன் வாழ்க்கையில் சந்தித்த பெண்களை ஓவியன் பட்டியலிடும் போது முப்பது ஆண்டுகள் கழித்து இதோ ஸீனா மீண்டும் அவன் முன் வெண்ணிறப் பின்னணியில் தோன்றுகிறாள். இப்போது அவள் முகத்திரையிட்டு, கையில் உள்ள ஜெபமாலையை உருட்டித் தொழுகை செய்துகொண்டிருந்தாள். அவள் மிகவும் சமய பக்தி உடையவளாக மாறி இருந்தாள். இஸ்லாமிய ஞானியர் மரபில் வந்து சூஃபியர்கள் சிலரை அடிக்கடிச் சந்தித்து வருவதாகத் தெரிந்தது.

சட்டென அந்தக் கூட்டத்திலிருந்து கண்ணியமாக ‘ஆன்ழேலிக்கா’ விலகிக்கொள்வதை ஓவியன் கண்டான். கிரேக்கப் பெண்ணான அவள், கயிற்றின் மீது நடப்பது போன்ற சாகசங்களைச் செய்பவள்; அழகானவள் என்றாலும் உறுதியற்றவள்; வெகுளியானவள்போல் அவனிடம் நடந்துகொண்டாலும் உண்மையில் அனைத்தும் அறிந்தவள்; சுருக்கமாகச் சொன்னால் ஒரு சுயநலவாதி. அவளுக்கு

இந்த ஓவியனைப் பிடிக்காது. ஆனால், தன்னை அவன் விரும்புவதை அவள் தடுக்கவில்லை. நல்ல குளிர் காலம் ஒன்றில் தன் நாட்டில் உள்ள உள்ளடங்கிய பகுதிகளைக் காட்டுவதாகக் கூறி அவனை அழைத்தாள். அவள் மீது இருந்த காதலின் மோகத்தில் அந்த நேரத்தில் தன்னிடம் இருந்த சிறிதளவு பணத்தைத் செலவழித்து அவள் இருந்த இடத்தைச் சென்று அடைந்தான். அவளது அழகு ஒரு புதிர். வடிவான உடலமைப்பைக் கொண்டிருந்த அவள் மனநிலை அடிக்கடி மாறும். ஆனால், குரலில் எப்போதும் ஒரு போதை இருக்கும். ஒருநாள் வேறு ஒரு நபர் வந்து கதவைத் தட்டினான். வந்தவன் தன் வருங்கால மனைவியைப் பார்க்க வந்ததாகக் கூறினான். அன்றைக்கே ஓவியன் அவளை விட்டு வெளியேறினான். காதலிப்பதாக நடித்து, தனக்குத் துரோகம் இழைத்த பசப்புக்காரி ஒருத்தி, தன்னை நன்கு பயன்படுத்திக்கொண்டுவிட்டாள் என்று உணர்ந்தான். அவளது நினைவுகளை அழிக்க முடிந்தாலும் இன்றும் அந்தக் கசப்பு மட்டும் மனதை விட்டு நீங்கவில்லை. அவளை அவன் அழைக்கவில்லை என்றாலும் எல்லாவற்றையும் மீறி ஏதோ தற்செயலாக வந்தவள் போல் அவள் அங்கு வந்துவிட்டாள். ஆன்மேலிக்காவிடம் இன்னும் அந்த வசீகரம் இருந்தது.

அவனது வாழ்க்கையில் காதலித்த ஒரே பொன்னிற மங்கை வருகிறாள். அவளை முதன்முதலில் சந்தித்த அதே அழகுடன் காட்சி அளிக்கிறாள். அவளது கருநீலக் கண்கள், எப்போதும் உற்சாகமாக இருக்கும் அவளது இயல்பு, அவளது சிரிப்பு - என அனைத்தும் அவனை மயக்கிவிட்டன. மொராக்கோவுக்கு வரும்படி அவளுக்கு அவன் அழைப்பு விடுத்திருந்தான். அப்போது அவனுக்குத் திருமணம் ஆகவில்லை. ஒரு பெண், சிறப்பான பெண் என்றில்லாவிட்டாலும் அவளுடன் சேர்ந்து வாழ வேண்டும் என்ற ஆவலைத் தூண்டுபவளாக இருக்க வேண்டும் என்று நினைத்திருந்த காலம் அது. அவள் கப்பல் மூலம் வந்து இறங்கிய அந்த நாள் இன்னும் நினைவில் உள்ளது. களைத்துப் போய் இருந்த மற்ற பயணிகள் கூட்டத்தில் இவள் முகம் மட்டும் பிரகாசமாகத் தெரிந்ததை அவனால் மறக்க முடியாது. தொடர்வண்டி நிலையங்களிலும் துறைமுகங்களிலும் சந்தித்து இனிமையான பொழுதுகளைக் கழித்துள்ளனர். அது அவனுடைய காதல் அத்தியாயத்தின் ஓர் அம்சம். இப்படியே சில நாட்களைத்

தங்களுக்குப் பிடித்தமான வகையில் கழித்தனர். பிறகு கோர்ஸிகா தீவுக்குச் சென்றனர். அவர்களிடையே இருந்த தொடர்பு எவ்வித முகாந்திரமோ விளக்கமோ இல்லாமல் சட்டென முறிந்தது. ஒரு நாள் ஏற்கெனவே திட்டமிட்டிருந்தும் அவள் குறிப்பிட்ட நேரத் துக்கு வரவில்லை. அன்று மொராக்கோ உணவு விடுதி ஒன்றில் அவளுக்காகக் காத்திருந்ததையும் அந்த விடுதியின் அலங்காரத் தையும் அவனால் மறக்க முடியாது; அதேபோல், அன்று உணவு பரிமாறியவரின் முகத்தில் தெரிந்த பரபரப்பும் இவனுக்கு நினைவில் உள்ளது. ஏனெனில் இவனை அப்பெண் நன்றாக ஏமாற்றிவிட்டாள் என்பது அந்தப் பணியாளருக்குப் புரிந்திருந்தது. ஆறுதலளிக்கும் வகையில் அந்தப் பணியாளர் கூறியதையும் மறக்க முடியாது.

"உன் நிலை எனக்குப் புரிகிறது, எனக்கு மட்டும் ஒரு பெண் இப்படிச் செய்தால் அவளைக் கொன்றுவிடுவேன்" என்றார். நிமிர்ந்து அவரைப் பார்த்து, "முடியாது, நான் அதுபோன்ற ஆள் இல்லை, என் வழி வேறு. பெண்களை மென்மையாகத்தான் நம்முடன் வைத்துக்கொள்ள வேண்டும், அடித்து உதைத்து அல்ல; மொராக்கோவில் அப்படித்தான் அடித்து உதைக்கிறார்கள். பல வெளிநாட்டுச் சமூகங்களைக் காட்டிலும் இன்னும் நாங்கள் பின்தங்கி இருக்கிறோம்" என்று பதில் கூறினான்.

அவனைப் பார்க்காமல் அவன் எதிரில் அந்தப் பெண் நடந்து சென்றபோது கடந்த சில வாரங்களாகத் தன்னைக் காதலித்த அவனைக் குறித்துப் பலமான யோசனையில் மூழ்கியபடிப் போனாள். "என் பொக்கிஷம்" என்று அழைத்துவந்த அவனை விட்டு நல்ல நினைவுகளை மட்டும் சுமந்தபடித் திடுமெனப் பிரிந்து சென்றாள்.

இவ்வாறு இனிமையான பல கனவுகளில் மூழ்கியிருந்த ஓவியனைத் திடீரென ஒரு கை, தட்டி எழுப்பியது. அவனுக்கு ஊசி போடச் செவிலிப் பெண் வந்திருந்தாள். இன்னும் கனவிலிருந்து விடுபடாத அவனுக்கு, தான் விரும்பிய பெண்கள் கூட்டத்தைச் சேர்ந்த பெண்ணாகவே செவிலிப் பெண்ணும் தெரிந்தாள். ஆனால், அவள் ஆண்கள் அணியும் சீருடையில் இருக்கும் பெண். திறமையானவள். முகம் சுளிக்காமல் வேலை செய்பவள். எந்த இடத்தில் ஊசி போட்டுக்கொள்ள விருப்பம் என்ற கேள்வியைத்

தவிர வேறு எதையும் பேசாமல், அமைதியாகத் தன் வேலையைச் செய்துகொண்டிருந்தாள்.

அவள் வெளியில் சென்ற பின் அவனைப் பரபரப்பு ஆட் கொண்டது. இரவு வந்ததும் அவனது ஓவியக்கூடத்தில் சோக இருள் சூழ்ந்ததுபோல் இருந்தது. தடுப்பதற்கு எவ்வளவு முயன்றும் அவன் விரும்பிய பெண்களின் உருவங்கள் மீண்டும் அவனது மனக்கண்ணில் தோன்றியதன் காரணமாகப் பழைய நாட்கள் குறித்த ஏக்கம் ஏற்பட்டது. அவன் அடிக்கடிக் கூறுவதுபோல், "நினைவுகள் துன்பம் தருபவை" என்பதால் அத்தகைய ஏக்கம் ஒருபோதும் வராமல் பார்த்துக்கொள்ள வேண்டும். இப்படியான நினைவுகள் சூழ்ந்ததால் அவன் மீண்டும் அதிகமாகச் சோர்வாக உணர்ந்தான். தன்னைச் சுற்றி ஒரு முறை பார்த்தவன், தன் வாழ்க்கை முடிந்துவிட்டதாகவோ தன் பணி முடிக்கப்படாமல் கிடக்கும் என்றோ நினைக்க முடியவில்லை. நகர்வதற்குப் பார்த்தான். ஆனால், அதற்கு மிகவும் கஷ்டப்பட வேண்டி இருந்தது. தன் மீதே வெறுப்பு ஏற்பட, சத்தம்போட்டுக் கத்த வேண்டும்போல் இருந்தது. தன்னைச் சுற்றியுள்ள பொருட்களை உடைத்து அழிக்க முடிந்தால்கூட போதும், அச்செய்கை எவ்வித சலனமும் இல்லாமல் காத்திருக்கும் மரணத்துக்குத் தான் அளிக்கும் பதிலாக இருக்கும் என்று நினைத்தான். "மரணம் என்பதுதான் நோய்" என அவனுக்குள் சொல்லிக்கொண்டான்.

திடீரென ஒரு குரல் அவனுக்கு உற்சாகம் ஊட்டியது. "விழுந்து விடாதே, துணிவாக எதிர்த்து நில். இது ஒரு மோசமான கால கட்டம். விடாதே, வாழ்க்கை உனக்காகக் காத்திருக்கிறது. அது அற்புதமானது. நான் கூறுவதை நம்பு" - எங்கிருந்து அக்குரல் வருகிறது என்று தெரிந்துகொள்ளத் தன்னால் முடிந்த மட்டும் சுற்றும்முற்றும் திரும்பிப் பார்த்தான். தன்னைப் பார்க்க வந்திருந்தது அவனுக்கு நெருக்கமான மாமன் மகனின் குரல் என்பது தெரிந்தது. கட்டட வடிவமைப்பாளரான அவன் இசையிலும் கால்பந்திலும் ஆர்வம் உடையவன். இவனுக்காக ஐபாட் ஒன்றைக் கொண்டுவந்திருந்தான். அதில் 1970களில் வெளிவந்த பாடல் களைப் பதிவு செய்திருந்தான். அவன் நீண்ட நேரம் அங்குத் தங்கவில்லை. புறப்படுவதற்கு முன் ஓவியனின் காதுகளில் பாடல் கேட்பதற்கான கருவியைப் பொருத்தி ஐபாட்டில் 'பாப் டைலானின்' இசையில் மூழ்க விட்டுவிட்டு விடைபெற்றான்.

கண்களை மூடிய ஓவியன், இசையைக் கேட்க ஆரம்பித்தான், அதே நேரத்தில் அவனைப் பாதித்த பெண்களின் அணிவகுப்புக்காகக் காத்திருந்தான். திரையரங்கு ஒன்றில் படம் பார்த்துக்கொண்டிருந்தபோது, பாதியில் நின்றுபோன படம் யாரும் எதிர்பாராத வகையில் மீண்டும் ஓடத் தொடங்கியதுபோல் இருந்தது. திடீரென சில அடிகள் தொலைவில் அவனுக்குத் தெரிந்த பெண் பத்திரிக்கையாளர் தோன்றினாள். அவளது பின்புறத்தையும் மார்பகங்களையும் அவன் கேலி செய்வது வழக்கம். துணிக்கடைகளில் இருக்கும் மெழுகுப் பொம்மைக்கு இருப்பதுபோல் அவை விறைப்பாகவும் உறுதியாகவும் இருக்கும். அந்தக் காலகட்டத்தில் அவள் தன் நெருக்கமான தோழி, தன் அதிகாரப்பூர்வமான காதலன் - இருவருக்குமிடையே உழன்றுகொண்டிருந்தாள். அவள் வித்தியாசமானவள். வகைவகையான இன்பங்களைத் துய்க்க விரும்புவதாகவும் தனக்கு ஏராளமான ஆசைகள் இருப்பதாகவும் திடீரெனத் தன் விருப்பத்தைப் பகிர்ந்துகொண்டாள். இதன் காரணமாக, அவள் துறையில் நன்கு முன்னேறினாள். ஒருநாள் மாலை, எலிசே மாளிகையின் வரவேற்புக் கூடத்தில் கால் மேல் கால் போட்டு அவள் உட்கார்ந்திருந்த காட்சி அவன் நினைவில் உள்ளது. ஆண் நிருபர் ஒருவருடன் சேர்ந்து குடியரசுத் தலைவரை அவள் பேட்டி எடுத்துக்கொண்டிருந்தாள். அந்நேரம் அவள் ஆடை இல்லாமல் இருப்பதுபோலவும், அவள் பெரிதும் விரும்புவதாகத் தெரிவித்திருந்த ஆபத்தான உடலுறவுக் காட்சிகளில் அவளைப் பொருத்திப்பார்த்தும் அவனுக்குள் சிரித்துக்கொண்டான். குடியரசுத் தலைவர் கூறிய அனைத்தும் நகைச்சுவையாக மாறிப்போனது.

அவன் முன் ஒயிலாக அவள் நடந்து சென்றாள். ஆனால், அவனைப் பார்க்கவில்லை. தன் அழைப்பை ஏற்று ஏன் அவள் இங்கு வந்தாள் என்று யோசித்துப்பார்த்தான். அதிக மதிப்புமிக்க ஓவியங்களைத் தீட்டும் ஓவியனின் இறுதிச்சடங்கைக் கடைசியாக ஒருமுறை படம்பிடித்துச் செல்ல இரகசிய கேமராவை வைத்திருப்பாளோ என்று நினைத்தான்.

அடுத்ததாக வந்தவள், எலியா கஸான் இயக்கிய 'ஏற்பாடு' என்ற திரைப்படக் கதாநாயகி ஃபேே டானாவேயை நினைவூட்டினாள். அவளுடனான நேசம் எளிமையாக இருந்ததுடன் எவ்வித சச்சரவுகளும் இன்றி கழிந்தது. மஹரேப் பகுதியின் தற்கால ஓவியங்கள்

குறித்தும் அவற்றின் தாக்கங்கள் குறித்தும் ஆய்வு செய்துகொண் டிருந்ததால் அது தொடர்பான தகவல்களுக்காக அவனைச் சந்திக்க வந்தாள். அவள் மிகவும் சூட்டிகையானவள். உயரமாக இருப்பாள். நகைச்சுவை உணர்வும் எதற்கும் அலட்டிக்கொள்ளாத போக்கும் அவனுக்கு மிகவும் பிடித்து இருந்தது. அவளுடைய பெற்றோர் கலப்பு மணம் புரிந்தவர்கள். அப்பா துனீஸியாவைச் சேர்ந்தவர். அம்மா பிரஞ்சுக்காரி. பெற்றோரின் இரு பண்பாட்டுக் கூறுகளையும் பெற்றிருந்தாலும் அரபி மொழியைப் பேசும்போது பிரஞ்சு மொழியின் தாக்கம் தெரியும். ஓவியனும் அவளும் நிறையநிறையச் சிரித்து மகிழ்ந்திருக்கிறார்கள். இடத்தைப் பற்றிக் கவலைப்படாமல் அடிக்கடி உடலுறவில் ஈடுபட்டுள்ளனர். அவனுக்குத் தெரியாத இடங்களுக்குக்கூட அவள் அழைத்துப் போய் உடலுறவில் ஈடுபட்டிருக்கிறாள். அவன் வீட்டுக்கு அவள் குட்டைப் பாவாடையில் வரும் நாட்களில் உள்ளாடை அணிய மாட்டாள் என்பது அவனுக்குத் தெரியும். அவளுடைய தொடை களுக்கு இடையே கையை நுழைத்து உற்சாகமாகக் குரல் எழுப்பு வான். அவள் குளிர்காலத்தில் அணிவது உட்பட அனைத்துக் குட்டைப்பாவாடைகளும் அவனுக்குப் பிடிக்கும் அவள் பேண்ட் அணிந்து வந்தால் அது அவளது மாதவிலக்கு நாட்களாக இருக்கும் அல்லது அவளுக்கு அன்று உடலுறவில் ஆவலில்லை என்பதும் அவனுக்குத் தெரியும்.

திருமணம் செய்துகொள்ளத் தன் சொந்த நாட்டுக்கு அவள் திரும்பிய அன்று முதல், அவர்கள் இடையே இருந்துவந்த தொடர்பு முடிந்தது. எனவே, திருமணத்திற்கு முன்பே தொடர்பு வைத்திருந்த பெண்களில் ஒருத்தியானாள். உடலுறவுக்கான சந்திப்புகளைத் தாண்டி, அவளிடம் திருமண எண்ணத்தை வெளிப்படுத்தாமல் விட்டதற்காகச் சில நேரங்களில் அவன் வருந்தியிருக்கிறான். அவளிடம் நல்ல பண்பும் உண்மையான நேசமும் இருந்தன. கூடவே எடுப்பான அழகையும் பெற்றிருந்தாள்.

அதே காலகட்டத்தில் அசத்தலான உடலமைப்பை உடைய மொராக்கோ நாட்டுக் கல்லூரி மாணவியைச் சந்தித்தான். படிப்பைத் தொடர கனடா நாட்டுக்குச் சென்ற அவள், 24 வயதில் கொடூரமான வகையில் மரணமடைந்தாள். அவளிடம் அதிகம் பழக்கம் இல்லா விட்டாலும், அவளது நினைவும் மரணமும் அவனை வெகுவாகப்

பாதித்தன. மிகுந்த உற்சாகத்துடன் இவனுடன் உறவு கொண்ட அவள், வகுப்புகளுக்கு இடையே நிகழ்ந்த தேநீர் இடைவேளை சந்திப்புகளைத் தாண்டி வேறு எதையோ எதிர்பார்த்தபடி இருந்தாள். அவளது நிழல் பிம்பத்தைத் தேடிய ஓவியனுக்கு அது கிடைக்கவில்லை.

அதே ஆண்டில், மற்றுமொரு மொராக்கோ பெண்ணைச் சந்தித்தான். தன் அழகைப் பாரமாக எண்ணிய அவள், ஏதோ அசம்பாவிதம் நடக்கப்போவது உறுதி என்று நம்பினாள். சாம்பல் நிறத்தில் அகன்ற விழிகளை உடைய அவள், மனதுக்குள் ஏதோ சரியில்லாததுபோல் இருப்பாள். அவளால் மகிழ்ச்சியாக இருக்க முடியவில்லை, அடிக்கடி அழுவாள். ஓவியன், அவளைத் தொட்டு வருடும்போது மட்டும் அவளது உடல் சிலிர்த்துக் கொள்ளும். உடலுறவின்போது எவ்வித உணர்ச்சியும் காட்டாத பெண் ஒருத்தியைச் சந்திப்பது இதுதான் அவனுக்கு முதல் முறை. அவள் அழுது அவனை இறுக அணைத்துக்கொண்டு தன் உடலை நீண்ட நேரம் மென்மையாக வருடிவிடும்படிக் கேட்பாள். அது அவளுக்கு இதமாக இருப்பதுடன் அப்படியே அவன் தோள் மீது சாய்ந்து தூங்கிப் போக உதவும். ஏதோ ஒரு பீதியில் இருக்கிறாள் என்பது அவனுக்குப் புரிந்திருந்தாலும் உளவியல் ஆய்வில் இறங்கும் எண்ணம் அவனுக்கு இல்லை. அவளுடைய அப்பா அவளிடம் தவறாக நடந்துகொண்டிருக்க வேண்டும். அது அவள் மனதில் ஏதோ ஒரு கொலையைப் பார்த்தவள்போல் பெரும் ரணமாகத் தங்கிவிட்டது. இதனை அவள் இரகசியமாக அவனிடம் கூறி விட்டுத் தன் முகத்தைத் தலையணையில் புதைத்துக்கொண்டு நீண்ட நேரம் விசும்பிக்கொண்டிருந்தாள். அவள் திருமணம் செய்து கொண்டாள், பெரிய கொண்டாட்டத்திற்குப் பெற்றோர் ஏற்பாடு செய்தனர். வாய்த்த கணவன் எடுப்பாக இல்லாவிட்டாலும் நல்லவன். ஆனால், அவளைக் கவனித்துக்கொள்ள தெரியாதவன். இரவு வெகு நேரம் கழித்து வருவதும் அவளைக் கண்டுகொள்ளாததுமாக இருந்தான். அந்தக் குறிப்பிட்ட இரவில் உதவிக்குத் தன் நண்பர்களில் ஒருவனைத் தொலைபேசியில் அழைத்தாள். அவனுக்குத் தொண்டை வலி இருந்ததால் உடனடியாக வர முடியாது என்றும் கொஞ்சம் சரியானதும் வந்து பார்ப்பதாகவும் அவன் உறுதியளித்திருக்கிறான். உடனடியாக வந்து அவளுக்கும் தொற்றிவிடக்

கூடாது என்பதால்தான் வரவில்லை என்றும் சொல்லி அவளைச் சிரிக்க வைக்க முயன்றிருக்கிறான். ஆனால், பதிலுக்கு ஒலித்த குரல் ஏதோ தவறான திசையில் போய்கொண்டிருக்கும் பெண் ஒருத்தியின் குரலாக அவனுக்குத் தோன்றியது. எனவே அவன், "பொறு, இதோ வருகிறேன்" என்று கூறி அவள் இருந்த இடத்துக்கு விரைந்து சென்றான். போய்ச் சேர்ந்தபோது, அங்கு யாரும் இல்லை. அதற்குள் அவள் கடற்கரையில் உள்ள சிறு குடிலுக்கு வேகமாக காரில் சென்றிருக்கிறாள். அதிக அளவில் தூக்க மாத்திரைகளை விழுங்கிப் படுக்கையில் சாய்ந்துவிட்டாள். அவளது தற்கொலை அப்போது எல்லோரையும் கலங்கடித்து விட்டது. ஏனெனில் அவள் வயதுடைய வாலிபர்கள் அனைவரும் அவள் அழகில் மயங்கிக் கிடந்தனர். பெண்களோ அவளது நளினத்தையும் கவர்ச்சியையும் கண்டு பொறாமையில் இருந்தனர்.

அதற்குப் பின், 'மாணவிகள்' என அவனால் அழைக்கப்பட்டவர்கள் அணிவகுத்து வந்தனர். மொராக்கோ குறித்தோ ஓவியக் கலை குறித்தோ உரை தயாரிக்க, அல்லது ஆய்வுக்கட்டுரை எழுத என ஏதாவது ஒரு காரணத்துக்காக அவனை அவர்கள் சந்திக்க வந்தனர். அவர்கள் அனைவரும் அவனுக்கு ஏற்றவாறு ஒத்துழைத்த துடன் அவனது இரகசிய கோரிக்கைகளுக்கு எளிதில் இணங்கினர். அவர்களில் சிலர் மட்டும் தொடர்ந்து சில மாதங்களுக்கு வந்து சென்றனர். வராதவர்கள் குறித்து வருத்தம்தான் என்றாலும் அவர்களை விரைவிலேயே அவன் மறந்து போனான். இதோ அவர்கள், ஏறக்குறைய எல்லோரும் வந்துவிட்டனர். தாங்கள் ஒன்றாகக் கழித்த கடந்தகாலத்தை மீண்டும் ஒருமுறை கனவுலகில் பார்ப்பதில் அவர்களுக்கு மகிழ்ச்சி. அவர்களது பெயர்கள் நினைவில் இல்லை. ஆனால், அவர்களது வாசனை, அன்னியோன்யமான செய்கைகள் ஆகியவை நினைவில் உள்ளன. அவர்களில் அழகான ஆசியப் பெண் ஒருத்தியும் நினைவில் இருக்கிறாள். நிறைய ஆண்களை விழுங்கி முடித்தபின் இவனிடம் வந்தாள். ஆனால், திடீரென காணாமல் போய்விட்டாள். உடலுறவின்போது எவ்வளவு தீவிர மாக இருப்பாள் என்பது அவனுக்கு நன்கு நினைவில் உள்ளது. பிறகு அவள் ஆன்மீகவாதியாக மாறிவிட்டாள் என்று கேள்விப் பட்டபோது அவனுக்கு அது ஒன்றும் வியப்பாக இல்லை.

அடுத்ததாக, அரபி மொழியில் கவிதை எழுதும் பெண் வந்தாள். அவனுடைய ஓவியங்களுடன் கவிதை நூல் ஒன்றை உருவாக்க வேண்டும் என்ற திட்டத்தில் இருந்தாள். தன்னை அறிவாளியாகவும் தொழில்முறையில் தீவிரமாக இருப்பவளாகவும் காட்டிக் கொள் பவள். அவள் எழுதிய கவிதைத் தொகுப்புகள் சிலவற்றையும் கிரேக்க ஓவியர் ஃபஸியானோஸ்ஸால் தீட்டப்பட்ட தன் ஓவியத் தையும் அனுப்பி வைத்தாள். அழகானதோர் ஓவியத்தில் ஓர் அழகான பெண். அவள் ஓவியக்கூடத்துக்குள் நுழைந்ததுமே ஏதோ நடக்கப்போகிறது என்பது அவனுக்குத் தெரியும். பார்வையும் உள்ளுணர்வும்போதும். அவள் அப்படி ஒன்றும் உயரமானவள் இல்லை. ஆனால், அழகான கருங்கூந்தலும் கரும்பச்சைக் கண் களும் கொண்டிருந்தாள். அவர்கள் அரசியல் குறித்துப் பேசிக் கொண்டிருந்தனர். பல ஆண்டுகள் போர் நடந்து தாக்குண்ட பகுதியிலிருந்து வருபவள். அவளது நூலாக்கத் திட்டம் குறித்து எதுவும் பேசவில்லை. விடை பெறுவதற்கு முன், விருந்துக்கு வர முடியுமா என அழைத்தாள். "நான்தான் உங்களை அடுத்த வாரம் அழைக்க எண்ணியிருக்கிறேன்" என்றான். "அந்தப் பேச்சுக்கே இடமில்லை. நான்தான் விருந்து கொடுப்பேன். மேலும் அடுத்த வாரம் நான் கிரீஸில் இருப்பேன்" என்று உறுதியாகக் கூறினாள். அடுத்த நாள், மறைவான உணவு விடுதி ஒன்றில் இருவரும் சாப்பிட்டனர். அவள்தான் ஆரம்பித்து வைத்தாள். "இன்று இரவு நீங்கள் ஓய்வாக இருக்கிறீர்களா? தட்டிக்கழிக்கும் தொனியில் அவன் பதிலளித்தான். "இரவில் நான் தூங்குவேன். தூங்கவாவது முயற்சி செய்வேன் என்று வைத்துக்கொள்ளுங்கள்." அவனது கைகளைப் பற்றி, காதோரமாகக் கிசுகிசுத்தாள்: "இன்று இரவு என் ஆளுடன் உறவு வைத்துக்கொள்வதாக இல்லை. உங்களோடு தான் உறவுகொள்ள விரும்புகிறேன். உங்களோடு உறங்கப் போவ தில்லை. உறவு முடிந்ததும் நான் வீட்டுக்குத் திரும்பிவிடுவேன்" என்று தன் திட்டத்தைத் தெரிவித்தாள்.

இத்தகைய தற்காலிகத் தொடர்பு இரண்டு ஆண்டுகள் நீடித்தது. பெரும்பாலும் பயணங்களின்போதுதான் இது நடந்து வந்தது. மிகவும் அரிதாகவே இருவரும் பாரீஸில் சந்தித்துக்கொண்டனர். ஒருநாள், அவளுடைய காதலனிடமிருந்து இறுதி எச்சரிக்கை வந்துவிட்டது. "அவனா, நானா என்று முடிவு செய்துகொள்" என்று

கூறிவிட்டான். பாதுகாப்புதான் முக்கியம் எனக் கருதிய அவள் அவனைச் சில மாதங்கள் கழித்துத் திருமணம் செய்துகொண்டாள்.

இந்த அணிவகுப்பில், தன் கணவனுடன்தான் அவள் தோன்று கிறாள் என்பது வேடிக்கையாக இருக்கிறது. அவளைவிட வயதில் அதிகமானவனாகவும் கொஞ்சம் பருமனாகவும் இருக்கும் அவனிடம் வெளியில் தெரியாத ஏதோ சில தகுதிகள் இருக்க வேண்டும்.

அடுத்ததாக வருபவளை, "பிரேஸிலியா தேவதை" என்று அழைப்பது வழக்கம். ஓவியக் கலை மற்றும் மொராக்கோ நாட்டு வரலாறு படிக்கும் இளம் மாணவியாக ஒருநாள் இவனது ஓவியக்கூடத்துக்கு வந்திருந்தாள். அவளுடைய ஆசிரியர் அனுப்பி வைத்திருந்தார். அந்த ஆசிரியரின் மனைவி ஒரு மொராக்கோப் பெண்மணி, இவனுடைய அண்ணன் மகள். அவளது அழகைப் பார்க்கும்போது, வாளிப்பாக இருக்கும் சில எகிப்திய நடிகை களின் நினைவு வரும். அவள் கையைப் பிடித்தால்போதும் மயக்கமாகிவிடுவாள். இதுபோல் மயங்கி விழும் பெண்ணைச் சந்திப்பது இதுதான் அவனுக்கு முதல் முறை. தன்னால் முடிந் ததைச் செய்து அவளை எழுப்பினான். மயக்கம் தெளிந்ததும் தன்னை மன்னித்துவிடும்படிக் கூறியவள், "நான் விரும்பும் நபர் என்னைத் தொடும்போது எனக்கு மயக்கம் வந்துவிடும்" என்று தன் பிரச்சினையைத் தெரிவித்தாள். இதைக் கேட்டு சிரித்த அவன், "இனித் தொட மாட்டேன்" என்றான். அதற்கு அவள் சிரித்துக் கொண்டே, "அப்படிச் செய்தால் அது எனக்குத் தண்டனையாகி விடுமே!" என்றாள். இவன் பாரீஸில் தங்கும் போதெல்லாம் இவனுடைய ஆசை நாயகியாக இருப்பாள். பிறகு அவர்கள் இருக்கும் புய்னோஸ் ஏர்ஸ் நகரில் சந்தித்துக்கொள்வார்கள். ஒவ் வொரு சந்திப்பும் கொண்டாட்டமாகக் கழிந்தது. அவனிடம் தாராளமாக நடந்துகொண்டாள். மனப்பாடம் செய்து வைத்திருந்த அரபிச் சொற்களைக் கொண்டு அவனிடம் அரபி மொழியில் பேசினாள். நேசம் என்பது நட்பாக மாறியது. தங்கள் மனதுக் குள்ளேயே அந்தப் பாசத்தைப் பூட்டி வைத்துக்கொண்டனர். தான் நேசித்த ஆண்களில் அவனைத்தான் அதிகம் நேசித்ததாக அவள் கூறினாள். அவன் எதுவும் பேசவில்லை. அவளை அவனுக்குப் பிடித்திருந்தது என்றாலும் காதலிப்பதாகக் காட்டிக்கொள்ள முடிய வில்லை.

கண்களைத் திறந்து சுற்றிலும் பார்த்துவிட்டுப் பொத்தானை அழுத்தி இரட்டையர்களை அழைத்தான். வெளியே சென்று வர வேண்டும் என்ற தன் விருப்பத்தை அவர்களுக்குப் புரிய வைத்தான். கனவில் வந்த பெண்களின் அணிவகுப்பு என்பது தொழிற்கூட அட்டவணைப் போன்றது என்று நினைத்தான். தன் மீதே அவனுக்கு வெறுப்பு ஏற்பட்டது. கண்களை மூடியவுடன் மனதை ஆக்கிரமித்துக்கொள்ளும் இந்தக் காட்சிகள் அவனுக்குத் திருப்தியளிக்கவில்லை.

அன்று இரவு, இந்த அணிவகுப்புக்கு ஒரு முற்றுப்புள்ளி வைக்க எண்ணி காபி சாப்பிட்டான். ஆனால், அவனது கற்பனை, பால்கனி ஒன்றில் கொண்டுபோய் அவனை நிறுத்தி அங்கிருந்தபடி அழகாக அணிவகுத்துச் செல்லும் பெண்களைப் பார்த்து இரசிக்க வைத்தது.

அந்த அணிவகுப்பில் கரோலினும் இருந்தாள். அவள் கச்சித மான கால்களை உடையவள். அவள் மார்பகப் புற்றுநோயுடன் போராடிக்கொண்டிருந்தபோது அறிமுகமானவள்; கனிவு, அறிவுக் கூர்மை, அனைத்தையும் புரிந்துகொள்ளக்கூடிய இயல்பு எனத் தனித்துவமான பெண் அவள். அவளைப் பார்த்துக்கொண்டிருக்கவும் அவள் பேசுவதைக் கேட்டுக்கொண்டிருக்கவும் பிடிக்கும். அதே போல, அவளை இறுக அணைத்து, அவளிடம் மனம் விட்டுப் பேசிக்கொண்டிருப்பதும் மிகவும் பிடிக்கும். இந்த நட்பு, காலப் போக்கில் இரகசியக் காதலாக மாறியது. அறுவைச் சிகிச்சை மூலம் ஒரு மார்பகத்தை அகற்ற வேண்டியதாகிவிட்டதால், அவன் எதிரில் ஆடை இன்றி இருக்கச் சங்கடப்பட்டாள். குறையுடைய உடல் ஒன்றுடன் உடலுறவு கொள்வது என்பது மிகவும் கடினம் மட்டுமல்ல, முறையாகாது. அவனிடம் இதனை எப்படித் தெரி விப்பது, விளக்குவது? நாணத்தில் முகம் சிவந்த அவள், “எனக்குத் துன்பம் தந்த மார்பகத்தை எடுத்தாகிவிட்டது. அடுத்த கோடைக்குள் மாற்று மார்பகம் பொருத்தியாக வேண்டும். ஏனெனில் என் பிள்ளைகளுடன் நான் கடற்கரைக்குப் போயாக வேண்டும்” என்று சாதாரணமாகக் கூறினாள். தான் உடைகளைக் களையும்போது கண்களை மூடிக்கொள்ளுமாறும் விளக்கை அணைத்துவிடுமாறும் அவனிடம் அவள் கேட்டுக்கொண்டாள். மார்பகத்தைச் சுற்றி யிருந்த காயத்தை மறைத்துக் கட்டுப்போட்டிருந்தாள். அதனை மென்மையாகத் தொட்டு மிகவும் ஜாக்கிரதையாக வருடிக் கொடுத்

தான். அவளது கன்னங்களில் வழிந்த கண்ணீரை நாக்கால் துடைத்தான். அவளுக்கு வலிக்காமல் கட்டி அணைத்துக்கொண் டான். இப்படியெல்லாம் பழகச் சிறிது நேரம் ஆனது என்றாலும் நகைச்சுவை உணர்வு ஒன்றே எல்லாவற்றுக்கும் போதுமானதாக இருந்தது. எனவே, அந்நேரத்தில் அவர்கள் நகைச்சுவைத் துணுக்கு களைப் பரிமாறிச் சிரித்தனர். புதிய மார்பகத்துடன் அழகான கடற்கரை ஒன்றுக்குப் போய் அதை வெளிக்காட்டியபடி மகிழ்ச்சி யாக இருக்க வேண்டும் என்று திட்டமிட்டனர். இவ்வாறு மார்பகம் இல்லாத இக்குறை நீண்ட நாட்கள் அவன் மனதைக் குடைந்துகொண்டிருந்தது. அவளை நினைக்கும் போதெல்லாம் நல்ல குணமும், கனிவும் கொண்ட அழகான பெண்ணுக்கு இழைக்கப்பட்ட அநீதியின் மீது கோபம் கொள்வான்.

அவள் கடற்கரைக்குச் செல்வதில்லை. அவள் அதிகத் துன்பங் களை அனுபவித்தாள். இருந்தாலும் நம்பிக்கையை விடாமல், துணிவுடன் இருந்தாள். அவனைச் சந்திக்க முடியாத பொழுது, கடிதம் மூலம் தொடர்பு நீடித்தது. அவளது கடைசிக் கடிதம்:

மருத்துவமனை ஒன்றின் வரவேற்புக் கூடத்தில் இருந்து இதை எழுதுகிறேன். எல்லா மருத்துவமனைகளிலும் உள்ளது போல்தான் இந்தக் காத்திருப்பு அறையும் மிக மோசமாக இருக்கிறது. நீளமான அங்கி அணிந்திருக்கிறேன். முடி அனைத்தும் கொட்டி விட்டதால் தலையில் கைக்குட்டை யைக் கட்டியுள்ளேன். வாழ்க்கை என்னைக் கைவிட்ட நிலையில், என் கோலம் மிகவும் விகாரமாக இருப்பதாக உணர்கிறேன். எனினும் எனக்கு நம்பிக்கை இருக்கிறது. மருத்துவர் என் நண்பர்தான். வயதாகிவிட்டாலும், பிரஞ்சுச் சட்டத்தின் அறிவின்மையைப் பொருட்படுத்தாமல் இன்னும் மருத்துவச் சேவை செய்து வருபவர். எனக்கு நம்பிக்கை யூட்டுவதுடன் என்னிடம் என்ன சொல்ல வேண்டும், அதை எப்படிச் சொல்ல வேண்டும் என்று அறிந்தவர். நான் இங்கே இருந்தாலும் உன்னையே நினைத்துக்கொண்டிருக்கிறேன். என் முன்னால் மரணத்தால் முடக்கப்பட்டு ஒரு மூலையில் கிடக்கும் மெலிந்த வயதானவர்களைப் பார்க்கிறேன். உன் நினைவு வருகிறது. ஒரு கலைஞனாக உள்ள உன்னுடைய தனித்தன்மைக்கு யாரும் குந்தகம் விளைவிக்கும்படி விட்டு விடாதே. உன்னை அழிக்கவோ, விலைமதிக்க முடியாத

உன் பொக்கிஷமான அழகான கலை, உன் உழைப்பு ஆகியவற்றைக் களவாடிச் செல்லவோ யாருக்கும் உரிமை இல்லை. அப்படி நடக்க வாய்ப்புள்ளது என்று எனக்குத் தெரியும். உன் மென்மையான குணத்தைச் சுயநலம் கொண்டவர்கள் பலமுறை முறைகேடாகப் பயன்படுத்திக் கொண்டிருக்கிறார்கள். உறுதியாக இரு. உடல்நலத்தைக் கவனித்துக்கொள். எங்களுக்கெல்லாம் சிறந்த படைப்பு களை வழங்கி ஆச்சரியத்தில் ஆழ்த்திக்கொண்டே இரு.

இதோ நான் இங்குக் காத்திருக்கும்போது, வாழ விருப்பம் உள்ளது என்பது எனக்குத் தெரியும். இறைவன் என்று ஒருவன் இருந்தால் அவன் காதுக்கு எட்டும்படிக் கூக்குரலிட்டு என் விருப்பத்தைத் தெரிவிக்க வேண்டும்போல் இருக்கிறது. இன்னும் சில நாட்கள் நேசம் வைப்பதற்கும், உடலுறவு கொள்வதற்கும், ஒரு தட்டு கீரையைச் சாப்பிட்டுப் பார்க்கவும், ஒரு நல்ல ஒயினைக் குடிப்பதற்கும், உன்னுடன் சேர்ந்து ஒரு சுருட்டைப் புகைப்பதற்கும் என இவற்றை மட்டும் முடிப்பதற்குச் சிறிதளவு காலம் தந்தால் போதும் என்ற என் கோரிக்கையை வைத்தாக வேண்டும். அத்தகைய காலத்தைத்தான் நான் எதிர்பார்த்திருக்கிறேன். அது எந்த மூலையில் இருந்தாலும் அதனை நான் கைப்பற்றிவிடுவேன். யாரும் அதனை என்னிடமிருந்து பறித்துச் செல்ல விட மாட்டேன்.

நான் எழுதுவதைப் பார்த்தபடி, என் அருகில் ஒரு பெண் அமர்ந்திருக்கிறாள். என் பக்கம் குனிந்து, "நீங்கள் எவ்வளவு கொடுத்து வைத்தவர் தெரியுமா, நீங்கள் நேசிக்கும் யாரோ ஒருவருக்குக் கடிதம் எழுதுகிறீர்கள் என்று நினைக்கிறேன், சரிதானே? எனக்கோ கடிதம் எழுத யாரும் இல்லை. என் பிள்ளைகள் என்னைக் கைவிட்டுவிட்டனர். என் கணவர் இறந்துவிட்டார். என் தோழிகள் அனைவரும் ஆதரவற்றோர் இல்லத்தில் இருக்கின்றனர். அவர்களும் பழைய நினைவுகள் இல்லாதவர்களாக இருக்கின்றனர். என் கதை கிடக்கட்டும். நீங்கள் எழுதுகிற அந்த ஐயாவுக்குப் பாசமாக ஏதாவது எழுதுங்கள். ழிசேல் தன் அன்பைத் தெரிவித்ததாகச் சொல்லுங்கள். இங்கே உலகின் ஒரு மூலையில் அவருக்கு அறிமுகம் இல்லாத 83 வயது நிரம்பிய பெண் ஒருத்தி அவர்

மீது அன்பு செலுத்துகிறாள் என்ற செய்தி அவரை எட்டட்டும், நன்றி."

அவ்வளவுதான், என் அன்பே, என் விருட்சமே, என் இசையே, என்னைப் பித்து பிடிக்க வைக்கும் பேரன்பே! இதோ என் முறை வந்துவிட்டது. மருத்துவரைச் சந்திக்க உள்ளே போக இருக்கிறேன். நான் சொன்னதை மறந்து விடாதே. யாரையும் உள்ளே விடாதே. உன் கௌரவத்துக்கு ஊறு விளைவிக்க யாரையும் விட்டு விடாதே.

இப்பெண்ணின் மரணம் ஏற்படுத்திய சோகம் நீண்ட நாட்கள் அவன் மனதில் மறையாமல் இருந்தது. மேலும் இத்துயரத்தை யாருடனும் பகிர்ந்துகொள்ளவும் முடியாமல் இருந்தான். அவனுக்கு அத்தியாவசியமாகத் தேவைப்பட்ட அமைதியை அவள் அளித்து வந்தாள். அவன் சஞ்சலத்தைத் தணித்ததுடன் அவனை மிகவும் நேசித்து வந்தாள். எனவே அவளுடன் நன்றாக வாழ்ந்திருக்கலாம். அவளுடன் கழித்த பொழுதுகள் எல்லாமே இனிமையானவையாக இருந்தன. 'பில்லி வைல்டர்' படங்களைக் குறித்த விமர்சனக் கூட்டம் ஒன்றில்தான் அவர்கள் அறிமுகமானார்கள். லுப்பிட்ச், காப்ரா போன்றோர் உருவாக்கிய அக்காலத் திரைப்படங்கள் அவர்களுக்கு மிகவும் பிடிக்கும். 'தீமையின் தாகம்' என்னும் ஆர்ஸன் வேல்ஸ் இயக்கிய திரைப்படத்தின் ஒரு குறிப்பிட்ட காட்சி அமைப்பைக் குறித்துச் சில மாலைப் பொழுதுகளில் நீண்ட உரையாடல்களை நிகழ்த்தியிருக்கின்றனர். அந்தக் கொடும் நோய் மட்டும் அவளை இவ்வளவு இளமையான வயதில், இத்தனை அழகுடனும் துடிப்புடனும் இருந்தபோதே அபகரித்துப் போக வில்லை என்றால் தன் எஞ்சிய நாட்களை அவளுடன்தான் கழித்திருப்பான். அவளது நினைவுகள் எப்போதும் மறக்காமல் இருக்க இவற்றையெல்லாம் அவனுக்குள் சொல்லிக்கொண்டான். தன் இளம் பருவத்தை அவள் ஆப்பிரிக்காவில் கழித்திருந்தாள். எனவே, அவளது சாம்பலை அந்த நாட்டில் தூவினர் என்று கேள்விப்பட்டபோது அவனுக்கு ஒரு கணம் சங்கடமும் பயமும் உண்டானது. எத்தனையோ முறை கட்டியணைத்த அந்த உடலின் சாம்பல் எவ்வாறு வேறு எங்கேயோ தூரத்தில் உள்ள ஒரு நாட்டு மண்ணுடன் கலக்க முடியும்? இந்த எண்ணம் அவன் நிம்மதியைக் குலைத்தது. ஆகவே, அதை மறந்துவிட்டு அவளோடு மகிழ்ச்சி யாகக் கழித்த பொழுதுகளை அசை போட ஆரம்பித்தான். அவளது

மென்மையான குரலும் அவளது வெடிச் சிரிப்பும் இன்றும் எதிரொலித்தன. ஒருநாள் அவளுடைய மகள் தொலைபேசியில் தொடர்பு கொண்டு பேசினாள். "நேற்று அம்மா கனவில் வந்தார். அவர் மகிழ்ச்சியாக இருக்கிறார். உங்களைத் தொலைபேசியில் அழைத்து உங்களைப் பத்திரமாகப் பார்த்துக்கொள்ளும்படியும், அவள் எப்போதும் உங்களை நேசிப்பதாகவும் கூறச் சொன்னார்." அப்படியே ஸ்தம்பித்துப் போய் நின்றான். தூரிகைகளைக் கீழே வைத்துவிட்டு, பூட்டியிருந்த இழுப்பறைக்குள் மறைத்துவைத் திருந்த அவளது கடிதத்தை எடுத்து மீண்டும் ஒருமுறை படித்துப் பார்த்தான்.

தன் கனவில் அவளுக்கென்று ஓர் இடத்தை ஒதுக்கி வைத்துக் காத்திருந்தான். எனினும் அவள் வரவில்லை. அவள் நினைவு களிலிருந்து எளிதில் தன்னை மீட்க அவனால் இயலவில்லை. என்றாலும் கொஞ்சம்கொஞ்சமாக அவளது உருவம் மறைந்து போனது. அவனைப் பொறுத்தவரை, உணர்வுகள் மேலெழும்பும் போது இவ்வாறு ஏற்படுவது வழக்கம்.

இதற்கு நேர்மாறாக அவளது உருவத்தை மறைத்து, 'ஆவா'வின் உருவம் பதிந்துவிட்டது. முதலில் சாம்பலும் பச்சையும் கலந்த அவளது பிரகாசமான கண்கள், சிங்கத்தின் பிடரியைப் போன்ற கூந்தல், அசரவைக்கும் உயரம், இயல்பிலேயே அமைந்த போதை ததும்பும் குரல், மென்மையான உடல் – இவையெல்லாம் அவனை எப்போதும் சொக்கவைக்கும்; அதைக் கண்டு அவள் விழுந்துவிழுந்து சிரிப்பாள். கரோலினை இழந்து யாருக்கும் தெரியாமல் துக்கத்தில் ஆழ்ந்திருந்த சில மாதங்களில் ஆவா அவனது வாழ்க்கைக்குள் நுழைந்தாள். அவளது வருகை சூறா வளியைப்போல், கோடை மழையைப்போல் அவனுக்கு உற்சாகம் தந்து, அவளிடம் மண்டியிட வைத்தது. நபோகோவ் அல்லது புஷ்கின் படைப்புகளில் வரும் சந்திப்புப் போன்றது அது. 'காற்றோடு போனவை' அல்லது 'பண்டோரா' திரைப்படங்களில் வரும் ஆவா கார்டனர் பாத்திரத்தில், அவன் ஆவாவும் பொருந்திப் போவாள். ஒரே வித்தியாசம் என்னவென்றால் அவன் ஆவா அழிவையும் தீமையையும் உண்டாக்கும் ஆவா அல்ல. மாறாக, அன்பே உருவானவள். காதல் கிறுக்குப் பிடித்தவள், நிறையப் பயணம் செய்பவள்; புதிர் நிறைந்தவள். பார்வையில் ஆழம் இருந்தாலும் திருப்தியும் இருக்கும். அவளை முதல்முறை சந்தித்த

போதே தாங்கள் மிக நெருக்கமான காதலர்களாக நீண்ட நாள் வாழப் படைக்கப்பட்டவர்கள் என்ற முடிவுக்கு உடனடியாக வந்தான். ஒருநாள் சிறிய குறிப்பு ஒன்றை அனுப்பி இருந்தாள். அதனுடன் மத்தீஸின் ஓவியம் ஒன்றை வரைந்து இருந்தாள். தன்னை அறிமுகம் செய்துகொள்ள அவள் கையாண்ட பாணி இது. அந்தக் குறிப்பின் பின்புறம் தொலைபேசி எண்ணும் பறக்கும் நட்சத்திரத்தைப் போன்று தோன்றும் கையொப்பமும் இருந்தன. குறிப்பைப் பார்த்துவிட்டு அவளைத் தொலைபேசியில் அழைத்தபோது அவள் வாய்விட்டுச் சிரித்தாள். அவள் பேசிய விதம், நீண்ட நாட்களாக அறிமுகமாகி நண்பர்களாகப் பழகி வந்ததைப்போல் இருந்தது. அவனைப் பார்த்து, "உங்கள் ஓவியம் என்னைத் தொந்தரவு செய்கிறது. ஏற்கெனவே என் வாழ்க்கையில் ஏராளமான வடுக்கள் இருக்கின்றன. அவற்றை மேலும் அதிகரிக்க உங்களுக்கு உரிமை இல்லை" என்று கூறிய அவள், "அபத்தம்... அபத்தம்..." என்று முடித்துக்கொண்டாள்.

தான் ஓவியனின் வாழ்வில் நுழைந்துள்ள இந்த நேரம், மனைவி யுடன் இனி எதுவும் ஒத்துப்போகாது என்ற நிலையில் அவன் வாழும் நேரம் என்பது ஆவாவுக்குப் புரிந்தது. வாழ்க்கையில் பல்வேறு பிரச்சினைகளை எதிர்த்துப் போரிடுவதில் சோர்ந்து போய்த் துயரத்தில் அவன் துடித்துக்கொண்டிருந்தான். எப்படி யாவது அவற்றிலிருந்து விடுபட வேண்டும் என்று விரும்பினான். தன் மனைவியிடம் அவனது விருப்பத்தைத் தெரிவித்தபோது, "அதைப் பற்றி எனக்குக் கவலை இல்லை. நீ குழந்தைகளைப் பெற்றுவிட்டாய். அவர்களைக் காப்பாற்ற வேண்டியது உன் பொறுப்பு" என்று வெடுக்கெனப் பதிலளித்தாள். பிள்ளைகளைக் கஷ்டப்பட வைக்காமல் நாம் பிரிந்துவிடலாம், விதியை மாற்ற முடியாது என்றெல்லாம் அவளிடம் எவ்வளவோ புரியவைக்கப் பார்த்தான். ஆனால், பலனில்லை. அனைத்துச் சமாதான முயற்சி களும் தோல்வியில் முடிந்தன. அவன் பேசிய எதையும் அவள் காதில் வாங்கவில்லை. அவள் காட்டிவந்த பிடிவாதம் அவனுக்கு எரிச்சலை உண்டாக்கியது. முடிந்தவரைத் தனியாகப் போராடிப் பார்த்தான். அவன் பேசியவையெல்லாம் எவ்விதப் பயனும் இன்றிக் காற்றில் கரைந்து வீணாகின. அவற்றை அவள் கேட்காதது மட்டுமல்ல, தன்னை அவை அணுகவிடாமல் புறம்தள்ளி விடுவாள், ஏதாவது நடந்தால் மட்டுமே கொஞ்சம் தணிந்து

இருப்பாள். அப்போதும் தன் குடும்பத்தை அழிக்க நினைக்கும் யாரோ ஒருத்தியின் சதியாகவோ அல்லது சூனியக்காரன் ஒருவனின் வேலையாகவோ அச்சம்பவத்தை நினைத்தாள். என்றாவது நோய்வாய்ப்பட்டால் குடும்பத்தைக் கவனிக்காமல் அறைக்குள் சென்று தாழிட்டுக்கொள்வாள். குழந்தைகளிடம், "நான் கஷ்டப் படுவதற்குக் காரணம், உங்கள் தந்தைதான். அது ஒரு பிசாசு" என்று அழுது ஒப்பாரி வைப்பாள்; மெலிந்து காணப்பட்டாள்; வீட்டில் நிம்மதியாய் இருக்க முடியாத சூழ்நிலையை உருவாக்கிவிட்டாள். அவளைப் பரிசோதித்துப் பார்த்த மருத்துவர், அவனைத் தனியாக அழைத்துப் போய், "கவனமாக இருக்க வேண்டும். உங்களைப் பயமுறுத்துவதற்காக இப்படி மனஉளைச்சலில் இருப்பதுபோல் நாடகமாடுகிறாள். இது நீடித்தால் உண்மையிலேயே அப்படி ஆகவும் வாய்ப்பு உண்டு" என்று சொல்லி வைத்தார். மருத்துவர் கொடுத்த மருந்துகளை அவள் சாப்பிட்டாலும் அதன் பின் மனநல மருத்துவரைப் பார்த்துவர மறுத்துவிட்டாள்.

வெனீஸ் நகரின் பியன்னாலே கண்காட்சியில் அவனது ஓவியங்கள் பெரும் வெற்றியைப் பெற்றிருந்த நேரம் அது. ஐரோப்பாவையும் அமெரிக்காவையும் சேர்ந்த ஏராளமான ஓவியக் கூடங்கள் அவனது ஓவியத்தை வாங்கப் போட்டியிட்டன. அவன் ஓவியம் வரைந்தாக வேண்டும். ஆனால், குடும்ப உறவில் ஏற்பட்ட பின்னடைவின் காரணமாக மனம் அல்லல் பட்டது. ஆவா என்றொரு பெண் அவனுடன் தொடர்பில் இருப்பதை ஓவியனின் மனைவி கண்டுபிடித்துவிட்டாள். எனினும் கூடுதலாக எந்தத் தகவலும் அவளுக்குக் கிடைக்கவில்லை. அதாவது அவள் பெயரோ, அவள் வேலை பார்க்கும் இடமோ எதுவும் தெரிய வில்லை. அவள் யார் என்று சொல்லும்படி எத்தனையோ முறை கணவனிடம் கெஞ்சிப்பார்த்துவிட்டாள். அவன் அசைந்து கொடுக்க வில்லை. அவளைப் பற்றி எதுவும் பேசாமல் பிரச்சினையைக் குறைத்தான். உண்மையைச் சொல்லப்போய் பெரிய இக்கட்டில் மாட்டிக்கொள்ள அவன் தயாராக இல்லை. அவள் எப்படியும் பிரச்சினையை வளர்க்கக் கூடியவள். எதிலும் பகுத்தறிவுக்குட் படாத அவளது அணுகுமுறை பெரிய சிக்கல்களை உண்டாக்கி விடும். அவன் மேல் இருந்த வெறுப்பில், கையில் கிடைத்ததை எல்லாம் எடுத்து அவன் மீது வீசி எறிந்தாள். எல்லாவற்றுக்கும் அவன்தான் காரணம் என்பதுபோல் திட்டித் தீர்த்தாள். இத்தகைய

அவலமான காட்சிகளைப் பார்த்த பிள்ளைகள், தங்கள் அப்பா அப்படி என்ன குற்றம் செய்துவிட்டார் என்று ஆச்சரியப்பட்டனர். எந்த வகையிலும் இவர்களிடையே நடக்கும் குடும்பச் சண்டையில் பிள்ளைகளை இழுக்கக் கூடாது என்று ஓவியன் நினைத்தான். ஆனால், அந்த வேலையை அவள் செய்ததால், பிள்ளைகளை அது மிகவும் பாதித்தது. தனக்குத் துரோகம் செய்யப்பட்டுவிட்டதாகக் கருதிய அவள், அவன் தீங்கு இழைத்துவிட்டதாகக் கருதி அவனை வட்டியும் முதலுமாகப் பழிதீர்க்க அத்தனை வழிகளையும் கையாண்டாள். அவனோ, மௌனமாக இருந்தான். இல்லை யென்றால் வீட்டில் இருப்பதைத் தவிர்த்து வெளியேறிவிடுவான். இது அவளை மேலும் கலவரத்தில் ஆழ்த்தும். ஆவாவிடம் இவை பற்றி எல்லாம் அவன் பேசுவதில்லை. அவர்கள் வாழக் கிடைத்த நேரமே குறைவாக இருந்ததால் அதனை முழுமையாக வாழ்ந்துவிட வேண்டும் என்பதில் உறுதியாக இருந்தனர். தன் மனைவியைப் பிரிந்துவிட வேண்டும் என்ற உந்துதல் அதிகமாக இருந்தபோதிலும், அப்படிச் செய்யாதபடி ஏதோ ஒன்று தடுத்தது. அதைத்தான் அவனது கோழைத்தனம் என்று மனைவி கூறுவாள்.

இரவின் புதிருடன் தூக்கமின்மையும் களைப்பும் சேர்ந்து கொண்டது. அது உடலையும் மனதையும் ஒருசேர வாட்டி வந்த துன்பமாகும். இரத்தக் கொதிப்புக்குச் சிகிச்சைப் பெற்று வந்த போதிலும் அவனால் அதனை முழுமையாகக் கட்டுப்பாட்டுக்குள் கொண்டுவர இயலவில்லை. சில நேரங்களில் அது பயப்படக் கூடிய அளவு அதிகமாகிப் பிறகு சமநிலைக்குத் திரும்பும். இரவு நேரம் வந்தாலே அவனுக்குக் கலக்கத்தை உண்டாக்கும். மூச்சுத் திணறல் ஏற்பட்டுவிடுமோ என்று பயப்படுவான். இரவில் உறங்கப்போகும் நேரம் வரும்போது ஒருவித அசௌகரியத்தை உணர்ந்தான். ஓவியக்கூடத்திலேயே தூங்கிப்போகும் அவனது உடலெங்கும் நடுக்கம் ஏற்பட்டுத் தொல்லை தரும். உடனே படுக்கையில் இருந்து எழுந்து ஓவியங்கள், ஓவியப் பொருட்கள், கலைத் தொடர்பான நூல்கள், தரவுகள் ஆகியவை வரிசையாக அடுக்கி வைக்கப்பட்டிருக்கும் அந்தச் சிறிய இடத்தில் சில அடிகள் எடுத்து வைத்து நடந்து பார்ப்பான். தண்ணீர் குடிப்பான்; ஏற்கெனவே உட்கொண்டதுடன் மேலும் ஒரு தூக்க மாத்திரையைப் போட்டுக்கொள்வான்; மீண்டும் படுக்கையில் சாய்ந்து தூக்கத் துக்காகக் காத்திருப்பான். அப்போதும் வராது. மேற்கூரையில் உள்ள

விளக்கு வெளிச்சத்தின் வழியாக, பாரீஸ் வானத்தைக் கடந்து செல்லும் மேகங்களைப் பார்த்துக்கொண்டிருப்பான். விடியற் காலையில் சோர்வின் பாரம் தாளாமல் ஒன்று அல்லது இரண்டு மணி நேரம் அதிகமாகத் தூங்கிவிடுவான்.

நாள்தோறும் காலை நேரத்தில் ஆவாவை தொலைபேசியில் அழைத்துப் பேசுவான். அவள் வேலைக்குப் புறப்படத் தயாராகும் அந்தக் குறிப்பிட்ட நேரத்தில்தான் பேசுவது வழக்கம். அன்றைய பொழுது நன்றாக அமையட்டும் என்று அவளுக்கு வாழ்த்துத் தெரிவித்துவிட்டு மீதி நேரங்களில் அவளுக்காகக் காத்திருப்பான்.

கள்ளத்தனமாகச் சந்தித்துக் கொண்டது அவர்களுக்கு வித்தியாச மான மகிழ்ச்சியைத் தந்தது. "நாம் திருடர்களைப் போன்றவர்கள். நாம் அனுபவிக்கும் இன்பம் யாருக்கும் தெரியாது. நம் நேசம்தான் நம் வாழ்வாதாரம். நம்மை யாரும் அழிக்க முடியாது. இந்தக் காதல் வாழ்க்கையை நாம் அனுபவித்துவருகிறோம். எனினும், ஒருநாள் யாரும் ஆறுதல் கூற முடியாதவர்களாக ஆகிப்போவோம்" என்றெல்லாம் அவர்களுக்குள் பேசிக்கொள்வார்கள்.

பிறகு ஒரு கட்டத்தில் அவர்களிடையே திடீரென பிரிவு ஏற் பட்டது. அப்பிரிவு நிரந்தரமானதாக மட்டுமின்றி மிகவும் மோச மானதாகவும் அமைந்தது. ஒருபோதும் தன் மனைவி, பிள்ளைகளை அவன் விட்டுவிட்டு வர மாட்டான் என்று தெரிந்துபோனதால் அவனை விட்டு அவள் பிரிந்து சென்றாள். அவளுடைய உள்ளுணர்வும் நியாயமானதே. பிரியும் முடிவினை எடுத்தால் அவனுடைய மனைவியிடம் அது ஏற்படுத்தும் விளைவுகளை நினைத்து அஞ்சினான். அந்தப் பயத்தில் இருந்து அவனால் ஒருபோதும் விடுபட முடியவில்லை. இந்தப் பரிதாபத்துக்குரிய இல்லற வாழ்க்கையைத் துறந்து தான் விரும்பும் பெண்ணுடன் வேறு எங்காவது சென்று வாழ இயலாமல் இக்கட்டானதொரு சூழலில் மாட்டியிருப்பதாக உணர்ந்தான். மேற்கொண்டு எதுவும் செய்ய முடியாமல் கட்டிப்போட்டதுபோல் கிடந்தான். இத்தகைய சூழ்நிலையில்தான் மந்திர தந்திர விஷயங்களில் நன்கு பரிச்சய முள்ள நண்பர் ஒருவர் கூறிய யோசனையை அவன் ஏற்க வேண்டியதாயிற்று. "நான் பார்த்துக்கொள்கிறேன். என்ன நடக் கிறது என்பதை மட்டும் எனக்குத் தெரியப்படுத்து. நகரத்தை

விட்டு வெகு தொலைவில் மலைப்பகுதியில் தங்கியுள்ள வயதான வரை எனக்குத் தெரியும். உன் பெயரைச் சொல்லி அவரிடம் ஆருடம் கேட்க எனக்குத் தயவுசெய்து அனுமதி கொடு. அவர் அதீத சக்தி படைத்தவர். மனிதர்களுக்குள் என்ன பிரச்சினை என்பது அவருக்குத் தெரியும். அதை அறியும் திறமை படைத்தவர். தாயத்து, சூனியம் போன்று எதுவும் அவரிடம் இல்லை. குர்ஆனை மட்டுமே வைத்துக்கொண்டு செயல்படுபவர். குர்ஆன் ஓதுவார், எண்களை வைத்து ஆருடம் கூறுவார்" என்று அவரது பெருமைகளை நண்பர் கூறினார்.

"சரி உன் விருப்பம்" என்று ஓவியன் கூறிவிட்டான். ஏனெனில் அவன் இழப்பதற்கு இனி எதுவும் இல்லை.

அந்த முதியவர் கூறிய ஆருடம் மிகவும் ஆச்சரியமாக இருந்தது:

"தன் மனைவி வைத்துள்ள சூனியத்தால் இந்த நபர் நீண்ட நாட்களாக அல்லாடி வருகிறார். அவளுடைய கட்டுப்பாட்டில் கொண்டுவந்து ஆட்டுவிக்க, இவரை இயங்கவிடாமல் கட்டிப் போட்டு வைக்க முயற்சி செய்கிறாள். இவரைச் சுற்றிப் பல வகையான தாயத்துக்கள் உள்ளன. இவர் ஒரு கலைஞர். அதுவும் நல்ல வெற்றிபெற்ற கலைஞர். இவர் மீது அப்பெண்ணுக்குப் பொறாமை. அவளைச் சுற்றி இருக்கும் ஆட்கள் இதுபோன்ற ஆலோசனைகளைத் தந்துள்ளனர். இவர் உடனடியாக அவளை விட்டு வெளியேறியாக வேண்டும். கணவன் - மனைவியைப் பிரித்துவைக்க நான் ஒருபோதும் உடன்பட மாட்டேன். ஆனால், இவர் விஷயத்தில் இவருக்கு ஏதோ அபாயம் காத்திருப்பதுபோல் தெரிகிறது. அது என்ன என்று சரியாக எனக்குத் தெரியாவிட்டாலும் இவரை அந்தப் பெண் நிம்மதியாக இருக்க நிச்சயம் விட மாட்டாள் என்பது உறுதி. போகட்டும், இந்தத் தாயத்தை அவரிடம் கொடுங்கள். இதைக் கட்டிக்கொண்டு தினமும் தூங்கப்போகும் முன் குர்ஆனில் ஒரு பக்கம் வாசிக்கச் சொல்லுங்கள். நிம்மதியான தூக்கம் வராமல் தவிக்கும் அவருடைய மனஉளைச்சலை இது தணிக்கும். மனைவி, பிள்ளைகளுடன் இருப்பது என்று அவர் விரும்பினால் அவளுக்கு அடிபணிந்து இருக்க வேண்டும். இல்லை யென்றால் நரக வேதனைதான். ஏனெனில் இவர் எந்தக் காரி யத்தில் இறங்கினாலும் அதற்கு முட்டுக்கட்டை போடுவதற்கு

வேண்டியதைச் செய்யக்கூடிய ஆட்கள் அவளுடன் இருக்கின்றனர். இவர் எந்தப் பெண்ணைச் சந்தித்தாலும் அவர்களிடையே உள்ள உறவு முறிய அனைத்து நடவடிக்கைகளும் எடுக்கப்பட்டுவிடும். இவர் எப்போதும் தூக்கம் வராமல் கஷ்டப்படுவார். இவரைச் சுற்றி ஒரு சாபம் எப்போதும் வட்டம் அடித்தபடி இருக்கிறது. தன் கருணையால் இறைவன் நம் இதயங்களை நிறைக்கட்டும்! இவரை அப்பெண் ஒருபோதும் நிம்மதியாக இருக்க விட மாட்டாள்."

இதைக் கேட்ட அவன் அப்படியே வாயடைத்து நின்றான். ஓவியக்கூடத்தில் அவள் வைத்திருக்கக்கூடிய தாயத்துகளைத் தேட ஆரம்பித்தான். சில தாயத்துகள் கிடைத்தன, சில நேரங்களில் அவன் தூங்கும் சோபாவின் அடியில், குளியலறையில், சமையலறையில் என்று பல இடங்களில் அவை இருந்தன. அவனது பையில்கூட இருந்தது. அவனைக் குறிவைத்து எங்கும் அவை காணப்பட்டன. இது போன்ற விஷயங்களில் நம்பிக்கை இல்லாமல் இருந்த அவனது மனம் இப்போது மாறியது. எல்லாவற்றையும் சந்தேகப்பட ஆரம்பித்தான். அவன் மீது ஏவப்பட்ட சூனியம் தன் வேலையைக் காட்டிவிட்டது என்பது அவனுக்குப் புரிந்தது. இப்போது என்ன பிரச்சினை என்பது தெரிந்துவிட்ட படியால் தான் நேசிக்கும் அப்பெண்ணுடனான தொடர்பை நீடிக்க அனைத்தையும் செய்வது என்ற முடிவுக்கு வந்தான். அதற்காக அவனாலான முயற்சிகளை எடுத்துப் பார்த்தான் என்றாலும் பலனில்லை. ஆவா ஏற்கெனவே வீட்டைக் காலி செய்திருந்தாள். அவளது தொலைபேசி எண் மாறி இருந்தது. அவள் எங்குச் சென்றாள் என்பதைத் தெரிந்துகொள்ள கடைசிவரை இயலவே இல்லை. இவ்வாறு ஆவாவைப் பற்றி எந்தத் தகவலும் கிடைக்காமல் இரண்டு ஆண்டுகள் தனிமையில் தவித்தான். என்றாவது ஒருநாள் அங்கிருந்து நிரந்தரமாக வெளியேறிவிடலாம் என்ற நம்பிக்கையுடன் தன் மனைவியுடன் காலம் கழித்துவந்தான். ஆனால், அதற்கான வாய்ப்பு அவனுக்குக் கிடைக்கவில்லை. அதற்குள் அவர்களுக்குள் உண்டான வாக்குவாதத்தின் முடிவில் பக்கவாதம் வந்துவிட்டது.

அத்தியாயம் 16

காஸாபிளான்கா, 12 செப்டம்பர் 2000

"நீ ஒரு சுயநலம் பிடித்த ஆள். உனக்கு யாரும் முக்கியமில்லை. உன்னைத் தவிர யாரையும் நம்ப மாட்டாய். யாருடைய பேச்சையும் கேட்க மாட்டாய். ஆம், இது உனக்கே தெரியாது, நீ பெரிய மனிதராகக் காட்டிக்கொள்கிறாய். தவிக்கும் மானுடத்தின் பாதுகாவலனாக உன்னைத் தவறாகச் சித்தரிக்கின்றனர்" என்று தன் மாமனாரிடம் மருமகள் கூறினாள்.

காட்டு ஸ்டிராபெரிகள், இங்மார் பெர்க்மேன்

சில நாட்களில், பகல் நேரத்திலேயே சிறு வயது நினைவுகள் அவனது நினைவுக்கு வரும். அவை எதுவும் முக்கியமான சம்பவங்களாக இருக்காது. கேளிக்கை நிகழ்ச்சி ஒன்றின் பொம்மலாட்ட பொம்மைகள்போல் அவை அவன் எதிரில் ஆடிக்கொண்டிருக்கும். அவ்வாறு அவை தோன்றும்போதெல்லாம் அவனுக்கு ஆச்சரியமாக இருக்கும். குளியல் கூடத்துக்குத் தன்னை அழைத்துச்செல்லும்போது அப்பா எடுத்துவரும் அந்த மர வாளியை இப்படித்தான் மீண்டும் ஒரு முறை தெளிவாகப் பார்த்தான். அந்த மர வாளி காலப்போக்கில் அழுக்காகி, கறுப்பாகி விட்டது. வீட்டை விட்டுக் கிளம்பும் முன் அதில் சோப்பு, குளியல் துண்டு, வியர்க்குருக்களைத் தேய்த்துக் குளிக்கச் சொரசொரப்பான கல் என எல்லாவற்றையும் அதில் எடுத்து வைப்பார். ஐம்பது ஆண்டுகள் கழித்து, அந்த மர வாளி ஏன் அவன் கனவில் வர வேண்டும்? அன்று ஒருநாள், அவனுடைய பெற்றோர் வழக்கமாக அமர்ந்து தொழுகை செய்யும் பழைய பாய் ஒன்று கனவில் வந்தது. அதில் ஒன்றும் விசேஷம் இல்லை. ஆனால், அது அந்த மர

வாளியின் பக்கத்தில் வைக்கப்பட்டிருந்தது. இதேபோல் பிச்சைக் காரி ஒருத்தியின் சுருக்கம் விழுந்த முகமும் பொக்கைவாய்ச் சிரிப்பும் கனவில் வந்தன. அவளுக்கு ரொட்டித் துண்டு ஒன்றை இவன் வழங்க, அவளோ பதிலுக்குச் சர்க்கரைக்கட்டி ஒன்றை இவனுக்குத் தந்ததும் அது நட்சத்திர வடிவில் இவன் கையில் இருந்த காட்சியும் அப்படியே அவன் மனதில் தோன்றியது.

சில நாட்களுக்குப் பிறகு, தன் பள்ளியின் எதிரில் சுருதி இல்லாமல் பாடும் கால்களை இழந்த ஒரு பிச்சைக்காரனின் முகம் நினைவுக்கு வந்தது. மேலும், ஃபேஸ் நகர வீதிகளில் சொறி பிடித்த நாய் ஒன்று திரிந்துகொண்டிருக்கும்; அதன் மீது சிறுவர்கள் கல்லெறிந்து விளையாடுவார்கள்; அந்த நாய் கனவில் வந்தது. அந்த நாய் நடக்க மிகவும் கஷ்டப்படும். திடீரென இந்த நாய் இப்போது கனவில் வர என்ன காரணம் என்றும் ஓவியன் யோசித்துப் பார்த்தான்.

இதே கேள்வி, ஊஞ்சல் ஆடும்போது தவறி விழுந்து முட்டியைத் தேய்த்துக்கொண்டபோது கிழிந்துபோன கோல்ப் பேண்ட் கனவில் வந்தபோதும் தோன்றியது. அவனது ஆறாவது வயதில் நடந்த சம்பவம் அது. அவன் ஊஞ்சல் ஆடுவது அதுதான் முதல் முறை. அவனுடைய அண்ணன் பின்னால் இருந்து தள்ளிவிட, பிடித்திருந்த கயிற்றின் பிடி தளர்ந்து, கையிலிருந்து நழுவி கீழே விழுந்துவிட்டான். முகமெங்கும் இரத்தக் காயம். காயப்பட்ட முகத்தைவிடத் தேய்ந்து போன பேண்ட்தான் அவன் நினைவில் நின்றுவிட்டது என்பதுதான் சுவாரசியமான விஷயம்.

இதேபோல் ஒருநாள் காலை, பழைய அட்டைப் பெட்டி ஒன்று மனத்திரையில் தோன்றியது. அதில் போர் குறித்த செய்திகள் வந்த 'லைஃப் இதழ்'களை அப்பா சேகரித்து வைப்பார். அவன் சிறுவ னாக இருந்தபோது அந்தப் பெட்டியில் இருந்து அவ்வப்போது ஏதாவது ஒரு பத்திரிகையை எடுத்துப் புரட்டிப்பார்க்கும் பழக்கம் உண்டு. இறந்துபோன தன் நண்பனின் உடலின் முன் நின்று அழும் இளம் அமெரிக்கப் படை வீரனின் முகம் ஏன் இன்னும் இவனது மனதில் மறையாமல் இருக்கிறது? அந்தப் படை வீரனின் பெயர் சாலமன். அக்காட்சி வினோதமாக இருந்தது. கண்ணீர் தோய்ந்த முகத்தின் மீது கைகளை வைத்து மூடி, மண்டியிட்டு இருந்தான் சாலமன். அந்த இளைஞனுக்கு என்ன நேர்ந்திருக்கும்?

அவன் வீடு திரும்பியதும் கார் விற்பனையாளராகிச் செந்நிற முடியுடைய பெண் ஒருத்தியை மணம் முடித்திருப்பான் என்று கற்பனை செய்தான்.

வேறு ஒரு சந்தர்ப்பத்தில், பூச்சிகளால் சல்லடையிடப்பட்ட ஸ்கார்ப் ஒன்று அவன் மனதை அரித்துக்கொண்டே இருந்தது. அந்தச் சிவப்புத் துணி இனி எதற்கும் பயன்படப் போவதில்லை. தீய்ந்துபோன பல்புகளைப் பேழை ஒன்றில் என் அப்பா போட்டு வைத்திருப்பார் என்றாவது அவை பயன்படக்கூடும் என்ற நம்பிக்கையில் அவ்வாறு வைத்திருப்பார். அதேபோல், சமையல் அறையின் மூலையில் வைக்கப்பட்டிருந்த காகிதப் பை ஒன்றில் சிறிதும் பெரிதுமாகப் பல வடிவங்களில் ஆணிகள் இருந்ததும் இவனது மனக்கண்ணில் தெரிந்தன. அவனுடைய அரபி மொழிப் பேராசிரியர் கட்டியிருந்த அழுக்கான டையும் நினைவுக்கு வந்தது. அந்த டை முழுவதும் அழுக்குக் கறை படிந்திருந்தது. இளம்வயதில் திருமணம் செய்துகொண்ட அவனுடைய ஆசிரியையும் அவன் முன் தோன்றினார். நாற்காலியில் உட்காரும்போது கால்களைச் சற்றே அகட்டி வைக்கும் பழக்கம் உடையவர் அவர். தன் சித்தப்பா ஓட்டிய ஷெவ்ரோலே காரின் 236MA2 என்ற எண் எவ்விதக் காரணமுமின்றி அவன் நினைவில் வந்தது. அக்காலகட்டத்தில் அவனுடைய குடும்பத்தில் கார் வைத்திருந்த ஒரே நபர் அவர்தான்.

ஒருநாள், தன் சித்தப்பா மகளுடன் விளையாடிக்கொண்டிருந்த போது முதன் முறையாக விந்து வெளியேறிய சம்பவமும் நினைவுக்கு வந்தது. தன் ஆணுறுப்பைக் கடந்துசென்ற சுகமான மின் சாரத்தைப் போன்றதொரு உணர்வை அவன் அப்போது பெற்றது நினைவில் உள்ளது. அதனால், தன் பேண்டில் ஏற்பட்ட கரையைக் கையால் மறைத்தபடிச் சட்டென எழுந்துவிட்டான். தன் பெற்றோர்கள் ஊர்ப் பயணம் சென்றிருக்கும்போது, அவர்களுடைய அறைக்கு வரும்படி, தன்னைவிட ஒரு வயது மூத்தவளாக இருக்கக் கூடிய சித்தப்பா மகள் அழைத்திருந்தாள். இவ்வாறு விந்து வெளியேறியது அவனுக்கு அவமானமாக இருந்தது. தன் வயிற்றுக்குக் கீழ் இருந்து எழும்பிய புதியதொரு நெடியும், கட்டிலில் தன் ரோஜா நிறப் பின்பகுதியைக் காட்டி, "உம்! வா, வந்து உன் விஷயத்தை இதில் வை" என்று அழைத்த அக்காட்சி இன்னும் தெளிவாக நினைவில் உள்ளது.

இவ்வாறான நினைவுகளின் படையெடுப்புக்கான காரணம், தன் இடது பக்க கை, கால்களின் செயலிழப்புதான் என்று நினைத்துக்கொண்டான். ஒருநாள் இதுபோன்ற நினைவலைகள் அலைமோதிக்கொண்டிருந்த வேளையில் திடீரென்று தொலை பேசி ஒலித்தது. அவனுடைய உதவியாளர்களில் ஒருவன் தொலை பேசியைக் கொடுத்துப் பேசச் சொன்னான். மறுமுனையில் இருந்த அவனுடைய முகவர், நலம் விசாரிக்க அழைத்திருந்தான். மேலும் இவன் ஓவியங்களால் தனக்கு வரக்கூடிய வருவாய் பாதிப்புக்குள்ளாகுமோ என்ற கவலை அந்த நபருக்கு இருந்திருக்க வேண்டும்! அவனுக்கு ஆறுதல் அளிக்கும் விதமாக, "உடல்நலம் தேறி வருகிறது" என்ற செய்தியைக் கூறினான். அவன் பொறுமை காக்க வேண்டும், அதிகப் பொறுமை வேண்டும்.

அத்தியாயம் 17

காஸாபிளான்கா, 5 அக்டோபர் 2000

“அடித்தட்டு மக்கள், உணர்வுக் குறைவானவர்களாக இருக்கின்றனர். காயப்பட்டுக் கிடக்கும் எருதைக் கண்டாலும்கூட எவ்வித உணர்ச்சியும் காட்டாமல் நிற்பார்கள்” என்று நாடகம் தொடங்கும் முன், மேட்டுக்குடிப் பெண் ஒருவர் அருகில் உள்ள தன் தோழியிடம் கூறினார்.

தீர்த்துக்கட்டும் தேவதை, லூயி புய்நுயெல்

இதுபோன்ற சின்னச்சின்ன முக்கியத்துவமற்ற நினைவுகள், அணிஅணியாய் வந்து சென்றபின், சில நேரங்களில் நீண்ட கனவுகளில் மூழ்கிப்போவான். அவற்றைத் தொடர்ந்து பயங்கரக் கனவுகள் வரும். இப்படியெல்லாம் நடக்கும் என்று மருத்துவர் அவனிடம் எச்சரிக்கை செய்திருந்தார். ஆனால், நினைவுப்புலனின் இத்தகைய செயல்பாட்டினை ஓவியன் எதிர் பார்க்கவில்லை. முதல் கனவில், அவனுடைய மனைவி வந்தாள். அவளைக் காதலித்தபோது எப்படி அவள் மட்டுமே தன் கண்ணுக்குத் தெரிந்தாலோ, அதுபோல் தோன்றினாள். அவள் மீது அதிக அக்கறை கொண்டவனாக அவன் இருந்தான். அவளும் மிகவும் மென்மையானவளாகவும் அவனைக் கவனித்துக்கொள் பவளாகவும் இருந்தாள். அவனுடன் முரண்பட்டது இல்லை. அவனை எதிர்த்து எந்தக் கருத்தையும் தெரிவித்ததில்லை. இதனால் தன்னம்பிக்கை அற்றவளாக, அளவுக்கு மீறி அடங்கிக் கிடப் பவளாக இருந்துவிடுவாளோ என்றுகூட அவன் கவலை அடைந் திருக்கிறான். இதுவரை அவன் சந்தித்தப் பெண்களிடமிருந்து மாறுபட்ட ஒருத்தியாக அவள் அமைந்ததற்காக இறைவனுக்கு நன்றி கூறியிருக்கிறான். நீண்ட நாட்கள் திருமணம் ஆகாமல்

இருந்த நிலையிலும், தான் சந்திக்க நேர்ந்த பெண்களில் யாருடனும் தொடர்ந்து பழக முடியாமல் தவித்திருந்த நிலையிலும் இந்தப் பெண்ணின் கண்கள் மட்டும் அவனை ஆழமாக ஈர்த்துவிட்டன. மற்றப் பெண்களிடம் நடந்துகொண்டதுபோல் இல்லாமல் அவளிடம் தீவிரமாகப் பழகுமாறு அவனது ஆசையைத் தூண்டினாள். அவளது அறியாமை, இளமை ஆகியவற்றுடன் விளையாடுவது என்ற பேச்சுக்கே இடமில்லை. அவர்களிடையே பதினைந்து ஆண்டுகள் வயது வித்தியாசம் இருந்தது என்றாலும் அது ஒரு பிரச்சினையாக இருக்கும் என்று அவன் நினைக்கவில்லை. அடுத்ததாக வந்த கனவு திருமணத்துக்குப் பின் இன்பமயமாகக் கழிந்த இரண்டு ஆண்டு வாழ்க்கையை நினைவூட்டியது. அக்காலகட்டம் எவ்வித சண்டையோ, சச்சரவோ, மனவேற்றுமையோ எதுவும் இல்லாமல் சென்ற நாட்கள். மகிழ்ச்சியாகப் பயணம் செய்தவாறும், சிரித்துப் பேசி கேளிக்கையில் ஈடுபட்டவாறும், எதிர்காலத் திட்டங்களை வகுத்தவாறும் நாட்களைக் கழித்து வந்தனர். அற்புதமானதொரு அனுபவமாக அது இருந்தது. பொன்னிறக் கூந்தலும், நெடிய தோற்றமுமாய் அவள் அசத்தலாக இருந்தாள். ஆனால், அது நீண்ட நாட்கள் நீடிக்கவில்லை.

சில கெட்ட கனவுகளும் வராமல் இல்லை. குறிப்பாகக் குட்டையான உருவம் உள்ள ஒரு நபர் அந்தக் கனவுகளில் வருவான். ஓவியனை இக்கட்டான பொறி ஒன்றில் சிக்க வைத்துப் பெரும் தொகையையும் சில ஓவியங்களையும் கறந்தவன். ஓவிய விற்பனையாளன் என அறிமுகமான அவன், உண்மையில் ஓவியனாக விரும்பி அத்துறையில் தோல்வி அடைந்தவன்.

கோத்தஸூர் பகுதியில் உள்ள பெரிய பங்களாக்களில் வசிக்கும் பணக்காரப் பெண்களிடம் பாலியல் தொழிலில் ஈடுபடும் தன் தம்பியுடன் கூட்டுச் சேர்ந்து இதுபோன்ற குற்றச் செயல்களைச் செய்துவருபவன். பக்கவாதம் ஏற்படுவதற்கு முன், இந்த நபரைப் புறக்கணித்து ஒருவழியாக அடியோடு மறந்திருந்தான். அவன் பொருட்டு நீதிமன்ற வளாகத்தில் பல ஆண்டுகளைக் கழிப்பதைவிட அவனைப் பொருட்படுத்தாமல் இருப்பதே நல்லது என்று நினைத்தான். மேலும், போலி முத்திரையுடன் கையொப்பமிட்டு, பொய்யாகத் தயாரிக்கப்பட்ட முகவரி அடங்கிய சில இரசீதுகள்

மட்டுமே அவனிடமிருந்து ஓவியன் பெற்றிருந்தான். ஓவியனின் உடல்நலம் மிகவும் தளர்ந்துபோய் இருக்கும் இப்போதைய நிலையில் இதோ மீண்டும் அந்த நபர் தொந்தரவு செய்ய வந்துள்ளான். அவன் ஓவியங்களைச் சுற்றிப்பார்க்கும் அந்த நபரின் கையில் எரிசாராயம் நிறைந்த டார்ச் விளக்கு இருந்தது. அதிலிருந்து எந்த நேரத்திலும் நெருப்பு வெளியேறி ஓவியங்கள் தீப்பற்றிக் கொள்ளக்கூடிய வாய்ப்பு இருந்தது. ஓவியன் தன் கண்களை மூடிக்கொண்ட போதிலும் பாழாய்ப்போன அந்த உருவம் வெறிபிடித்ததுபோல் சிரித்தபடி மீண்டும் தோன்றியது. அந்த நபரை எவ்விதமாகக் கொலை செய்ய வேண்டும் என்ற தன் விருப்பத்தைக் காட்சியாகக் கற்பனைசெய்து பார்த்தான். சிமெண்ட் கலவை இயந்திரத்தில் போட்டு நசுக்கி அவனது உடல் பாகங்கள் சகதியில் வீசப்படும் காட்சி வந்தது. அந்த நபர் தனிமையில், பசியில் துடித்தவாறு வெளிறிப்போய் மருத்துவமனையின் கட்டில் மீது கிடப்பதாகக் கற்பனை செய்தான். நீண்ட காலமாகத் துயரங் களை அனுபவித்த பிறகு, மூச்சுத் திணறல் ஏற்பட்டுச் சாகும் தறுவாயில் அந்த நபர் இருப்பதாக நினைத்துக்கொண்டான்.

இதுபோன்ற பழிவாங்கும் காட்சிகளைத் தன் மனத்திரையில் இருந்து விரட்டிவிட்டு என்றாவது ஒருநாள் தனக்கு நியாயம் வழங்க வேண்டும் என்று இறைவனிடம் மன்றாடினான். உடனடியாக அந்தப் பித்தலாட்டக்காரன் நிரந்தரமாக மறைந்துபோனான்.

***

இருட்டத் தொடங்கியதும், ஓவியக்கூடத்துக்கு அழைத்துச் செல்லலாம் என அவனுடைய உதவியாளர்கள் வாகனத்தில் அவனை ஏற்ற ஆயத்தமாயினர். அவனுடைய மனைவி வெளியூர் சென்றிருப்பதால் வீட்டுக்கு அழைத்துப் போகும்படிக் கேட்டுக் கொண்டான். இமானுக்குத் தொலைபேசியில் தகவல் தரச் சொன் னான். முடக்கு நீக்க சிகிச்சைத் தருவதற்காக அவளைக் கூடிய விரைவில் வரும்படி அழைக்கச் சொன்னான். வெளியேறி நீண்ட நாட்களாகிருந்த அவனுடைய அறைக்குச் சென்று அமர்ந்தான். அங்கு மனைவியின் வாசனை, எங்கும் சிதறிக் கிடந்த அவளது உடைகள், கணக்கின்றிக் குவிக்கப்பட்டிருந்த அழகுச் சாதனப்

பொருட்களுடன் குளியலறை என அவளுடைய தடயங்கள் காணப்பட்டன. பணிப்பெண்ணிடம் கட்டில் உறைகளை மாற்றி எல்லாவற்றையும் ஒழுங்கு செய்யும்படிச் சொன்னான்.

சில ஆண்டுகளாகத் தன் மீது பொறாமை கொண்டவர்களைப் பொருட்படுத்தாமல் இருக்கப் பழகி இருந்தான். தனக்குத்தானே ஒரு நியாயத்தைக் கற்பித்துக்கொண்டு எதையும் பொருட்படுத்தாமல் இருக்கும் மனநிலையை வளர்த்துக்கொண்டான். அவன் நேசித்த பெண்களும் அவனுடைய வெற்றியைப் புரிந்துகொள்ளவோ ஏற்றுக்கொள்ளவோ முடியாத சகஓவியர்களும்தான் இவ்வாறு அதிகமாகப் பொறாமைக் குணம் கொண்டவர்களாக இருந்தனர். தன்னைக் குறித்து நீண்டதொரு சுய அலசல் செய்த பின் ஒரு முடிவுக்கு வந்தான். எவ்விதத் திறமையும் இல்லாமல் உதாசீனப் படுத்தப்பட்டுக் கிடப்பதைவிடப் பொறாமைப் படும்படி இருப்பது எவ்வளவோ மேல் என நினைத்தான். ஆனால், அவன் மனைவி கொண்ட பொறாமையிலிருந்து அவனால் தப்ப முடியவில்லை. மற்றவர்களுடைய பொறாமையைப்போல் அதனை உதாசீனம் செய்துவிட்டுக் கடந்து போக முடியாமல் தவித்தான். ஏனெனில், அவனைவிட அவள் வலிமையானவளாகவும் தன் குறிக்கோளில் தீவிரமானவளாகவும் இருந்தாள். ஏறக்குறைய மனநிலை சரி யில்லாதவளைப்போல் நடந்துகொண்டு தொடர்ந்து அவன் மீது சந்தேகம் கொண்டு பல கஷ்டங்களைக் கொடுத்தபடி இருந்தாள். மனப்பிறழ்வில் பல நிலைகள் உள்ளன. அவனுடைய மனைவிக்கு ஏற்பட்டுள்ள பாதிப்பு மிகவும் கடுமையானது அல்ல என்றாலும் அவனது வாழ்க்கையை நரகமாக்கப் போதுமானது. இந்த விஷயத்தில், செய்வதற்கு ஒன்றுமில்லை; ஒன்று பணிந்து போக வேண்டும் அல்லது தப்பித்துவிட வேண்டும்; நழுவிச் செல்லப் பார்க்க வேண்டும் அல்லது மூர்க்கத்தனம், வன்முறை ஆகியவை கொண்டு அடக்க வேண்டும். அவனைப் பொறுத்தவரை எதிர்ப்பை வெளிப்படுத்தினாலும் துன்பத்தைத்தான் அனுபவிக்க நேர்ந்தது.

ஒரு நாள், அவளிடம் பேசிப்பார்த்தான். “பொறாமை என்பது தனக்குள்ள பலவீனத்தை வெளிப்படுத்தும் ஒரு நோய் என்பதுடன் தன் சுயத்தையே அழிக்கக் கூடியதாகும்” என்று கூறி, ஆண் ஒருவனுக்கும் பெண் ஒருத்திக்குமிடையில் நிறைய இடைவெளி களும் இரகசியங்களும் இருக்கும் என்றாலும் அவற்றை மதிக்கத்

தெரிய வேண்டும்; இல்லையென்றால் பூசல் வெடித்து அனைத்தும் பாழாகிவிடும் என்பதை விளக்கினான். அவன் சொன்னதை அவள் காதில் போட்டுக்கொள்ளவில்லை என்பதுடன் தன் பித்தலாட்ட மந்திரவாதி கூறிய சடங்குகளை ஒன்று விடாமல் செய்துவந்தாள்.

அந்தரங்கம்? அப்படி ஒரு விஷயத்தையே அவள் ஏற்க மறுத்தாள். அவளைப் பொறுத்தவரை தம்பதியரிடையே அப்படி ஒன்று இருக்கவே கூடாது. தம்பதியர் என்றால் அது ஒரு கூட்டுக் கலவை. ஒன்றும் ஒன்றும் சேர்ந்து ஒன்றாக மாறக்கூடிய சங்கமம். மொராக்கோ தொலைக்காட்சியில் கண்ட நிகழ்ச்சி ஒன்று அவனது நினைவுக்கு வந்தது. அந்த நிகழ்ச்சியில் நான்கு பெண்கள் கலந்துகொண்டனர். வெவ்வேறு பின்னணியும் வயதும் உடைய அவர்கள் அனைவரும் மணமாகாதவர்கள். அவர்களைப் பெண் பத்திரிக்கையாளர் ஒருவர் பேட்டி கண்டார். அவர்களின் வாழ்க்கையில் நேர்ந்த இந்த அசாதாரணமான நிலைக்கான காரணத்தை ஒவ்வொருவராக விளக்கினர். அவர்களில் ஒருவர் தமக்கு அதிர்ஷ்டம் இல்லை என்றும், காதலனாக ஒரு குடிகாரன் வாய்த்தான் என்றார். வேறு ஒருவர் கருத்துத் தெரிவிக்கும்போது, தன்னைச் சுரண்டக்கூடியவராகவோ எந்த ஒரு பணிக்கும் அனுப்பாமல் தடுப்பவராகவோ இருக்கும் ஒரு கணவரைத் தேடுவதைவிடத் தான் விரும்பும் துறையில் கவனம் செலுத்துவதையே தான் பெரிதும் விரும்புவதாகக் கூறினார். மூன்றாவது பெண்மணியோ, தன் பெற்றோர் விவாகரத்துப் பெற்றதைப் பார்த்த பிறகு தாம் ஒருபோதும் திருமணம் செய்துகொள்ளப்போவதில்லை என்ற முடிவுக்கு வந்ததாகத் தெரிவித்தார். இறுதியாகத் தன் நிலையை விளக்க வந்த பெண்மணியோ தனக்கு வாய்க்கும் கணவருடன் அனைத்தையும் பகிர்ந்துகொண்டு, இருவரும் கலந்து ஒருவரெனக் கடைசிவரை வாழப்போவதாகவும் அத்தகைய கணவரைத் தான் தேடிக்கொண்டிருப்பதாகவும் கூறினார். இவர்களில் யாரும் தாங்கள் முரண்படுவதற்கு அவர்களுக்குள்ள உரிமையை விட்டுக் கொடுக்காமல் தங்களிடையே உள்ள வேற்றுமைகளை மதித்தபடியே கச்சிதமாக வாழவும் வழி இருப்பதைப் பற்றிப் பேசவில்லை.

திரைப்படம் ஒன்றைப் பார்த்தவாறே அவன் தூங்கிப்போனான். அவனது நினைவுகள் மந்தமாகவும் தெளிவின்றியும் இருந்தன. தூரத்தில் நிழல் உருவம் ஒன்று தெரிந்தது. வெள்ளை ஜெலாபா

அணிந்து, ஒழுங்கு செய்த தாடியுடன், ஒளிமிகுந்த சிரித்த முகத் துடன் இளமையாக இருந்த அவர், அவனுடைய அப்பாவாக இருக்க வாய்ப்புண்டு. அவனைவிட அவனுடைய அப்பா இளமை யாக இருந்தார். அவரை உன்னிப்பாகக் கவனித்தான். அவரை அடையாளம் கண்டுகொண்டான். ஆனால், ஒலி இல்லாத திரைப் படம்போல் எதுவும் சரியாகக் கேட்கவில்லை. அவனுடைய அப்பா அருகில் வந்து, குனிந்து அவனுடைய வலது கையை எடுத்து முத்தமிட்டார். இந்தக் காட்சியைக் கண்டபோது உலகம் தலைகீழாக மாறிவிட்டது என்று நினைத்தான். ஏனெனில், வழக்க மாகத் தன் அப்பா, அம்மா கையை எடுத்து அவன்தான் முத்த மிடுவான். கன்னத்தில் முத்தம் இடும் வழக்கம் நாடு விடுதலை அடைந்தபோதுதான் தொடங்கியது.

இவ்வாறு கையின் மீது முத்தமிட்டவுடன் அவன் உற்சாகமான மனநிலையில் விழித்துக்கொண்டான். திரைப்படத்தை நிறுத்தி விட்டு தேநீர் கொண்டுவரும்படிப் பணியாளர்களிடம் கேட்டான். இமான் தேநீர் தயாரித்துக்கொண்டிருக்கிறாள் என்பதை அவனிடம் தெரிவித்தனர். "இதுவும் ஒரு கற்பனையாக இல்லாமல் இருந்தால் நல்லது" என்று தனக்குள் முணுமுணுத்தான்.

அத்தியாயம் 18

காஸாபிளான்கா, 4 நவம்பர் 2000

"தற்செயல் என்பது அசாதாரணமானது;

ஆனால், அதுதான் இயல்பானது."

திருமதி..., மாக்ஸ் ஓஃபூய்ல்ஸ்

அன்று இரவு, ஒரு கனவு கண்டான். அது கெட்ட கனவு. விழிப்பு வந்தபோது ஒற்றைத் தலைவலியுடன் படுக்கையில் இருந்து எழுந்திருந்தான். அன்று காலை, அரசு உயர் அதிகாரி ஒருவரைச் சந்திக்க வேண்டும். அது கோடைகாலம் என்பதால் வெள்ளை லினென் சட்டையும் பேண்டும் அணிந்தாக வேண்டும். அது குறித்து, அழைப்பிதழில் தெளிவாகக் குறிப்பிடப்பட்டுள்ளது. அரசு மாளிகைக்குப் போகும் வழியில் பறவை ஒன்று மஞ்சள் நிறத்தில் எச்சத்தை உமிழ்ந்து அவனது அழகான சட்டையை அசுத்தமாக்கிவிட்டது; உடையை மாற்றியாக வேண்டும்; ஆனால், அதற்கு நேரமில்லை. தன் நண்பர் ஒருவரிடம் மாற்றுச் சட்டை இருக்குமா எனக் கேட்டான். அந்த நண்பரிடம் வண்ண நிறச் சட்டைகள்தான் இருந்தன. அவனுக்குத் திருப்தியில்லை. காலம் விரைந்துகொண்டிருந்தது. சந்திப்புக்கான நேரம் நெருங்கிக் கொண்டிருந்தது. சாம்பல் நிறச் சட்டை ஒன்றை அணிந்துகொண்டு நண்பர் வீட்டில் இருந்து வெளியே வந்தபோது, சிவில் உடையில் இருந்த காவலர்கள் அவனைக் கைது செய்தனர். "எங்களுடன் வர வேண்டும். உங்கள் மீது குற்றச்சாட்டு உள்ளது. உங்களை நேராகச் சிறைக்குக் கொண்டுசெல்கிறோம்" என்றனர். தான் செய்த குற்றம் தான் என்ன என்று கூறுமாறு எவ்வளவோ கேட்டுப் பார்த்தும் பலனில்லை. "வீணாக உங்கள் விஷயத்தைச் சிக்கலாக்கிக் கொள்ளாதீர்கள். நீங்கள் செய்த தவறு என்ன என்று உங்களுக்கு

நன்றாகத் தெரியும்" என்று பதில் அளித்தனர். பிறகு அவனது கைபேசியைப் பறித்துக்கொண்டனர். "சிறையில் ஓவியம் வரையக் கூடாது. கையேடு, எழுதுகோல் என எதுவும் வைத்துக்கொள்ளக் கூடாது. இவை உங்களுக்கான கட்டளைகள்" என்றனர். அவன் கூச்சல் போட்டுப் பார்க்க முயற்சித்தான். ஆனால், தொண்டையை விட்டு எந்தச் சத்தமும் வெளியில் வரவில்லை. மனைவியும் நெருங்கிய நண்பரும் வாசலில்தான் நின்றுகொண்டிருந்தனர். என்றாலும் அவனைக் காப்பாற்ற அவர்கள் எதுவும் செய்யவில்லை. தன் வழக்குரைஞரை அழைக்க வேண்டும் என்று நினைத்தான். ஆனால், அவருடைய பெயரையோ தொலைபேசி எண்ணையோ எதையும் நினைவுக்குக் கொண்டுவர முடியவில்லை. தலை வலித்தது. இந்தக் கட்டத்தில்தான் அவனுக்கு விழிப்பு வந்தது. எழுந்து ஜன்னலைத் திறக்க வேண்டும்போல் இருந்தது. அப்போது அதிகாலை 3 மணி. எல்லோரும் ஆழ்ந்து உறங்கிக்கொண்டிருந் தனர். எப்படியோ கட்டிலில் எழுந்து உட்கார்ந்துவிட்டான். மீண்டும் அது போன்றதொரு கொடுங்கனவு வராதவாறு கண் களைத் திறந்தபடி வைத்திருக்க முயன்றான்.

காலையில் சோர்வின் காரணமாக அவனுக்குத் தூக்கம் வந்தது. சிற்றுண்டியுடன் உதவியாளர்கள் வந்தபோது இன்னும் தூங்கிய படியே இருந்தான். கட்டில் அருகில் இருந்த சிறிய மேஜை மீது அவர்கள் உணவுத் தட்டை வைத்துவிட்டுச் சென்றனர்.

அவனது தூக்கத்தைக் கெடுக்க மேலும் ஒரு வலி ஏற்பட்டது. இடது காலில் சுளுக்கு உண்டானது. வலியில் கத்திவிட்டுக் கண்களை மூடிக்கொண்டான். சுளுக்கு விடுபடும் என்று காத்திருந் தான். இன்றைக்கு விடிந்ததிலிருந்து எதுவுமே சரியில்லை என்று நினைத்தான். ஓவியக்கூடத்திற்குச் செல்லாமல் இருப்பது நல்லது. கை, கால்களைப் பிடித்துவிட்ட பிறகு சிறிது நேரம் வசதியாக ஓய்வெடுப்பதையே பெரிதும் விரும்பினான்.

இமான், அங்கு வந்தபோது அவன் குளியல் அறையில் இருந் தான். உதவியாளர்கள் குளிக்க உதவி செய்தனர். அவன் மிகுந்த வேதனையை அனுபவிப்பதுடன் அவமானமாக உணரும் இந்தத் தருணத்தில்தான் தனக்கு ஏற்பட்டுள்ள உடல் குறையின் கடுமையை அழுத்தமாக உணர்வான். ஒருவன் உடம்பைச் சுத்தப்படுத்த,

இன்னொருவன் உடலைக் கழுவி, நேராக நிற்கக்கூட முடியாமல் துவண்டு விழும் நிலையில், கையுறைகளுடன் அந்தரங்கமான இடங்களைத் தேய்க்கும்போது அவனுக்குப் பெரும் கோபம் வந்தாலும், கட்டுப்படுத்திக் கொள்வான். "பொதுவாக இது போன்ற வேலைகளையெல்லாம் என் மனைவிதான் செய்வது முறை. ஆனால், என்ன நேர்ந்தாலும் சரி, இப்போதைய நிலையில் அப்படி நடப்பதை நான் விரும்ப மாட்டேன். என்னை அமைதியாக இருக்கும்படி அவள் விட்டால்போதும். எப்போதும்போல் என் உடலை அசைக்கும் சக்தியை மீண்டும் பெறும்வரை எதிலும் குறுக்கிடாமல் இருந்தால்போதும்" என்று நினைத்தான்.

இதுபோன்ற நினைவெல்லாம் குளித்து முடிக்கும்வரைதான். குளித்து முடித்து, முகச்சவரம் செய்து உடை மாற்றிவிட்ட பின் ஓரளவு திருப்தி அடைந்தான். சற்றுமுன் அனுபவிக்க நேர்ந்த அந்தச் சித்திரவதையை மறந்துவிட்டான். இமானைப் பார்த்தவுடன் குறிப்பாக அவளிடமிருந்து வந்த 'அம்பிரே பிரெசியோ' நறுமணம் அவனுக்குச் சிரிப்பை வரவழைத்தது. "இன்றைய நாளை நாம் ஒன்றாகக் கழிக்கப்போகிறோம். இன்று எனக்கு விடுமுறை நாள். உங்களுக்கு மசாஜ் செய்து, ஊசி போட்டுவிட்டு, நான் சமைத்த சிலவற்றை உங்களுக்குப் பரிமாறப் போகிறேன். பிறகு என் கதையை விட்ட இடத்திலிருந்து தொடரப் போகிறேன். இதைத் தவிர வேறு ஏதாவது செய்தால் நல்லது என்று நீங்கள் விரும்பினாலோ அல்லது நான் வீட்டுக்குத் திரும்பிச் செல்ல வேண்டும் என்று விரும்பினாலோ அதன்படிச் செய்வேன்" என்று தன் திட்டத்தைத் தெரிவித்தாள்.

அவனுக்கு உற்சாகம் உண்டானது. இமான் மிகவும் மென்மையானவளாகவும் உணர்வு மிகுந்தவளாகவும் இருந்தாள். தன் உடல் நலம் தேறுவதில் முழுமையாகப் பங்காற்றும் அவள் நம்பிக்கை ஊட்டுபவளாக இருந்தாள். "உனக்கு எப்படி நன்றி கூறுவது என்றே தெரியவில்லை" என்று பொறுமையாகச் சொன்னான்.

கொஞ்ச நேரம் சென்றதும், அவனது காலை மசாஜ் செய்தபடியே அவனை நிமிர்ந்து பார்க்காமல் பேச ஆரம்பித்தாள்.

"உங்களுக்கு ஒரு விஷயம் தெரியுமா? நீங்கள் என் அப்பா வயதுடையவராக இருக்கலாம். இருந்தாலும் உங்களை ஒரு

அப்பாவாக நான் பார்க்கவில்லை. நமக்கிடையே முப்பது ஆண்டுகள் வயது வித்தியாசம் இருக்கும். ஆனால், உங்கள் கலை, உங்கள் நடவடிக்கை ஆகியவற்றில் இன்றைய இளைஞர்களிடம் அறவே இல்லாத மனிதாபிமானம் இருப்பதை நான் பார்க்கிறேன். குறிப்பாக, வாழ்க்கையில் விரைவாக வெற்றிப் பெற்றுவிட வேண்டும், நிறையச் சம்பாதிக்க வேண்டும் என்று எல்லோரும் அலைகின்றனர்; உள்மனதைவிட வெளித்தோற்றம் மட்டுமே முக்கியமாகக் கருதப்படும் இந்த மொராக்கோவில் உங்களிடம் மட்டுமே மனிதாபிமானத்தைப் பார்க்கிறேன். நான் உங்களுடன் இருக்க விரும்புகிறேன். உங்களைக் கஷ்டத்தில் இருந்து விடுவிக்க விரும்புகிறேன். உங்கள் உடம்புக்கு மசாஜ் செய்யும்போது உங்கள் மனத்துயர்களையும் துடைத்தெடுத்துத் தூரத்தில் வீச என் கைகள் முயல்கின்றன. இதன் காரணமாகத்தான் ஒவ்வொரு முறையும் மசாஜ் செய்து முடித்தவுடன் என் விரல்களை உதறுவேன். உங்களிடம் இருக்கும் துயரங்களை வெளியில் எடுத்து உதறும் முயற்சி அது. கறுப்பான நீரில் கைகளை வைத்துத் தோய்த்த பின் அந்த நீரைக் உதறி விடுவது போன்ற செய்கைதான் அது. இந்த உத்தியை 'ரபாத்'தில் பயிற்சி அளித்த இந்திய யோகி ஒருவர் கற்றுத்தந்தார்."

மசாஜ் முடிந்ததும், தன்னைப் பிடித்தபடியே சில அடிகள் எடுத்து வைத்து நடந்து பார்க்குமாறு கூறினாள். "என் உதவியாளர்கள்தான் என்னை இப்படி நடக்க வைத்துக் கவனித்துக்கொள்கிறார்களே, என் எடையை உங்கள் மென்மையான தோள் தாங்காதே" என்று கூறினான். ஆனாலும் கட்டிலில் இருந்து இறங்க உதவி செய்த துடன், கையில் ஒரு ஊன்றுகோலைத் தந்தாள். இருவரும் பொறுமையாக அந்த அறைக்குள்ளேயே நடந்து வந்தனர். கொஞ்ச நேரம் அவ்வாறு நடப்பதை நிறுத்திவிட்டு, உதவியாளர்களை அழைத்தான். நகருக்குள் போகும்போது அணிந்து செல்லும் உடையை அணிவிக்கச் சொன்னான். இளம்பெண்ணுடன் இருக்கும் போது எடுப்பாக இருக்க வேண்டும் என்று விரும்பினான். இமான் திரும்பி வந்தபோது அவனிடம் தெரிந்த மாற்றத்தைப் பார்த்து அவள் ஆச்சரியப்பட்டாள். ஓவியன் அழகாக இருந்தான். அவனது கைகளைப் பற்றிக்கொண்டாள். அவளது உடலுடன் தன் உடல் உரசுவதை உணர்ந்தான். அப்போது தன் உறுப்பு எழுச்சி

அடைவதைக் கண்டு அவமானம் அடைந்தான். ஏற்கெனவே மருத்துவர் அவனிடம் தெளிவாகக் கூறியிருந்தது நினைவுக்கு வந்தது: "உறுப்பு எழுச்சி என்பது மஜ்ஜைகள் தொடர்புடைய இயக்கம்" என்று அவர் கூறியிருந்தார். அவனுடைய இடது கை அவளது இடுப்பைச் சுற்றி வளைத்திருக்க, மெதுவாக நடந்து பார்த்தான். அப்போது கொஞ்சம் கொஞ்சமாக இருவரது உடலுக் கிடையிலும் நெருக்கம் அதிகமாகிக்கொண்டே போனது. அவளை அப்படியே கைகளால் இறுகப்பற்றிக் கட்டி அணைத்துக் கூந்தலில் முகம் புதைக்க வேண்டும் என்றெல்லாம் விருப்பம் இருந்தாலும் தன் ஆசையைக் கட்டுப்படுத்திக் கொண்டான். எப்படியும் அப் போதைய உடல்நிலை யாருடைய உதவியும் இல்லாமல் அவள் எதிரில் நிற்கக்கூட முடியாதபடி இருந்தது. தன்னிடம் ஏற்படும் இப்படியான மாற்றம் எதையாவது அவள் கண்டுபிடித்துவிட்டாளா என்ற சந்தேகம் அவனுக்குள் எழுந்தது. அவனிடம் அவள் ஏதோ பேசிக்கொண்டிருந்தாள். ஆனால், அவள் கூறியவை எதையும் அவன் கவனிக்கவில்லை. மனம் சலனப்பட்டு இருந்ததால் கால்களை நீட்டி ஓய்வெடுக்கும் வகையில் தன்னை அங்கிருந்த பெரிய சாய்வு நாற்காலியில் உட்கார வைக்கும்படிக் கேட்டான். அப்படியே செய்துவிட்டு அவன் அருகிலேயே தரையில் உட் கார்ந்த அவள், அவன் இடது தொடையின் மீது தன் தலையைச் சாய்த்தாள். இந்த நிலையிலேயே கொஞ்ச நேரம் இருவரும் அசையாமல் இருந்தனர். அவன் மனம் சற்றே அமைதியடைய, இடது பக்கத்தைக் காட்டிலும் அதிகமான பாதிப்பு இல்லாத வலது கையினால் எப்படியோ அவளது கூந்தலைக் கோதிவிட்டான். சட்டென எழுந்துகொண்ட அவள், நடன மங்கையைப்போல் சில அடிகள் எடுத்து வைத்தவாறு அவனிடம் பேசினாள்: "இப்போது நீங்கள் சாப்பிடும் நேரம். இன்று அந்தப் பொறுப்பை என்னிடம் விடுங்கள். உங்களுக்குச் சமையல் செய்பவர் திறமையானவர்தான் என்று எனக்குத் தெரியும். இருந்தாலும் எனக்கும் சில அற்புத மான உணவு வகைகளைச் சமைக்கத் தெரியும். எல்லாம் என் பாட்டியிடம் கற்றவை" என்றாள். அதன்படியே அவனுக்குப் பசி இல்லை என்றாலும் அவள் கைகளால் தொட்டு ஊட்டிவிட்டதை ஒருவழியாகக் கஷ்டப்பட்டுச் சாப்பிட்டு முடித்தான். வேறு சந்தர்ப்பமாக இருந்தால் அவளது ஸ்பரிசம் பாலுணர்வைத்

தூண்டுவதாக இருந்திருக்கும். ஆனால், அந்த நேரத்தில் அது அவனுக்குத் தேவையானதாக இருந்தது. அவள் ஊட்டிய விதத்தைப் பார்த்தால் ஒரு குழந்தையைச் சாப்பிட வைப்பதுபோலவோ அல்லது மனநிலை சரியில்லாத முதியவர் ஒருவருக்கு உணவு பரிமாறுவதுபோலவோ இருந்தது. சூப் கிண்ணத்தில் ஸ்டிரா ஒன்றைப் போட்டு முடிப்பதற்குள், அதனை மெதுவாகத் தள்ளி வைத்து, "வேண்டாம், எனக்குப் பசி இல்லை" என்றான். இத்தனைக்கும் இது போன்ற திரவ உணவு அவனுக்குப் பிடித்த மான ஒன்றுதான் என்றாலும் இப்படியான அழகான பெண் ஒருத்தியின் முன்னால் ஸ்டிரா வைத்து சூப் குடிப்பது அவன் மதிப்பை மேலும் குறைத்துவிடும் என்று நினைத்தான்.

உதவியாளர்கள் இருவரும் அவனை ஓவியக்கூடத்துக்கு அழைத்துச் சென்றனர், இமானும் அவர்களுடன் சென்றாள். அவனைச் சக்கர நாற்காலியில் அமர வைத்தனர்.

"இமான், என்னை இன்னும் சிறிது நேரம் சந்தோஷத்தில் வைத்திருப்பீர்களா?"

"நிச்சயமாக, தளபதி."

அவனை அவ்வாறு அவள் அழைப்பது அதுதான் முதல் முறை யாகும். ஓவியக்கூடத்தின் ஒரு மூலையில் மாலுமியின் தொப்பி ஒன்று சுவற்றில் தொங்கிக்கொண்டிருந்ததை அவள் பார்த்திருக்க வேண்டும் என்பது நிச்சயம். ஓவியனின் நண்பர் ஒருவருடைய தொப்பி அது. இப்போது அந்த நண்பர் தொடர்பில் இல்லை.

"நீங்கள் என்னைத் தளபதி என்று கூப்பிடுவது எனக்குப் பிடித்திருக்கிறது. இதற்கு முன் என் மூத்த மகள்தான் அப்படி அழைப்பாள். அவளுக்கு அது ஒரு விளையாட்டு. போகட்டும், அந்த பொதலேரின் கவிதைத் தொகுப்பை எடுங்கள். மஞ்சள் தாள் செருகப்பட்டிருக்கும் பக்கத்தைத் திறந்து படியுங்கள். யுழேன் தெலாக்குருவா குறித்து அவர் எழுதிய அந்தப் பகுதி எனக்கு மிகவும் பிடிக்கும்."

கொஞ்சமாகத் தண்ணீர் குடித்து, தொண்டையைச் சரிசெய்து கொண்டு, லேசாகச் செருமிக்கொண்டு படிக்க ஆரம்பித்தாள். அந்தக் கவிதை வரிகளை ஓவியன் கண்களை மூடியபடி மெய்மறந்து

அனுபவித்தான். இமானின் குரல் கொஞ்சம் கரகரப்பாக இருந்தது. கொஞ்சம் முயற்சி செய்தால் அதை மிக இனிமையானதாக மாற்றிக் கொள்ள முடியும்.

வாசித்து முடித்ததும் அவள் மௌனமானாள். அவளைப் பார்த்து ஓவியன் பேசினான்:

"உங்களுக்குத் தெரியுமா இந்தக் கலைஞன் 1832ஆம் ஆண்டின் சில மாதங்களை மொராக்கோவில் கழித்துள்ளான். இந்த நாட்டு ஆன்மாவில் எதையோ அவன் பருகியிருக்கிறான். எத்தனையோ ஓவியங்களையும் அவன் படைத்து இருந்தபோதிலும் இந்தப் பகுதியில் இருந்தபடி ஒன்றைக்கூட அவன் வரைந்ததில்லை. மொராக்கோ குறித்து வரைந்த எல்லாவற்றையும் அவன் நினைவில் இருந்து வரைந்துள்ளான். அதன் விளைவாகவே அவை அனைத்தும் அற்புதமாக இருக்கின்றன. ஆனாலும், இந்த நாட்டுக்கென அவன் எதையும் விட்டுச் செல்லாதது எனக்கு வருத்தம்தான். அதாவது தன் நினைவாகவும் இப்பகுதிக்குத் தன் விசுவாசத்தைத் தெரிவிக்கும் விதமாகவும் ஓவியங்கள் சிலவற்றை அளித்துச் சென்றிருக்கலாம். அதைப் பற்றி அவன் நினைக்காமல் போய்விட்டான். இதே நபர் அல்ஜீரியாவில் இருந்தபோது, தங்கள் குடியிருப்புகளில் இருந்த அல்ஜீரியப் பெண்களை ஓவியமாகத் தீட்டியுள்ளான். அது உண்மை யிலேயே அருமையாக அமைந்துவிட்டது. என் இனிய இமான், இதோ ஓவியம் குறித்த இந்தப் பெரிய புத்தகத்தை எடுத்துப் போய் படியுங்கள். இதை புரட்டிப் பாருங்கள். அறிவில் சிறந்த அந்த விருந்தினரின் கைவண்ணத்தில் மொராக்கோ எந்த அளவு அழகாக வந்திருக்கிறது என்பதை நீங்கள் பார்த்து ஆச்சரியப்படுவீர்கள். மேலும் என்றாவது அவரது நாட்குறிப்பை நீங்கள் வாசிக்க நேர்ந் தால் நம் முன்னோர்கள் குறித்த அவரது கருத்துகள் ஆச்சரியமாக இருக்கும். அவை அவ்வளவு உயர்வானதாக இருக்காது! ஏனெனில், அவரது காலகட்டத்தில் அத்தகைய பார்வைதான் இருந்தது.

அத்தியாயம் 19

காஸாபிளான்கா, 6 நவம்பர் 2000

நாம் பதிலுக்குச் செலுத்த வேண்டிய சம்பிரதாயப் பணிவு என்பது எனக்கு எப்போதும் பெரிய தலைவலியாக இருக்கும்.

ஓர் ஆவி, கிறிஸ்தியான் பூாக்

ஓவியனின் வாழ்வில் நடப்பவை அனைத்தும் திசைமாறி வேறு ஏதோ ஒரு பாதையில் செல்வதைப் போன்றதொரு கட்டம் வந்தது. அவனைச் சுற்றி உள்ள அனைத்தும் தாறுமாறாக இயங்கின. சுவர்கள் அவனை நெருக்கிக்கொண்டு அருகில் வந்தன. மேற்கூரை எந்த நேரத்திலும் இடிந்து விழப்போவதுபோல் பயமுறுத்திக்கொண்டிருந்தது. சொந்தக் குரல் கம்மிப்போய் அவனிடமிருந்து விலகிச் செல்வதாக உணர்ந்தான். அவனது உடல் விறைத்துக்கொண்டு தலை சுற்றியது. சில நேரங்களில் எவ்விதக் காரணமும் இல்லாமல் உடல் முழுவதும் நடுக்கம் ஏற்பட்டது. தனது உதவியாளர்கள் அருகில்தான் இருந்தபோதிலும் தன்னந்தனியே இருப்பதுபோலவே உணர்ந்தான். பெரியதொரு இருட்டுக் குழாய்க்குள் சிக்கி இருப்பதுபோலவும் தன் உயிரைக் காப்பாற்றிக் கொள்ளத் தப்பியோடியாக வேண்டிய நெருக்கடி நிலையில் இருப்பதுபோலவும் உணர்ந்தான். சில நேரங்களில் ஏதோ ஒரு நிழல் அவனைத் தொடர்ந்து வருவதைப்போல் இருந்தது. இன்னும் சில நேரங்களில் ஒரு சத்தமோ அல்லது நெருப்புப் பந்திலிருந்து வெளியேறும் வெப்பக்காற்றோ தன்னைப் பின்தொடர்வதுபோல் உணர்ந்தான். திரைப்படம் ஒன்றில் அவன் வாழ்க்கை பிரதிபலிப்பது போலிருந்தது. அவன் உடல் பக்கவாதம் வருவதற்கு முன் இருந்ததைப்போல் நன்றாக இருந்தது, என்றாலும் எண்ணங்கள் மட்டும் மிகுந்த பாதிப்புக்குள்ளாகியிருந்தன. அவனுக்குள் இரு

வேறு வகையான மனநிலைகள் ஒரே நேரத்தில் இயங்கி வந்தன. ஒரு மனநிலை உடல் குறையுடன் ஸ்தம்பித்துப் பழுதாகி இருந்தது. மற்றொரு மனநிலையில் உடல் இளமைத் துள்ளலுடன் உயிரோட்டமாக இருந்தது. துரதிர்ஷ்டம் அவனைச் சூழ்ந்திருந்தது. இதற்குக் காரணம் கண் திருஷ்டி அல்லது அருகில் வசிப்பவர்கள் வைத்த சூனியம் - ஆகியவற்றில் ஏதாவது ஒன்றாக இருக்க வேண்டும் என்று அவனுடைய மனைவி அடித்து கூறுவாள். ஆனால், அவன் சிக்குண்டிருந்த இருட்டுக் குழாய்க்குள் தொடர்ந்து ஓடிக்கொண்டிருந்தான். ஓடும்போது விழுவதும், எழுவதும், பிறகு மீண்டும் விழுவதுமாக இருந்தான். இறுதியில் பெரிய கறுப்புத் துளை ஒன்றால் முழுமையாக விழுங்கப்பட்டான். அவன் உடல் முழுக்கச் சேதமடைந்தாலும் சிந்தனை மட்டும் தெளிவாக இருந்தது.

மன அழுத்தம் என்பது தனிமையால் விளையக்கூடிய ஒரு கொடிய நிலை என்னும் கருத்தை அடிக்கடிக் கேட்டிருக்கலாம். குகை ஒன்றில் அகப்பட்டிருப்பதாகச் சில மோசமான கனவுகள் வரும். அப்பகுதியில் உள்ள எலிகள் அனைத்தும் அந்தக் குகையில் குடியிருக்கும். அவனுக்கு எப்போதுமே இந்த எலிகளைப் பிடிப்பதில்லை. எவ்விதக் காரணமும் இல்லாமல் அவற்றைக் கண்டு பயப்படுவான். அதனால் படங்கள் கொண்ட புத்தகத்தில்கூட அவை இருப்பதை அவனால் தாங்கிக்கொள்ள முடியாது. அநேகமாக இந்த ஒவ்வாமை இளம் வயதிலேயே ஆரம்பித்திருக்க வேண்டும். அவன் சிறுவனாக இருந்தபோது ஒருமுறை குந்தி அமரும் கழிப்பறைக்குச் செல்லும்போது எலி ஒன்று அவன் குதிகாலைக் கடித்துவிட்டது. உடனடியாக இளம் மருத்துவர் ஒருவர் ஊசி போட்டு அவனைக் காப்பாற்றிவிட்டார். அவனுக்கு வரும் மோசமான கனவுகளில் இந்த எலிகளோடுதான் வாழ்ந்தாக வேண்டி இருந்தது. அவை செய்யும் கொடுமைகளைச் சமாளித்தாக வேண்டிய கட்டாயத்தில் அவன் இருப்பான். அவற்றுடன் இருக்கும்போது அவன் உடல் ஒத்துழைக்காது. வெளிச்சம் புக முடியாத இவ்வாறான சோகமான இடத்தில் யார் அவனைக் கொண்டுவந்து போட்டிருப்பார்கள்? ஒரு நகரத்தையே பெருந்தொற்றால் அழிக்கக்கூடிய எலிகள் எழுப்பும் சத்தம் மட்டுமே அங்குக் கேட்க முடிந்தது. எலிகளுடன் இருக்கும்போது அவனது இளமையான கட்டுக்கோப்பான உடல் மறைந்து நோய்வாய்ப்

பட்டிருந்த கனமான உடல்தான் இருந்தது. அவனுடைய கால்களில் அந்த எலிகள் ஏறியதுடன் உடல் முழுவதும் அமைதியாகச் சுற்றிச் சுற்றி வந்தன. அவனது தலை அருகே அவை சண்டை பிடித்தன. உடலெங்கும் கடித்து வைத்தன. அவனுடைய உடலைத் தங்கள் விருப்பப்படி இழுத்துச் சென்றன. திடீரெனப் பருத்த கறுப்பு எலி ஒன்று அவனை நோக்கி வந்தது. அவனுடைய ஆண் உறுப்பை மூர்க்கமாகக் கடித்தது. வலியால் துடித்துப்போய் அலறினான். உதவிக்குக் கத்திக் கூச்சலிட்டுப் பார்த்தான். பலனில்லை. கெட்ட கனவின் தாக்கத்தால் குரல் அடைத்துக்கொண்டு வெளியேற வில்லை என்பதால் யார் காதிலும் அவன் கத்தியது விழவில்லை. சிறுகச்சிறுகச் சாவதைத் தவிர வேறு வழியில்லை என்று நம்பிக் கையை இழந்த நேரத்தில் மேலும் மூர்க்கமாக எலி ஒன்று கடிக்க, பயந்து அலறி விழித்துக்கொண்டான். உடல் வியர்த்துக் கொட்டியது. கண்களிலிருந்து தாரைதாரையாகக் கண்ணீர் வழிந்து கொண்டே இருந்தது. இத்தகைய அவலநிலை அவனுக்குச் சலிப்பை உண்டாக்கிவிட்டது. அந்த வீடு, அவனைச் சுற்றி இருக்கும் மக்கள் என எல்லாவற்றையும் இனியும் அவனால் பொறுத்துக்கொள்ள முடியாது. இவ்வாறு மனதுக்குள் அவஸ்தையை அனுபவித்துக் கொண்டிருந்தான்.

இனந்தெரியாத ஏதோவொன்றால் தாக்கப்படும்போது எதிர்த்து நிற்க முடியாமல் தவிக்கும் தருணங்கள்தான் அவனுக்கு மிகவும் அச்சமூட்டுபவையாக இருந்தன. எப்போதும் விழித்த நிலையில் இருப்பதற்காகத் தூக்கம் வராமல் பார்த்துக்கொள்ள முயற்சி செய்வான். ஆனால், துரதிர்ஷ்டவசமாக உட்கொள்ளும் மருந்துகளும் கவலைகளும் சேர்ந்து அவனைத் தூக்கத்தில் ஆழ்த்தின. முயற்சியைக் கைவிடாமல் தூக்கம் வரும் போதெல்லாம் அழைப்பு மணியை அழுத்தி, காபி கொண்டுவரும்படிக் கூறுவான். அவர்கள் தயங்கி நின்றால் "ஆமாம், காபிதான் வேணும். அதைச் சாப்பிடக் கூடாது என்று டாக்டர் சொல்லியிருந்தாலும் பரவாயில்லை. இப்போது தூங்காமல் இருக்கவே விரும்புகிறேன்" என்று சொல்லி விடுவான்.

ஓவியனுக்கு காபி மிகவும் பிடிக்கும். அதிலும் இத்தாலியின் எக்ஸ்பிரஸோ வகை என்றால் அதிக விருப்பம். அவன் வழக்கமாக ஸ்ட்ராங் காபிதான் அருந்துவான். சிறிது நேரம் கழித்து அதற்குப்

பின் லைட் காபி ஒன்றை அருந்துவான். இவ்வாறு காபி அருந்தி முடித்த பின், திருப்தியாக உணர்வான். சற்று முன்வரை அவன் சிக்கியிருந்த இருட்டுக் குழாயும் அலைக்கழித்த பொறியும் தன் பின்னால் இருப்பதைப் பார்க்க முடிந்தது. மன அழுத்தம் என்னும் மாய நிழல் தன்னை விடாமல் வட்டம் அடிப்பதையும் தன் நண்பர் அந்தோணியோ தபூஷிக்கு நேர்ந்த அதே நிலை எந்த நேரத்திலும் தனக்கும் ஏற்படக்கூடும் என்பதையும் அறிந்திருந்தான். மூன்று ஆண்டு காலமாக நீண்டதொரு மன அழுத்தத்தில் அவனுடைய நண்பன் பாதிக்கப்பட்டிருந்ததும் அவனுக்கு எப்படி அது தொடங்கியது என்பதும் நினைவுக்கு வந்தன. ஒருநாள் அருகில் இருந்த அறையில் வேலை செய்யத் தொடங்கும் முன், எப்போதும்போல் செய்தித்தாள் வாசித்துக்கொண்டிருந்தவன், அறைக்குப் போகலாம் என்று எழுந்தான்; ஆனால், அவனால் எதுவும் முடியவில்லை. அவனுடைய மனைவி வந்து பார்த்த போது காலையில் செய்தித்தாள் வாசித்துக்கொண்டிருந்த நிலையிலேயே அந்தச் சாய்வு நாற்காலியில் சாய்ந்தபடிக் கிடந்தான்; இவ்வளவுக்கும் அத்தகைய மன அழுத்தம் தாக்குமளவுக்குக் குறிப்பிடும்படியாக எதுவும் நடக்கவில்லை. அவனும் அவனுடைய மனைவியும் மகிழ்ச்சியான திருமண வாழ்க்கையைத்தான் அனுபவித்து வந்தனர். ஒருவருக்கொருவர் அனுசரித்துப் பொதுவான விஷயங்களை எப்படி அணுகுவது என்பதை அவர்கள் அறிந்திருந்தனர். ஓவியனிடம் மருத்துவர் ஒரு முறை இதைப் பற்றி விளக்கியிருக்கிறார்: "மன அழுத்தம் என்பது ஒரு நோய்; வெறுமனே சோகமோ, துக்கமோ இல்லை. அதேபோல் சட்டென வந்து மறைந்து போகும் கோபம் மாதிரியும் இல்லை. இது விளையாட்டான விஷயம் இல்லை. மிகவும் கவனமாக இருக்க வேண்டும். தூக்கமின்மைதான் இதற்கான முக்கிய அறிகுறி."

இதனால் அவனுக்குத் தொடர்ந்து பிரச்சினை அளித்துவரும் தூக்கமின்மை குறித்து மிகவும் கவலை அடைந்தான். எனவே, கை, கால் அசைவுக்கான சிகிச்சையில் மேலும் தீவிரம் காட்டினான். தினமும் காலையில் வெளியில் சென்று வருவதை வழக்கமாக வைத்திருந்தான். அவனுடைய உதவியாளர்கள் இருவரும் அவனைக் கடற்கரைக்கு அழைத்துச்சென்றனர். அவர்களைப் பிடித்தவாறு நடந்த அவன், கடற்காற்றை நன்றாகச் சுவாசித்ததுடன் செய்ய

வேண்டிய பயிற்சிகளை இறுதிவரை விடாமல் செய்வதில் உறுதி யாக இருந்தான். ஆரம்ப காலத்தில் தன்னை யாரும் பார்ப்பதை அவன் விரும்பவில்லை. அதற்குக் காரணம் தன் நிலையைக் கண்டு பரிதாபப்படக்கூடிய சிலரைச் சந்திக்க வேண்டியிருக்கும் என்பதுதான். ஒருநாள், 'லார்பி'யை நேருக்கு நேராகச் சந்திக்கும் படி ஆகிவிட்டது. தன் ஓவியங்களுக்குச் சட்டமிட்டுத் தரும் அவர் ஸ்பெயினில் தொழில் கற்றவர். திறமையான நபர். ஓவியன் மீது அதிகமான பாசம் வைத்திருப்பவர். அவருடன் பேசிக்கொண் டிருப்பதை பெரிதும் விரும்புவான். ஏனெனில், தன்னைவிட இருபது வயதுக்கும் அதிகமானவரான அவர் மட்டும் மற்ற வயதானவர்களைப்போல் ஓய்வெடுத்துக்கொண்டு இருக்காமல் தொடர்ந்து உழைத்துக்கொண்டிருப்பவர். நகைச்சுவை உணர்வு கொண்ட அவர் வேடிக்கையான பல கதைகளைச் சொல்லிக் கொண்டிருப்பார். எப்போதும்போலத் தன் ஓவியக்கூடத்துக்கு வந்து பேசிக்கொண்டிருக்கும்படி அவரை ஓவியன் கேட்டுக்கொண்டான்.

அடுத்த நாளே கொஞ்சம் கிஃப் புகையிலையுடனும் இரண்டு பைப்புகளுடனும் வந்துசேர்ந்தார். இருவரும் தேநீர் அருந்திய படியே புகைத்தனர். அவன் புகைக்க வசதியாகப் பைப்பைப் பிடித்துக்கொண்டிருந்ததோடு தேநீரை அருந்த வைக்கவும் உதவி னார். இருவரும் நடந்துகொண்ட விதம் வேடிக்கையாக இருந்தது. எவ்விதப் பிரச்சினையும் இல்லாத காலத்தில் எப்படிக் கொண்டாடி யிருந்தார்களோ அதேபோல் அந்த நெருங்கிய நண்பர்கள் உற்சாக மாகப் பொழுதைக் கழித்தனர். தன் வழக்கமான கேலியுடன் அவனைப் பார்த்து, "எஜமான் இன்னும் 'வேலை' செய்கிறாரா?" என்று லார்பி கேட்டார். 'ஆமாம்' என்று தலையால் சைகை செய்த அவன், தன்னுடன் தொடர்பில் இருந்த பெண்கள் அனைவரும் தன்னை விட்டு விலகிச் சென்றுவிட்டனர் என்பதைக் குறிக்க, கண்களை மேற்கூரையை நோக்கி உயர்த்தினான்.

"ஏதாவது செய்தாக வேண்டும். எஜமான் எல்லாவற்றையும் நிறுத்திவிட்டால், பிறகு மறுபடியும் எழுந்திருக்காமல் போகக் கூடிய அபாயம் இருக்கிறது."

"தெரியும்."

அந்த நேரத்தில்தான் ஜெலாபா அணிந்திருந்த இமான் அங்கு வந்து சேர்ந்தாள். தலையில் பல வண்ணங்களினாலான கைக்

குட்டையைக் கட்டியிருந்தாள். முதல் முறையாக அவளை முகத் திரையுடன் பார்க்கிறான். வீதியில் உள்ள வாலிபர்களின் சேட்டை களை இதன் மூலம் குறைக்க முடிகிறது என்று அவனுக்கு விளக்கினாள். ஜெலாபாவைக் கழற்றிவிட்டுத் தலையைச் சுற்றிக் கட்டியிருந்த துணியையும் அகற்றினாள். இறுக்கமான ஜீன்ஸ் பேண்ட்டும் அழகான கோட்டுடன் காணப்பட்ட அவள், தன் நீண்ட கூந்தலை அவிழ்த்துவிட்டு மசாஜ் செய்வதற்கான எண்ணெய்களை வெளியில் எடுத்தாள். அந்த அழகான பெண்ணுக்கு மதிப்பளிக்கும் வகையில் விடைபெற்றுக்கொண்ட லார்பி, புறப்படும் முன், "எஜமானை நன்றாகப் பார்த்துக்கொள்ள வேண்டும்" என்பதை அவளுக்கு நினைவூட்டினார்.

"தளபதி அவர்களே, உங்களை இப்போது எஜமான் என்று கூப்பிட்டாக வேண்டுமா?" என்று கேட்டாள்.

ஓவியன் சிரித்தான்.

" 'தளபதி' என்பதே எனக்கு வசதியாக இருக்கிறது" என்றான்.

ஆண்டுதோறும் தனக்கு உண்டாகும் தொண்டைவலி நினை வுக்கு வந்தது. குளிர் காய்ச்சலுக்கு எதிரான தடுப்பு ஊசியைச் செலுத்தி இருந்தபோதிலும் இரண்டு அல்லது மூன்று வாரங் களுக்குக் கடுமையான காய்ச்சலும் அதனைத் தொடர்ந்து தொண்டை வலியும் உண்டாகும். அப்படியான ஒரு நாளில் அவனுடைய மனைவி வெளியில் புறப்பட்டுச் சென்று இரவு நீண்ட நேரம் கழித்து வீடு திரும்பும்வரை முட்டாள்தனமாக காத்திருக்க நேர்ந்த தையும் நினைத்துப் பார்த்தான். அவள் திரும்பும்வரை தூங்க முடியாது என்பதால் தொலைபேசி செய்துபார்த்தான், பலனில்லை. பதிவு செய்யப்பட்ட குரலே பதிலாகக் கிடைத்தது. கடிகாரத்தைப் பார்த்தபடி இருந்தான். அதிகாலை மணி 2.10, அடுத்து 3 மணி; மணி 4.05 மணிக்கு ஒருவழியாக வந்துசேர்ந்தாள் என்பதைத் தெரிந்துகொண்டான். தன் காரை உள்ளே விடக் கதவைத் திறக்கும் சத்தம் கேட்டது. கண்களை மூடிய நிலையிலேயே இருந்தான். அவளிடம் பேசவோ, எங்கே போயிருந்தாள் என்ப தைத் தெரிந்துகொள்ளவோ விருப்பமில்லை. கேட்டாலும் அவள் கூறப்போகும் பதிலும் தெரிந்ததுதான். "எனக்குத் தெரிந்த பெண் களுடன் இருந்தேன், பேசிக்கொண்டே இருந்ததில் நேரம் போனதே தெரியவில்லை" என்று சொல்வாள். அவளிடமிருந்து மது வாடை

வீசியது. அந்த நாற்றம் அவனுக்கு அறவே பிடிக்காது. கட்டிலில் சுருண்டு படுத்திருந்த அவன் தூக்கம் வராமல் தவித்தான். அவளோ தலையைக் கீழே சாய்த்த அடுத்த நொடி தூங்கிப்போனாள். இப்போது இந்த இளம்பெண் கவனித்துக்கொள்ளும் விதத்தைப் பார்க்கும்போது தன் மனைவிக்கும் அவனுக்குமான இடை வெளியின் தூரம் விளங்கியது. இமான் சம்பளத்துக்கு வேலை பார்க்கும் ஒரு பெண் என்பதில் சந்தேகமில்லை. ஆனால், அதையும் தாண்டி அவளிடம் ஒரு பாசம் இருந்தது. அவள் செய்யும் பணி யுடன் தொடர்பில்லாத மேன்மை இருந்தது.

அவள் மீது மிகுந்த பாசம் வைத்திருந்தான். எனினும் அதனை அளவோடு வெளிக்காட்டினான். அவள் வர இயலாமல் போகும் போது வருந்தினான். அவளுடன் இருக்கும்போது உற்சாகமாக உணர்ந்தான். தன் உணர்வுகளை வெளிப்படையாகச் சொல்ல விரும்பாவிட்டாலும் மனதுக்குள் இரகசியமானதொரு திருப்தி ஏற்படுவதை உணர்ந்துவந்தான்.

ஒரு நாள், வாழ்க்கையில் மகிழ்ச்சி என்பதற்கான விளக்கத்தைக் கூறுமாறு பத்திரிகை ஒன்றில் கேட்டிருந்தனர். அவன் எவ்விதத் தயக்கமும் இல்லாமல் பதில் சொன்னான்: "கோடையின்போது இத்தாலியில் உள்ள அழகிய டஸ்கானி நகரின் மர நிழலில் நண்பர்களுடன் சேர்ந்து சாப்பிடுவதுதான்". சில நண்பர்கள் துரோகம் செய்திருந்த போதிலும், அவற்றையெல்லாம் பொருட் படுத்தாத அளவுக்கு நட்பை அவன் பெரிதும் விரும்பினான். இத்தாலியை விரும்பிய அவன் பிரம்மாண்டமான மர நிழலை வெகுவாக நேசித்தான். அந்த மரத்தைத் தன் பாதுகாவலராகவும் தன் பெற்றோரின் அருளாசியாகவும் ஆன்மீகத்துடன் தனக்குள்ள பிணைப்பாகவும் கருதினான்.

அத்தியாயம் 20

காஸாபிளான்கா, 2 நவம்பர் 2002

"கத்ரீனாவைப் பொறுத்தவரை நான் ஒரு வெற்றுச் சக்கை" என்று தன் நண்பர்கள் ஜான், மரியான் ஆகியோரிடம் இரவு விருந்தின்போது, பீட்டர் கூறினான்.

இல்லற வாழ்க்கைக் காட்சிகள், இங்மார் பெர்க்மேன்

பக்கவாதம் ஏற்பட்டு மூன்று ஆண்டுகள் கழிந்துவிட்டன. மருத்துவர்களின் திறமையாலும் இமானின் முயற்சியாலும் தன் கைகளைப் பயன்படுத்தும் அளவு ஓவியன் தேறிவிட்டான். இப் போது அவனால் தூரிகையைப் பிடித்து, கை நடுங்காமல் சிறிய அளவிலான ஓவியங்களை வரைய முடியும். அவனது காலில் மட்டும் இன்னும் வலி நீங்கவில்லை என்றாலும் சக்கர நாற்காலியின் உதவியுடன் நகர முடியும். அவனுடைய பேச்சும் ஏறக்குறைய இயல்பு நிலைக்குத் திரும்பியிருந்தது என்பதால் எந்தவொரு உரையாடலிலும் தாராளமாகக் கலந்துகொள்ள முடியும். அவன் வரைந்திருந்த புதிய ஓவியங்களே இதற்கு ஆதாரமாகும். ஓவியக் கண்காட்சிக்கான ஏற்பாடுகளைச் செய்வதில் முழுக் கவனம் செலுத்தினான். அது தனித்துவமானது. ஏனெனில், தன் நோயின் மீதான வெற்றியாக அதனைக் கருதினான். மேலும், ஓவியத்தின் பாணியில் மீண்டும் ஒரு மாற்றம் ஏற்பட்டிருந்தது. அவனுடைய ஓவியங்களில் மென்மையும் எளிமையும் சேர்ந்து அவை ஆழ்ந்த அமைதியை வெளிப்படுத்தியதால் அத்துறை நிபுணர்களை அவை பெரிதும் கவர்ந்தன.

அவனுடைய மனைவியும் கொஞ்சம் நெருங்கிவந்தாள். கடந்த இரண்டு ஆண்டுகளாக நேருக்குநேர் பார்க்காமல் இருந்து வந்த போதும், ஆரம்பத்தில் அவ்வப்போது ஓவியக்கூடத்துக்கு வந்து

சென்றாள். ஒருவருக்கொருவர் பேசிக்கொள்ள ஆரம்பித்த பிறகு நாள்தோறும் வரத் தொடங்கினாள். மீண்டும் வேலையில் ஈடு பட்டுப் புதிதாக ஓவியம் ஒன்றை வரைந்து முடித்தபோது அவள் தான் முதன் முதலில் ஊக்குவித்துப் பாராட்டினாள். அதனைக் கொண்டாடும் விதமாக ஒரு விருந்துக்குக்கூட ஏற்பாடு செய்தாள். வீட்டிலும் ஓவியக்கூடத்திலும் மீண்டும் ஒரு இயல்பான வாழ்க்கை உருவானதுபோல் இருந்தது. ஓவியக்கூடத்தில் தன் வேலை முடிந்ததும், பிற்பகலில் தன் மனைவியைப் பார்க்க சக்கர நாற்காலியின் உதவியோடு வீட்டுக்கு வந்துவிடுவான். உணவு நேரத்தையும் மாலைப் பொழுதுகளையும் மனைவி, பிள்ளை களுடன் கழித்தான். உடல்நிலையில் வேகமான முன்னேற்றம் தெரிந்தாலும் தன் மணவாழ்க்கையில் ஏற்பட்ட மனப்பாதிப்பு இன்னும் சரியாகவில்லை என்பதை விரைவிலேயே புரிந்துகொண் டான். குடும்பச் சண்டைகள் மீண்டும் ஆரம்பித்துவிட்டன. தான் பக்கவாதத்தால் பாதிக்கப்பட்டு நாற்காலிக்கும் கட்டிலுக்குமாய்க் கிடந்தாலும் அவளிடமிருந்து விலகியே இருந்தான். அந்த நாட் களே மீண்டும் வராதா என்று ஏங்கும் அளவுக்குக் குடும்பச் சண்டைகள் மீண்டும் அவனைப் பாதித்தன.

"உனக்கு வயது ஏறஏற உன் அப்பாவைப்போலவே இருக் கிறாய்."

அவனுடைய மனைவியின் வாயில் இருந்து வரும் இந்த வார்த்தைகள் பாராட்டும் விதத்தில் இல்லை.

"என்ன சொல்ல வருகிறாய்?"

"நீ மேலும்மேலும் கசப்பானவனாகவும் கெட்டவனாகவும் மாறிவருகிறாய். இரட்டைவேடம் போடுபவனாகவும் பாசாங்கு செய்பவனாகவும் நடந்துகொள்கிறாய்."

தன் ஓவியத்துக்கான நுணுக்கமான கலவையைத் தயாரிப்பதில் மும்முரமாக இருந்த நேரத்தில் எதிர்பாராத விதமாக ஓவியக் கூடத்துக்குள் மனைவி நுழைந்திருந்தாள். அவள் பேசுவது எதுவும் காதில் விழாத மாதிரி வேலை செய்து கொண்டிருந்தான். எனவே மீண்டும் திட்ட ஆரம்பித்தாள்.

"பார்த்தாயா? நான் சொல்வதை மறுக்கக்கூட உன்னால் முடிய வில்லை."

எதுவும் பேசாமல் தன் வேலையைத் தொடர்ந்தான்.

அங்கிருந்து வெளியேறிய அவள் அரபிப் பத்திரிக்கை ஒன்றுடன் திரும்பி வந்தாள். லெபனான் நடிகை ஒருத்தியுடன் ஓவியன் இருக்கும் படம் அதில் இடம்பெற்றிருந்தது. அப்பத்திரிக்கையை அவன் கலந்துகொண்டிருக்கும் ஓவியக் கலவை பக்கம் வீசினாள். அது ஓவியத்தின் மீது போய் விழுந்தது. அவள் பக்கம் திரும்பியவன் அமைதியாக, “தயவுசெய்து என்னை நிம்மதியாக இருக்க விடு. நான் வரைந்துகொண்டிருக்கிறேன். உன்னுடன் பேசிக்கொண்டிருக்க நேரமில்லை. ஓவியத்தைப் பற்றி மட்டுமே நான் சிந்தித்தாக வேண்டும். ஓவியம் மட்டுமே என் சிந்தனையில் இருக்க வேண்டும். போய் விடு.”

“நீ ஒரு கோழை” என்று கத்தினாள்.

அங்கிருந்து அவள் போனதும் எழுந்து சென்று கதவைப் பூட்டி விட்டுத் தொடர்ந்து தன் வேலையில் ஆழ்ந்தான். ஆனால், சிறிது நேரம் சென்றதும் ஓவியம் வரையக்கூடிய மனநிலையில் அவன் இல்லை. அப்படியே சாய்வு நாற்காலியில் சாய்ந்த அவனுக்கு அழுகை வந்தது. சற்றுமுன் மனைவி ஒப்பிட்டுக் காட்டிய அப்பாவின் நினைவு வந்தது. என்ன ஒரு தவறான ஒப்பீடு! அவனிடமிருந்து முற்றிலும் வேறுபட்டவராக அவர் இருந்தார்.

அவரிடம் சில வேண்டாத குணங்கள் இருந்தாலும் அவர் கெட்டவர் இல்லை. அவனுடைய அம்மாவை அவர் அதிகம் கவனிப்பவர் இல்லை என்பது உண்மைதான். ஆனால், அந்தக் காலத்தில் அப்படித்தான் எல்லோரும் இருந்தனர். அவர்களுடைய வாழ்க்கை முறைக்கும் ஓவியனின் வாழ்க்கைக்கும் எவ்விதத் தொடர்பும் இல்லை. ஏனெனில், ஓவியன் எப்போதும் பயணம் செய்ய வேண்டியவனாகவும் எல்லோருக்கும் தேவைப்படுவனாகவும் இருந்தான். எப்படிக் கூட்டிக் கழித்துப் பார்த்தாலும் அவனுடைய பெற்றோரிடையே நேசம் இருக்கத்தான் செய்தது. அது விரிவாகவும் வெளிப்படையாகவும் இல்லாமல் இருக்கலாம். ஆனால், அவர்களை ஏதோ ஒன்று இணைத்து வைத்திருந்தது. ஒருவேளை அது பழக்கத்தில் வந்ததாக இருக்கலாம்; அல்லது பாரம்பரிய நடைமுறையாக இருக்கலாம்; அல்லது வெறுமனே பாசம் அல்லது ஒருவிதமான பரஸ்பர மரியாதை என்பதாகவும்

இருக்கலாம். தன் மனைவிக்கும் அவனுக்கும் இடையே ஏற்படுவதைப்போல் அவனுடைய பெற்றோர் இடையே எழுந்த சச்சரவுகள், ஒருபோதும் இந்த அளவு வன்முறையை எட்டியதில்லை.

இழந்த தன் அமைதியை மீட்க எண்ணி நெருங்கிய நண்பரான 'அதீலை' தொலைபேசியில் அழைத்தான். அவர் யோகாசனத்தையும் சீனக் கலையான 'தாய்ச்சி'யும் பயின்ற முதிய ஞானி ஆவார். தன் மனைவி இவ்வாறு பலமுறை வந்து சண்டை போட்ட சம்பவங்களை அவரிடம் விளக்கினான். எல்லாவற்றையும் கேட்டுக் கொண்ட அதீல், அவனுக்குச் சில விஷயங்களை விளக்கினார். "உன் உடல்நலமும் மனநலமும்தான் இப்போது எல்லாவற்றையும் விட முக்கியமானதாகும். குதிரைக்கவசம்போல் எதையாவது அணிந்துகொண்டு ஒரு பக்கமாக மட்டும் பார்த்துக்கொண்டிருக் காதே; கப்பல் கவிழும் மட்டும் காத்துக்கொண்டிருக்காதே; ஏதாவது ஒரு முடிவை எடுத்தாக வேண்டும்; சஞ்சலத்தை விடு, அமைதியாக இருக்க முயற்சி செய். பிரிவது என்பது மனதுக்கு வருத்தமான விஷயம்தான் என்றாலும் இப்போது இருக்கும் நிலையில் அதுதான் உனக்கான சரியான முடிவு என்பது உனக்கே தெரியும். வருங்காலத்தில் உன் பிள்ளைகள் இதற்காக நன்றி கூறுவார்கள். மரணமும் நம் மனதுக்குத் துயரத்தைத் தருவதுதான். ஆனால், அது பல விஷயங்களைத் தெரிய வைக்கும். வாழ்க்கை என்பது கண் சிமிட்டும் நேரத்தில் மின்னலைப்போல் தோன்றி மறைந்துவிடும். காலம் என்பது ஒரு மாயை. அதனுடன் சேர்ந்து வாழவும் ஒத்துப்போகவும் பழகி விடுகிறோம். இந்த உலகை விட்டுப் போகும்போது இவ்வாறான அத்தனை சிறிய விஷயங்களும் ஒன்றுமில்லாமல் போய்விடும். தைரியமாக இரு!" என்று அவனைத் தேற்றினார்

அடுத்த நாள் காலை இமான் தாமதமாக வந்துசேர்ந்தாள். ஏதோ குழப்பத்தில் இருந்தாள். வேலையைச் செய்துகொண்டே தாமதமாக வந்ததற்காக வருத்தம் தெரிவித்தாள். தளபதியாக இருந்த ஓவியன் இப்போது சாதாரண மாலுமியாகத்தான் இருந்தான். அவளிடம் காணப்பட்ட இந்தத் திடீர் மாற்றம் அவனுக்கு ஆச்சரியமாக இருந்தது. அவளை எதுவும் கேட்டுத் தொந்தரவு செய்யவில்லை. அவள் மசாஜ் செய்துகொண்டிருந்தபோது, தான் வரையப்போகும் ஓவியத்தைப் பற்றிய சிந்தனையில் இருந்தான்.

மசாஜ் செய்துகொண்டே வரும்போது அவனது இடது காலின் முட்டி வந்ததும் சற்றே நிறுத்திவிட்டு நிமிர்ந்து அவன் முகத்தைப் பார்த்தாள். அவளது கண்களில் நீர் கோர்த்து இருந்தது.

"நான் ஏதாவது கேட்டால், கண்ணீர் கொட்டி விடும் இல்லையா?" என்றான்.

"ஆமாம். நான் சோகமாக இருக்கிறேன்."

"நீங்கள் சோகமாக இருப்பதற்கான காரணத்தைக் கூற விரும்புகிறீர்களா?"

"இல்லை, தளபதி."

அவள் செய்ய வேண்டிய வேலை முடிந்ததும் தன் பையை எடுத்துக்கொண்டு புறப்படத் தயாரானாள்.

"நான் இங்கே வருவது இதுதான் கடைசி முறை. நீங்கள் வேறு யாரையாவது தேடியாக வேண்டும். நான் வேண்டுமானால் உங்களுக்கு உதவ சில முகவரிகளைத் தருகிறேன்."

"வேண்டாம், போய்விடாதீர்கள். டீ போடுங்கள். உட்கார்ந்து பேசுவோம்."

இந்த முடிவுக்குப் பின்னணியில் அவனுடைய மனைவி இருக்க வேண்டும் என்று நினைத்தான்.

"அவள், உங்களை வந்து பார்த்தாளா?"

"ஆமாம், உங்களுக்கு நான் செய்யும் இந்த வேலையை விட்டு விட எனக்குப் பணம் தருவதாகக் கூறினார். அவர் கடுமையாகவோ, மிரட்டும் தொனியிலோ கேட்காமல் நல்ல விதமாகத்தான் நடந்து கொண்டார். ஆனால், அவர் நினைத்ததைச் சாதிப்பதில் உறுதியாக இருக்கிறார். 'அவர் என் கணவர். அவரை நான் இழந்துவிடக் கூடாது. அதற்காக நான் முயற்சிப்பதை யாரும் தடுக்க முடியாது' என்று சொன்னார். அவர் கொடுக்க வந்த தொகையை நான் மறுத்து விட்டேன். ஆனால், நான் விலகிச் சென்றுவிடுவதாக அவரிடம் உறுதி அளித்துள்ளேன்"

"நான் அவளிடம் பேசிக்கொள்கிறேன். நான்தான் இங்கு உடல் நலமில்லாமல் இருக்கிறேன். அவளுக்கு எதுவும் இல்லை. எனவே, தயவுசெய்து உங்கள் வேலையை நீங்கள் பாருங்கள். இது மாதிரியான குறுக்கீடுகளைப் பெரிதாக எடுத்துக்கொள்ளாதீர்கள்."

"எல்லாம் சரி, நான் வாக்குக் கொடுத்துவிட்டேனே!"

"என்ன சொன்னீர்கள்? 'வாக்கு', அது குறித்த உங்கள் நிலைப்பாடு எனக்குப் பிடித்திருக்கிறது. ஆனாலும் நீங்கள் எனக்குத் தேவைப்படுகிறீர்களே. என்னைக் கைவிட்டு விடாதீர்கள். உங்கள் கவனிப்பையும் அனுசரணையையும் பெரிதாக நினைக்கிறேன்."

கொஞ்ச நேரம் எதுவும் பேசாமல் இருந்த அவள் தொடர்ந்தாள்: "சரி, ஆனால், ஒரு விஷயத்தை உங்களிடம் நான் கூறியாக வேண்டும். உங்களை விட்டுப் போவதைத்தான் நானும் விரும்புகிறேன். ஏனென்றால், இங்கு வந்து உங்களுக்குச் சிகிச்சை அளிப்பதும் உங்களுடன் இனிமையாகப் பொழுதைக் கழிப்பதும் சரிதானா என்பது குறித்து என்னால் உறுதியாகச் சொல்ல முடியவில்லை."

"புரிகிறது, புரிகிறது. சிகிச்சை என்பதையும் தாண்டி வேறு விஷயமும் இருக்கிறது என்பது உண்மை. ஆனால், என்ன செய்யலாம் சொல்லுங்கள். நாம் எல்லோருமே மனிதர்கள்தானே! எது எப்படியோ, உங்களால்தான் மருத்துவர்களே ஆச்சரியப்படும் அளவு என் உடல்நிலையில் முன்னேற்றம் ஏற்பட்டுள்ளது. இப்போது நான் ஓவியம் வரைகிறேன், நடக்கிறேன், பேசவும் முடிகிறது. எல்லாமே உங்கள் தயவால்தான். உங்கள் தூண்டுதலால்தான் நீங்கள் இல்லாத நேரத்திலும் கூடச் சில பயிற்சிகளைச் செய்ய முயற்சி செய்கிறேன் என்பதும் மறுப்பதற்கில்லை. ஆகவே, நீங்கள் இங்கிருந்து இல்லாமல் போவது என்ற பேச்சுக்கே இடமில்லை. நம்மிடையே உள்ள பந்தத்தைப் பொறுத்தவரை உங்கள் எதிர்காலம் என்பது என்னோடு தொடர்புடையது இல்லை என்பது எனக்கு நன்றாகத் தெரியும். உங்கள் வயதுடைய, நீங்கள் தேர்ந்தெடுக்கக்கூடிய, நல்ல உடல்நிலையில் உள்ள ஒருவருடன் சந்தோஷமாக வாழ உங்களுக்கு எல்லா உரிமையும் உண்டு. அந்த வகையில் நான் ஒரு நைந்துபோன சாக்குதான். அவ்வளவுதான், நான் சொல்ல வேண்டியது அனைத்தையும் சொல்லிவிட்டேன். இனி உங்கள் விருப்பம்போல் செய்யுங்கள்."

இதைக் கேட்ட இமான் தலையைக் குனிந்துகொண்டாள். தளபதியின் கையைப் பற்றியவள், அவனுக்கு நன்றி தெரிவிக்கும் விதமாக அதன் மீது முத்தமிட்டாள். அவனை நேருக்கு நேர் பார்க்காமல் உறுதியான குரலில் பேசினாள்:

“உங்களைத்தான் நான் எப்போதும் நினைத்துக்கொண்டிருக் கிறேன். எனக்கு என்ன செய்வது என்று தெரியவில்லை. என்னைத் திருமணம் செய்துகொள்ள இருப்பவன் பிரஸ்சல்ஸில் இருந்து வந்து பதினைந்து நாட்கள் ஆகின்றன. திருமணத்துக்கான அலு வலக நடைமுறைகளை முடிக்க வந்துள்ளான். அந்த நாள் நெருங்கநெருங்க அந்த நபருடன் திருமணம் செய்யும் எண்ணம் என்னைக் கவலையடையச் செய்கிறது. பெல்ஜியம் நாட்டிற்குப் புலம்பெயர்ந்த நபரான அவன், அந்த நாட்டில் பேருந்து ஓட்டிப் பிழைத்துவருகிறான். அவன் உயரமும் இளமையும் பலமும் கொண்டவன்தான். நல்லவனும்கூட. ஆனால், பேருந்து ஓட்டு பவனின் மனைவியாக இருக்க எனக்கு விருப்பம் இல்லை. எனக்கு வேறு ஆசைகள் உண்டு. அவனிடம் பிடிக்காத அம்சம் என்று எதுவுமில்லை என்றாலும் அவனுடன் பகிர்ந்துகொள்ள எதுவுமில்லை. எனக்கு வாசிக்கப் பிடிக்கும். அது மட்டுமா, அருங்காட்சியகங்களுக்குப் போகவும் கலைஞர்களுடன் பேசிப் பழகவும் பிடிக்கும். இதுபோன்ற மேன்மையான விஷயங்களைப் பேருந்து ஓட்டுபவன் ஒருவனால் எனக்கு நிச்சயமாக வழங்க முடியாது. அத்துடன், நான் அவனுடைய அம்மாவுடன்தான் வசித் தாக வேண்டும் என்பதையும் சொல்லிவிட்டான். அதை நினைத் தால் இப்போதே எனக்குக் கலக்கமாக இருக்கிறது. கொஞ்சம் யோசித்துப்பாருங்கள், எந்நேரமும் கண்காணித்தபடி, எங்குப் போனாலும் பின்தொடர்ந்து நம்மை ஒருவர் மதிப்பிட்டபடியே இருந்தால், அவ்வாறான நிலையை நினைத்துப்பார்க்கவே, ஐயோ, முடியாது! எனக்குத் தெரிந்த தோழி ஒருத்தி இப்படித்தான் தன் கணவனின் வற்புறுத்தலால் அவனுடைய அம்மாவுடன் வசிக்க நேர்ந்தது. கடைசியில் சண்டை, சச்சரவு, போலீஸ், விவாகரத்து என்று அது மோசமாக முடிந்தது.

அவன் ஒரு நல்ல நபர்தான் என்பதில் சந்தேகம் இல்லை. நல்ல கட்டுமஸ்தான உடலமைப்பு உடையவன்தான். இரண்டு அல்லது மூன்று முறை நாங்கள் சந்தித்துள்ளோம். எங்குப் போவது என்று தெரியாததால் திரையரங்குக்குப் போனோம். இரு வரும் முத்தமிட்டுக்கொண்டோம். அவன் கொஞ்சம் மூர்க்கமாக இருந்தான். போகட்டும். அவை எல்லாம் பெரிய விஷயமில்லை. பிரச்சினை எதுவென்றால், உங்களைத்தான் எனக்குப் பிடித்திருக் கிறது” என்று சொன்னாள். அவன், அவளை வாஞ்சையோடு பார்த்தான்.

“இமான் ஒன்றை மட்டும் மறந்து விடாதீர்கள். என்னிடம் இளமையும் இல்லை, நல்ல உடலமைப்பும் இல்லை. உடற் பயிற்சி, விளையாட்டு என்பதெல்லாம் எனக்கு அறவே பிடிக்காது. என் வயதுடைய ஆணிடம் என்ன எதிர்பார்க்கிறீர்கள்? உங்களுக்கு என்னால் எதுவும் தர இயலாது. மேலும் திருமணம் போன்ற எந்த ஒரு ஏற்பாடும் எனக்குப் பிடிக்காது. திருமணம் குறித்து செக்காவ் என்ன சொல்லியிருக்கிறார் என்று உங்களுக்குத் தெரியுமா? ‘தனிமையைக் குறித்து உங்களுக்கு அச்சம் இருந்தால் திருமணம் செய்துகொள்ளாதீர்கள்.’ உங்களைப் பொறுத்தவரை நான் ஒரு துணையாக இருப்பதற்குப் பதில் சுமையாக இருப்பேன். என் பழக்கவழக்கங்களைப் பார்த்தால் விரைவிலேயே உங்களுக்கு என் மேல் வெறுப்பு ஏற்படும். நான் உண்மையைச் சொல்கிறேன், என்னிடம் பல பிடிவாதமான குணங்கள் உண்டு. மற்றவர்களுக்குத் தொந்தரவு தரும் சுபாவம் உடையவன். அனைத்தும் அதனதன் இடத்தில் இருக்க வேண்டும் என்று விரும்புகிறவன். ஒழுங் கில்லாமல் சிதறிக் கிடந்தால் அது எனக்குப் பிடிக்காது. நேரத்தைக் கடைப்பிடிக்காமல் தாமதமாக வந்தால் பிடிக்காது. சொன்ன சொல்லைக் காப்பாற்றதவர்கள், வெளிவேடம் போடுபவர்கள், பசப்புகின்றவர்கள் ஆகியோரை எனக்கு அறவே பிடிக்காது. எல்லாவற்றுக்கும் மேலாகத் தனிமை மிகவும் பிடிக்கும். நம்பு வதற்குக் கடினமாகத்தான் இருக்கும். ஆனால், அதுதான் உண்மை. யாரும் தொந்தரவு செய்யாமல் தனிமையில் இருக்க எனக்குப் பிடிக்கும். தனியாகத் தூங்குவது எனக்குப் பிடிக்கும். ஏனெனில், என் மனைவியின் மீது உள்ள மரியாதையால் அப்படிச் செய்வேன். தூக்கமில்லாமல் நான் செய்யும் வேலைகள் அவளுடைய தூக்கத் தைக் கெடுக்கக் கூடாது என்பதற்காக அப்படிச் செய்வேன். ஆனால், என் மனைவியோ அவளைவிட்டு நான் எங்கேயோ போகிறேன் என்று நினைத்துக்கொண்டிருக்கிறாள். உண்மையில் எனக்கு அவ ளுடைய நிம்மதியும் அவளது தூக்கமும் கெடக் கூடாது என்ற கவலைதான். என் வாழ்க்கை முழுவதும் இப்படியான தவறான பார்வைகளால் உண்டான மன வேற்றுமையால் ஆனவைதான். எல்லாவற்றையும் ஒன்றன் பின் ஒன்றாக அடுக்கினால் தொடர் வண்டிபோல் நீளமாக இருக்கும். நான் எதை எதையோ பேசிக் கொண்டு போகிறேன். இந்தப் பிரச்சினை குறித்து அடுத்த

முறை சந்திக்கும்போது பேசுவோம். ஆனால், ஒன்று மட்டும் உறுதி. எக்காரணத்தை முன்னிட்டும் மசாஜ் செய்து என்னைச் சிறப்பாகக் கவனித்துக்கொள்ளும் உங்களை மாற்றும் பேச்சுக்கே இடமில்லை. எதற்கும் கவலைப்படாதீர்கள். என் மனைவியிடம் எப்படிப் பேசுவது என்று எனக்குத் தெரியும்."

இமான் முகத்தில் சிரிப்பு வந்தது. அவள் வந்தபோது இருந்ததைவிட இப்போது அழகாகத் தோன்றினாள். கொஞ்ச நேரம் மௌனமாக இருந்த அவள், பிறகு பொறுமையாக, "சரி, நாளைக்குச் சந்திப்போம்" என்றாள்.

அத்தியாயம் 21

காஸாபிளான்கா, 20 நவம்பர் 2002

“நாங்கள் இறைவனால் அனுப்பப்பட்ட காவல்துறையினர். மரணத்துடன் எல்லாப் பிரச்சினைகளும் முடிந்துவிடும் என்றால், மனித வாழ்க்கை மிகவும் எளிமையானதாகிவிடும்.” விண்ணுலகிற்கு அழைத்துச் செல்லக் கறுப்பு உடையில் வந்த இரண்டு தேவதைகள் லிலியோமிடம் கூறிய வாசகம்.

லிலியோம், ஃபிரிட்ஸ் லாங்

அன்று காலை, உதவியாளர்களான அந்த இரட்டையர்கள் வெதுவெதுப்பான நீர் நிரப்பப்பட்ட குளியல் தொட்டியில் ஓவியனை உட்கார வைத்தனர். அவன் சற்று நேரம் சிந்தனையில் அமைதியாக இருக்கட்டும் என்று காத்திருந்தனர். அவர்களிடம் அரபி மொழியில், “கொஞ்ச நேரம் என்னைத் தனிமையில் விடுங்கள். இந்த நிசப்தத்தையும் கதகதப்பான நீரையும் அனு பவிப்பதன் மூலம் என் எலும்புகள் பேசுவதை நான் கேட்கப் போகிறேன்” என்றான்.

அவன் சிறுவனாக இருந்த காலத்தில் பள்ளியிலிருந்து திரும்பி வரும்போது தன் அம்மா, வீட்டின் வரவேற்பறையில் உறங்கிக் கொண்டிருப்பதைப் பார்த்திருக்கிறான். “நீங்கள் எல்லோரும் வீட்டில் இல்லாதபோது நான் சற்று நேரம் ஓய்வுவெடுப்பதுடன் என் எலும்புகள் பேசுவதையும் கேட்பேன்” என்பார். அவ்வாறு அவர் சொல்வது அவனுக்குச் சிரிப்பை வரவழைக்கும். எப்படி அவ்வாறு கேட்க முடியும்? எந்த இடத்தில் காதை வைத்துக் கேட்க வேண்டும்? அந்த எலும்புகள் என்ன பேசும்? அவை அசையுமா? கண்ணாமூச்சி விளையாடுமா? நலம் விசாரிக்குமா? அவை எவ் விதப் பிரச்சினையுமில்லாமல் அதனதன் இடத்துக்குச் சென்று

விடும். கதகதப்பான நீரால் தசைகள்தான் பயனடைந்தன என்றாலும் எலும்புகள் ஓய்வெடுக்கவும் அக்குளியல் உதவியாக அமைந்தது.

எந்தவிதத் தொந்தரவும் இல்லாமல் கழியும் இத்தகைய அமைதியான பொழுதுகள் அவனுக்கு மிகவும் பிடித்தவையாகும். அன்றைய தினம், மீண்டும் ஆவாவை நினைத்துப்பார்த்தான். நாற்பது வயதான தன் வாழ்வில் அழிக்க முடியாத தடத்தைப் பதித்த அந்த அழகிய ஆவாவுடனான நாட்களை நினைத்துப்பார்த்தான். சில நாட்கள் விமானப் பயணங்களை முடித்தபின் ரவெல்லோவில் உள்ள அருமையானதொரு தங்கும் விடுதியில் ஓய்வெடுத்தனர். நீச்சல் குளத்தில் கொஞ்சம் நேரத்தைக் கழிப்பது, மணிக்கணக்கில் இலக்கியம், திரைப்படம் ஆகியவை குறித்துப் பேசுவது, எளிய வகை உணவுகளைச் சாப்பிடுவது, நல்ல வைனைச் சுவைப்பது, ஒரே நாளில் பல முறை உடலுறவு கொள்வது, கூச்சலிட்டுத் தங்கள் மகிழ்ச்சியை வெளிப்படுத்துவது என எவ்விதக் கட்டுப் பாடும் இல்லாத குழந்தைகளைப்போல் குதூகலமாகத் தங்கள் இன்பமயமான வாழ்க்கையைக் கொண்டாடி மகிழ்ந்தனர். மாலை யானதும் கதகதப்பான நீரில் இருவரும் சேர்ந்து குளித்தனர். அவனுக்குச் சிறப்புத் தன்மைகளைக் கொண்ட எண்ணெய்யால் அவள் மசாஜ் செய்துவிட்டாள். மெழுகுவர்த்திகளை ஏற்றி வைத்து, "நான் உன்னை நேசிக்கிறேன், உன் அளவுக்கு வேறு எந்த ஆடவனையும் நான் விரும்பியதில்லை..." என்றெல்லாம் கூறினாள். பதிலுக்கு அவன் தன் உணர்ச்சிகளை வெளிப்படுத்த வார்த்தைகளே இல்லை என்று சொன்னான். அதற்குப் பதிலாகச் சில நிறங்கள், நட்சத்திரங்கள் ஆகியவற்றைப் பற்றிச் சொன்னான். அந்த நட்சத் திரங்களின் பெயர்களையும் அவற்றின் வரலாற்றையும் விவரித்தான். அவள் அதுவரை பார்த்திராத திரைப்படங்கள், அவள் போகத் தவறிய இசை அரங்குகள் ஆகியவைக் குறித்தும் பேசினான். இதுபோன்றதொரு பொழுது கிடைத்ததை நினைத்து இருவரும் ஆனந்தக் கண்ணீர் விட்ட நேரமும் உண்டு. இத்தகைய இன்பம் நீண்ட காலம் நீடிக்காது என்பதையும் எதார்த்தம் அவர்களை முடக்கி விடும் என்பதையும் அறிந்திருந்தனர். தன் மனைவிக்குத் துரோகம் செய்வது உண்மை என்றாலும் அது குறித்து அவனுக்குக் குற்ற உணர்வு எதுவும் ஏற்படவில்லை. எந்த விளைவையும் உண்டாக்காத, வெறுமனே ஆறுதல் அளிக்கும் தொடர்புகள்

கிடைக்கும்போது தன் மனைவிக்குத் துரோகம் இழைப்பதான நினைவு அவனுக்குத் தோன்றுவதில்லை. முதல் முறையாகத் தான் நேசிக்கும் பெண்ணுக்கு மட்டுமே உரிமையானதொரு ஆழமான காதல் வாழ்க்கையை அனுபவித்து வந்தான். ஆவாவுக்குத் தன்னை முழுமையாக ஒப்படைத்துவிட்டிருந்தான். அதில் அவனுக்கு மகிழ்ச்சியும் கிடைத்தது.

இந்த நேசம் அவனது ஓவியம் தீட்டும் முறையையும்கூட மாற்றி அமைத்தது. பல எண்ணங்கள் அவனை வட்டமிட்டவண்ணம் இருந்தன. விரைவாக அவற்றையெல்லாம் ஓவியமாகத் தீட்டிவிட வேண்டும் என்று விரும்பினான். மாதிரிப் படங்களை வரைந்து வைத்துக்கொண்டான். அவற்றில் திட்டமிட்டுள்ள வண்ணங்களின் பெயர்களை மட்டும் பென்சிலில் குறித்து வைத்தான். நீண்ட நாளாக ஏங்கிக்கொண்டிருந்த இந்தக் காதல் எனும் இன்ப மயமான வாழ்க்கை நிலை தனது கலைக்கு உரமேற்றிச் செழுமையாக்கும் என்று உள்ளூர நம்பினான்.

பாரீஸுக்குத் திரும்பியவுடன் பல வாரங்கள் ஓவியக்கூடத் துக்குள் சென்று தாழிட்டுக் கொண்டு பரவசமான நிலையில் தன் வேலையில் ஈடுபட்டான். ஆவா அவனைப் பார்க்க வந்தாள். அவன் பணியாற்றும் விதத்தைக் கண்டு வியந்துபோன அவள், அவனைத் தழுவி முத்தமிட்டு வாங்கி வந்திருந்த பழங்களையும் வைனையும் கொடுத்தாள். எங்கே தங்களிடையே உள்ள உன்னத மானத் தொடர்பு தெரிந்துவிடுமோ என்ற பயத்திலும் குறிப்பாகத் தங்களிடையே உள்ள காதல் முறிந்துவிடுமோ என்ற பயத்திலும் மறைவாகவே தங்கள் காதல் வாழ்க்கையை அனுபவித்து வந்தனர். குழந்தை பெற்றுக்கொள்ள வேண்டும் என்று அவள் விரும்பினாள். ஆனால், வேண்டாம் என்று நேரிடையாகச் சொல்லாமல் அதை அவன் ஒத்திப்போட்டான். அவளுக்கு முப்பது வயதாகியிருந்தது. அவன் தயவிலோ அல்லது இல்லாமலோகூடத் தாயாகிவிட வேண்டும் என்று ஆசைப்பட்டாள். அதுதான் அவர்களிடையே முதல் பிளவை உண்டாக்கியது. தன் மனைவியை விட்டு வெளியில் வர அவனால் முடியாது; அவ்வாறு வெளியேறினால் நேரக்கூடிய விளைவுகளைக் கூறி மிரட்டியிருக்கிறாள். அவற்றை நினைத்துப் பயப்படுவதால் அத்தனை மன வேற்றுமைகளையும் பொறுத்துக்கொண்டு வாழவே விரும்புவான் என்பதையெல்லாம்

அவள் புரிந்து வைத்திருந்தாள். அவனைவிடத் தெளிவானவள் மட்டுமல்ல, ஆவா துணிச்சலானவளும்கூட. அவனுடைய மனைவியும் அப்படித்தான். அவனோ, இந்த இரண்டு பெண் களையும் சமமான தூரத்தில் வைக்க வேண்டும் என்ற விருப் பத்தை உடையவன். இதுதான் அவனிடம் இருக்கும் மிகவும் வெறுக்கத்தக்க இயல்பாகும். எல்லோரையும் திருப்திப்படுத்த வேண்டும், எல்லோருக்கும் நல்லவனாக இருக்க வேண்டும், தனக்கு நண்பர்கள் மட்டுமே இருக்க வேண்டும், சமாதானத் தூதராக இருக்க வேண்டும், சச்சரவுகளைத் தவிர்க்க வேண்டும், எதையாவது ஒன்றைத் தேர்ந்தெடுக்க வேண்டும் என்னும் நிலையைத் தவிர்க்கத் துன்பங்களைத் தாங்கிக்கொள்ள வேண்டும், யாரையும் புண் படுத்தாமல் இருக்க வேண்டும் என்றெல்லாம் நினைப்பான். பலமான ஆனால், இறுதியானதொரு துயரத்தைவிட, நீண்ட நாள் தொடர்ந்து அனுபவிக்கக்கூடிய துன்பங்களை ஏற்றுக்கொள்ளவே அவன் பெரிதும் விரும்பினான். பதவி குறித்தும், அதனை அடைய உயிரைக்கொடுத்து ஏன் போராடுகின்றனர் என்பதும் அவனுக்குப் புரியவே இல்லை; அதன் மீது எப்போதும் நாட்டமும் இல்லை. எந்தப் பெண்ணையும் அவனாகப் பிரிந்ததில்லை; பெண்கள்தான் அவனுடன் கோபித்துக்கொண்டு அல்லது சலித்துப் போய், விட்டு விலகிச் சென்றிருப்பார்கள். எனினும், அவர்களுடனான தொடர்பைத் துண்டிக்காமல் இயல்பாகப் பழக முயல்பவன். அதைவிடக் கொடுமை அதில் அவன் வெற்றியும் பெற்றான். அவர்களில் சிலரை மகிழ்ச்சியுடன் மீண்டும் சந்திக்கத் தொடங்கிய துடன் அவர்களது தொடர்பைப் புதுப்பிக்கவும் செய்தான். இது போன்று எல்லாவற்றிலும் நெகிழ்ந்து கொடுக்கும் தொடர்புகள் குறித்து அவன் திருப்தி அடைந்த போதிலும், இத்தகைய செயற்கையான, நேர்மையற்ற உறவுகளில் அவனால் நீண்ட காலம் நீடிக்க முடியாது என்ற எண்ணம் மட்டும் ஆழ் மனதில் வேரூன்றி இருந்தது.

அலமாரியில் இருந்த இரகசியப் பெட்டியில் ஆவாவின் கடிதங்களை மறைத்து வைத்திருந்தான். அதன் சாவி அவனிடம் மட்டும் இருந்தது. ஒரு வாலிபனைப்போல் அவ்வப்போது அந்தக் கடிதங்களை எடுத்து வாசித்துப் பார்ப்பான். இப்படிச் செய்வதன் மூலம் ஓவியம் தீட்டுவதற்கான சக்தி தனக்குக் கிடைப்பதாக நம்பினான்.

ஏமாற்றங்கள் நிறைந்த பாதை முழுவதும் வாக்குறுதிகளும் பிம்பங்களும் நிறைந்து கிடக்கும். இரவின் அணைப்பில் பிடுங்கப்பட்டதொரு காதல், மேகம் கரைந்த மழையில் நனைந்து காணாமல் போனதொரு காதல், மிகுந்த வலியாக மாறக்கூடியதொரு காதல், நீண்ட காத்திருப்பின் முடிவில் புதையுண்ட காதலர்களின் சவக்குழி அருகிலேயே தனக்கான சவக் குழியையும் தோண்டிக்கொள்ளும் தேய்ந்ததொரு நட்சத்திரமாய்ச் சில காதல்.

இன்று காலை, போம்பிதூ அருங்காட்சியகத்திற்குப் போயிருந்தேன், நிகழ்கால ஓவியங்களின் வரிசையில் உன் தனித்துவமான ஓவியத்தை நீண்ட நேரம் பார்த்துக்கொண்டிருந்தேன். எனக்கு மிகவும் பெருமையாக இருந்தது. ஏனெனில், அந்த ஓவியத்தை நீ வரைந்தபோது நான் அருகில் இருந்தேன் என்பதுடன், "இது ஒரு வித்தியாசமான படைப்பு, இன் பத்தை அறிவிப்பதாக இது இருப்பது உண்மைதான். ஆனால், இதன் வண்ணங்கள் அவ்வளவு மகிழ்ச்சியானவை அல்ல" என்றும் விளக்கம் அளித்தாய். அச்சத்தை உரசிப் பார்க்கும் அரியதொரு சக்தி இந்தப் படத்திலிருந்து வெளிப் படுகிறது. உனக்கு நினைவிருக்கிறதா? உன் உடல் மீது, மனம் மீது அச்சம் குடி கொண்டு இருப்பதாகச் சொன்னாய். அதற்கு நான், "அது என்னைப்போல்தான், தற்கொலை செய்து கொள்ள முடியாமல், வாழ்க்கை முழுவதும் சாவை ருசி பார்க்கிறது" என்ற அல்பேனியக் கவிஞன் கொங்கோலியின் வாசகத்தைப் பதிலாகக் கூறினேன்.

நான் அவ்வாறு சொன்னது உனக்கு வித்தியாசமாகத் தெரிந் திருக்கலாம். ஆனால், அந்த வாக்கியம் என்னை ஒத்திருக் கிறது. நீ அறிமுகமாவதற்கு முன்பேகூட அந்த வாக்கியம் என்னை உரித்து வைத்திருந்தது எனலாம். இன்று நான் வெளியே போகப் போகிறேன். என் வாழ்க்கையை நான் சுவைக்க இருக்கிறேன். நீ என் வாழ்வில் ஒரு அங்கமாக இருக்கிறாய், என் வாழ்க்கையோ நேசத்தில் அங்கம் வகிக் கிறது, ஆசை, சிரிப்பு, இனிமை, சுகம், கைவிடுதல், பகிர்வு ஆகியவற்றுடன் சிந்தனை, மஞ்சள் மலர் ஆகியவையும் நேசத்தில் அடங்கும்.

நீதான் என் நேசம், என் சந்தோஷம் எனக்கு எல்லாமும் நீதான்.

இது மட்டுமல்ல, பிரிவுக்குப் பின் அவள் கடைசியாக எழுதி யிருந்த கடிதத்தையும் அவன் சேர்த்து வைத்திருந்தான்.

நீ இப்போது ஓவியம் வரைந்துகொண்டிருக்கிறாய் என்று அறிந்து மகிழ்ந்தேன். உன் அர்ப்பணிப்பு மீது எனக்கு முழு நம்பிக்கை உண்டு. உன் அர்ப்பணிப்பு மேன்மையானது மட்டு மல்ல மிகவும் அவசியமானதும்கூட. நீ இல்லாத குறையை நான் உணர்கிறேன். என்னை எந்த அளவு நேசித்தாய் என்பதை நான் அறிவேன். அதில் எனக்கு எந்தச் சந்தேகமும் இல்லை. எங்களைப் போன்ற பெண்களைத் தேர்ந்தெடுக்கத் தெரியாத உன் சுபாவத்தையும் என்னால் மறக்க முடியாது. நான் உனக்கே முழுமையாக உடமை யானவள். இனிமையான, மகிழ்வான, மென்மையானதொரு நினைவு அது. கால ஓட்டத்தைக் கடந்து நம்மை இணைக்கும் இந்தப் பெரிய பந்தத்தைத் தொடர்ந்து உணர்கிறேன்.

இரவின் வெறுமை சில நேரங்களில் என்னைப் பாடாய்ப் படுத்தும். நான் பெரியவளாகிக் கொண்டிருக்கிறேன். அதே சமயம், அதிக வயதாகாமல் இருக்க முடியுமா என்றும் பார்க்கிறேன். வார்த்தைகளுக்குள் அடைக்கலம் தேடுகிறேன். பூக்கள் மலரும் வரைக் காத்திருக்கிறேன். என் வலிக்குப் பழகிவிடுகிறேன். என் மனதின் ஆழத்தில் சோகம் குடி கொண்டிருக்கிறது. வெளிச்சத்தில் முன்னோக்கிச் சென்றால் எங்கே நிழல் வந்து அதனை மூடிவிடுமோ என்ற அச்சத்தில் பின்வாங்குகிறேன். மூடியிருக்கும் உன் இமைகள் என் நினைவில் உள்ளன. உன் முகத்தைப் பெருமையாக நீண்ட நேரம் வருடியபடி இருக்கிறேன்.

அவனும் ஆவாவுக்குக் கடிதங்கள், கவிதைகள் ஆகியவற்றை எழுதி அனுப்பியிருக்கிறான். அத்துடன் குதூகலமான படங்கள், கேலிச்சித்திரங்கள் ஆகியவற்றுடன் சில நேரங்களில் முழு முனைப் புடன் நுட்பமாகத் தீட்டிய மலர்களின் ஓவியங்களும் இருந்தன. இவை அனைத்தையும் அவள் பெருமையாகப் பாதுகாத்து

வைத்தாள். எப்போதாவது அவளது கடிதத்திற்குப் பதில் எழுதத் தாமதமானால், அவள் கோபித்துக்கொள்வாள்: "என்ன, இன்று காலை அவ்வளவு சோம்பலா?"

அவள் காதல் வயப்பட்டவளாக இருந்தாள். அவளது வாழ்க்கை எளிதானதாகவும் அமைதியானதாகவும் அமையவில்லை. வாழ்க்கையின் ஒவ்வொரு திருப்பத்திலும் அவளுக்குச் சோகமே காத்திருந்தது. ஏறக்குறைய மூழ்கும் நிலை ஏற்பட்டுத் தரைத் தட்டும் போது கை கால்களை உதைத்துக்கொண்டு கரை ஏறி வந்தாள். வாழ்ந்தாக வேண்டும் என்ற வேட்கையிலும் இன்பமான வாழ்க்கையின் மீது இருந்த தாகத்திலும் எப்படியாவது முழுமூச்சுடன் வாழ்வின் மேற்பரப்புக்கு வந்து நீச்சல் அடித்தாள்.

எதற்கும் வருத்தப்படுவது இல்லை என்ற முடிவுக்கு ஓவியன் வந்திருந்தான். ஏனெனில், அதனால் எந்தப் பயனும் இல்லை என்பதை அறிந்திருந்தான். மனதில் சில முடிவுகளை எடுத்திருந்தான். "வருத்தப்படுவதும் பழைய நாட்களுக்கு ஏங்குவதும் நம் பலவீனங்கள், நம் இயலாமைகள் நமக்கு வைக்கும் கண்ணிகள் தான். அவை வார்த்தைகளால் மூடி மழுப்பப்படும் பொய்களாகும். நம்மை ஆசுவாசப்படுத்தி உறங்க வைக்கப் பயன்படுத்தப்படும் வழிகளாகும். நமக்கு ஏற்படும் தோல்விகளின் கடுமை குறைவாக இருப்பதுபோல் அவை தோன்றச் செய்யும்."

அவனது வாழ்க்கையைப் பொறுத்தவரை எப்படித் தேர்ந்தெடுப்பது என்று தெரியவில்லை, முடியவும் இல்லை. அதற்கான காரணங்களாகச் சில இருந்தன இந்நிலையில் தன் வாழ்க்கையில் இன்பகரமாகக் கழித்த அந்தக் குறிப்பிட்ட காலகட்டத்தை மீண்டும் நினைத்துப்பார்ப்பதில் என்ன பயன் இருந்துவிடப் போகிறது? தன் மனைவியை விவாகரத்து செய்துவிட்டு ஆவாவுடன் வாழ நேர்ந்தால் வாழ்க்கை எப்படி அமையும் என்று கற்பனை செய்து பார்த்தான். கற்பனையில் தோன்றிய அத்தகைய வாழ்க்கைக் காட்சிகள் திகில் படத்தில் வருவதைப்போல் இருந்தன. மூர்க்கம் நிறைந்த, விசுவாசமற்ற, தீய குணமுடைய ஒரு மனைவியாக ஆவா தோன்றினாள். வேண்டாம், அந்தக் கற்பனைப் படத்தைத் தொடர்ந்து பார்ப்பதை நிறுத்திக்கொண்டான். ஏற்றுக்கொள்ள

முடியாத விஷயம். அந்த அளவு இரட்டை முகம் கொண்ட தீய பெண்ணாக ஆவா இருக்க வாய்ப்பு இல்லை.

அமைய இருந்த அழகானதொரு உண்மையான வாழ்க்கையைத் தவறவிட்டது அவனுக்கு நன்றாகத் தெரியும். நீண்ட நாட்களாக ஆவாவின் ஆவி அவனை இடைவிடாது பின்தொடர்ந்து நாள் முழுவதும் வழிகாட்டுவதுடன் அறிவுரையும் வழங்கி வந்தது. ஆவாவின் உள்ளுணர்வு, வசீகரம், காதல் போன்றவை அவனுக்குத் தேவையாக இருந்தன. இவ்வாறு அவளை மானசீகமாக நேசிக்கும் செயல் சில நேரங்களில் சிரிப்பை வரவழைத்தது. உண்மைதான் ஆவாதான் தன்னுடைய வாழ்க்கைத் துணையாக இருக்க ஏற்றவள் என்று நினைத்தான். அவனிடமிருந்து அவள் விலகிச் சென்றிருந்த போதிலும், அச்சத்தில் உறைந்துபோய் இல்லறப் பந்தம் ஒருபுறம் இழுக்க, மறுபுறம் குற்ற உணர்வின் கனம் தாளாமல் கரையோரம் நின்று தவித்துக்கொண்டிருக்கிறான். கலை மட்டுமே அவனது வாழ்வில் எவ்விதச் சஞ்சலத்துக்கும் இடம் தராமல் நிலைபெற்றிருக்கிறது. தன் திருமண வாழ்க்கை தோல்வியில் முடிந்தாலும், ஓவியத்துறையில் தான் வெற்றி பெற்றிருப்பதாக உளவியல் வல்லுநரிடம் கூறியபோது அவர் இப்படி விளக்கினார்: "பரிசோதனைக்கூடத்தில் இருக்கும் குடுவை களுடன் இந்த விஷயத்தை ஒப்பிடாதீர்கள். உங்கள் வாழ்க்கையின் ஒவ்வொரு கட்டத்திலும் அந்த நேரத்துக்கான வெற்றியும் தோல்வியும் கிடைக்கும். இவற்றில் எதுவும் மற்றொன்றைப் பாதிக்காது. இப்படியெல்லாம் இல்லை என்றால் வாழ்க்கை சாதாரணமாகிவிடுமே!"

அத்தியாயம் 22

காஸாபிளான்கா, 1 டிசம்பர் 2002

"உடல்ரீதியாகவே உன்னைக் கண்டால் அருவருப்பாக இருக்கிறது. உன்னிடமிருந்து என் பிறப்புறுப்பை விடு வித்துக்கொள்ள எவனுக்கும் எவ்வளவு பணமானாலும் கொடுப்பேன்." தன் கணவன் பீட்டரிடம் கத்ரீனா கூறியது.

இல்லற வாழ்க்கைக் காட்சிகள், இங்மார் பெர்க்மேன்

'ழோர்ழ் லூயி போர்ழஸ்' அவர்களின் புதினங்களை வாசித்ததிலிருந்து சிக்கலான வழிகளிலேயே அவன் சிந்தனை முழுவதும் சுற்றி வந்தது. இப்போது அத்தகைய சிக்கல் ஒன்றின் மையப்பகுதியில் மாட்டிக்கொண்டிருந்தான். சுற்றியிருந்த சுவர்கள் அவன் வெளியேற வழிவிட்டுத் திறப்பதற்குப் பதிலாக மூச்சு முட்டும் அளவு மென்மேலும் நெருக்கி வருகின்றன. நோய் ஒரு புறம் துயரத்தை அளித்தாலும், கொஞ்ச நாட்களாக முன்னைப் போல் அதிகமான பாதிப்பை உணரவில்லை. அவனது சிந்தனை தெளிவாக இருந்தது. சொல்லப்போனால், முன்பைவிட முன் னேற்றம் தெரிந்தது. எதையும் பெரிதுபடுத்திக்கொண்டிருக்காமல், தன் நிலைமையைத் தெளிவாகப் புரிந்துகொள்ள முடிந்தது. ஒன்று மட்டும் உறுதியாகத் தெரிந்தது. தன் மனைவியின் அழிவுப் பாதையில் இருந்தும் அவளது பிடியில் இருந்தும் விடுவித்துக் கொண்டாக வேண்டும். இந்த இலக்கை எட்டுவதற்குக் கொஞ்சம் உறுதியாக இருந்தாக வேண்டும். பிரஞ்சுத் சிந்தனையாளர் நிக்கோலஸ் கேம்ஃபோர்ட் கூறிய வாசகம் நினைவுக்கு வந்தது: "இதயம் நொறுங்க வேண்டும், இல்லையேல் வெண்கலமாக மாற வேண்டும்." இதயம் எப்படி வெண்கலமாக மாற முடியும்?

அல்லது அதைக் கல்லாக எப்படி மாற்ற முடியும்? இதயம் இருக்க வேண்டிய இடத்தில் சிறு உலோகத் துண்டுடன் சிலர் பிறந்துவிடுகின்றனர். மற்றவர்களோ சாதாரணமாகப் பிறக் கிறார்கள். இப்படிச் சாதாரணமாகப் பிறப்பவர்கள்தான் எண்ணிக் கையில் அதிகம் என்றாலும் அவர்கள்தான் பெரும்பாலும் பலி யாடாகிவிடுகின்றனர்.

அவனுடைய மனைவி இளகிய மனம் உடையவள்தான். துன்பப்படுபவர்கள் குறிப்பாக, தன் உறவினர்களாக இருந்தால் அவர்களுக்கு உதவி செய்ய ஓடோடி வருவாள். அவள் தாராள மனம் படைத்தவளும்கூட. நண்பர்களைச் சந்தோஷமாக உபசரிப் பாள். யார் வீட்டு விருந்துக்கும் பரிசுப்பொருள் இல்லாமல் வெறும் கையுடன் போக மாட்டாள். அதேபோல் போய் வந்ததும் அடுத்த நாள் அழைத்து நன்றி கூறுவாள். இவ்வாறு இளகிய இதயம் இருந்த போதிலும், காயப்பட நேர்ந்தால் பழிதீர்க்க, அவள் சக்தி முழுவதும் திரண்டுவிடும். அவளிடம் இருக்கும் வேறொரு உருவம் வெளியில் தோன்றும். அவளது மூர்க்கத்தனம் வெளிப்படும். எவ்வித நியதிக்கும் கட்டுப்படாமல் நடந்துகொள்வாள். தான் நினைத்தவரைப் பழிதீர்த்துக்கொள்ள என்ன வேண்டுமானாலும் செய்வாள். அவளிடம் நடிப்பெல்லாம் கிடையாது. தான் செய்ய இருப்பதை வெளிப்படையாகச் சத்தம் போட்டுச் சொல்வாள். அப்படியே செய்து முடிப்பாள். அவளது 'காஃப்தான்' உடையைச் சரியாகத் தைக்காமல் வீணாக்கிய தையல்காரப் பெண்ணுக்கு நேர்ந்த பரிதாப நிலையை அவனால் மறக்க முடியாது. அந்தப் பெண் தையல் கூலியைத் திருப்பித்தர மறுத்ததுடன் தன் தவறையும் ஒத்துக்கொள்ளவில்லை. அதனால் ஒரே வாரத்தில் அப்பெண்ணின் நற்பெயரைச் சிதைத்ததுடன் அவளது தொழிலையே சீர்குலைத்துவிட்டாள்.

அவளிடமிருந்து இப்போது தப்ப முடியாது என்பது அவனுக்குப் புரிந்தது. அவளைத் தனிமையில் விட்டுவிட்டுப் பயணம் சென்றது; பல இடங்களில் சுற்றித் திரிந்தது என்பன போன்ற விஷயங்களில் சற்று அதிகமாகவே அவனை மன்னித்து இருந்தாள். உடல்நிலை நன்றாக இருந்தாலும், இல்லாவிட்டாலும் இறுதிவரை இத்தகைய கஷ்டத்தை அவன் அனுபவித்தாக வேண்டும்.

ஒருவரை விட்டுப் பிரிவதற்கு எதற்காக இவ்வளவு அதிகம் இழக்க வேண்டும்? ஸ்பெயின் நாட்டுப் பெண் பாராளுமன்ற உறுப்பினர் ஒருவர், இதுபோன்ற மணமுறிவில் ஈடுபடுபவர்களைத் தண்டிக்கச் சட்டம் இயற்ற வேண்டும் என்று விரும்பினார். தன்னுடன் இருப்பவரை ஓர் ஆணோ அல்லது பெண்ணோ வெறுத்து விலகினால் அவனோ அல்லது அவளோ அபராதம் கட்ட வேண்டியிருக்கும். சில ஆண்டுகள் சிறை வாசமும் விதித்தால்தான் என்ன? எத்தனை ஆண்டு சிறைத் தண்டனை, அபராதத் தொகை எவ்வளவு? அவனது மனைவியும் இதைத்தான் விரும்புகிறாள். தனக்குத் துரோகம் இழைக்கப்பட்டுவிட்டது, தான் அவமானப்படுத்தப்பட்டோம் என்றெல்லாம் கருதும் அவள், தன்னை வெறுப்பதோடு மட்டுமல்லாமல் தன் பிள்ளைகளுக்குச் சேரவேண்டிய பணத்தையும் கொண்டுபோய் மற்றப் பெண் களுக்குச் செலவு செய்து அழிக்கும் அளவுக்குத் துணிவும் பெற்ற தன் கணவனுக்குத் தனித்துவமானதொரு தண்டனையைத் தீர்ப்பாக நீதிபதி யாராவது வழங்க வேண்டும் என்று விரும்பினாள். தனக்கு அவன் துரோகம் செய்ததை கண்டுபிடித்துவிட்ட போதும்கூட அதற்காக அவன் வருந்துவதாகத் தெரியவில்லை. பார்க்கப் போனால், அவளது விசாரணையைத் தொடர அவனே பாதை அமைத்துக்கொடுத்ததைப்போல் இருந்தது. இனியும் சேர்ந்து வாழ முடியாது என்றாகிவிட்டதொரு சூழ்நிலையில் இருந்து விடுபட முடியுமானால் ஏன் தன் தவறுக்கு மன்னிப்புக் கேட்க வேண்டும்? முழுக்கமுழுக்கப் பொய்கள், வெளிவேடம், கட்டுக்கடங்காத கோபத்தால் உண்டாகும் கூச்சல், உணர்ச்சிவசப்படும் தருணங்கள் ஆகியவை நிறைந்ததொரு சூழலில் அவன் வா்ழ நேர்ந்ததால் அவ்வாறு நினைத்தான்.

கரோலின் கூறிய வாசகங்கள் அவன் காதில் எதிரொலித்தன: “எதற்கும் அடிபணியக் கூடாது. வேறு ஒரு நபருக்குப் பணிந்து செல்ல வேண்டும் என்பதெல்லாம் ஒரு சட்டமா? ஒன்றை மட்டும் மறந்துவிடாதே, நீதான் உன் மூலதனம். வேறு எதுவும் கிடையாது.” அவனுடைய உளவியல் ஆலோசகரும் இதே அறிவுரையைத்தான் வழங்கினார். அவனுடைய அம்மாவும், “உன் மீது ஏறி அமர்ந்து சவாரி செய்ய யாருக்கும் உரிமையில்லை” என்று சொல்வார்.

எப்போதும்போல், அவனுடைய சுவிட்சர்லாந்து நண்பர் (எல்லாவற்றையும் மறுக்கும் இன்மைவாதக் கொள்கையுடையவர்) பல அறிவுரைகளை வழங்கினார்: “எப்படிப் பார்த்தாலும் நீ ஒரு கலைஞன். நீ என்ன மாதிரியான தவறுகளை இழைத்தபோதிலும் உனக்கான மரியாதையைக் கொடுத்தாக வேண்டும். மேலும், யார்தான் இங்குத் தவறு செய்யவில்லை? வெளியேறிவிடு. நாம் தனியாகத்தான் வாழ்கிறோம். தனியாகத்தான் இருக்கிறோம் என்பதை மறந்து விடாதே. இந்தத் தனிமையை அவ்வப்போது வாய்க்கும் சில சந்தோஷப் பொழுதுகளைக் கொண்டு ஏமாற்றி வருகிறோம். ஆனால், இந்த மாயையில் மயங்கி விடாதே. இவை எல்லாமே தற்காலிகமானவை. எனவே, அதிகமாக அலட்டிக் கொள்ளத் தேவையில்லை. என்னைப்போல் இருந்துவிடு. பெரிய சொகுசான விடுதிகளுக்குப் போய்த் தங்கு. பணத்தைச் செலவு செய். உலகின் சிறந்த நீச்சல் குளங்களில் நீந்தி விளையாடு. உன் பிள்ளைகளைப் பற்றிய கவலையை விடு. தங்கள் வாழ்க்கையை அவர்களே பார்த்துக்கொள்வார்கள். அவர்கள் வாழ்வதற்கான ஒரு வேலையைத் தேடிக்கொள்வார்கள். நீ சாகக் கிடக்கும் போது அவர்கள் உன் அருகில் வந்து நின்றிருப்பார்கள் என்று கனவிலும் நினைக்காதே. பிரஞ்சுக் கலாச்சாரத்தின் மிகப் பெரும் ஆளுமையான அந்தப் பரிதாபத்துக்குரிய பிரான்ஸிஸுக்கு ஏற்பட்ட கதிதான் உனக்கும். நோயின் காரணமாக அடையாளம் தெரியாத அளவுக்கு மாறியிருந்த அவர், எச்சில் ஒழுக, முதியோர் இல்லத்தின் சாய்வு நாற்காலி ஒன்றில் தான் யார் என்றோ, தன்னைப் பார்க்க வந்திருப்பது யார் என்றோ, தெரியாத நிலையில் கிடந்தார். நோயின் தீவிரத்தால் அடையாளம் தெரியாமல் போகும் நண்பர்களைப் போய்ப் பார்த்துவர வேண்டும். அது நமக்கு ஒரு நல்ல பாடமாக அமையும். இவை எல்லாவற்றையும் யோசித்துப்பார்த்தால், எதற்கும் அதிக முக்கியத்துவம் தராமல் இருப்பதே நல்லது என்ற முடிவுக்குத் தானாக வந்துவிடுவோம்.”

ஒவ்வொரு நாளின் முடிவிலும் தன் உடல்நிலையில் ஏற்பட்டுள்ள முன்னேற்றத்தை அவனால் உணர முடிந்தது. இமானைப் பார்க்க முடியும் என்ற நம்பிக்கை அவனுக்கு உற்சாகத்தை அளித்தது. ஒரு நாள், அவள் ரோஜா பூங்கொத்துடன் உள்ளே நுழைந்தாள்.

"இன்று நாம் ஒரு மணி நேரம் நடக்கப்போகிறோம். வானிலை நன்றாக இருக்கிறது. உங்கள் இடது கால் நன்றாகச் செயல்படு கிறது. உங்கள் கைகளும்தான்; உங்களால் கைத்தடி உதவியுடன் நேராக நிற்க முடிகிறது."

நடைப்பயிற்சி அவனுக்கு உற்சாகத்தைத் தந்தது. கடற்கரைச் சாலையில் தன் அம்மாவை இமான் சந்தித்தாள். அவரை ஓவி யனுக்கு அறிமுகம் செய்து வைத்தாள். அவளுடைய அம்மா இன்னும் இளமையாகவே தோன்றினார். இமானுக்குச் செய்யும் உதவிகளுக்காக அவளுடைய அம்மா ஓவியனுக்கு நன்றி கூறினார்.

அவர் விடைபெற்றுச் சென்றதும் அவன் சிறிது நேரம் நின்றபடி, இமானைப் பார்த்தான்.

"என்ன உதவி? நீங்கள்தான் எனக்கு உதவி செய்கிறீர்கள். உங்களுக்கு நிறையப் பொறுமை இருக்கிறது. அத்துடன் என்னைக் குணமாக்கும் கைகள்..."

"வேறு ஒரு விஷயத்தைப் பற்றி நினைத்துக்கொண்டு அம்மா அப்படிச் சொல்லியிருப்பாள். அதைப் பற்றி உங்களிடம் நான் இன்னும் பேசவில்லை. நான் அவளிடம் பொய் சொல்லி இருக் கிறேன். நீங்கள் சம்மதம் தெரிவித்துவிட்டதாகச் சொல்லி வைத் திருக்கிறேன். எதுவாக இருக்கும் என்று நினைக்கிறீர்களா? வேறு ஒன்றும் இல்லை. என் தம்பி விஷயம்தான். ஐரோப்பாவுக்குப் போய் ஏதாவது ஒரு வேலை தேட வேண்டும் என்ற கனவில் இருக்கிறான். உங்களுக்கு இருக்கும் தொடர்பையும் செல்வாக் கையும் வைத்து உங்களால் அவனுக்கு அந்த உதவியைச் செய்ய முடியும் என்று அம்மா நினைக்கிறார். இதைப் பற்றி உங்களிடம் பேச எனக்குத் துணிவில்லை. மொராக்கோ குடும்பங்களைப் பற்றித்தான் உங்களுக்கு நன்றாகத் தெரியுமே!"

"அதுவா... எனக்கு எல்லாம் தெரியும். ஒருவருக்கு ஒருவர் உதவி செய்து கொள்வதில் தவறு எதுவும் இல்லை. அதைப் பற்றி வேறு ஒருநாள் பேசுவோம்."

சிறிது நேர மௌனத்துக்குப் பின், அவன் பேசினான்:

"எப்படியாவது மொராக்கோவை விட்டு வெளியூருக்குப் போக வேண்டும் என்ற எண்ணம் இப்போது புதிதாக உருவாகி

இருக்கிறது. தனக்கு வந்த அத்தனை வாய்ப்புகளையும் இந்த நாடு வீணடித்துவிட்டது. இப்போது இங்குள்ள இளைஞர்கள் இந்த நாட்டை விட்டு வெளியேறப் பார்க்கின்றனர். உங்கள் தம்பிக்கு ஒரு வேலையைத் தேடித்தர நான் முயற்சி செய்கிறேன். உங்கள் அருகில் இருக்கும்படிப் பெரும்பாலும் இந்த ஊரிலேயே பார்க்கிறேன். அதுதான் எனக்கு எளிதாக இருக்கும், மற்றொன்றும் சொல்ல வேண்டும், உங்கள் தம்பி நினைப்பதுபோல் ஐரோப்பா ஒரு சொர்க்க பூமி இல்லை."

இவ்வாறு அவர்கள் பேசிக்கொண்டே நடந்தபோது, எப்படி இமானைத் தனக்கு அருகிலேயே வைத்துக்கொள்ளலாம் என்ற யோசனையிலேயே ஓவியன் நடந்தான்.

தனக்கு நல்லதொரு உதவியாளராக அவளால் இருக்க முடியுமா என்று யோசித்துப் பார்த்தான். அதே சமயம், பணியையும் தனிப்பட்ட உணர்வுகளையும் தன்னால் பிரித்துவைக்க முடிய வில்லையே என்ற கவலையும் அவனுக்கு ஏற்பட்டது.

நடைப்பயிற்சி முடிந்து திரும்பியதும், அவன் அருகில் அமர்ந்து எப்போதும்போல் கால்களை மசாஜ் செய்ய ஆரம்பித்தாள். அவ்வாறு செய்வது அவளுக்கு மிகவும் பிடிக்கும். கால்களை அமுக்கியபடியே ஒரு கதை சொல்லத் தொடங்கினாள்:

ஒரு காலத்தில் பெண் ஒருத்தி வாழ்ந்து வந்தாள். காலத்தைவிட வேகமாக வாழ வேண்டும் என்று ஆசைப்பட்டாள். வேகமாகவும் பலமாகவும் வீசும் தெற்குத் திசை காற்றாகத் தன்னை நினைத்துக் கொண்டாள். அந்தப் புயல்காற்றைப் போலவே தன் வழியில் தென்படும் அனைத்தையும் துடைத்து எடுத்துக்கொண்டு போய் விடுவாள். அவள் 'ஃபிட்னா' என அழைக்கப்பட்டாள். 'மனக் குழப்பம்' என்பது அதன் பொருள். அரபி மொழியில் 'பீதி' என்று அர்த்தம்.

ஆனால், வளரவளர அவள் தணிந்து, மாலை நேரத் தென்றலாக மாறிவிட்டாள். எனவே அவளை 'நிலவின் முணுமுணுப்பு' என அழைத்தனர். மாலை வேளைகளில், ஆற்றங்கரைகளில் பன்னெடுங்காலமாகக் கூறப்பட்டுவரும் கதைகளைச் சேகரித்துக் கவிஞர்கள் அருந்தும் மதுக்கோப்பைகளில் அவற்றைக் கொட்டு வாள். குறிப்பாகத் துடுக்கான கவிஞர்களின் கோப்பைகளில் கொட்டுவாள்.

பெரியவளான பின் மலை மீது ஏறிச் சென்றாள். அதன் பின் அவளை யாரும் பார்த்ததில்லை. ஆனால், பாறைகளுக்கும் செடி கொடிகளுக்கும் இடையில் இருந்து புதிய நம்பிக்கை ஒன்று மக்களிடையே உலவியது. அந்த இளம் பெண் தனிமையின் கடவுளாக மாறிவிட்டாள் என்பதுதான் அது. உறுதியான பாறை களின் மீதிருந்து ஆட்சி செலுத்தியபடி நோய்வாய்ப்பட்ட, வெறுப்புக்குள்ளான ஊர்களில் இருந்து வரும் தொற்றுகளை அண்டவிடாமல் தனக்குள்ள சக்தியைக் கொண்டு வழியை அடைத்துவிட்டாள்.

சாத்தானுடன் உறவுகொண்டு மூன்று ஆண் பிள்ளைகளை அவள் பெற்றெடுத்ததாகவும் சொல்வதுண்டு. அவர்கள் வாலிபப் பருவத்தை எட்டியதும் நிறையத் தீய காரியங்களில் ஈடுபட்டனர். திருட்டு, கொலை இவை தவிர மற்றவர்களைச் சித்திரவதையும் செய்தனர். ஆனால், அவர்கள் ஒருபோதும் சட்டத்தின் பிடியில் அகப்பட்டதில்லை. மாறாக, அவர்கள் செல்வச் செழிப்புடன், நகரத்தின் பெரிய மனிதர்களாக வலம் வர முடிந்தது. ஒருநாள் இரவு, அவர்களுடைய அம்மா மலையிலிருந்து கீழே இறங்கி, அவர்களை விழுங்கினாள். அதிகாலையில் நகரின் முக்கிய நுழை வாயிலில் பெண் குதிரை ஒன்று செத்துக் கிடந்தது. அதன் உடலை வெட்டிப் பார்த்தபோது அந்த மூன்று பேரும் கண்களை இழந்து, மேனி முழுவதும் பச்சை நிறமாகிக் கிடந்ததைக் காண முடிந்தது.

ஓவியனின் முகத்தில் தெரிந்த ஆச்சரியத்தைக் கண்டு, இந்த இடத்தில் இமான் கதையை நிறுத்தினாள்.

"நீங்கள் ஒன்றும் கவலைப்படாதீர்கள். சும்மா, நானாகப் புதுப் புதுக் கதையை உருவாக்குகிறேன், பயப்படாதீர்கள்."

"என்னை விட்டுப் போவதற்கு முன் எனக்குச் சொல்வதற் கென்று கொஞ்சம் இனிமையான கதை எதுவும் இல்லையா?"

"நிச்சயமாக, உங்களை நான் நேசிக்கிறேன்."

"இப்போது சொன்னதுதான் இனிமையானது."

அத்தியாயம் 23

காஸாபிளான்கா, 19 டிசம்பர் 2002

"எதற்காக இவர்கள் இருவரும் இத்தகைய நரக வாழ்க்கையை அனுபவிக்கின்றனர்? அவர்கள் இருவரும் ஒரே மொழியைப் பேசுவதில்லை. ஒருவருக்கொருவர் புரிந்து கொள்ள அவர்களுக்கு ஒரு பொது மொழி தேவைப்படுகிறது. இரு கோள்களுக்கிடையில் நிலவும் அமைதியான பின்னணியில், வடிவமைக்கப்பட்ட இரண்டு ஒலிப்பதிவு எந்திரங்களைப்போல் அவர்கள் இருவரும் காணப்பட்டனர்."

இல்லற வாழ்க்கைக் காட்சிகள், இங்மார் பெர்க்மேன்

உளவியல் மருத்துவர் கேட்டுக்கொண்டபடி, மண வாழ்க்கையில் தனக்கு ஏற்பட்ட மனக்கசப்புக்கான காரணங்களைப் பட்டியலிட்டு ஒலிப்பதிவுக் கருவி ஒன்றில் பதிவுசெய்து வைத்தான். கூறும் காரணங்கள் துல்லியமாக இருக்க வேண்டும். உள்ளதை உள்ளபடி அனைத்து உண்மைகளையும் கூறிவிட வேண்டும் என்று விரும்பினான். எனவே, விட்டுவிட்டுப் பல பகுதிகளாக அப்பதிவினை மேற்கொண்டான். அதிலும் சில தவறுகள் இருக்கலாம்தான்; ஆனாலும், இந்தப் பட்டியல், சுமையை இறக்கி வைப்பதற்கான ஒரு வடிகால் மட்டுமே; நிச்சயமாகத் தன் மனைவிக்கு எதிரான குற்றச்சாட்டுப் பட்டியல் இல்லை.

'பதிவு' என்ற பொத்தானை அழுத்திச் சிறிய அறிமுகத்துடன் பேசத் தொடங்கினான்.

"நீண்ட நாட்களாக எங்களுக்குள் இணக்கம் இல்லை என்ற முடிவுக்கு வரவேண்டியதற்கான காரணங்கள் இதோ. இந்தக் காரணங்கள் என் பார்வையில் தொகுக்கப்பட்டவை என்பதில்

சந்தேகம் இல்லை. அதே நேரம் இது முடிவானதொரு பட்டியலும் இல்லை. சரி, இனிக் காரணங்களைப் பார்க்கலாம்."

என் மனைவி தன் மனதில் பட்டதைத்தான் செய்வாள்.

என் மனைவி ஒரு காட்டாறு, வார்த்தைக் கடல், கடும் சூறாவளி.

என் மனைவி இதுவரை யாராலும் பட்டை தீட்டப்படாத வைரம்.

என் மனைவி தன் கண்களால் பார்க்காததையும்கூட நம்புபவள். அவள் ஆவிகளை மட்டுமல்ல, பேய்பிடித்த வீடுகள், கண்திருஷ்டி, தீய சக்திகள், அழிக்கும் அதிர்வலைகள் ஆகியவற்றையும் நம்பு பவள்.

என் மனைவி காதல் மீதும், அழகிய காதலன் மீதும் காதல் கொள்பவள்.

என் மனைவிக்கு பெரியபெரிய கார்களைப் பிடிக்கும். உட்கார்ந்து வெறுமனே பயணம் செய்ய அவளால் முடியாது. அவள் (எப்போதும்) சாலையின் இடப்பக்கமாகதான் ஓட்டுவாள். கார் ஓட்டுகிற மற்றவர்கள் அனைவரும் செய்வது தவறு என்பாள்.

என் மனைவிக்குப் பிழைகளை ஏற்றுக்கொள்ளும் வழக்கம் இல்லை. சமாதானமாகப் போகத் தெரியாது.

என் மனைவிக்குக் காலத்தைப் பற்றிய அக்கறை இல்லை. ஆனால், திசைகளைச் சரியாகக் கணித்துவிடுவாள். அதேபோல நேரம், எண்கள் ஆகியவற்றையும் அறிந்துவைத்திருப்பாள்.

என் மனைவி தான் நேர்மையானவள் என்ற எண்ணத்தில் இருப்பவள். அவள் பொய் பேசும்போது அதையும் உண்மை எனக் கருதியே பேசுவாள்.

என் மனைவி இன்னமும் அவளுக்குப் பரிச்சயமான, மோசமான இடத்தையும் பசி, பட்டினியையும் நினைத்துக்கொண்டிருக்கும் முரட்டுப் பெண்மணி.

என் மனைவியின் மனதை யாராவது நோகடித்தால் கடுங் கோபம் கொண்டு மிருகமாகிவிடுவாள். தன் கோபத்தை நியாயப் படுத்தும் ஆயுதமாக அந்தக் காயம் மாறிவிடும்.

என் மனைவியிடம் இருக்கும் நியாயத்தை எந்த ஒரு கணித மேதையாலும் அனுமானித்துவிட முடியாது. தனக்கு மட்டுமே விளங்கும் அந்த நியதியை அவள் மட்டுமே பயன்படுத்துவாள்.

என் மனைவி மற்றவர்களைக் குற்றவாளி என்று நிறுவுவதற் காகத் தன்னையே கூட அழித்துக்கொள்ளத் துணிபவள்.

என் மனைவி தான் அடிமைப்பட்டு இருப்பதாகக் கருதிக் கொண்டு, என் குடும்பத்தின் தீய தாக்குதல்களை அனுபவித்து வருவதாக நினைப்பவள்.

என் மனைவிக்கு அளவுக்கு அதிகமாக மது அருந்தப் பிடிக்கும். அதே நேரத்தில் இதுவரை குடிப்பதில் எல்லை மீறியதில்லை என்றும் போதையில் இருந்ததில்லை என்றும் சாதிப்பாள்.

என் மனைவியைப் பொறுத்தவரை, தாம்பத்திய வாழ்வில் கணவன், மனைவியிடையே இரகசியங்களுக்கு இடம் இல்லை என்று கருதுபவள். கணவன், மனைவி ஒளிவுமறைவின்றி முழுமையாக ஒன்றிணைந்து, கண்ணை மூடிக்கொண்டு மற்றவர் குற்றங்களுக்கும் துணைநின்று ஒத்துப்போவதே இனிய இல்லறம் என்று நினைப்பவள்.

என் மனைவிக்குத் தேவையானவை மட்டும் அவள் நினை விலிருக்கும். அழகும் அறிவும் படைத்தவள். நிகரற்ற உறுதி உடையவள். தான் பைத்தியம் இல்லை என்பதைத் தெரிவிக்கக் கூடிய அளவில் தன் பைத்தியக்காரத்தனத்தை வெளிப்படுத்துபவள்.

என் மனைவி எப்போதும் ஒரு விஷயத்தை அலசுவதிலோ, அதைப் பற்றி விவாதிப்பதிலோ, சந்தேகப்படுவதிலோ, நேர்ந்து விடும் பிழை குறித்துப் பேசுவதிலோ விருப்பம் இல்லாதவள்.

என் மனைவி சூனியக்காரி இல்லை. ஆனால், ஊரில் உள்ள அத்தனை சூனியக்காரிகளின் மீதும் நம்பிக்கை உடையவள். அறிவியல்பூர்வமாகப் பேசுபவனைவிட ஏமாற்று வித்தைகள் புரிபவனை அதிகம் நம்புபவள்.

என் மனைவி அடித்தளம் இல்லாமல் கட்டப்பட்ட கட்டடம் போன்றவள்.

என் மனைவி தன் கணவனைத் தவிர எல்லோரிடமும் இனிமை யாகப் பழகுபவள்.

என் மனைவி தன் பெற்றோரைத் தன்னுடைய குழந்தைகளாக நினைப்பவள்.

என் மனைவி எந்தக் காட்சியையும் சோகக் காட்சியாகப் பார்ப்பவள்.

என் மனைவி அவளது தயவில் நான் இருக்க வேண்டிய கட்டாயத்துக்கு என் நிலை தாழ்ந்துவிட வேண்டும் என்று ஏங்குபவள்.

என் மனைவிக்கு நியாயம் குறித்து எதுவும் தெரியாது. ஆனால், தன்னை ஒரு நியாயவாதியாகக் கருதிக்கொள்பவள்.

என் மனைவி மூர்க்கமானதொரு பொறாமை உணர்வு கொண்டவள்.

என் மனைவி இதுவரை என்னிடம் எதற்கும் நன்றி கூறியதில்லை.

என் மனைவி, 'நான் உன்னை நேசிக்கிறேன்' என்று என்னிடம் இதுவரை கூறியதில்லை.

என் மனைவி தன் பிள்ளைகள், சகோதர சகோதரிகள், தன் பெற்றோர் ஆகியோரிடம் மட்டுமே பாசம் காட்டுபவள்.

என் மனைவியைப் பொறுத்தவரை, மற்ற தம்பதியினருக்கு எந்தப் பிரச்சினையும் இருக்காது என்று நினைப்பவள்.

என் மனைவி ஒரு நாளில் ஒரு முறையாவது என்னிடம் முரண்படுபவள்.

என் மனைவி ஏய்க்கும் எண்ணத்தை உறுதியாகவும் வெற்றிப் பெருமிதத்துடனும் செயல்படுத்துபவள்.

என் மனைவி, 'உண்மை' என்பதை 'நன்மை'யுடனும் 'பொய்' என்பதைத் 'தீமை'யுடனும் நினைத்துக் குழப்பிக்கொள்பவள்.

என் மனைவி எந்த முடிவை எடுப்பதற்கு முன்பும் என்னுடன் ஒருபோதும் அது குறித்துப் பேசியதில்லை.

என் மனைவி தனக்குத் காதலனே கிடையாது என்று சாதிப்பாள். ஆனால், அது பற்றிய சந்தேகம் எனக்கு உண்டு என்றாலும் அதை நம்புவதுபோல் அவளிடம் நடந்து கொள்கிறேன். ஏனெனில்

விசுவாசமில்லாத பெண்களிடம் முறைத்துக்கொள்ளக் கூடாது அல்லவா?

என் மனைவி என்னை நேசித்து வந்ததாக நினைக்கிறாள். நானும்தான்.

அவளை நேசிப்பது என்பது முடிந்த கதை. அவளும் அப்படித்தான் நினைக்கிறாள்.

இந்தப் பட்டியலைத் தயாரித்த பிறகு, சில நாட்கள் கழித்துக் குறிப்பாக உளவியல் மருத்துவரைச் சந்திக்க வேண்டிய நாளுக்கு முன் இந்த ஒலிப்பதிவைப் போட்டுக் கேட்டான். முக்கியமான விஷயத்தை மறந்துவிட்டதாக நினைத்தான். எனவே, ஒலிப்பதிவுக் கருவியை மீண்டும் இயக்கிப் பேசினான்: "இந்தத் தோல்விக்கு நான்தான் முழுப் பொறுப்பு. எங்கள் இடையேயான இடைவெளி வெறுமனே வயது, சமூக மதிப்பு ஆகியவற்றால் உண்டானது மட்டுமல்ல. அது எல்லாவற்றையும்விட ஆழமானதாகவும் கடுமை யானதாகவும் இருந்துவந்துள்ளது. எங்கள் திருமண வாழ்க்கையின் தொடக்கத்தில் இருந்தே நாங்கள் மனமொத்த வாழ்க்கையை வாழவில்லை என்பதுடன் அதனை நாங்கள் உணரவே இல்லை".

அத்தியாயம் 24

காஸாபிளான்கா, 4 ஜனவரி 2003

"இறப்பது என்பது எளிது; ஆனால், வாழ்வது என்பது எளிதல்ல" - ஜூலியிடம் திருமதி மெனு கூறியது.

லிலியோம், ஃபிரிட்ஸ் லாங்

எந்த ஒரு பெண்ணையும் அவனாகப் பிரிந்தது கிடையாது. முதல் முறையாக அவனுடைய மனைவியின் விஷயத்தில்தான் அத்தகைய முடிவை எடுத்ததோடு, அதில் உறுதியாகவும் இருந்தான். இதுபோன்றதொரு முடிவுக்கு வர அவனுக்கு நீண்ட காலம் பிடித்தது. இறுதியில், அவனைத் தாக்கிய இந்தப் பக்கவாத நோய் தான், அவனுடைய நண்பர்களை விடவும் உளவியல் மருத்துவரை விடவும் அதிகமாக உதவியது. கிறிஸ்துமஸ் விழா முடியட்டும் என்று காத்திருந்தான். அதற்குள் தான் பேச வேண்டியவற்றைத் தயாரித்து வைத்துக்கொண்டான். நடைபெற்றுக்கொண்டிருந்த பணிகளை முடித்து நன்கு ஓய்வு எடுத்தான். பிறகு அவள் ஓரளவு அமைதியாய் இருப்பதாகத் தெரிந்த ஒருநாள் பிற்பகல் வேளையில், தன் ஓவியக்கூடத்துக்கு வருமாறு அவளை அழைத்தான். அவளிடம் இருந்து பிரிய இருக்கும் தன் முடிவைத் தெரிவித்தான். தங்களுக்குள் ஏற்பட்டுவிட்ட மன வேற்றுமை குறித்து அவன் விளக்கிக்கொண்டிருந்தபோது அவை எதுவும் காதில் விழாதது போல் பாவனை செய்தது மட்டுமன்றி, அன்று இரவு சாப்பிட எங்குப் போகலாம் என்றும் கேட்டாள். அவன் பதில் ஏதும் கூறவில்லை. நீண்ட நேரம் மௌனம் நிலவியது. திடீரென அவள் தாக்குதலில் இறங்கினாள்: "அது சரி, நான் இல்லாமல் உன் நிலைமை என்னவாகும்? உன் தொழில், உன் வெற்றி, உன் செல்வம் - அனைத்துக்கும் எனக்குக் கடன்பட்டிருக்கிறாய் நீ. நான் இல்லாமல் நீ ஒன்றுமே இல்லை. சாய்வு நாற்காலியில்

முடங்கிக்கிடக்கும் பழுதான ஒரு பொருள். நான் அருகில் இருப்பதாலும், என் இளமையின் சக்தி, என் திறமை எல்லாம் சேர்ந்துதான் உன்னை இந்த அளவுக்கு வெளியில் தெரியும்படியும் பிரபலமாகும்படியும் ஆக்கியிருக்கிறது. பல இலட்சம் டாலர் மதிப்புள்ள ஓவியங்கள் விற்பனையும் ஆகிறது. நான் ஒருத்தி இல்லாமல் போனால் அனைத்தும் சிதைந்து போகும். அத்துடன் நீ எடுத்திருக்கும் இந்த முடிவுக்காக நிறையப் பணத்தை இழந்து போகும்படியாக உன்னைச் செய்துவிடுவேன். நான் என்ன வெல்லாம் செய்வேன் என்று உனக்குத் தெரியாது. என்னுடன் வாழ்ந்து பிள்ளைகள் பெற்றுக்கொள்ளவும் குடும்பம் நடத்தவும் ஆசைப்பட்டாய். நீதான் அதற்கான பொறுப்பை ஏற்றுக்கொண் டாக வேண்டும். உனக்கு உதவி செய்ய என் சுண்டு விரலைக்கூட அசைக்க மாட்டேன். திடீரென்று ஒருநாள் பெண் வடிவில் அழிவு ஏற்பட்டுவிட்டதை நீ உணர வேண்டியது வரும். உன்னை உருவாக்கியது நான்தான். உன்னை எப்படி அழிப்பது என்றும் எனக்குத் தெரியும்!" இவ்வாறு படபடவென்று பொரிந்து தள்ளி னாள். பின் கதவை ஓங்கி அடித்துச் சாத்திவிட்டு ஓவியக் கூடத்திலிருந்து வெளியேறினாள். அவளது செய்கை எந்தப் பாதிப் பையும் அவனிடம் ஏற்படுத்தவில்லை. நிதானத்தைக் கடை பிடிப்பது என்ற முடிவுடன் இருந்தான்.

சில நாட்கள் சென்றதும், அவன் எதையும் வேடிக்கையாகக் கூறவில்லை; வெறுமனே போலி மிரட்டல்கள் இல்லை என்ப தையும் அவள் புரிந்துகொண்டாள். அவன் உண்மையிலேயே பிரியும் முடிவுக்கு வந்துவிட்டான் என்பது உறுதியானதும் அதற் கான நடவடிக்கைகளில் இறங்கினாள். ஒருநாள், வழக்கறிஞர் ஒருவர், ஓவியனின் கருத்தைக் கேட்டு எழுதியிருந்த கடிதத்தை அவனிடம் தந்தாள். சுமூகமாகப் பிரியும் முறையைக் கையாள அந்த வழக்கறிஞர் விருப்புவதாகத் தெரிவித்தார். தன் மனைவி யைப் பற்றி நன்கு அறிந்து இருந்ததுடன், அவள் மிரட்டியதும் நினைவுக்கு வரவே அத்தகைய கோரிக்கை அவனுக்கு வியப் பளித்தது. கடிதத்தை ஒருமுறைக்கு இருமுறை படித்துப் பார்த்த பின் ஒரு முடிவுக்கு வந்தான். "எப்படிப் பார்த்தாலும் இப்படிச் செய்வதுதான் நல்லது. சிக்கல்களைக் களைவதற்கும் வேகமாகத் தீர்ப்பதற்கும் இந்த முறை உதவும்."

அடுத்த சில வாரங்களில் அவனுக்கு ஏமாற்றமே மிஞ்சியது. சுமூகமான எவ்வித ஏற்பாட்டினையும் அவனுடைய மனைவி ஏற்றுக்கொள்ள மறுத்தாள். நோய்வாய்ப்பட்டிருப்பதற்காகவோ உடற்குறையுடன் இருப்பதற்காகவோ அனுதாபம் காட்டுபவளாக அவள் இல்லை. தன் முடிவில் உறுதியாக இருந்தாள். தன்னைப் பிரிந்து செல்லும் முடிவை எடுக்கத் துணிந்த அவன், அதற்கான விலையைத் தந்தாக வேண்டும் என்று பிடிவாதம் பிடித்தாள். ஓவியனுக்குத் தூக்கம் பறிபோனது. அவளுக்கும் அவனுக்கும் இடையே போர் என்பது தொடங்கிவிட்டது. இனி எந்தச் சக்தி யாலும் அதனை நிறுத்த முடியாது. 'சுமூகமான முறையில் விவாகரத்து' – (எத்தனையோ ஆயத்த வாசகங்கள் இதுபோல் இருக்கின்றன) இந்த வார்த்தைகளை எழுதிய அந்த முட்டாளுக்கு 'சுமூகம்' என்ற சொல்லுக்கு அர்த்தம் என்ன என்று அவன் மனைவிக்குத் தெரியாது என்பதை நினைத்துப் பார்த்திருக்க வாய்ப் பில்லை.

எவ்வித நியாயத்துக்கும் கட்டுப்படாமல் இருந்ததால் நிலைமை யைப் புரியவைக்க அவளிடம் பேசிப் பார்ப்பதாக அவன் நண்பர்கள் கூறினர். இவர்களது பிரச்சினையில் பிள்ளைகளைப் பலி கொடுக்காமல், எல்லாவற்றையும் முற்றிலுமாகச் சிதைக் காமல் இருவருக்கும் நன்மை அளிக்கக்கூடியதான ஒரு தீர்வைக் கண்டுபிடிக்க அவர்கள் விருப்பினர். ஆனால், பாவம் அந்த நண்பர்கள்! பல மணி நேரங்களை வீணடித்ததுதான் மிச்சம். எந்தப் பலனும் இல்லை. அவர்கள் கூறிய அனைத்தையும் சிரித்த படியே கேட்டுக்கொண்ட அவள், நண்பர்கள் என்ற முறையில் நல்லெண்ணத்துடன் எடுத்த முயற்சிக்கு நன்றி கூறி அனுப்பி வைத்தாள். அவளிடம் ஒரு எந்திரம் இருந்தது. அநேகமாக அது அவள் உடன் பிறந்ததாக இருக்கலாம். இரண்டு காதுகளுக் கிடையில் இருந்த அந்த எந்திரம் கேட்பவை அனைத்தையும் சுத்தமாக அரைத்து முடித்துவிடும். சில நேரங்களில் தன் வழக் கறிஞரைத் தொலைபேசியில் அழைத்து விவாகரத்து நடவடிக் கையைக் கைவிடப் போவதாகக் கூறுவாள். பிறகு வீடு திரும்பி யதும் பிள்ளைகளைக் கூப்பிட்டுப் பேசுவாள். "உங்கள் அப்பா என்னை விவாகரத்து செய்ய விரும்புகிறானாம். நம்மை அப்படியே கை விட்டுவிட்டுப் போகப் பார்க்கிறான்; அவனுக்கு ஒரு பெண்

கிடைத்துவிட்டாள்; அவளது வலையில் இவன் சிக்கிவிட்டான்; அவள்தான் நம் பணத்தையெல்லாம் அபகரித்துக்கொண்டிருக் கிறாள். வழக்கறிஞர் ஒருவரை ஏற்பாடு செய்திருக்கிறான். நம் வீட்டுச் செலவுக்கு என்று எதுவும் தருவதில்லை. இந்நிலையில் என் தோழிகளிடம்தான் நான் கடன் கேட்டாக வேண்டும்."

பிள்ளைகளில் ஒருவன் இடைமறித்து, எப்போதும்போல் கார் ஓட்டுநர்தான் வீட்டுப் பொருட்களை வாங்கி வருவதையும் அதற்குத் தங்கள் அப்பாதான் பணம் கொடுத்து வருவதையும் சுட்டிக்காட்டியதும் பேச்சை மாற்றினாள்: "தெரியும், தெரியும், அதைத்தான் இனி செய்ய மாட்டானாம். எது எப்படியோ அவன் இப்போது இருக்கும் நிலையில், எந்தப் பெண்தான் இவனோடு வாழ வருவாள் என்று தெரியவில்லை. எதற்கும் உதவாத ஒரு ஜடம்போல் ஆகிவிட்ட இவன், இனி எதற்கும் பயன்பட மாட் டான். வரைவதையும் நிறுத்திவிட்டான். ஓவியங்களின் மதிப்பும் அண்மையில் குறைந்துவிட்டதைப் பற்றி அவனுடைய முகவர் என்னிடம் கவலை தெரிவித்தார்."

தன் திட்டம் நிறைவேற எதையும் செய்ய அவள் துணிந்திருந்தாள்.

தூக்கமில்லாமல் கழிந்த இரவுக்குப் பிறகு அன்று காலை ஒரு வழியாக அவனுக்குத் தூக்கம் வந்தது. பாலுணர்வுமிக்க அழகான கனவு ஒன்றும் வந்தது. இப்படியான கனவு கண்டு நீண்ட நாட்கள் ஆகியிருந்தன. இரவு விருந்து ஒன்றில் கலந்துகொள்ளும் அவனுக்கு, இளம் பெண் ஒருத்தி அறிமுகமாகிறாள். சிரிக்கும் கண்கள், மெலிதாய், கச்சிதமான உடல் வாகு, திருமணமாகி இரண்டு குழந்தைகளுக்குத் தாயான ஒரு அழகான பெண். அவளுடைய கணவன் விளையாட்டு அமைச்சகத்தில் இளம் அதிகாரியாகப் பணியாற்றுகிறான். அலுவல் காரணமாக அவன் வெளிநாடு சென்றுள்ளதால் அவள் தனியாக வந்திருந்தாள். விருந்து முடிந்து வெளியே செல்லத் தயாரானபோது அவன் அருகில் வந்த அவள், "நீங்கள் காரில் வந்திருக்கிறீர்களா, டாக் ஸியா, நடந்து வந்திருக்கிறீர்களா, என்னிடம் கார் இருக்கிறது. நான் உங்களை அழைத்துச் செல்லலாமா" என்று கேட்டாள். அழைத்தமைக்கு நன்றி கூறும் விதமாக அவளது தலையின் மீது தன் தொப்பியை வைத்தான். அது அவளுக்குக் கச்சிதமாகப்

பொருந்தியது. "நீங்களே வைத்துக்கொள்ளுங்கள்" என்றான். மின் தூக்கியில் இறங்கியபோது தன் மேல்கோட்டைத் திறந்தவள் அவனுடன் ஒட்டிக்கொண்டாள். அடித்தளத்தை வந்தடைந்ததும் நிலவறைகள் இருக்கும் இடத்துக்கு அருகில் இருட்டான மூலைக்கு அழைத்துச்சென்று தன் கீழ்ச்சட்டையைக் கழற்றினாள். அவள் உள்ளாடை எதுவும் அணிந்திருக்கவில்லை. மோகம் தலைக்கேற நின்றபடியே உறவுகொண்டனர். தரையில் படுத்தும் புரண்டனர். எலி ஒன்று அந்தப் பக்கமாக ஓடியது. இதைப் பார்த்ததும் அவன் கூச்சல் போட்டதுடன் துணுக்குற்று விழித்துக்கொண்டான். "பாழாய்ப்போன எலி" என்று அலுத்துக்கொண்டான்.

யார் அந்த இளம் பெண், அவளை எங்குப் பார்த்திருக்கிறான், கனவில் வரும் இந்த உருவங்கள் எல்லாம் எங்கிருந்து புறப்பட்டு வருகின்றன? பெயர் மறந்துபோன பிரஞ்சு நடிகையைப்போல் அந்தப் பெண் தோன்றினாள். தொலைக்காட்சியில் அல்லது வேறு எங்கேயாவது அவளைப் பார்த்திருக்க வேண்டும். உள்ளுக்குள் சிரித்துக்கொண்டான் என்றாலும் சுமூகமாக விவாகரத்துக் கோரும் கசங்கியக் கடிதம், குவிந்து கிடக்கும் மருந்துப் பெட்டிகளுக்கு இடையே கண்ணில் தென்பட்டபோது முகம் கோணியது. உடனடியாகத் தன் வழக்கறிஞரை அழைத்து இந்த விஷயத்துக்கு முற்றுப்புள்ளி வைக்க விவாகரத்து நடவடிக்கையைத் துரிதப் படுத்துமாறு கேட்டுக்கொண்டான்.

ஓவியன் குளித்துமுடித்து, உடை அணிந்து தயாரானதும், உடற் பயிற்சி தொடங்கலாம் என்பதைத் தெரிவிக்கத் தன் உதவியாளர் களை அழைத்தான். அந்தப் பயிற்சியில் கை, கால்களை மடக்கிப் பயிற்சி தருவதுடன் நடக்க வைக்கும் பயிற்சியும் அடங்கும். அங்கிருந்த பயிற்சி அறைக்கு அவனை அழைத்துச் சென்ற உதவி யாளர்கள், அவன் ஒவ்வொரு பயிற்சியாகச் செய்து முடிப்பதைக் கண்காணித்தனர். ஏதாவது பேச்சுக் கொடுக்க விரும்பியவன், அவர்களில் ஒருவனைப் பார்த்து, "உனக்குத் திருமணம் ஆகி விட்டதா?"

"ஆகிவிட்டது சார்."

"சந்தோஷமாக இருக்கிறாயா?"

"அப்படித்தான் தெரிகிறது."

பிறகு அடுத்தவனிடம் பேசினான்.

"சரி, நீ என்ன, உனக்குத் திருமணம் ஆகிவிட்டதா?"

"இல்லை சார்."

"ஏன்?"

"மொராக்கோ பெண்கள் எப்படியெல்லாம் மாறி வருகிறார்கள் என்று நீங்கள் பார்க்கவில்லையா? விடுதலை, சம உரிமை என்றெல்லாம் கூறும் அவர்கள்தான் இப்போது ஆதிக்கம் செலுத்து கின்றனர். இதை நான் என் சகோதரர்களிடமும் பார்க்கிறேன். பாவம் அவர்கள் மிகவும் கஷ்டப்படுகிறார்கள்..."

"எல்லாப் பெண்களுக்கும் சுதந்திரம் கிடைத்துவிடவில்லையே. அத்துடன், ஒரு பெண் சுதந்திரமாக இருந்தால் நல்லதுதானே. அவள் வேலைக்குப் போவாள், குடும்பச் செலவுகளில் பங்கேற்பாள்."

"இப்போதெல்லாம் கணவர் தன்னிடம் பேசுவதே இல்லை என்ற குறையுடன் இருந்த என் அம்மா, அதற்காக மிகவும் கவலையில் இருந்தார். தன்னுடன் பேசுமாறு ஒருநாள் என் அப்பாவைக் கேட்டார். தொலைக்காட்சியில் மூழ்கியிருந்த அப்பா கண்களை நகர்த்தாமல், "நாளை, நாளைக்கு உன்னிடம் பேசுகிறேன்" என்றார். அடுத்த நாள் மிகவும் சந்தோஷத்துடன் என் அம்மா காத்திருந்தார். என் அப்பா மௌனமாகவே இருந்தார். அவரைப் பார்த்து என் அம்மா, "நீ என்னதான் நினைத்துக்கொண்டிருக்கிறாய்?" என்று கேட்டார். சிறிது நேர மௌனத்திற்குப் பிறகு அவர் கூறிய பதில், "நானா, இதைத்தான் நினைக்கிறேன். பதினெட்டு ஆண்டுகளுக்கு முன்பே உன்னைக் கொல்லும் துணிவு எனக்கு இருந்திருந்தால், இப்போது தண்டனைக் காலம் முடிய இன்னும் இரண்டு ஆண்டு கள்தான் பாக்கி இருக்கும்."

"இது பயங்கரமாக இருக்கிறது" என்றான் ஓவியன்.

இதுபோன்ற தனிப்பட்ட கொலைவெறிகளை ஓவியன் வெறுத்து வந்தான். ஒருவரின் மரணம், எந்த வகையில் பிரச்சினைக்குத் தீர்வாக இருக்கும் என்பது அவனுக்குப் புரியவில்லை. அதுபோன்ற ஒரு நிலையை அவன் ஒருபோதும் கற்பனை செய்துகூடப் பார்த்த தில்லை. தன் மனைவி இரவில் வரத் தாமதமாகும்போதும், அவள் கார் ஓட்டும்போதும், அவனுக்குப் பயமாக இருக்கும். அவள்

நோய்வாய்ப் படுவதை அவனால் தாங்கிக்கொள்ள முடியாது. அவளைக் கவனித்துக்கொண்டதுடன் அறிவுரைகளையும் வழங்கு வான். ஒருவேளை, அவள் எப்போதும் உடல்நலம் இல்லாமல் இருந்திருந்தால், அவர்களிடையே மகிழ்ச்சியான இல்லறம் நிலவி யிருக்கும். உண்மையில் அவளை நேசிக்காமல் போனாலும்கூட, அவள் மீது இனங்காண முடியாத ஒருவிதமான பாசம், மெல்லிய கரிசனம் இருந்தது. இப்படித்தான் ஒருநாள் பனிச் சறுக்களின் போது, அவள் கையை முறித்துக்கொண்டாள். அப்போது அவர்கள் சுவிட்சர்லாந்தில் இருந்தனர். பைத்தியம்போல் உதவி நாடி ஓடினான். மருத்துவமனைக்கு அழைத்துச்சென்றதுடன் அதே அறையில் தற்காலிகக் கட்டிலில், அவள் அருகிலேயே படுத்துக் கொண்டான். இருப்பினும், அடுத்த நாள் காலையிலேயே இரு வருக்கும் இடையில் சச்சரவு ஏற்பட்டு, கையில் இருந்த சூடான காபியை அவன் மீது வீசப் பார்த்தாள். ஒருபோதும் அவளுக்குக் கெடுதல் செய்யவோ, அவளை அடிக்கவோ, அவளது வேலை களை முடிக்கத் தடை போடவோ அவன் முயன்றது கிடையாது. மேலும், தனக்கு அந்த நாட்டுப்புறக் கலை பிடிக்காமல் போனாலும் கூட அவளது கிராம இசை நிகழ்ச்சி ஒன்றை நடத்த அவளுக்கு உதவி செய்தான். நிகழ்ச்சி தயாரிப்பாளர் ஒருவரையும் அதற்கான அரங்கையும் ஏற்பாடு செய்து தந்தான். ஓர் ஆண்டு முழுவதும் ஆப்பிரிக்கா கலைஞர்களின் நிகழ்ச்சிகள் பலவற்றை நடத்தினாள். பிரான்ஸ், பெல்ஜியம், சுவிட்சர்லாந்து ஆகிய நாடுகளிலும் அவர் களை அறிமுகம் செய்யும் முயற்சியில் ஈடுபட்டாள். அவனிடமிருந்த முகவரிப் பட்டியலைப் பயன்படுத்தி அவனுடைய நண்பர்களை அழைத்துத் தான் எடுக்கும் முயற்சி வெற்றி பெற உதவி கோரினாள். இதுபோல் அவள் வேலையில் இருக்கும்போது அவளை எதற்கும் அவன் தொந்தரவு செய்ததில்லை. மாறாக, “எப்போதும் இதுபோல் ஏதாவது ஒரு வேலையில் அவள் இருக்க வேண்டும்” என்று நினைத்துக்கொள்வான். இசை நிகழ்ச்சி முடிந்ததும், தன் ஊரைச் சேர்ந்த கலைப் பொருட்களின் கண்காட்சி ஒன்றுக்கு ஏற்பாடு செய்யுமாறு கேட்டாள். அந்த முயற்சிக்கு எதிர்பார்த்த வெற்றி கிடைக்கவில்லை. இதற்கும் அவன் மீதே குற்றம் சுமத்தினாள். எனவே, நண்பர்கள் சிலரிடம் தங்கள் ஓவியங்களைத் தந்து உதவு மாறு கேட்டு, அவற்றை லாபநோக்கமின்றி விற்க முடிவு

செய்தான். அவ்வாறு செய்வது கடினமாக இருந்தது. ஏனெனில் அதற்கு ஒரு சங்கம் வேண்டும். ஒருவர் தன் நிறுவனத்தின் பெயரில் அந்தத் தொண்டு விற்பனை முயற்சியை எடுத்தார். அவ்வாறு நடந்த ஏலத்தின் மூலம் வந்த தொகையை, அவளது கிராமத்தை வளப்படுத்தவும் பள்ளிக்கூடம் ஒன்றைக் கட்டவும், குறிப்பாக அங்கு வசிக்கும் மக்களின் வாழ்க்கைத் தரத்தை மேம்படுத்தவும் பயன்படுத்திக்கொண்டாள்.

எந்த வேலையையும் தானே முன் வந்து செய்வதும் அதில் முனைப்பாய் இருப்பதும் அவளிடம் உள்ள முக்கியமான நல்ல இயல்புகளாகும். ஆனால், எடுத்த காரியத்தைக் கடைசிவரை முடிக்காததுதான் அவளிடம் உள்ள குறை. இடையிலேயே சலிப்பு ஏற்பட்டு எடுத்த முயற்சியைக் கைவிட்டு விடுவாள். ஒருவேளை அப்படி எடுத்த முயற்சி தவறான ஒன்று எனக் கருதியிருக்கலாம். ஒருநாள் அவளிடம், "இங்கே பார், நீ மட்டும் உன் ஊரைச் சேர்ந்த நல்லவன் ஒருவனை, அதாவது உன் மொழியைப் பேசுபவனாகவும் உன் மௌனங்களைப் புரிந்துகொள்பவனாகவும் இருக்கும் நபரைத் திருமணம் செய்திருந்தால் இதைவிட அதிக சந்தோஷமாக இருந் திருப்பாய்" என்று கூறினான்.

இதுகுறித்து அவன் ஆழமாகச் சிந்தித்து இருக்கிறான். தன் அனுபவத்தில், இது போன்ற கலப்பு மணத்தை ஆதரிப்பதை அவன் நிறுத்திக்கொண்டான். மாறுபட்ட சிந்தனைகளின் சங்கமம் பெரும் வளங்களை உருவாக்கும் என்பதை அவன் இனியும் நம்பத் தயாராக இல்லை. தம் குலத்துக்குள்ளேயே திருமணம் செய்துகொள்ளும் மூட வழக்கத்திலிருந்து விடுபட்டுத் தன் சமூகத்தை விட்டு வெளியே மணம் முடிப்பது மட்டுமே வெற்றிகரமான வாழ்க்கைக்கு உத்திரவாதம் என்பதையும் இப்போது அவன் நம்புவதாக இல்லை.

அவன் அடிக்கடிக் கூறுவதுபோல் இந்தப் பிரச்சினை இரண்டு பண்பாடுகளுக்கு இடையில் ஏற்படும் உரசல் இல்லை. மாறாக, அறியாமையினால் விளையும் உரசல். அவனுடைய மனைவி சார்ந்துள்ள சமூகத்தின் பண்பாட்டைப் பற்றி அவனுக்குத் தெரியாது என்பது உண்மைதான். அதன் மீது அவன் எப்போதும் ஆர்வம் காட்டியதில்லை. அவளுக்கும் அப்படித்தான்; அவள் பிறந்த ஊரைத் தவிர மொராக்கோவைப் பற்றி வேறு எதுவும் தெரியாது.

இதனால் ஏற்பட்ட உரசல் கடுமையான விளைவுகளைத் தந்ததுடன் கணவன் மனைவிக்குள்ளும், இருவரின் குடும்பங்களிலும் பல குழப்பங்களை உண்டாக்கிவிட்டன. இதனால் உண்டான விளைவு களைப் பற்றி எண்ணிப் பார்க்கவோ அவற்றைக் குறைவாக மதிப் பிடவோ அவன் ஒருபோதும் முயன்றது இல்லை. ஆனால், அவள் மீது காதல் இருந்தது. காதல் என்பது கண்மூடித்தனமானதாக இருந்தாலும் அல்லது அறிவார்ந்த நிலையில் ஏற்பட்டதாக இருந் தாலும் மனிதர்களின் செயல்களுக்கு அதன் மீது பழி சுமத்த முடியாது.

இமான் மீது சிந்தனை சென்றது. தன் மீது தனிப்பட்ட அன்பு இருப்பதாக அவள் கூறியிருந்தாலும், அவளை எப்படியாவது நிரந்தரமாகத் தன் அருகில் வைத்துக்கொள்ள வேண்டும் என்று நினைத்தான். அவள் அருகில் இருப்பது மனதைச் சில நேரங்களில் சூழ்ந்திருக்கும் பனி மூட்டத்தை விலக்க உதவுகிறது. அவனது கண்களுக்கு ஒரு தீட்டப்பட்ட ஓவியம்போல் தெரிந்தாள். அல்லது ஓவியக்கூடத்திலிருந்து வெளியே செல்ல விரும்பாத மாடல் பெண்ணாகவாவது தோன்றினாள். இது போன்ற உணர்வு ஏற் கெனவே ஒரு முறை அவனுக்கு ஏற்பட்டுள்ளது. அந்தக் கால கட்டத்தில் உருவப் படங்களை வரைந்து வந்தான். தன் கல்லூரிப் படிப்புச் செலவுக்காக அவனிடம் ஒரு பெண் மாடலாகப் பணி புரிய வந்திருந்தாள். அவள் வசீகரமானவள். தொழில்முறைக் கலைஞரைப்போல் ஆடாமல் அசையாமல் இருக்க முடிந்ததுடன் பேசவும் மாட்டாள். ஒருநாள் மாலை, இவ்வாறு அவளை வைத்து ஓவியம் வரைந்து முடித்த பின், குடிக்க ஒரு கோப்பை வைன் வேண்டுமெனக் கேட்டாள். இருக்கின்ற வெள்ளை, சிவப்பு ஆகியவற்றுள் பிடித்த வைன் வகையைத் தேர்ந்தெடுக்கும்படிச் சொன்னான். குடித்து முடித்ததும் அருகில் வந்த அவள், அவனைக் கட்டி அணைத்துக் கழுத்தில் முத்தமிட்டாள். அவளை மென்மை யாக விலக்கினான். தன் முன் நிற்கும் மாடல் பெண்களைத் தொடுவதில்லை என்ற கொள்கையுடைவன் அவன். ஆனால், அந்த இளம் பெண்ணோ தன்னை அளிக்கத் தயாராக இருந்தாள். இரண்டாவது முறையாக அவளைத் தள்ளிவிட்டதுடன் இன்னும் அந்த ஓவியம் முடியவில்லை என்றும் அவளைத் தொட்டுவிட்டால் வரைந்துகொண்டிருக்கும் ஓவியம் முழுவதும் பாழாகிவிடும்

என்றும் தன் நிலைப்பாட்டை அவன் விளக்கினான். கதவை ஓங்கி அறைந்து சாத்திவிட்டு வெளியேறிய அவள், அதன் பின் திரும்பவேயில்லை. ஓராண்டுக்குப் பிறகு தாகேர் அங்காடியில் அவளைச் சந்தித்தான். அவளைவிட வயதில் மூத்த நபர் ஒருவருடன் இருந்த அவள், அந்த நபரைத் தன் கணவன் என்று அறிமுகம் செய்து வைத்தாள். அவளிடம் "ஓவியக்கூடத்துக்கு வந்துபோங்கள். உங்களுக்குச் சேரவேண்டிய காசோலையை நீங்கள் இன்னும் பெற வில்லை. அதைப் பெற வந்தால் என் ஓவியத்தை முடிக்கவும் உங்கள் வருகையைப் பயன்படுத்திக்கொள்வேன்" என்றான்.

"தாராளமாக வருகிறேன். வருவதற்கு முன் உங்களுக்குத் தொலைபேசியில் தகவல் தருகிறேன்."

அடுத்த நாள் அவள் ஓவியக்கூடத்தில் இருந்தாள்.

"இப்போது நான் உங்கள் மாடல் இல்லை."

"யார் சொன்னது! நீங்கள் இன்னும் என் மாடல்தான். ஏனெனில் நான் அந்த ஓவியத்தை அரைகுறையாக விட்டு விட்டேன். அதை இப்போது முடிக்கப் போகிறோம். முடித்தபின் அந்த வெற்றியைக் கொண்டாடுவோம்."

அந்த ஓவியத்தை முடித்தான். அவள் அவனுடைய ஆசை நாயகியானாள். அது சிறிது காலம் நீடித்தது. அவள் குறைவாகவே பேசினாள். அவனும் அவளிடம் எதைப் பற்றியும் விசாரிக்க வில்லை. ஏறக்குறைய இயல்பான நடைமுறைபோல் அவர் களிடையே இந்த வழக்கம் உருவானது. வாரம் ஒருமுறை பிற் பகலில் வருவாள். அவனை முத்தமிடுவாள். ஆடைகளைக் களைவாள். சில நாட்களில் அவனது வேலையின் முக்கியக் கட்டத்தில் இருப்பான். கட்டிலில் அவனுக்காகக் காத்திருந்து பார்த்துவிட்டு, அவன் வரத் தாமதமாகும்போது, "நான் தனி யாகவே ஆரம்பிக்கப்போகிறேன்" என்று கேலி செய்வாள். வரைந்து முடித்ததும் கட்டிலில் அவளுடன் சேர்ந்துகொள்வான். உணர்வுகளுக்கோ பேச்சுகளுக்கோ இடமில்லாமல் வெறுமனே, தேவைப்படும் சுகத்துக்கும் சந்தோஷத்துக்கும் அந்த அருமையான பொழுது இன்பமயமாகக் கழியும். அவனுடைய வீட்டில் எப் போதும் அவள் குளித்ததில்லை. வேகவேகமாக உடையை அணிந்துகொண்டு அவனது காது மடலில் முத்தமிட்டுவிட்டுச்

சென்றுவிடுவாள். இத்தகைய நேரங்களில் அவன் சோர்ந்துபோய் இருந்தாலும் மனம் நிறைந்து இருக்கும். ஏற்கெனவே அந்தி சாய்ந்திருக்கும். குளித்து முடித்து வீடு திரும்புவான். யாருக்கும் அவன் மீது சந்தேகம் வர வாய்ப்பில்லை. அவனுடைய மனைவி யிடம் உறவுகொள்ள நேர்ந்தாலும் அவன் மீது எவ்விதச் சந் தேகமும் அவளுக்கு ஏற்பட்டதில்லை அல்லது அதைக் காட்டிக் கொள்ளவில்லை என்றாவது சொல்ல வேண்டும்.

ஒருநாள் அந்தப் பெண்ணின் கணவன் என்று அறிமுகம் ஆன அந்த நபர் இவனுடைய வீட்டுக்கு வந்திருந்தார். அந்த ஆள் வயதுக்கு மீறிய முதுமை அடைந்த தோற்றத்துடன் சோர்ந்து போய்க் காணப்பட்டார். முன்னதாக அறிவிக்காமல் வந்ததற்காக வருத்தம் தெரிவித்த அவர், கண்களைத் தாழ்த்திச் சோகமாகப் பேசினார்:

"நம்மைவிட்டு அவள் எங்கேயோ போய்விட்டாள். உங்களை அவள் பார்க்க வரும் விஷயம் எனக்குத் தெரியும். உங்கள் இருவரின் 'பகல் தூக்க' அனுபவங்களைப் பற்றி என்னிடம் கூறியிருக்கிறாள். எனக்குப் பொறாமையாக இருக்கும் என்றாலும் எதையும் காட்டிக் கொள்ளாமல் இருக்கப் பார்ப்பேன். எங்களுக்குள் முப்பது ஆண்டு வயது இடைவெளி. அது அதிகம்தான். என் வயதில் அவளிடம் நிபந்தனைகளை விதித்துக்கொண்டு இருக்க முடியாது. இப்போது அவள் நம்மைவிட்டுப் பிரிந்து சென்றிருப்பது யாருக்காகத் தெரியுமா? ஓர் இத்தாலிய நடிகைகாகத்தான். குச்சி போன்று மெலிந்து போன உடலுடன், களை இழந்து உம்மென்று இருக்கும் அந்தப் பெண்ணைப் பார்க்கச் சகிக்காது. என் சோகத்தைச் சிறி தேனும் உங்களுடன் பகிர்ந்துகொள்ளலாமே என்றுதான் உங்க ளிடம் இதைச் சொல்கிறேன்" என்று புலம்பினார்.

மது பரிமாறியபடி இதற்காக அந்த நபர் வருந்தக் கூடாது என்று அவருக்குப் புரிய வைத்தான்.

"அவள் ஒரு சுதந்திரமான பெண். தனக்குச் சரி என்று பட்டதை அவள் செய்கிறாள். அந்தப் பெண்ணுடனாவது அவள் சந்தோஷமாக இருக்கட்டும் என்று வாழ்த்துவோம்."

அத்தியாயம் 25

காஸாபிளான்கா, 25 ஜனவரி 2003

"திருமண வாழ்க்கையில், இருவரில் ஒருவர் அறிவாளியாக இருக்கிறார் என்றால் இருவரும் சந்தோஷமாக இருக் கின்றனர்." - செலீயாவின் பணிப் பெண்ணான பக்கீத்தா கூறியது.

கதவுக்கப்பால் இரகசியம், ஃபிரிட்ஸ் லாங்கின் திரைப்படம்

'நரகம்' என்று பேசப்படும் விஷயம் குறித்து அவனுக்கு எப்போதுமே அச்சம்தான். தங்கள் மண வாழ்க்கை நரகமாக மாறிவிட்டது என்றும் விவாகரத்து என்பது வாழ்க்கையில் நடை பெறும் கோரமான சம்பவம் என்றும், பிரிந்து செல்லுதல் என்பது ஒருவர் அடுத்தவர் மீது நிகழ்த்தும் கடும் வன்முறை என்றும் மக்கள் பேசிக்கொள்வதை அவன் கேட்டிருக்கிறான்.

விருந்து ஒன்றில் கலந்துகொண்டபோது நண்பன் ஒருவனைப் பற்றிய செய்தியை அறிந்து ஆச்சரியப்பட்டான். பிரான்ஸின் தென் பகுதியில் வசித்து வந்த அவன், ஒரு இசைக் கலைஞன். தன் பண்ணையை விட்டு வெளியில் வர அவன் விரும்புவதில்லை என்பதால் எப்போதாவது ஒரு முறைதான் இருவரும் சந்தித்துக் கொள்வது வழக்கம். அவன் விவாகரத்து செய்துவிட்டான் என்ற செய்தியை அறிந்து, அது குறித்து மேலும் தெரிந்துகொள்ள அவனைத் தொலைபேசியில் அழைத்தான்.

"ஆமாம், நான் விவாகரத்து செய்துள்ளது உண்மைதான். எல்லா வற்றையும் இழந்துவிட்டேன். என்னிடம் இருந்த அனைத்தையும் அவளுக்குக் கொடுத்துவிட்டதால் நான் பணம் எதுவுமின்றிதான் இருக்கிறேன். ஆனால், விலைமதிக்க முடியாத 'விடுதலை' என்ற ஒரு பெரும் பொருளைப் பெற்றுவிட்டேன். என் பணம் முழுவதும்

கரைந்துவிட்டாலும் என்னால் இப்போது நிம்மதியாய் சுவாசிக்க முடிகிறது. மேலும், பாரீஸில் வசிக்க ஓர் அறை கிடைக்குமா என்று நண்பர்களைப் போய்ப் பார்த்துவருகிறேன். பணம் எப்போது வேண்டுமானாலும் திரும்பக் கிடைக்கும். எதிர்வரும் ஆண்டுகளில் எனக்குப் பல இசை நிகழ்ச்சிகளுக்கான அழைப்பு வந்துள்ளது. ஆனால், என்னிடம் இருந்த வீடு, படகு, கார் எதுவும் இப்போது இல்லை. ஏதோ ஒரு நஷ்ட ஈடு போன்ற தொகை ஒன்றைக் கேட்டாள். அப்படி ஒன்று இருப்பதே எனக்குத் தெரியாது. அதாவது அவளுக்குச் செலுத்த வேண்டிய தொகைக்கு அப்பால், என்னைப் பிரிவதால் தனக்கு ஏற்பட்ட மான நஷ்டமாகப் பெரிய தொகை ஒன்றைக் கோரினாள். இப்படியாக எல்லாவற்றையும் இழந்து நிற்கும் என்னைப் பற்றி யார் கவலைப்படுவார்கள்!"

"ஒருவழியாக அந்தப் பிரச்சினை ஓய்ந்தது. இரண்டு வாரத்துக்கு ஒரு முறை சனி, ஞாயிறுகளில் என் மகனைப் பார்க்கிறேன். இதன் மூலம் என் வாழ்க்கையை மீட்க முடிகிறது. இப்போது நரகம் எவ்வாறு இருக்கும் என்பதைப் பற்றி மணிக்கணக்கில் என்னால் பேச முடியும். நரகம் என்று தெரிந்தும் அதிலேயே தொடர்ந்து வாழ்ந்து தாக்குதலுக்கு உள்ளாகி, உழல்வதற்குப் பதிலாக எல்லாவற்றையும் இழந்தாவது அதிலிருந்து வெளியேற முயல்வதுதான் உத்தமமானது. என்னைப் பொறுத்தவரை நான் தோல்வியைத் தழுவியவன். மேலும், நான் சொல்வதை யாரும் பெரிதாக எடுத்துக்கொள்வதில்லை. நான் உடல் அளவில் மட்டுமல்ல மனதளவிலும் தாக்குதலுக்கு உள்ளானவன் என்பதுடன் அதைப்பற்றி எல்லாம் முறையிடவும் எனக்கு உரிமை இல்லை. போகட்டும், நீதான் ஓவியனாக இருக்கிறாயே, எங்களைப்போல் தாக்குதலுக்குள்ளான ஆண்களைக் குறிக்கும் விதமாக ஓவியம் ஒன்றைப் படைத்து வழங்கலாமே. அது நிச்சயமாகப் புதுமையானதாக இருக்கும்! அட, இப்போதுதான் நினைவுக்கு வருகிறது, இதுபோல் வாழ்க்கையில் அடிபட்ட ஆண்களைப் பற்றிய திரைப் படங்கள்கூட இதுவரை வந்ததில்லை. யாரும் விவரிக்காத இந்த எதார்த்தமான விஷயத்தைத் திரையில் காட்டுவது நல்லது. சரி, உன் வீட்டில் போர்க்கொடித் தூக்கும் அந்த அழகிய பெண்ணுடனான உறவு எந்த அளவில் இருக்கிறது?"

அவளை நிரந்தரமாகப் பிரிவது என்ற முடிவுக்கு வந்திருப்பதாக ஓவியன் தெரிவித்தான். இருவரும் விவாகரத்துச் செய்யும் முடிவில் தான் இருப்பதாகவும், வழக்கறிஞர்கள்தான் இன்னும் ஒரு முடிவுக்கு வராமல் இருப்பதாகவும் தெரிவித்தான். இதைச் சொல்லிக்கொண்டு இருக்கும்போதே, திடீரென்று உணர்ச்சிவசப் பட்டான்; தொண்டையை அடைத்துக்கொண்டது. தொலைபேசி இணைப்பைத் துண்டித்துவிட்டு, 'வேலியம்' மாத்திரை ஒன்றை விழுங்கினான். பிறகு தன் வழக்கறிஞரைத் தொடர்புகொண்டான். அவனை எதற்கும் கவலைப்பட வேண்டாம் என்று கூறிய வழக் கறிஞர், சற்றுப் பொறுமையாக இருக்கும்படிக் கேட்டுக்கொண் டார். சூழ்நிலை தன் கட்டுப்பாட்டில்தான் இருக்கிறது என்று நம்பிக்கை தெரிவித்தார்.

ஆனால், சில நாட்களுக்குப் பிறகு, முன்னறிவிப்பு எதுவுமின்றி ஓவியக்கூடத்துக்குள் நீதித் துறை அலுவலர்கள் சிலர் உள்ளே நுழைந்தனர்.

"கலைஞர் என்ற முறையில் உங்களுக்குள்ள சொத்து மதிப்பைக் கணக்கிட இங்கு வந்திருக்கிறோம். இந்த இடத்திலும், வேறு இடங்களிலும் நீங்கள் வைத்திருக்கும் ஓவியங்களைக் கணக் கிட்டுப் பட்டியலிட வேண்டிய கடமை எங்களுக்கு உள்ளது. உங்கள் மனைவிதான் எங்களின் இந்த நடவடிக்கையைத் துரிதப் படுத்தியிருக்கிறார்கள். உங்கள் மீது எங்களுக்குப் பெருமதிப்பு உண்டு; நீங்கள் எங்களுடைய பெருமிதம். மன்னித்துக்கொள் ளுங்கள் எங்கள் கடமையைத்தான் செய்கிறோம்."

மறுப்பேதும் கூறாமல் அவர்களுக்கு வழிவிட்டான். பெரும் பான்மையான ஓவியங்கள் முற்றுப்பெறாமல் இருந்தன அல்லது கைவிடப்பட்டிருந்தன. நிலவறைக்கும் அவர்களை அழைத்துச் சென்று காட்டினான். நண்பர்கள் சிலர் அன்பளிப்பாக வழங்கிய ஓவியங்களும் அங்கு இருந்தன. எல்லாவற்றையும் குறித்துக் கொண்ட அவர்கள், அவசியமானால் மீண்டும் வருவதாகக் கூறி விட்டு விடைபெற்றனர்.

அன்று இரவு, இந்தச் சம்பவம் குறித்துத் தன் மனைவியிடம் பேச அவன் முயன்றான். ஆனாலும், மொராக்கோவில் நடை பெறவுள்ள கண்காட்சிக்கான அவசரப் பணியில் மும்முரமாக

இருந்ததால், பிரச்சினையைப் பெரிதாக்க விரும்பவில்லை. நடந்த சம்பவத்தால் தன் மனம் புண்பட்டு இருப்பதாகக் கூறி, சிறிது காலம் அமைதிகாக்குமாறு மனைவியிடம் கேட்டுக் கொண்டதோடு நிறுத்திக்கொண்டான். அவளிடம் சண்டையை வளர்க்க அவன் தயாராக இல்லை.

"உன் மீது எனக்கு நம்பிக்கை இல்லை, எனவே நான் சில முன்னெச்சரிக்கை நடவடிக்கைகளை எடுத்தாக வேண்டும். நாளையே நீ யாராவது ஒருத்தியுடன் ஓடிவிட்டால் நான் திக்கற்றுத் தெருவில் நிற்கவேண்டியிருக்கும். அப்படியான ஒரு நிலைமையா! அந்தப் பேச்சுக்கு இடமில்லை. அன்றைக்குக்கூட செயற்கையான வெள்ளை முடியுடன் திரியும் அந்தப் பெண் பின்னால் எப்படி நீ வழிந்துகொண்டிருந்தாய் என்பதைத்தான் பார்த்தேனே. இத்தனைக்கும் அவள் ஐம்பது ஆண்டுகள் வயது வித்தியாசம் என்று தெரிந்தும் உன் நண்பர்களில் ஒருவனைத் திருமணம் செய்துகொண்டிருப்பவள். எது வேண்டுமானாலும் நடக்கலாம், எனவேதான் நான் தற்காப்பு நடவடிக்கைகளை எடுக்கிறேன்."

"நீ எதற்கும் கவலைப்பட வேண்டாம். என்னை ஓவியம் வரைய விடு. பெரிய பணி ஒன்றை முடிக்க எனக்குக் கொஞ்சம் அமைதி தேவைப்படுகிறது. அவ்வளவுதான். இப்போது நான் நிறைய உழைத்துக்கொண்டு இருக்கிறேன்."

"என்ன, அமைதியா! உனக்கு அது ஒருபோதும் கிடைக்காது."

ஒருவரையொருவர் உளவுபார்க்கும் எதிரிகள்போல் ஓவியனும் அவனுடைய மனைவியும் வாழ்ந்துவந்தனர். அவன் வீட்டை விட்டு வெளியில் போனால்போதும், அவனது உடமைகளை ஆராய்ந்து பார்ப்பாள். கையில் கிடைக்கும் அத்தனைத் தாள் களையும் ஒளிநகல் எடுத்துவிடுவாள். அவற்றை உடனடியாகத் தன் வழக்கறிஞருக்கு அனுப்பிவைப்பாள். இது நடந்த அடுத்த சில வாரங்களில், ஓவியனின் படைப்புகள் புது வடிவம் எடுத்தன. மிகவும் பயங்கரமாகவும் ஆழமாகவும் இருந்தன. மரண தண் டனைக் கைதியின் கடைசி நாட்களைப்போல் இருந்தன என்றால் மிகையில்லை. இத்தகைய எதிர்ப்பு உணர்வினால் அவனுடைய கலை வளர்ச்சி கண்டது. இந்த மாற்றத்தை அவன் உணர்ந்திருந்தான். இந்தப் பிரச்சினை முடிந்ததும் சிறிது காலம் ஓய்வாக இருந்து

கழிக்க வேண்டும் என்று அவன் நினைத்தான். இமானை அழைத்துக்கொண்டு தீவு போன்ற ஓரிடத்திற்குச் செல்லலாம் என்று திட்டமிட்டான். ஆளரவமற்ற தீவுக்குச் செல்ல வேண்டும் என்ற அதீதக் கற்பனை எல்லாம் அவனுக்குக் கிடையாது என்றாலும், தொலை தூரத்திற்குச் சென்றுவிட்டால் தூய்மையான காற்றைச் சுவாசிக்க முடியும் என்பதோடு, தன் படைப்புக்கான சிந்தனையிலும் ஈடுபடலாம் என்று நினைத்தான். சரி, இதற்காக அவன் உலகின் ஒரு கோடிக்குச் சென்றாக வேண்டுமா?

அத்தியாயம் 26

காஸாபிளான்கா, 3 பிப்ரவரி 2003

"சில விஷயங்கள் வெளிப்படையாகத் தெரியாமல் மறைவாகவே இருந்தாக வேண்டும். உண்மை என்பதைக் கட்டிக் கொண்டு நாம் தேவையில்லாமல் துன்பப்படுகிறோம்."

இல்லற வாழ்க்கைக் காட்சிகள், இங்மார் பெர்க்மென்.

நீல நிற ஜெலாபா உடையில் அன்று பிற்பகலில் இமான் வந்துசேர்ந்தாள். குளியல் கூடத்துக்குச் சென்றுவிட்டு வந்த அவள், தன் பொருட்களைக் கீழே வைத்தாள். அவனுக்கு ஊசி போட்டாள். பிறகு நீண்ட நேரம் கை, கால்களைப் பிடித்துவிட்டாள். அவளிடமிருந்து நல்லதொரு மணம் வீசியது. அது நறுமணத் தைலத்தால் அல்ல. அது அவளது உடலில் இருந்து வெளிப்பட்ட இயற்கையான மணம். தங்கள் வாயில் வந்ததை எல்லாம் பேசி அரட்டை அடிக்கும் குளியல் கூடத்தில் சில மணி நேரங்களைச் சற்று முன்தான் கழித்திருக்கிறாள். தன் பொருட்களை எல்லாம் எடுத்து வைத்தபடியே பேசினாள்:

"உங்களுக்கு ஒரு காதல் கதை சொல்லப்போகிறேன். இது நானாக ஜோடித்ததில்லை. என் பகுதியில் இருந்த குளியல் கூடத்தில் சற்று முன் என் காதில் விழுந்த கதை. பொதுவாக, வெப்பமும் நீராவியும் நிர்வாணமும் சேர்ந்து கற்பனையையும் மனதையும் கட்டவிழ்த்துவிடும் இதுபோன்ற இடங்களில் பெண்கள் கண்டதையும் பேசுவது வழக்கம். ஆனால், நான் இப்போது சொல்லப்போகும் கதையில் கொஞ்சம் உண்மை இருக்கிறது என்று நினைக்கிறேன். இதை நன்றாகக் கேட்டு, நீங்களே ஒரு முடிவுக்கு வரப் பாருங்கள்."

தன் கணவனை விழுங்கிய ஹபீபா என்ற பெண்ணைப் பற்றிய கதையைக் கூறுகிறேன்.

தன் கணவனை என்றும் தன் அருகிலேயே வைத்திருக்க எண்ணிய ஹபீபா, அதற்காகத் திருமணமான அடுத்த நாளில் அவனையே சாப்பிட்டுவிட முடிவெடுத்தாள். முதலில் தன் இரையைப் பூனை ஒன்று முகர்வதுபோல் அவனை முகர்ந்து பார்த்தாள். அடுத்ததாக அவனை மெல்ல கொரித்துப் பார்த்தாள். பிறகு யாருடைய சந்தேகக்கண்ணும் தன் மீது பட்டுவிடக் கூடாது என்ற முன்னெச்சரிக்கையுடன் அவனைச் சாப்பிட ஆரம்பித்தாள்.

முதல் நாளன்று எளிதாக விழுங்கக்கூடிய உறுப்புகள் மீது அவள் கவனம் செலுத்தினாள். இரண்டாம் நாள், அவனை நீண்ட நேரம் வருடிக்கொடுத்துத் தூங்க வைத்தாள். அவனது அக்குள்களையும் இடுப்பின் கீழ் உள்ள அந்தரங்கப் பகுதி களையும் நாக்கால் நக்கினாள். பாதாம் பாலில் சில தூக்க மாத்திரைகளைக் கலந்து கொடுத்திருந்த போதிலும் அவ ளுடைய கணவனுக்கு அவ்வப்போது விழிப்பு வந்தது. அவனது குறி முழுமையாக எழும்பி நிற்க, புன்முறுவலுடன் அரைக் கண்ணால் பார்த்துக்கொண்டே அவள் விருப்பப்படி நடக்கட்டும் என்று சும்மா இருந்தான். ஹபீபாவுக்கு உற் சாகம் மேலிட, பாடலைத் தனக்குள் முணுமுணுக்கிறாள். தன்னுடைய ஆளைத் தான் விரும்பியபடி எல்லாம் ஆட்டு விக்க முடிவதில் திருப்தி அடைந்ததுடன், தனக்கு உள்ள ஆற்றலை அவளாலேயே நம்ப இயலவில்லை.

தங்கள் முதல் இரவு அனுபவங்கள் குறித்துப் பல பயங் கரமான கதைகளைத் தோழிகள் அவளுடன் பகிர்ந்துள்ளனர். எனவே உடலுறவின்போது நேரக்கூடிய மூர்க்கத்தைக் கண்டு பயம் ஏற்பட்டது. குறிப்பாக, உறவுக்குப் பின் படுக்கை விரிப்புகள் இரத்தம் தோய்ந்தவையாக இருக்கும் என்ற விவரிப்பு அவளுக்கு மேலும் அச்சமூட்டியது. சிறு வயது முதலே தன் பிறப்புறுப்பை வருடிக்கொள்ளும் வழக்கத்தை வைத்திருந்த அவளை மருத்துவர் ஒருவர் சோதித்துவிட்டு, அந்த இடம் கிழிந்து இருப்பதைத் தெரி வித்தார். அதனைச் சரிசெய்ய தையல் போடலாம் என்ற

மருத்துவரின் யோசனையை அவள் ஏற்கவில்லை. எந்த ஒரு ஆடவனுடனும் இதுவரைப் படுக்கையைப் பகிர்ந்து கொள்ளாததுதான் அதற்குக் காரணம்.

திருமண நாள் அன்று, பழமையான மரபில் வந்த பெண் ஒருத்தி நடந்துகொள்வதுபோல் அடிபணிந்து, அப்படி இருப்பதில் மகிழ்ந்து, நாணத்துடன், கண்கள் கீழ்நோக்கி யிருக்க, தன் கணவனுக்கே அந்த நேரத்தில் முழு அதி காரத்தையும் தந்து, தன்னையே முழுமையாக அவனிடம் ஒப்படைத்தாள். உண்மையில் அவளிடம் ஒரு திட்டம் இருந்தது. அடுத்த நாளுக்கான தன் திட்டத்தை நிறை வேற்றுதற்கு அவனது முழு நம்பிக்கையைப் பெற்று விடுவது என்பதுதான் அது. பளபளக்கும் பட்டுத் துணி யினாலான அவளது சரூவெல் என்னும் கீழ்ஆடையைக் கிழித்து, அவளுடைய கால்களை விரிக்கச் செய்து முரட்டுத் தனமாக உள்ளே நுழைத்தான். அவளுக்கு வலித்தது. ஆனாலும் அவனைத் தன் பக்கம் இழுத்து, அசைய முடியாத படி, நீண்ட நேரம் தன் மீதே இருக்குமாறு வைத்துக் கொண்டாள். அவன் வேகமாக விந்தினை வெளியேற்றி விட்டுப் பெருமிதம் கலந்த திருப்தியுடன் விடுவித்துக் கொண்டான். இருவரும் எதையும் பேசிக்கொள்ளவில்லை. அது போன்ற தருணங்களில் யாரும் அப்படி இருப்பது வழக்கம் இல்லை. குளியல் அறைக்குச் செல்ல அவள் எழுந் திருந்தாள். அவளது முழு வசீகரத்தைப் பார்த்த அவனுக்கு மீண்டும் ஒரு முறை கிளர்ச்சி ஏற்படவே, அவள் கையைப் பிடித்து இழுத்து அப்படியே கட்டிலின் மீது தள்ளினான். மறுபடியும், அவளை வருடிக் கொடுக்காமல், முத்தமிடாமல், அவளுக்குள் ஊடுருவி சுகத்தை அனுபவித்தான். அப்போது அவனிடமிருந்து வந்த முனகலில் இருந்து இப்படியான ஒரு மனைவியை அளித்ததற்காக இறைவனுக்கும் தன் தாய்க்கும் அவன் நன்றி கூறுவதை அவள் புரிந்துகொண்டாள். அந்த நேரம் பார்த்து பாதாம் பால் இருந்த பெரிய குவளையில் வெள்ளை நிறத் தூளினைக் கலந்தாள். அந்தப் பாலை அவன் ஒரே மூச்சில் குடித்துவிட்டான். அவள் எழுந்து குளியல் அறையில் இருந்து திரும்பி வந்து பார்த்தபோது அவன் ஆழ்ந்த உறக்கத்தில் இருந்தான்.

அடுத்த நாள் காலை உறங்கிக்கொண்டிருந்த கணவனை நீண்ட நேரம் பார்த்துக்கொண்டே இருந்தாள். சிறிது சிறிதாக அவனை விழுங்க வேண்டும் என்ற எண்ணம் எழுந்து அவளுக்கு உற்சாகம் ஊட்டியது. அவன் மீது இருந்த மோகம் அதிகரித்தது. உடல் வியர்த்து, நடுங்கியது. அவன் அருகில் சென்ற அவள், அவனது தோள்பட்டையிலிருந்து தொடங்கிக் கைகளால் தடவினாள். பிறகு உள்ளங்கைகளைச் சாப்பிட ஆரம்பித்தாள். விரல்களை ஒவ்வொன்றாகச் சப்பி முடித்து அவற்றைக் குதூகலத்துடன் கொறித்தாள். மூன்றாம் நாள், அவனது கைகள் முழுவதையும் சாப்பிட்டாள். நான்காம் நாள் அவனது பாதங்களையும் காலின் ஒரு பகுதியையும் தின்று முடித்தாள். ஐந்தாம் நாள் தலையைத் தனியாகக் கழற்றிப் பளிங்கு கோப்பை ஒன்றில் வைத்தாள். வளைகுடா நாட்டுக்குச் சென்று செல்வம் சேர்த்த தன் மாமா ஒருவரின் அன்பளிப்பு அது. ஆறாம் நாள், எஞ்சியிருந்தவற்றை மென்று முடித்தாள். ஆனால், அவனது அந்தரங்க உறுப்புக்கு மட்டும் எந்தப் பாதிப்பும் ஏற்படாமல் பார்த்துக்கொண்டாள். அதை ஒரு மாயப் பெட்டியில் போட்டு வைத்தாள். ஏழாம் நாள், அவளை மணம்முடித்தவனின் உடலில் வேறு எதுவும் மிஞ்சவில்லை. சொல்லப்போனால் அவனது முழு உடலும் அவளுக்குள் இருந்தது. இனி அது அவளுக்கு மட்டுமே சொந்தம். இத்தனைக்குப் பிறகும் ஹபீபா குண் டாகவுமில்லை. அவள் திருப்தி அடைந்ததுடன் தன்னைக் குறித்துப் பெருமிதமும் அடைந்தாள்.

ஒரு வழியாகத் திருமணம் வெற்றிகரமாக அமைந்துவிட்டது. அவளும் அவனும் சேர்ந்து இனி ஒருவராக இருப்பார்கள். யாருக்கும் எந்த மாற்றமும் தென்படவில்லை. திருமண விருந்து முழுவீச்சில் நடந்துகொண்டிருந்தது. அவளோ அவனைத் தின்று முடிப்பதில் மும்முரமாக இருந்தாள். அவனைச் சிறிது சிறிதாக முறைப்படி, கவனமாகச் சாப் பிட்டுக்கொண்டிருந்தாள். நீண்ட நாட்களுக்கு முன் ஒரு முறை அவள் அம்மா வழங்கியிருந்த அறிவுரையை அப்ப டியே பின்பற்றினாள். "கணவன் என்பவனைக் கவனமாகப் பாதுகாக்க வேண்டும், வேறு ஒருத்தியுடன் பங்கிட்டுக்

கொள்ளக் கூடாது. தனக்கு மட்டும் வைத்துக்கொள்வதற்கு அவனைத் தின்றுவிடுவதைவிடச் சரியான வழி எதுவும் இல்லை. எனக்குத் துரோகம் செய்தால், உன் உறுப்பு களை வெட்டிவிடுவேன், வேறு யாருடனாவது உன்னைப் பார்க்க நேர்ந்தால் உங்கள் இரண்டு பேரையும் அப்படியே கொன்று விழுங்கிவிடுவேன், என்றெல்லாம் அவனிடம் பேசிக்கொண்டிருப்பதிலோ, எச்சரிக்கை விடுப்பதிலோ, மிரட்டுவதிலோ எந்தப் பயனுமில்லை. நாம் முந்திக் கொள்ள வேண்டும். இல்லையென்றால் காலம் கடந்து விடும். ஆண்கள் எப்போதுமே தங்கள் காலடியில் நம்மை வைத்துக் கொண்டிருக்கும் வழக்கத்திற்குப் பழகிப்போன வர்கள்."

ஹபீபா தொடக்கத்திலிருந்தே ஒரு முடிவுடன் இருந்தாள். "என் கணவன் எனக்குரியவன். நான் அவனுக்குரியவள்" என்பதுதான் அந்த முடிவு. இந்நிலையில் அவனுக்கும் எனக்கும் இடையில் எவ்வித மன வேற்றுமையும் இருக் காது. அவனுக்கும் எனக்கும் இடையில் நூலிழை இடை வெளிகூட இருக்காது. என்றென்றும் நாங்கள் ஒருவராக இருப்போம். எங்கள் பந்தம் எவ்விதக் குறையும் கூற முடியாதவாறும் எந்தச் சந்தேகத்தையும் எழுப்ப முடியாத வாறும் முழுமையானதொரு பந்தமாகவும் இருக்கும், யாராலும் அதனைப் பிரிக்கவோ அழிக்கவோ முடியாது. அதுதான் நேசம், கண்மூடித்தனமான காதல். இதைத்தான் எந்தத் தாயும் தன் மகளுக்குச் சொல்லித் தருவது வழக்கம். நேர்மையான ஆண்கள் கிடைப்பது அரிது. எனவே தன் அருகிலேயே இருக்கவும் மற்றப் பெண்களின் வலையில் விழாமல் இருக்கவும் அதற்கான அனைத்து நடவடிக்கை களையும் மனைவி எடுத்தாக வேண்டியது அவசியமாகிறது.

தன் கணவனை ஹபீபா விழுங்கி விட்டதால் இந்தப் பூமிப் பந்திலிருந்து அவன் மறைந்துவிடவில்லை. தன் வேலைகளைக் கவனிக்கவும், பணிக்குச் சென்று சம் பாதிக்கவும், பிறகு எதையும் பார்க்காமல் நேராக வீடு திரும்புவதற்கும் ஏதுவாக அவனைத் தினமும் அவள் துப்பிவிடுவாள். அவளுடைய கைப்பாவையைப் போல்

ஆட்டுவிக்கப்பட்ட அவன் எங்குச் சென்றாலும் அவள் பின்தொடர்ந்தாள். தான் விரும்பும் நேரத்தில் மனித உரு வத்தைத் தந்தாள்; அவன் அவளது கட்டளைக்குப் பணிந்து நடந்தான்; வீடு திரும்பியதும் அவளுடைய கைகளின் மீது முத்தமிட்டு, பூங்கொத்து ஒன்றைப் பரிசளிப்பான். அடிக்கடி நகை அல்லது அழகான பட்டுத்துணியையும் பரிசளிப்பான். ஒரு நாளும் அவன் வெறுங்கையுடன் வீடு திரும்பியதில்லை. அவளோடு பேசும்போது பார்வையை மெதுவாகக் கீழ்நோக்கி செலுத்துவான். ஒருபோதும் குரலை உயர்த்திப் பேச மாட்டான். இரவு உணவு வேண்டும் என்று கேட்க மாட்டான். தன் தொழுகையை முடித்த பின், தன் மனைவியிடமிருந்து வரும் சைகைக்காக அவன் காத்திருப் பான். அவனை மீண்டும் பார்ப்பதில் அவள் மகிழ்ந்து போவாள். எதையும் பேசிக்கொள்ளாமல் இருவரும் சாப் பிடுவார்கள். இருப்பதில் நல்ல சுவையான உணவுகளை எடுத்து அவளுக்குப் பரிமாறினான். அவனது சேவையில் நயமும் மென்மையும் கலந்திருந்தன. அவன் நடந்துகொள் ளும் விதத்தையும் எதுவும் பேசாமல் மௌனம் காக்கும் பணி வினையும் அவள் வெகுவாகப் பாராட்டினாள். சாப்பிட்டு முடிக்கும் நேரத்தில் அவன் மீது மோகம் அதிகரிப்பதை அவள் உணர்ந்தாள். ஓரக்கண் பார்வைபோதும், அவளுடைய கணவன் எழுந்து அவளைப் பின்தொடர்ந்து அறைக்கு வந்துவிடுவான். அவனுடைய அழகான மனைவிக்காக எவ்விதமான எதிர்பேச்சும் பேசாமல் தன் சேவையைச் செய்ய, அதோ அவன் காத்திருந்தான். தனக்கும் மோகம் தலைக்கேறுவதை அவன் உணர்ந்தான். ஆனால், அவளோ உடனடியாக உடன்படவில்லை. அவனை ஏங்க வைக்க அவளுக்குப் பிடிக்கும். அவனைச் சுற்றி வருவதும், அவனது உறுப்பை விரல்களால் நீவி விடுவதோடு அவனுடைய எழுச்சி எவ்வளவு அதிகமாக இருக்கிறது என்பதை அளவிடு வதும், அவனை ஒரு விளையாட்டுப் பொருளாக மாற்றி மகிழ்வதும் அவளுக்குப் பிடிக்கும். அவளுக்குக் கீழ்ப்படிந்து அவளுடைய கை, வாய், பிறப்புறுப்பு ஆகியவற்றை முத்தமிட்டான். அப்போது அவன் அங்கு இருப்பது

அவளுக்குச் சேவை செய்ய என்பதுபோல் அவளுக்காகவே தன்னை முழுமையாக ஒப்படைத்திருந்தான். தன்னை உரிமை கொண்டாடும் மனைவிக்காக மட்டுமே அவனது பாலுணர்வின் ஆற்றல் முழுமையையும் சேமித்து வைத் திருந்தான்.

ஒருநாள், இரவு ஏதோ நினைவில் இருந்தான். அவளுக்கான இன்பத்தை அனுபவித்து உச்சத்தை எட்டுவதற்கு முன்ன தாகவே விந்தை வெளியேற்றிவிட்டான். உடனே ஹபீபா அவனது முகத்தில் பலமாக ஓர் அறை விட்டாள். அன்று முதல் தன்னை முழுமையாக அவளிடம் ஒப்படைத்து அதிகச் சிரத்தையுடன் உடலுறவு கொண்டான், உடலுறவில் கலந்துகொள்ளும் அவளது மனம் அவனது ஆசையைத் தூண்டிச் செயல்பட வைக்கும். தன் உடலிலிருந்து எழும்பும் வாசத்தை அவன் முகருமாறுச் செய்வாள். தன் சதை, தன் அந்தரங்கப் பகுதிகள், அக்குள்களில் இருந்து வீசும் இயற்கையான மணம், தன் மேனி மடிப்புகள் ஆகியவற்றிலிருந்து எழும்பும் மணம் ஆகியவற்றையும் முகரச் செய்வாள். ஒரு முறை பாலைவனக் கூடாரம் ஒன்றில் அவள் இருப்பதாகக் கற்பனை செய்தான். அந்த இரவு நேரத்தில் முகத்திரை அணிந்த அவளது முகம் தெரிந்தது. விரிப்பின் மீது புரண்டபடியே தன் முகத்திரையை விலக்கி விட்டு, தன் நாக்கால் அவனது அந்தரங்க உறுப்பினைக் கவ்வி, சப்பத் தொடங்கினாள். சில நேரங்களில் மூச்சு முட்டும் அளவு விழுங்கவும் செய்தாள். வேறு ஒரு முறை, கீழே குனிந்தபடி உட்கார்ந்த நிலையில் காலைக்கடனை கழித்துக்கொண்டிருப்பது போன்ற ஒரு கோலத்தில் அவளைப் பார்த்தான். அவளுக்குத் தெரியாமல் பின்பக்க மாகப் போய் அவள் மீது ஏறினான். அதற்காக ஏங்கி நிற்கும் பெண்ணைப்போல் முனகலுடன் அவள் ஒத்துழைத்தாள். தங்கள் கால்களின் உதவியுடன் முழுமையானதொரு இணைக் கத்துக்கு வரும்வரை அவர்கள் இருவரும் பின்னிப்பிணைய வேண்டி இருந்தது. உடலுறவின்போது இருவரும் அரி தாகவே பேசிக்கொண்டனர். இருவரும் முழு மூச்சாகச் செயலில் ஈடுபடுவது, உறவுகொள்வது, அதன் பிறகு

ஒருவர் மீது ஒருவர் தூங்கிப்போவது என்ற அளவில் அது முடியும். அவர்கள் இருவரும் ஒருவர் என்பதுடன் ஒரே ஆளாகவே மாறிப்போனார்கள். எந்த நேரத்திலும் அவள் மீது ஆதிக்கம் செலுத்த அவன் முயன்றதில்லை, அதனை அவள் சகித்துக்கொள்ள மாட்டாள் என்பது அவனுக்குத் தெரியும். அவனை வெளியில் துப்பும் ஒவ்வொரு முறையும் தன் விருப்பங்களையும் தன் கற்பனையில் உதித்துள்ள திட்டங்களையும் அவனுக்குத் தெரிவிப்பாள். தன் கணவனை அனுபவிக்க வேண்டும் என்ற எண்ணம் உதித்தவுடன் அவனை எழுப்பி ஆசையைத் தீர்த்துக்கொள்வாள். சில நேரங்களில் உடலுறவு முடிந்ததும் வேறு அறைக்குப் போய் தூங்கும்படிக் கணவனிடம் கூறுவாள். அவன் எவ்வித மறுப்பும் தெரிவிக்க மாட்டான். அதற்கு அவளுக்கான நியாயங்கள் இருக்கும் என்பதை அறிந்தவன் அவன். அவளுடைய கணவன் அவளுக்கு மட்டுமே உரியவன் என்பதுடன் யாரும் அவளிடமிருந்து பிரித்து அவனைக் கடத்திவிட முடியாது.

ஹபீபாவும் அவளுடைய கணவனும் சேர்ந்து அமைத்த இல்லற வாழ்வு எல்லோருக்கும் முன்மாதிரியானதாக இருந்தது. அவளுடைய தோழிகள் அவள் மீது பொறாமை அடைந்தனர். கணவன் - மனைவியிடையே உள்ள இத் தகைய அற்புதமான நல்லிணக்கத்தின் இரகசியம் என்ன என்றுகூட அவளிடம் விசாரித்தனர். ஹபீபா அவர்களுக்குப் பொறுமையாகப் பதிலளித்தாள். "அவன் என்னை நேசிக் கிறான். அதுதான் இரகசியம். நாங்கள் ஒருவரையொருவர் நேசிக்கிறோம். அவ்வளவுதான்." இந்தப் பதில் அவர் களுக்குத் திருப்தியளிக்கவில்லை. ஏனெனில் அவர்கள் எப் போதும் தங்கள் கணவர்களுடன் சண்டையிட்டுக்கொண் டிருந்தனர். கணவன்மார்கள் தங்களை ஏமாற்றுவதாகவும் குடும்பத்திற்குச் செலவிட வேண்டிய பணத்தைக் கேளிக்கை விடுதிகளிலும் மதுக்கூடங்களிலும் விலைமாதர்களிடத்திலும் வீண் செலவு செய்வதாகவும் அவர்கள் உறுதியாக நம்பினர். எனவே, மீண்டும் அவர்கள் ஹபீபாவிடமே திரும்பி வந்தனர். இன்னும் விரிவாக விளக்க முடியுமா என்று

கேட்டனர். அவர்களுக்குச் சில உத்திகளைச் சொல்லி தந்தாள். "கணவனைத் தக்கவைக்க, அவன் தப்பிச்செல்லும் நாள் வரை நாம் காத்திருக்கக் கூடாது. முதல் இரவி லிருந்தே கவனமாக இருந்து அவனைக் கைக்குள் போட்டுக் கொள்ள வேண்டும். வீட்டை விட்டு வெளியில் கணவன் போய்விட்டான் என்றால் அவனை நீங்கள் இழந்துவிட்ட தாகப் பொருள். உங்கள் பிடியில் இருந்து அவனை ஒரு போதும் விடுவிக்கக் கூடாது. அப்போதுதான் அவன் வெளியில் போனாலும் உங்களுக்கு உரியவனாக, உங்க ளுக்கு மட்டுமே உரியவனாக இருப்பான்."

ஹபீபா ஏதாவது ஒரு மந்திரவாதியின் ஆலோசனையைப் பெற்றிருப்பாளோ என்ற தன் சந்தேகத்தை லாமியா என்ற தோழி எழுப்பினாள். ஹபீபா அதனை உடனே மறுத்தாள். "இல்லவே இல்லை. மந்திரவாதிகள் எல்லாம் பித்தலாட்டக்காரர்கள். அது போன்ற அபத்தமான, கேலிக் கூத்தான செயல்களில் ஈடுபடுவதில் பயனில்லை. என் திட்டம் தனித்துவமானது. அதற்கு கைமேல் பலன் கிடைத் துள்ளது. என் அம்மா எனக்குச் சொல்லித் தந்தது. என் அப்பா மிகவும் அன்பானவராகவும் மிகவும் கீழ்ப்படிந்தவராகவும் இருந்தார். என் அம்மாவை அவர் மிகவும் நேசித்து வந்தார். எதுவும் பேச மாட்டார். என் அம்மா சொல்லித் தந்ததைத்தான் நான் அப்படியே கடைப்பிடித்தேன். இதில் எவ்வித தயக்கமோ தடுமாற்றமோ இருக்கக் கூடாது. அவனா நானா என்பதுதான் கேள்வி. ஆகவே, அது நானாக இருப்பது நல்லது இல்லையா? நான் செய்து முடித்த இந்தச் சாதனையில் எனக்குப் பெருமைதான்.

என்னைப் பொறுத்தவரை, முதல் இரவு மிகவும் முக்கிய மானதாகும். அடுத்த நாளைக்குப் பார்த்துக்கொள்ளலாம் என்று காத்திருக்கக் கூடாது. "தெக்ஷுஷா"வுக்குள் (முதலிரவு அறை) அவன் நுழைந்த அடுத்த நொடியே, நெடிய உருவம், திரண்ட உடல் அமைப்பு ஆகியவற்றுடன் அவன் இருந்தபோதிலும், என் கைகளில் சிக்கியிருக்கப்போகும் ஒரு ஆட்டுக்குட்டியாகத்தான் அவனைப் பார்த்தேன். இனி இந்த ஆடவன் எனக்குச் சொந்தமானவனாக இருப்பான் என்று எண்ணினேன். ஆனால், அவன் முரண்டு பிடிக்கும்

வகையாகத் தெரிந்தது. அதனால் அவனையே உற்றுப் பார்த்தேன். இதன் மூலம் அவனது பார்வையைக் கீழ் நோக்கும்படிச் செய்துவிட்டேன். அதன் பின் மற்றவை எல்லாம் எளிதாகிவிட்டது. ஆண் ஒருவன் பார்வையைக் கீழ்நோக்கிச் செலுத்திவிட்டால் போதும், பிறகு அவனை விழுங்க வேண்டியதுதான் பாக்கி. அவன் உங்களுக்கு உரிமையானவனாகிவிடுவான். கஷாயம், ஊதுபத்தி, சூனிய வாசகம் எதுவும் தேவையில்லை. முயற்சி இருந்தால் போதும். பாதாம் பாலில் சிறிதளவு வெள்ளைத் தூளைக் கலந்துகொடுத்தால்போதும். இதைத்தான் என் அம்மா எனக்குச் சொல்லித் தந்தாள்.

"அப்படியா, இந்த வெள்ளைத் தூள் எதற்காக?" என்று தோழி பாத்திமா கூச்சலிட்டாள். "நாங்கள் அனுபவிக்கும் துன்பங்களுக்குப் பக்கத்துணையாக நீ இருக்க வேண்டும். நீ மட்டும் இந்த நரகத்தில் இருந்து விடுபட்டாய், நாங்கள் கிழிந்த கந்தலாய் வாழ்ந்துவருகிறோம். எங்கள் கணவன் வீடு திரும்பும்போது, தான் குடித்திருப்பதும் தன் உறுப்பில் உள்ளதையும் கையிலுள்ள பணத்தையும் வேறு ஒருத்திக் கறந்திருப்பதும் யாருக்கும் தெரியாது என்ற நம்பிக்கையில் வருவான். அவனுக்காக நாங்கள் காத்துக்கிடக்க வேண்டி யிருக்கிறது."

"நான்தான் உங்களுக்கு ஏற்கெனவே பலமுறை சொல்லி யிருக்கிறேன். உங்கள் விஷயத்தில் நான் எதுவும் செய் வதற்கில்லை. அதற்கான காலம் கடந்துவிட்டது. முதல் நாளிலேயே பாம்பின் தலையை வெட்டியிருக்க வேண்டும்."

"நீ எந்தப் பாம்பைப் பற்றிப் பேசுகிறாய்? நாங்கள் திரு மணம் செய்திருப்பது ஆண்களை; பாம்புகளை இல்லையே!"

"நீங்கள் ஏமாந்துவிட்டீர்கள். இனி என்னால் எதுவும் செய்ய முடியாது."

தோழிகள் ஹபீபாவை விடுவதாக இல்லை. அவளைச் சூழ்ந்துகொண்டு, "உன்னிடம் இருக்கும் அந்த இரகசியத்தை வெளியிடாமல் இங்கிருந்து நீ போக முடியாது" என்று கூறிவிட்டனர்.

"சரி, இவ்வளவு வற்புறுத்திக் கேட்பதால் நீங்கள் செய்ய வேண்டியதை உங்களுக்குக் கூறுகிறேன். உங்கள் கணவரை நீங்கள் சாப்பிட வேண்டும். ஆமாம், அப்படியே விழுங்க வேண்டும். உங்கள் உடம்புக்குள் அவனைச் செலுத்தி அங்கேயே நிரந்தரமாக வைத்துக்கொள்ள வேண்டும். நான் அதைத்தான் செய்தேன். அது எனக்குப் பலனைத் தந்தது. ஆனால், உங்கள் விஷயத்தில், நான் ஏற்கெனவே குறிப்பிட்டதைப்போல் காலம் கடந்துவிட்டது. உங்கள் கணவன் மார்கள் இப்போது மிகவும் தோல் தடிப்பானவர்களாகச் சாப்பிட முடியாத அளவுக்குக் கெட்டியாக மாறிவிட்டனர். இனி அந்தக் காலத்துக்குத் திரும்பிப் போக முடியாது!"

"என்ன சொல்கிறாய். நீ உண்மையிலேயே அவனை விழுங்கிவிட்டாயா?"

"ஆமாம். முழுமையாக விழுங்கிவிட்டேன். அவன் இப்போது எனக்குள்தான் இருக்கிறான். நான் விரும்பினால்தான் அவன் வெளியே வருவான். எனக்கு வேறு வழியில்லை. இப்படித்தான் இருந்தாக வேண்டும். இல்லை என்றால் அவர்கள் விருப்பப்படி எல்லாம் ஆட்டுவிக்கப்பட்டு அவர்களுடைய கட்டளைகளுக்கு அடிபணிந்து நாயைப்போல் அவர்களது தயவில் வாழச் சம்மதிக்க வேண்டும். மேலும் அவர்களுடன் ஒருபோதும் நமக்கு உச்சக்கட்ட சுகம் கிடைக்காது."

"அவனுடன் சேர்ந்து பிள்ளைகளைப் பெற்றுக்கொள்ளப் போகிறாயா?"

"இப்போதைக்கு அந்த எண்ணமில்லை. அவனை முடிந்த அளவுப் பிழிந்துகொண்டிருக்கிறேன். பிறகு பார்த்துக் கொள்ளலாம். குழந்தைகள் பெற்றுக்கொண்டால் பிறகு அவன் என்னை விட்டுத் தப்பித்துச் செல்வதற்கான அபாயம் இருக்கிறது. இவ்வாறு முழுமையாக அடிபணிந்து இருக்கும் இந்த நிலையை நீடிக்க நான் வேறொரு திட்டத்தைக் கண்டுபிடித்தாக வேண்டும். என் அம்மாவைத்தான் கேட்டாக வேண்டும். அவர் தன்னுடைய அம்மாவைக் கேட்டுச் சொல்வார். விரைவாகச் செய்தாக வேண்டும். ஏனெனில் என் பாட்டி இறக்கும் தறுவாயில் இருக்கிறார்."

சில நாட்கள் கழித்து, தன் பாட்டியைக் காண ஹபீபா சென்றாள். அவர் தொண்ணூறு வயது கடந்த மூதாட்டி. குள்ளமான தோற்றம். மெலிந்து போய் வறண்ட தேகத் துடன் இருந்த அவருடைய கண்கள் மட்டும் இன்னும் பிரகாசமாக இருந்தன. எதையும் மறைக்காமல் வெளிப் படையாகப் பேசினார்:

"ஆண்கள் எல்லோரும் கோழைகள் மட்டுமல்ல, அயோக் கியர்கள், அவர்களை நீ கட்டுக்குள் வைத்திருக்காவிட்டால், உன்னை மோசமான நிலையில் தள்ளிவிடுவர். திருமணச் சடங்கு என்பது என்ன தெரியுமா? நல்ல உணவு, நறுமணச் சாறு, ஊதுவத்திகள், அழகான உடைகள், வாக்குறுதிகள், பாடல்கள் என இன்னும் பல விஷயங்களுடன், இசையின் பின்னணியில் கொண்டாடப்படும் ஒரு போர் அறிவிப்பு. ஒருவனைப் பிடித்து வைக்க ஒரே வழிதான் உள்ளது. அது அவனை விழுங்கி விடுவதுதான்." இதைக் கூறும்போது கைகளைக் குவித்து திறந்திருந்த வாயின் அருகில் கொண்டு சென்றார். "சிலரிடம் இப்படிச் செய்ய முடியாது. அது போன்ற சமயங்களில் நம்பிக்கையை மட்டும் கைவிடக் கூடாது. வேறு வழிகள் இருக்கின்றன. உன் தாத்தாவை எடுத்துக்கொள். அந்த ஆள் யாரும் சாப்பிட முடியாதபடி உருமாறியிருந்தான். பாறையைப்போல் உறுதியாக இருந் தான். அவனுடைய உடலில் இருந்து எந்தப் பாகத்தையும் என்னால் மெல்ல முடியவில்லை. எனவே, பல மாதங்கள் அவனுடைய அடிமையைப்போல் இருப்பதாகக் காட்டிக் கொண்டேன். அவன் விருப்பம் அனைத்துக்கும் கட்டுப் பட்டேன். அவன் எதிரில் மிகவும் பணிவாகக் குனிந்து பணிவிடை செய்தேன். அவன் என்னிடம் கேட்ட எதையும் செய்ய மறுத்தது இல்லை. அவனுக்கு எதுவெல்லாம் பிடிக்கும் என்று நினைத்தேனோ அதையெல்லாம் செய்து வந்தேன். அடுத்த சில மாதங்களில் நான் காட்டிய மேற்கண்ட அக்கறைகளின் பயனாகவும் நான் கொடுத்த பயிற்சியின் விளைவாகவும் என்னுடன் மட்டுமே சுகம் அனுபவிக்க முடியும் என்ற நிலைக்கு ஆளானான். இதைத்தான் நான் ஒருவனைத் தன் கைக்குள் வைத்துக்கொள்வது என்கிறேன்.

எனக்கு அவன் ஒருபோதும் துரோகம் செய்ததில்லை. அது எனக்கு உறுதியாகத் தெரியும். ஏனெனில் நிறையப் பணம் கொடுத்து ஒற்றர்களை வைத்திருந்தேன். வீட்டை விட்டால் கடை. கடையை விட்டால் வீடு. தங்கள் கணவன்மார் களுக்குத் துரோகம் செய்யும் பெண்கள் யாரிடமும் தவறியும் அவன் போனதில்லை. போகவும் மாட்டான். அத்தகைய யோசனையே அவனுக்கு வராதபடி அவனை மாற்றி இருந்தேன். அவன் சாகக் கிடந்தபோது, நான் இல்லாமல் சொர்க்கத்தில் சோகமாக இருக்க நேரிடுமே என்று இரவு முழுவதும் புலம்பிக்கொண்டிருந்தான். இறைவன் அவனைச் சொர்க்கத்துக்கு அனுப்பினானா என்பது தெரியவில்லை. என்றாலும் அவன் எங்கு இருந்தாலும் என்னை எதிர் பார்த்தபடியேதான் இருப்பான் என்பது மட்டும் எனக்குத் தெரியும். அவனுடன் போய்ச் சேர்ந்துகொள்ள எனக்கு ஒன்றும் அவசரமில்லை. நான் இன்னும் சில ஆண்டுகள் வாழ வேண்டி இருக்கிறது. இன்னும் சில ஊர்களுக்குப் பயணம் செய்யவேண்டியிருக்கிறது. அவன் பொறுமையாய் இருக்கும்படி இறைவன் நிச்சயமாகப் பார்த்துக்கொள்வான்.

"இப்படித்தான் திருமண வாழ்க்கையை வெற்றிகரமாக அமைத்துக்கொள்ள வேண்டும் என்பதை மட்டும் மறந்து விடாதே. மேலும் உன் கண்காணிப்பில் தேக்க நிலை ஏற்படும்போது உன் கணவன் அதைத் தனக்குச் சாதகமாகப் பயன்படுத்திக்கொள்வான் என்பதை நன்றாக நினைவில் நிறுத்திக்கொள். இது ஒரு சிறிய போர். இதனை மௌன மாக இருந்து வெற்றி பெற வேண்டும். கூச்சல் போட ஆரம்பித்தால்போதும் உன்னிடம் இருக்கும் வாதங்கள் வற்றிப்போகும். பிறகு அதுதான் தோல்வியின் தொடக்கம் என்றாகிவிடும். என்னைச் சுற்றிலும் இருக்கும் மக்கள் அனைவரும் தோல்வி கண்டவர்கள்தான். பெண்கள் எல் லோரும் அழுதுகொண்டிருக்கும்போது ஆண்கள் மட்டும் வெற்றிக் களிப்பில் மிதக்கின்றனர். இது சரி இல்லை. என்னைப்போல் எல்லோரும் நடந்தால்போதும். அனைத்தும் நிரந்தரமாக மாறிவிடும்."

பாட்டி கூறியதை ஹபீபா கேட்டுக்கொண்டாள். அவள் கற்றுத் தந்த பாடத்தை மனதில் பதித்துக்கொண்டாள். ஓராண்டு கழிந்தது. அவளுக்கு ஒரு விதமான களைப்பும் அலுப்பும் ஏற்பட்டது. அடிமைக் கணவன் மீது இருந்த ஆர்வம் மங்கியது. சைகை காட்டினால்போதும் உடனடியாக அவளுக்குச் சுகம் தரத் தயாராக இருந்தான். எனினும் சில நேரங்களில் அவளுக்குக் குமட்டல் ஏற்படும் அளவு சலிப்பு உண்டானது. இத்தனைக்கும் அவள் கர்ப்பமாகவும் இல்லை. இது ஒரு வகையான சோர்வு கலந்த அலுப்பு. எதைச் சொன்னாலும் செய்யக்கூடிய, எதற்கும், எப்போதும் தயாராக இருக்கக்கூடிய ஒருவன், அவளுக்கு மட்டுமே தன்னை அர்ப்பணித்த ஒருவன், உப்புச் சப்பில்லாத உணவைப் போன்றவன். எந்த ஒரு சுவாரசியமான திருப்பு முனையும் இல்லாத வாழ்க்கை அது.

இந்த நிலையை மாற்றியமைக்க ஹபீபா செயலில் இறங்கினாள். கணவனை விழுங்கிய மனைவியாகத் தன் கனவுலகில் சில மாற்றங்களைச் செய்ய முடிவு செய்தாள். அவனைச் சிறிதளவு வாந்தி எடுக்குமாறு அவளுடைய அம்மா ஆலோசனை கூறினாள். இது அடுத்தக் கட்டத்துக்குப் போக வேண்டிய நேரம் என்று அவள் கருதினாள். அதாவது அவனுக்குக் கொஞ்சமாக விடுதலை அளித்து வெளியில் எங்காவது செல்ல அனுமதிக்க வேண்டும். அவனாக ஏதாவது ஒரு இடத்துக்குப் போகும்படி வைத்து யாராவது ஒரு இளம் பெண்ணுடன் அவனை உறங்க வைத்து, அதன் மூலம் மீண்டும் அவனுக்குக் காம உணர்ச்சியைத் தூண்ட வைக்கலாம்.

அம்மாவின் அறிவுரையின்படி நாள் முழுவதும் அவள் வாந்தி எடுத்துக்கொண்டிருந்தாள். இரவானதும் உடல் இலகுவானதாக உணர்ந்தாள். சில நாட்கள் சென்றதும் அவளுடைய கணவன் எதிரில் வந்து முற்றிலும் சுதந்திர மனிதனாக நின்றான். ஆனால், அவனை அவள் பார்க்கவில்லை. முன்பு போல் அவன் மீது அவள் ஆர்வம் கொள்ளவில்லை. அவனைத் தன் உடலில் இருந்து அப்புறப்படுத்தியதில் திருப்தி

அடைந்தாள். இனியும் அவனைத் தன் கட்டுப்பாட்டில் வைத்திருக்கப் போவதில்லை என்று கூறி அவனைப் புறப்பட்டுச் செல்லுமாறு சொன்னாள்.

புதிதாக ஒருவனை விழுங்க ஹபீபா முடிவு செய்தாள். உடல்நலமில்லாமல் படுக்கையில் கிடந்த தன் பெரியப்பா மகளின் கணவனைக் குறிவைத்தாள். அவனுக்கும் தடைப்பட்டுப் போன தாம்பத்திய வாழ்க்கைக்கு இதன்மூலம் இடைக்கால நிவாரணம் அளிக்க முடியும் என்று நினைத்தாள். இதனைத் தெரிந்துகொண்ட பெரியப்பா மகள், சாகும் முன் ஹபீபாவை அழைத்து எச்சரிக்கை செய்தாள். "உனக்கு இப்போதே சொல்லிவைக்கிறேன். அவன் மிகவும் மூர்க்கமானவன். அவனை விழுங்குவது கடினம். முதல் இரவில் அவனை விழுங்க முயற்சி செய்யாதே. உனக்குக் கடுமையான செரிமானக் கோளாறு ஏற்பட்டு விடும் அபாயம் உள்ளது. என்னைக் கொஞ்சம்கொஞ்சமாக கொன்றுகொண்டிருக்கும் நோய்க்கான காரணம் அதுதான். இதை யாரிடமும் சொல்லாதே. எச்சரிக்கையாக இரு!

ஆனால், அசாதாரண அழகைப் பெற்றிருந்த ஹபீபா, அந்த இளம் வாலிபனின் தந்திரங்களையும் உறுதியையும் முறியடித்து தன் வழிக்குக் கொண்டுவந்தாள். அவனை விழுங்கித் தன் கைப்பாவையாக மாற்றி விரும்பியவரை அனுபவித்தாள். இதே முறையை மற்ற பெண்களும் பின்பற்றினர். இப்படித்தான் ஆண்களை விழுங்கும் பெண் சமூகம் உருவாகியது. அன்றிலிருந்து பெண்களால் விழுங்கப்பட்ட ஆண்கள் தங்கள் பேச்சுரிமையை இழந்து நிற்கும் இந்தச் சமூகத்தில் இன்றுவரை அமைதி நிலவி வருகிறது.

இக்கதையைச் சொல்லி முடித்த பின் சிறிது நேர மௌனத்துக்குப் பிறகு இமான் வாய்விட்டுச் சிரித்தாள். ஓவியனும் சிரித்தான்.

"உண்மையிலேயே இந்தக் கதையைக் குளியல் கூடத்தில் நீங்கள் கேட்டீர்களா? எனக்கென்னவோ இது உங்கள் கற்பனையாக இருக்குமோ என்று நினைக்கிறேன். இதை நீங்கள் எழுத வேண்டும். அப்படியே இதனை விரிவுபடுத்தி ஒரு புதினமாக மாற்றலாம். நிச்சயம் இதற்கு நல்ல வரவேற்பு இருக்கும்."

சிறுமியாக இருந்த காலம் முதலே கதை எழுத வேண்டும் என்ற ஆசை இமானுக்கு உண்டு. அதை மற்றவரிடம் சொல்லத் தயங்குவாள். ஆனால், வாய்ப்புக் கிடைக்கும்போது கதைகளைச் சொல்லத் தொடங்குவாள். இரவில் தூக்கம் வராதபோது கற்பனையில் மிதப்பாள். ஜன்னல் வழியே வானத்தைப் பார்த்துக் கொண்டிருப்பாள். நட்சத்திரங்களை எண்ணிக்கொண்டிருப்பாள். மேகங்களுக்குப் பெயரிடுவாள். அவற்றில் சில கதாபாத்திரங்கள் அவள் கண்களுக்குத் தெரியும், அவற்றுக்கான பணிகளை ஒதுக்குவாள்.

அன்றைக்கு அவனிடம் இருந்து விடைபெற்றுப் புறப்படும் முன் கீழே குனிந்து ஓவியனின் காதருகில் கிசுகிசுத்தாள்:

“நீங்கள் சொல்வது உண்மைதான். இந்தக் கதையை யாரும் குளியல் கூடத்தில் சொல்லவில்லை. அதே நேரம் எதையும் நான் இட்டுக்கட்டிக் கூறவில்லை. கலைஞர்கள், எழுத்தாளர்கள் எல்லோரும் அப்படித்தான் செய்கிறார்கள், இல்லையா? சரி, நாளைச் சந்திப்போம், போய் வருகிறேன் தளபதியே!”

அவள் சென்றபோது அவளது நறுமணத்தை விட்டுச் சென்றாள். கற்பனையில் மிதக்கும் அவனோ சோகத்தில் ஆழ்ந்து போனான்.

இந்த இளம் பெண் மீது ஏற்படும் உணர்வுகள்போல் வேறு யார் மீதும் அவனுக்கு இதுவரை ஏற்பட்டதில்லை. வேறு எத்தனையோ பெண்களை ஆசைப்பட்டிருக்கிறான். அவர்களுடன் வாழ எதை வேண்டுமானாலும் செய்திருக்கிறான். சில நாட்கள் அவர்கள் மீது காதலில் விழுந்து கிடப்பான். சில நேரங்களில் அது சில வாரங்களாகவும் இருக்கும். ஆனால், இமானுடன் அது போன்று எதுவும் நடக்கவில்லை. அவள் அவனுக்குத் தேவைப்பட்டாள். அந்தத் தேவை மருத்துவ ரீதியாக மட்டுமல்ல, அவளைப் பார்க்க வேண்டும், அவள் கூறும் கதைகளைக் கேட்க வேண்டும், அவளிடம் மனம் விட்டுப் பேச வேண்டும் - இப்படிப் பல தேவைகள் அவனுக்கு இருந்தன. இது தவிர வேறு எதையும் அவளிடமிருந்து அவன் எதிர்பார்க்கவில்லை.

அத்தியாயம் 27

காஸாபிளான்கா, 12 பிப்ரவரி 2003

நம் இல்லற வாழ்க்கையை மீட்க முடியும் என்று நம்பு கிறேன். எனக்கு ஒரு வாய்ப்புக் கொடுத்துப்பார். இந்த நெருக்கடியை நம்மால் இணைந்து எதிர்கொள்ள முடியாதா?

இல்லற வாழ்க்கை காட்சிகள், இங்மார் பெர்க்மேன்

விவாகரத்துக்கான முன்னெடுப்புகள் எந்த நிலையில் உள்ளன என்பதைப் பார்வையிடத் தன் வழக்கறிஞர் வந்த நாளன்று, ஓவியன் தன் பணியில் மூழ்கிப்போயிருந்தான். மேஜை மீது இருந்த வெள்ளை நிறமுள்ள கசங்கிய லினென் துணி ஒன்றை ஈடு இணையற்ற துல்லியமும் நுட்பமும் கலந்ததொரு ஓவியமாகத் தீட்டிக்கொண்டிருந்தான். அது மிகவும் பிரம்மிப்பூட்டுவதாக அமைந்திருந்தது.

"இந்த அளவுக்குத் துல்லியமாக மடிப்புகளை உங்களைத் தவிர யாராலும் கொண்டுவர முடியாது. மேலும் நீங்களாகவேதான் இந்தத் துணியைக் கசக்கியுள்ளீர்கள் இல்லையா?" என்று வழக் கறிஞர் கேட்டார்.

"ஆமாம், தெரிந்தேதான் அதைச் செய்தேன். பொதுவாக நான் அவ்வாறு செய்வதில்லை. அது ஏமாற்று வேலையாகிவிடும். மேலும் மாதிரிக்கு என்று எதுவும் எதிரில் இருக்க வேண்டும் என்ற அவசியம் எனக்கு இல்லை. எந்தத் துணியையும் என்னால் ஓவியமாகத் தீட்ட முடியும். ஆனால் இங்கே நான் வரைவது இந்தக் குறிப்பிட்ட துணியைத்தான், வேறு ஒன்றை அல்ல. எனவே உலகிலுள்ள வேறு எந்தத் துணியையும்போல் இது இருக்காது. ஓவியம் தீட்டி முடிந்ததும், ஓவியப் பலகையில் தெரிவது அந்தத் துணி அல்ல, அதையும் தாண்டி வேறு ஒன்றாக இருக்கும்.

"புரிகிறது. 'இது ஒரு துணி அல்ல''" என்றே அதற்குப் பெயரிடலாம்.

"அப்படி அழைத்தால் அதில் தனித்துவம் இருக்காது."

"என் அசட்டுத்தனத்தைப் பொறுத்துக்கொள்ளுங்கள்."

"இல்லை, இல்லை, அது இயல்பானதுதான். இதுபோன்ற கருத்தைத் தெரிவிப்பதில் நீங்கள் முதல் நபர் இல்லை. ஏறக்குறைய வேறு வழக்கு ஒன்றில் உங்களுக்குச் சாதகமான தீர்ப்பைப் பெற்றுத் தந்தது என்பதற்காக, அந்த வழக்கில் பயன்படுத்திய அதே வாதத்தை நீங்கள் அடுத்த வழக்கிலும் பயன்படுத்தினால் அது பலனளிக்காது இல்லையா? அதுபோலத்தான் இதுவும்."

"நிச்சயமாக, உண்மைதான்."

"என்ன செய்தி வைத்திருக்கிறீர்கள்? நல்லதோ கெட்டதோ எதுவாக இருந்தாலும் நான் தயார்."

"பார்க்கப் போனால், உங்கள் மனைவிக்கு விவாகரத்தில் விருப்பம் இல்லை என்று நினைக்கிறேன்."

"அதில் ஒன்றும் குறைச்சல் இல்லை."

"உங்கள் மனைவியின் வழக்கறிஞர் வைக்கும் கோரிக்கையைப் பார்த்தால் நீங்கள் விவாகரத்து செய்யும் முடிவைக் கைவிட வைக்கும் அளவுக்கு அது உங்களுக்கு அதிர்ச்சியை ஏற்படுத்த வேண்டும் என்பது உங்கள் மனைவியின் திட்டமாக இருக்க வேண்டும். கடைசியாக எனக்கு வந்த கடிதங்களைப் பார்க்கும் போது, அவர் கேட்பவை அனைத்தும் அளவுக்கு அதிகமாக இருக்கின்றன. உங்கள் பிள்ளைகளை முன்னிறுத்தி, உங்களுக்கு உரிமையான அத்தனைச் சொத்துக்களையும் கேட்கிறார். அது மட்டுமல்லாமல், இலட்சக் கணக்கான திர்ஹாம்களையும் நஷ்ட ஈடாகக் கேட்கிறார். இவை எல்லாவற்றுக்கும் நீங்கள் சம்மதம் தெரிவித்தால், ஏதாவது மர நிழலாகப் பார்த்துச் சிறிய கூடாரம் ஒன்று அமைத்து எஞ்சியுள்ள வாழ்க்கையைக் கழிக்க வேண்டியதுதான்."

"அந்தச் சிறிய கூடாரத்தையும் குளிரில் நடுங்கிச் சாகாமல் பிழைத்திருக்கச் சில தட்டு முட்டுச் சாமான்களையும் வாங்கவாவது எனக்குப் பணம் மீதமிருக்கும் என்று நினைக்கிறீர்களா?"

“ஏன்? வேண்டுமானால் நான் அதைத் தந்துவிட்டுப்போகிறேன்! கேலிக்கு இது நேரமல்ல. நாம் ஏதாவது செய்தாக வேண்டும். எனக்குத் தோன்றுவது ஒரே ஒரு தீர்வுதான். என் மீது நம்பிக்கை வைத்து என்னிடம் வழக்கை ஒப்படையுங்கள். மொராக்கோவி லேயே விவாகரத்து வழக்கைத் தொடருவோம். இங்கு உங்களுக்குச் சாதகமான சூழ்நிலை உள்ளது. நாம் விரைவாகச் செயல்பட்டாக வேண்டும். தன் விருப்ப மனு எங்குப் பதிவு செய்யப்பட்டதோ அது அந்த நாட்டின் சட்டத்திற்குக் கட்டுப்பட்டதாகிவிடும். மேலும் முதலில் பதிவு செய்பவருக்குதான் முன்னுரிமை அளிக்கப் படும். புதிய ‘மூதவானா சட்டம்’ நடைமுறைக்கு வந்ததிலிருந்து மொராக்கோ நாட்டுச் சட்டங்களின் எல்லை சர்வதேச அளவில் அங்கீகாரம் பெற்றுள்ளது. சட்டப்படி உங்களுக்கு எந்த ஆபத்தும் இல்லை. எனவே, அதிகமாகக் கவலைப்பட வேண்டாம். உங் களைப் பற்றி எனக்கு நன்றாகத் தெரியும். நிச்சயமாக உங்கள் மனைவிக்கு அதாவது உங்கள் பிள்ளைகளின் தாய்க்குப் போது மானதொரு உதவித்தொகையும் வேண்டுமானால் கூடுதலாக இழப் பீட்டுத் தொகையும் வழங்குவீர்கள். நீங்கள் வழங்க முன்வரும் ஈட்டுத் தொகைகள் நியாயமானதாக உள்ளனவா என்பதை நீதி மன்றம் உறுதியாகப் பார்த்துக்கொள்ளும்.”

“முடிவைத் தெரிவிக்க சிறிது அவகாசம் கொடுங்கள். முதலில் இந்த ஓவியத்தை நான் முடித்தாக வேண்டும். நாளை ஒருநாள் முழுவதுமாக என்னால் ஓவியம் தீட்டக் கூடிய வலிமை இருக்கு மானால் முடித்துவிடுவேன் என்று நினைக்கிறேன். அதன் பிறகு எனக்கு மருத்துவ சேவையும் மசாஜும் செய்யும் இமானின் வேலைதான். இந்த ஓவியம் சரியாக வந்திருக்கிறதா இல்லையா என்று அவள்தான் சொல்ல வேண்டும். சொல்லப்போனால் முதன் முறையாக நான் எடுக்கப்போகும் முடிவு இந்த ஓவியத்தைப் பொறுத்துதான் அமையும். இதன் பெயர் ‘பிளவு’.

இத்தகைய பெரிய ஓவியர், சாதாரண மருத்துவ உதவியாளராக இருக்கும் ஒரு பெண்ணின் கருத்திற்கு ஏன் இவ்வளவு மதிப்பு அளிக்கிறார் என்பது வழக்கறிஞருக்கு விளங்கவில்லை. இருந் தாலும் எதையும் வெளியில் காட்டிக்கொள்ளவில்லை. குரலைத் தாழ்த்தி,

"மறைக்காமல் சொல்லுங்கள், உங்களுக்கும் அந்தப் பெண்ணுக்கும் இடையில் ஒன்றுமில்லையே?" என்று சன்னமான குரலில் கேட்டார்.

"அதெல்லாம் ஒன்றுமில்லை. அவள் தன் கடமையைச் செய்கிறாள். அவள் ஒரு வரலாற்று அறிஞரோ கலை விமர்சகரோ இல்லை என்பதால் அவளது தெரிவில் எனக்கு நம்பிக்கை இருக்கிறது. அவள் ஒரு சராசரிப் பெண். அழகும் திறமையும் சேர்ந்திருப்பவள். மருத்துவமனைச் சிகிச்சை முடிந்து வீடு திரும்பிய நாள்முதல் அவளது கவனிப்பால்தான் நான் மறுவாழ்வு பெற்றேன்."

"இவை எல்லாம் உங்கள் மனைவிக்குத் தெரியுமா?"

"தெரியாமல் இருக்குமா? அவளை வேலையை விட்டு அனுப்ப ஏற்கெனவே இரண்டு முறை முயற்சி செய்துவிட்டாள்."

மீண்டும் தன் ஓவியத்தைத் தீட்ட அமர்ந்தபோது முன்பை விடப் போராட்டக் குணம் அதிகம் கொண்ட மனநிலையில் இருந்தான். குறிப்பாக, அந்த ஓவியத்திற்கு ஒரு பெயர் கிடைத்ததிலிருந்து அப்படியான எண்ணம் தோன்றியது. பெரிதாக எதையும் யோசிக்காமல் சட்டென வந்த அப்பெயர் அவனுக்குப் பிடித்துப்போனது. அந்தத் துணியிலிருந்த ஒவ்வொரு சுருக்கமும் அவன் சந்தித்த நெருக்கடிகளைக் குறித்தன. ஒவ்வொரு நிழற்மடிப்பும் அவன் வாழ்வில் குறுக்கிட்ட சோகமான, துயரமான தருணங்களைக் குறித்தன. அவனுக்கு மட்டுமே தெரிந்த பல விஷயங்களை அவன் ஓவியத்தில் பிரதிபலித்திருந்தான்.

வழக்கம்போல், பகலில் ஒரு குட்டித் தூக்கம் போட்டான். ஏதாவது புத்தகம் அல்லது பத்திரிகையை வாசித்து கொண்டு அப்படியே தூங்கிப்போவது அவனுக்குப் பிடிக்கும். திடீரென யாரோ அவன் காதருகில் வந்து கிசுகிசுப்பது தெளிவாகக் கேட்டது. "உன் திருமணம்தான் தோல்வியில் முடிந்தது. உன் விவாகரத்திலாவது வெற்றிபெறப் பார்." உடனடியாக விழித்துக் கொண்டான்; சுற்றுமுற்றும் பார்த்தான். யாரும் இல்லை. அழைப்பு மணியை அழுத்தி, உதவியாளர்களை அழைத்தான்; அவனது இடது கால் வலித்தது. அந்த ஓவியத்தை மீண்டும் தீட்டும் விதமாக அது வைக்கப்பட்டு இருந்த பெரிய மேஜை முன் உள்ள

நாற்காலியில் தன்னை உட்கார வைக்கும்படி உதவியாளர்களிடம் கேட்டுக்கொண்டான்.

கசங்கிய அந்தத் துணி ஓவியத்தை ஒருவழியாக அன்று பிற்பகலில் தீட்டி முடித்ததும், இமானை அழைத்து அவளது கருத்தைக் கேட்டான். அந்த ஓவியத்தை பார்த்ததும் அவளது கண்களில் மலர்ந்த பிரகாசம், தான் ஒரு ஆகச் சிறந்த ஓவியத்தைப் படைத்துவிட்டோம் என்பதை அவனுக்கு உடனடியாகத் தெரிந்து விட்டது. வழக்கறிஞருக்குத் தன் முடிவைத் தெரிவித்தாக வேண்டும் என்பது நினைவுக்கு வந்தது. இரவு 7 மணிவாக்கில் அவரைத் தொலைபேசியில் அழைத்தான்.

"உங்கள் விருப்பம்போல் செய்யுங்கள். உங்கள் மீது எனக்கு நம்பிக்கை இருக்கிறது. எப்படியும் இதில் எனக்கு இறுதியில் குற்ற உணர்வுதான் மிஞ்சும். இந்தப் பிரச்சனையில் இருந்து ஒருபோதும் எனக்கு விடுதலை கிடையாது."

வழக்கறிஞரிடம் பேசி முடித்ததும் இமானும் விடைபெற்றுச் சென்றுவிட்டாள். சட்டெனக் கடிதம் ஒன்றைத் தன் மனைவிக்கு எழுத வேண்டும் என்ற எண்ணம் உதித்தது. ஆனால், அக்கடிதத்தை அவளுக்கு அனுப்பும் நோக்கம் இல்லை. அந்தக் கடிதத்தை எப்படித் தொடங்குவது என்று அவனுக்குத் தெரியவில்லை. 'அன்புள்ள' என்றா, வெறுமனே அவளது பெயரைக் குறிப்பிட்டா, அல்லது 'வணக்கம்' என்று சாதாரணமாகவா? எதையும் குறிப்பிடாமல் நேராக விஷயத்துக்கு வந்தான்.

நமக்கு நேர்ந்துவிட்ட இந்த நிலைக்கு நான் எவ்வளவு வருந்துகிறேன் என்று உனக்குத் தெரிய வேண்டும். உன்னைப் பிரிவதற்காக நான் வருத்தம் தெரிவிக்க விரும்புகிறேன், இதில் உன்னுடைய தவறோ என்னுடைய தவறோ இல்லை என்பதையும் குறிப்பிட விரும்புகிறேன். அது அப்படித்தான். நாம் விதியின் கையில் சிக்கிக்கொண்டோம். நான் காதலை முழுமையாக நம்பினேன். தீர்க்க முடியாத அத்தனை பிரச்சினைகளையும் அது தீர்க்க வல்லது என்று அதிகப்படியான நம்பிக்கையை அதன் மீது வைத்திருந்தேன். எனினும் நீண்ட காலமாகவே துணிச்சல், மன உறுதி ஆகியவை என்னிடம் இல்லை. இதோ அதன் பலனாக

ஸ்தம்பித்து நிற்கும் நம் பிள்ளைகளின் கண்ணெதிரில் பிரிந்து நிற்கிறோம். இத்தகைய சேதாரங்கள் எல்லாம் இல்லாமல் நமக்குள் ஓர் உடன்பாட்டுக்கு வர பெரிதும் விரும்பினேன். அதாவது நமக்குள் உள்ள குறைகளை எல்லோருக்கும் தெரியும்படிச் சண்டைபோட்டுகொள்ளா மலும் நமக்கிடையே வழக்கறிஞர்களின் தலையீடு இல்லா மலும் பிரச்சினைகளைத் தீர்த்துக்கொள்ளலாம் என்று நினைத்தேன்.

நம்மிடையே குறைந்தபட்சம் நாகரிகமான இணக்கமான தொடர்பு நீடிக்க வேண்டும் என்று எதிர்பார்க்கிறேன். ஏனெனில், நம் பிள்ளைகளுக்காக நாம் மீண்டும் ஒருவரை யொருவர் சந்திக்க வேண்டியிருக்கும். உனக்கே தெரியும் அவர்கள்தான் என் வாழ்க்கை, உனக்கும் அப்படித்தான் என்று நிச்சயமாக எனக்குத் தெரியும்.

கொஞ்சம் நியாயமாக நடந்துகொள். உன்னை மன்றாடிக் கேட்டுக்கொள்கிறேன். எதார்த்தத்தை ஏற்றுக்கொள்ளப் பார். நம் இருவரிடையே இருந்த காதல் இப்போது இல்லை என்பதை ஒப்புக்கொள். காதல் என்பது ஒரு முடிவோ, ஒரு விருப்பமோ அல்ல. அது எப்படி வருமோ அதேபோல் அது நம்மை விட்டு விலகியும் சென்றுவிடும். நம்மால் அதற்கு ஒன்றும் செய்ய முடியாது.

அத்தியாயம் 28

காஸாபிளான்கா, 18 பிப்ரவரி 2003

"நம்மிடையே உள்ள நட்புக்காவது என்னுடன் உறவுகொள்!"
"என்னால் முடியாது; நான் என் பெட்டிகளை அடுக்கி வைத்துப் புறப்படுவதுதான் நல்லது."
இல்லற வாழ்க்கைக் காட்சிகள், இங்மார் பெர்க்மேன்

அன்று காலை, ஓவியன் சற்று முன்னதாகவே எழுந்து விட்டான். பொதுவாக, காலை எட்டு மணிக்குதான் இமான் வருவது வழக்கம். ஆனால், அன்று அவள் வருவதற்குத் தாமத மாகவே, அவளுக்கு ஏதாவது தவிர்க்க முடியாத வேலை வந்திருக்கும் என்று சமாதானமடையப் பார்த்தான். ஒரு வழியாக இரண்டு மணி நேரம் தாமதமாக அவள் வந்துசேர்ந்தாள். அவள் முகத்தைப் பார்த்த உடனேயே அவள் அழுதிருப்பதைத் தெரிந்து கொண்டான். அவள் எதுவும் பேசாமல் தன் வேலையைச் செய்ய ஆரம்பித்தாள். கொஞ்ச நேரம் ஆனதும், அவளிடம் மெதுவாகப் பேச்சுக் கொடுத்தான். "மனதில் உள்ளதை என்னிடம் பகிர்ந்து கொள்ளக் கூடாதா" என்று கேட்டான்.

"நாம் நண்பர்கள்தானே. நம் மனதில் உள்ளதைப் பேசிக் கொள்ளலாமே! உங்களுக்கு என்ன ஆனது இமான்?"

"நான் மொராக்கோவைவிட்டுச் சென்றாக வேண்டும். என்னைத் திருமணம் செய்துகொள்ள இருப்பவனுடன் போயாக வேண்டும்."

"அந்தப் பிரச்சினை முடிந்துவிட்டது என்று நினைத்திருந்தேனே!"

"உண்மைதான். அவன் மீண்டும் அந்த முயற்சியில் மும்முரமாக இறங்கியிருக்கிறான். என் தம்பிக்கு பெல்ஜியத்தில் வேலை

வாங்கித் தருவதற்கான ஏற்பாடுகளையும் கவனிப்பதாகக் கூறுகிறான். என் குடும்பத்துக்கு அது முக்கிய உதவியாக இருக்கும். போது மான அளவு படித்திருந்த போதிலும் என் தம்பிக்கு வேலை கிடைக்கவில்லை. ஆனால் உண்மையில் அவன் வேலைக்கு முயற்சி எதுவும் செய்ததில்லை என்றுதான் சொல்ல வேண்டும். இங்கு மக்கள் நடந்துகொள்ளும் விதத்தைக் கண்டு அவன் விரக்தியில் இருக்கிறான். எங்கும் ஊழல். ஊழல் இல்லாமல் எதுவும் நடக்காது என்ற நிலை."

"சரி, உண்மையிலேயே அந்த நபரை உங்களுக்குப் பிடித் திருக்கிறதா?"

"சொல்லத் தெரியவில்லை. அவனைப் பற்றிப் பெரிதாக எதுவும் தெரியாது. புது மெர்செடஸ் கார் ஒன்றில் வந்து இறங்கினான். உங்களுக்குத்தான் தெரியுமே, மெர்செடஸ் என்றாலே இந்த ஊரில் அது செல்வத்தின் அடையாளமாகப் பார்க்கப்படும். என் பெற் றோருக்குத் துயரத்தைத் தர நான் விரும்பவில்லை. குறிப்பாக, இந்த இக்கட்டிலிருந்து எப்படியாவது தப்பிச் செல்ல வேண்டும் என்று துடித்துக்கொண்டிருக்கும் என் தம்பிக்கு ஏமாற்றத்தை அளிக்க நான் விரும்பவில்லை."

"அதற்காக உங்களையே தியாகம் செய்கிறீர்களே!"

மறுபடியும் அழுது விடாமல் இருக்க, கண்களைத் தாழ்த்திக் கொண்டாள்.

அவள் இங்கிருந்து வேறு இடத்துக்குச் செல்வது தன்னைப் பாதிக்கும் என்பது ஓவியனுக்குத் தெரியும். மேலும், கற்பனைத் திறன், மனதைக் குளிர வைக்கும் வசீகரம், இதமளிக்கும் லாவகம் படைத்த கைகள் ஆகியவை கொண்ட இந்த இளம் பெண் மீது ஓவியன் அதிகமான பாசம் வைத்திருந்தான். பெல்ஜியத்தில் அவள் நிச்சயமாகச் சோகமாகத்தான் இருப்பாள் என்பதும் அவனுக்குத் தெரியும். பெரிய காரில் வந்து இறங்கிய அந்த நபரிடம் உறுதி யாக வேறு ஒரு இரகசியத் திட்டம் இருக்கும். இதுபோன்ற கணவனுடன் சென்ற பல பெண்களை அவன் பார்த்திருக்கிறான். கணவனின் நாட்டுக்குப் போய்ச் சேர்ந்த பின்புதான் அவனுக்கு வேறு ஒரு குடும்பம் இருப்பது இந்தப் பெண்களுக்குத் தெரிய

வரும். கண்ணீருடன் பெற்றோரைத் தேடித் திரும்புவார்கள். பிறகு யாராவது உண்மையான ஓர் ஆண் தன்னை விரும்பி ஏற்றுக் கொள்வானா என்று காத்துக் கிடப்பார்கள். இன்னும் சிலர் கஞ்சா வியாபாரிகள் சிலரிடம் மாட்டிக்கொண்ட சம்பவங்களும் உண்டு. அவ்வாறு சிக்கும் பெண்களைத் தங்கள் வியாபாரத்துக்கு அவர்கள் பயன்படுத்திக்கொள்வர்.

இமானிடம், தன்னை மறந்துவிடக் கூடாது என்றும் தன்னைப் பார்க்க வர வேண்டும், குறிப்பாக அவள் சென்ற இடத்தில் உள்ள நிலைமையை அடிக்கடித் தெரியப்படுத்த வேண்டும் என்றும் ஓவியன் கேட்டுக்கொண்டான். மிகவும் நெகிழ்ந்துபோன இமான், அவன் கைகளைப் பிடித்துக்கொண்டு தோள் மீது தன் தலையை வைத்து, தன் பக்கமாக இழுத்து, இறுக்கமாக அணைத்தாள். இந்த அணைப்பிலிருந்து விலகிச் செல்ல விருப்பமில்லாமல் போனாலும் இப்போதைக்குக் கொஞ்சம் தள்ளி நிற்பதே நல்லது என்று நினைத்தான். ஏனெனில், அவளைத் திருப்திப்படுத்தும் நிலையில் அவன் இல்லை. ஆனால், அவனுடைய மனதில் எழுந்த எண்ணங்கள் மட்டும் எதிர்த் திசையில் செல்ல, சட்டென உறுதி யான விறைப்பு அவனது உறுப்பில் ஏற்பட்டது. இதில் அவனுக்கு ஒரே நேரத்தில் மிகுந்த சந்தோஷமும் ஏமாற்றமும் ஏற்பட்டது. அவன் உடலுறவில் ஈடுபடப் போவதில்லை. குறிப்பாக, இமானுடன் நிச்சயமாக வைத்துக்கொள்ளப் போவதில்லை. தன்னைக் கட்டுப்படுத்திக் கொண்டு அவளை மென்மையாக விலக்கி விட முயற்சித்தான். ஆனால், அவள் மேலும்மேலும் அவன் அருகில் நெருக்கமாக வருகிறாள். அவளது வெப்பமான உடல் சிறிய மார்பகங்களுடன் தன் மார்பு மீது சாய்ந்திருப்பதைக் கவனித்தவன், அவளது கூந்தலின் நறுமணத்தையும் உணர்கிறான். அவளிடம் பேச நினைத்து, பிறகு தன் எண்ணத்தை மாற்றிக் கொண்டான். அதற்குள் அவன் மீது அவள் முழுமையாகச் சாய்ந் திருந்தாள். அவனுடன் சேர்வதற்கு அவள் தயாராக இருந்தாள். இருவரும் எழுந்துகொண்டனர். அவனுக்கு உதவி செய்து கட்டிலில் படுக்க வைத்தாள். பிறகு அந்த ஓவியக்கூடத்தை இரட்டைத் தாழ்ப்பாள் போட்டு, திரைச் சீலைகளை இழுத்து மூடிவிட்டு, விளக்குகளை அணைத்தாள். தன் ஆடையைக் களைந்துவிட்டு

அவன் அருகில் வந்து படுத்துக்கொண்டாள். அவள் பிறந்த மேனியாக உடல் கொதிக்க, மோகத்தில் துடித்தபடிக் கிடந்தாள். அவனும் மறுக்காமல் ஏற்றுக்கொண்டான். அவனது வயிற்றைப் பிசைந்த அவள், பிறகு அவனது கீழ் வயிற்றை நீவிவிட்டாள். அவனது உறுப்பைப் பிடித்துக்கொண்டு அதனை நீண்ட நேரம் முத்தமிட்டாள். அவன் மீது படுத்துக்கொண்டு மெல்ல அவனது உறுப்பு உள்ளே செல்லக் காத்திருந்தாள். இதையே மீண்டும் ஒருமுறை மென்மையாகச் செய்து முடித்தாள். பிறகு, அவன் மீது குனிந்து தன் நீண்ட கூந்தலால் அவனது முகத்தை மூடினாள். அவனுக்கு ஏற்பட்ட விறைப்பு நீடித்தது. அவனது உறுப்பு எழுச்சி தளர்வதுபோல் தெரியும்போது, தன் உதடுகளின் உதவியுடன் அதற்கு உறுதியையும் விறைப்புத் தன்மையையும் மீட்டுத் தந்தாள். அவன் விந்தினை வெளியேற்றியபோது, பரவசத்தில் கூச்சலிட்டாள். ஏனெனில், இந்த ஒரு நொடிக்காகத்தான் அவள் வெகு நேரம் காத்திருந்தாள் என்பதுடன் அந்த நேரத்தில்தான் அவள் முழுச் சுகத்தையும் அனுபவித்தாள்.

ஒருவர் மீது ஒருவர் நீண்ட நேரம் இந்த நிலையிலேயே படுத்திருந்தனர். அவனது முகத்தை அவள் வருடிக்கொண்டிருக்க அவனோ தனக்குச் சற்றுமுன் மீண்டும் கிடைத்துள்ள இன்பத்தை அசைபோட்டுக்கொண்டிருந்தான். எனினும், இது மீண்டும் ஒரு முறை நிகழப் போவதில்லை என்பதும், அவள் இறுதியாக விடை பெறும் முன் தனக்கு அளிக்கும் பரிசு என்பதும் அவனுக்குத் தெரியும். அவள் எதுவும் பேசாமல் உடைகளை அணிந்துகொண்டாள். தன் உடமைகளை எடுத்து வைத்தாள். அவன் மீது குனிந்து நீண்ட நேரம் முத்தமிட்டாள். அவளது கண்ணீர்த் துளிகள் தன் மீது விழுவதையும், மறைக்க முயற்சி செய்யும் தன் கண்ணீருடன் அவை கரைவதையும் அவனால் உணர முடிந்தது.

“நாளை உங்களைக் கவனித்துக்கொள்ள வேறு ஒரு பெண் வருவார். அவர் நல்ல பெண்மணி. திறமையானவர், மென்மை யானவர். சிகிச்சை அளிப்பதில் அனுபவம் மிக்கவர். நான்தான் அவரை உங்களுக்காகத் தேர்ந்தெடுத்தேன், நான் புறப்படுகிறேன். உங்களுக்குக் கடிதம் எழுதுகிறேன். நீங்கள் விரும்பினால் நேரம் கிடைக்கும்போது தொலைபேசியில் பேசுகிறேன்.”

திரும்பிப் பார்க்காமல் அவள் வெளியே சென்றாள். தூக்க மாத்திரை ஒன்றை விழுங்கிவிட்டு, இரவு உணவைச் சாப்பிடாமல் ஓவியன் உறங்கிவிட்டான். தன் உடலுக்கு ஏற்பட்ட பாதிப்பிலிருந்து மீண்டு எழும் நீண்ட பயணத்தில் சற்றுமுன் சற்றே இளைப்பாற உதவிய அந்தச் சொர்க்கத்தின் அத்தனை நறுமணங்களையும் அவனுக்குள் பாதுகாத்துக்கொண்டான்.

அத்தியாயம் 29

தாஞ்சியர், 23 செப்டம்பர் 2003

தன் மனைவியிடம், "நான் உனக்கு அழகான வீட்டை வழங்கினேன்."

"உண்மைதான். ஆனால், அதில் ஓவிய வர்ணங்களின் வாசனை வருகிறதே! நுழைவாயில் முழுவதையும் அவை தான் அடைத்துக்கொண்டிருக்கின்றன; அவற்றை அப்புறப் படுத்தப் பார்; இல்லை என்றால் குப்பையில் தூக்கிப் போட்டு விடுவேன்; நான் சொல்வதைச் செய்வேன்; நீயும் உன் ஓவியங்களும்! அந்தப் பத்திரிகையைக் கீழே போட்டு விட்டு, பாத்திரங்களைக் கழுவப் போ."

சிவப்பு வீதி, ஃபிரிட்ஸ் லாங்

அவனுடைய மருத்துவர் கூறிய அறிவுரைப்படித் தன் நண்பன் அப்தேல்சலாம் வீட்டில் சில நாட்கள் ஓய்வெடுத்து வருவதற்காகப் புறப்பட்டான். அந்த வீடு தாஞ்சியருக்கு வெளியே அமைந்திருந்தது. அது செப்டம்பர் மாத இறுதி வாரம். தான் அவளை விட்டுப் பிரிவதாக மனைவியிடம் கூறிப் பத்து மாதங் களுக்கு மேல் ஆகி இருந்தன.

தாஞ்சியரில் மழை பெய்யும்போது, கீழைக் காற்றும் தன் பங்குக்கு நன்கு வீசும். பழைய மலைப் பகுதியின் உயர்ந்த குன்றுகளை நடுங்கச் செய்யும் அளவு அது வீசும். மழை நின்று விட்டாலும், காற்று தொடர்ந்து வீசிக்கொண்டிருக்கும். வலுவான தாக்குப்பிடிக்கக்கூடிய உயர்ந்த மரங்களையும் விழச் செய்யும் அளவுக்கு அதன் சீற்றம் இருக்கும். கொசுக்களை அழிக்கவும் நோய்களை விரட்டவும்தான் அந்தக் காற்று அவ்வாறு மரங்களை ஆட்டிப்படைக்கிறது என்ற ஒரு நம்பிக்கை உண்டு. இன்னும் ஒரு சாரார் அதற்குப் பைத்தியம் பிடித்துவிட்டது என்றும் எனவேதான்

அவை உற்சாகத்தில் பைத்தியங்களைப்போல் பாடி, ஆடிச் சிரித்துக்கொண்டு இருக்கின்றன என்றும் கூறுவார்கள்.

அழையா விருந்தினராக இந்தக் குளிர் காற்றை உள்ளே அனுமதிக்கும்படியான நிலையில், அங்கு இருந்த கதவுகளும் ஜன்னல்களும் சத்தம் எழுப்பிக்கொண்டிருந்தன என்றாலும் அந்த நண்பனின் வீடு அந்தக் காற்றுக்கு ஈடுகொடுத்து நிமிர்ந்து நின்றது, மூழ்கிக் கிடந்த சோம்பலில் இருந்து அந்த நகரத்து மக்கள் விழித்துக்கொள்ளுமாறு எல்லாவற்றையும் அந்தக் காற்று கலைத்துப்போட்டது. சூடாக ஏதாவது அருந்த விரும்புபவர்கள், மொத்தமான ஜெலாபாக்களை அணிந்துகொண்டு புதினா தேநீர் சாப்பிட்டுப் பொழுதைக் கழித்தனர். மீனவர்கள் கடலுக்குச் செல்லவில்லை. மீன் கடை மூடியிருந்தது. காற்று ஓயட்டும் என்று மது விடுதிகளில் நிறையப் பேர் வந்து குழுமியிருந்தனர். காற்று நின்றதும் அனைத்தும் அசைவற்றுக் காணப்பட்டன. அங்கு நிலவிய முழு அமைதியை எல்லோரும் உணர்ந்து அனுபவித்தனர். சூறாவளி ஓய்ந்த பின் அனைத்தும் ஓய்வெடுப்பதற்காக உறங்கச் சென்றன. மீண்டும் திரும்பிய இந்த அமைதியை ஓவியன் பெரிதும் விரும்பியதுடன், இதனை இசை மேதை மொஸார்ட் குறிப்பிடும் இசையின் மௌனத்துடன் ஒப்பிட்டான்.

தன் மனைவியையும் இந்த இயற்கையின் குணங்களோடு ஒப்பிட்டான். அவளும் மூர்க்கமாகவும், கடுமையாகவும், மிரட்டும் வகையிலும் நடந்துகொள்வாள். பிறகு யாரும் எதிர்பாராத விதமாக மென்மையாக, அமைதியாக, நல்லவளாக மாறிப்போவாள். பிப்ரவரி மாதத்தில் இமான் ஒரேயடியாகத் தன்னை விட்டுப் பிரிந்து சென்ற சம்பவம், அவனை மெல்லமெல்ல அசாதாரணமானதொரு சோகத்தில் ஆழ்த்தியிருந்தது. என் வாழ்க்கையில் நான் சந்தித்த 'கடைசிப் பெண்' அவள்தான் என்ற முடிவுக்கு வந்தான். உடல் நிலை தளர்ந்து போயிருக்கும் இந்த நிலையில், இனிப் புதிதாக எந்தப் பெண்ணையும் சந்திக்கும் வாய்ப்பில்லை என்பதை உறுதி யாக உணர்ந்தான். அவ்வாறான முடிவுக்கு வந்ததிலிருந்து மன தளவில் மிகவும் தளர்ந்து போனான். உடலைப் பொறுத்தவரைத் தான் பக்கவாதத்தால் பாதிக்கப்பட்டிருந்த ஆரம்ப நாட்களில்

இருந்ததைப்போல் மீண்டும் மிகவும் கனமாக இருப்பதாக உணர்ந் தான். இதயத் துடிப்பும் குறைந்திருந்தது. சிறுகச்சிறுகத் தேய்ந்து கொண்டிருந்தான்.

விவாகரத்துச் செய்யவும் சம்மதிக்காமல் தன்னுடைய வழக்கறிஞரின் அத்தனை உத்திகளையும் சமாளித்துவரும் தன் மனைவியின் பிடியிலிருந்து எப்படித் தப்பிப்பது என்று யோசித்த படியே கடலின் முன் அமர்ந்திருந்தான். இவ்வாறு சிந்தனையில் மூழ்குவது முதன் முறை அல்ல. விவாகரத்துக்குச் சம்மதிக்க வைக்க எல்லா வழியிலும் முயன்று பார்த்துவிட்டான். அவள் விட்டுக்கொடுப்பதாகத் தெரியவில்லை. அவள் பிடிவாதக்காரி. இனிமேல் ஒட்டுமொத்தமாக அவனது திட்டத்தை மாற்றியாக வேண்டும். ஆனால், ஆழ்ந்த மௌனத்தில் ஆழ்ந்து போவதைத் தவிர வேறு எந்த வழியும் அவனுக்குத் தெரியவில்லை. காஸா பிளான்காவில், அவனைச் சந்திக்க வரும் நண்பர்களுடன் தனி யாகப் பேசிக்கொண்டிருப்பதை அவன் விரும்பினான். ஆனால் அவள் இருக்கும்போது அவன் எதுவும் பேசுவதில்லை. நண்பர்கள் மட்டும் இருக்கும்போது, தான் வீட்டுக் காவலில் இருக்கும் நிலையை அவர்களிடம் விளக்குவான். அவன் கூறுவதை யாரும் பெரிதாக எடுத்துக்கொள்வதில்லை. அவனைத் தேற்றப் பார்த்தனர். "ஏன் நீ இப்படி எல்லாம் நினைத்துக்கொள்கிறாய்? அவள் உன் அருகில் இருப்பதற்கு நீ கொடுத்து வைத்திருக்க வேண்டும். உனக்காக முழுமையாய்த் தன்னையே அர்ப்பணித்துக்கொண்டு இருக்கிறாள். நீயே பார், அவள் எப்படித் துரும்பாக இளைத்துப் போய்விட்டாள்! மிகவும் களைத்துப்போய்விட்டாள். மேலும் நீ தனியாக இருந்தால் எப்படிச் சமாளிப்பாய்? நீ இருக்கும் நிலையை யோசித்துப் பார்." அவன் யோசித்துப் பார்க்காமல் இல்லை. தனியாக வாழ வேண்டும் என்றுதான் அவன் விரும்பு கிறான். நண்பர்களுடன், தனக்கு உண்மையிலேயே உதவி செய்யும் நண்பர்களுடன் வாழவே விரும்புகிறான். எனினும், தன் மனைவியுடன் அவனுக்குள்ள சண்டைகள் குறித்து நண்பர்களிடம் விவரிக்கும் அளவு சக்தியோ ஆர்வமோ அவனுக்கு இப்போது இல்லை. எனவே, ஏதோ அவர்கள் கூறுவதை ஆமோதிப்பதுபோல் மெல்லிய புன்னகையுடன் தலையை அசைத்தான்.

நண்பர்களுடன் பேசுவதை அவள் மறைந்திருந்து ஒட்டுக் கேட்பாள். அவர்கள் தெரிவிக்கும் கருத்து அவளுக்கு ஆதரவாக இருந்தால், குளிர்பானங்களுடன் அவர்கள் முன் வந்து நிற்பாள். பார்வையைத் தாழ்த்தி குனிந்த தலையுடன் இருக்கும் அவள், தான் பெரிய அளவில் பாதிக்கப்பட்டிருப்பதாகக் காட்டிக்கொள்வாள். சில நேரங்களில் அவள் கண்ணீரைத் துடைத்துகொள்வதும் நடக்கும். சிலர் அவள் மீது பரிதாபம் கொள்வார்கள். மேலும் சிலர் இவ்வாறு தன் இளமையையும் நேரத்தையும் ஊனமுற்ற, மோச மான நடத்தையையுடைய, ஆண்மையற்ற ஒரு கணவனுக்காகத் தியாகம் செய்வதாக அவளைப் பாராட்டுவார்கள். தன் மனைவி யைத் திருப்திசெய்ய அவன் அருகில் இருந்தால் அதுவே போது மானது என்று நினைக்கும் ஒரு கணவனுக்காக இத்தனைத் தியாகத்தையும் அவள் செய்வதாகப் புகழ்வார்கள்.

விவாகரத்து கேட்க அவன் ஆரம்பித்ததிலிருந்தே அவள் உறுதி யாக இருந்த அதே நேரத்தில் மிகவும் இளகிய மனத்துடனும் இருந்தாள். ஏனெனில், அவன் இல்லாதபோது, தன் அறையில் தனிமையில் இருக்க நேரும்போது உண்மையாகவே கண்ணீர் விட்டு அழுதாள். தன் வாழ்க்கை ஒரு விதத்தில் வீணடிக்கப்பட்டுத் தோல்வியில் முடிந்துவிட்டதை அவள் உணர்ந்தாள். உடல் எடை குறைந்தது. தன் உடை, அலங்காரம் ஆகியவற்றில் ஆர்வம் காட்டுவது இல்லை என்பதுடன் அவள் எங்கும் வெளியில் செல்வதுமில்லை. அவளுடைய குருவான லாலா மட்டும் அவளைப் பார்க்க வருவாள். என்ன ஆனாலும் கணவனை எதிர்த்து நிற்க வேண்டும் என்று அவளுக்கு ஊக்கமூட்டுவாள். இத்தனை ஆண்டுகளாக அவனால் அவள் அனுபவிக்க நேர்ந்த கொடுமைகளுக்கும் அவளை விட்டுப் பிரிய எண்ணியதற்கும் பழிதீர்க்கும்படித் தூண்டுவாள். லாலாவின் முகத்தில் தெரிந்த வன்மம் ஏதோ அவளே பாதிக்கப்பட்டவள்போல் இருந்தது; செனெகல் நாட்டில் இருந்து வந்திருக்கும் புதிய மந்திரவாதி ஒருவனைப் பற்றி அவளிடம் லாலா பேசினாள். இளம் வாலிப னான அவன் மொராக்கோவில் கேள்விப்படாத புதிய மூலிகை களைப் பயன்படுத்துவதாகச் சொன்னாள். அவன் மிகவும் பிரபல மானவன் என்பதால் பல நாட்கள் காத்திருந்துதான் அவனைச் சந்திக்க முடியும் என்றாள்.

துரதிர்ஷ்டவசமாக அது ஒரு மணி நேரமாக இருந்தாலும் ஓவியனைத் தனியே விட்டுச் செல்லும் பேச்சுக்கே இடமில்லை என்று அவள் கூறிவிட்டாள். மந்திரவாதி தங்கியிருக்கும் சாலே பகுதிவரை உடன் வரவும் லாலா தயாராக இருந்தாள். ஆனாலும் அவள் மறுத்துவிட்டாள். மேலும் அவளுக்கு அந்த மந்திரவாதியின் உதவி தேவைப்படவில்லை. அவளுடைய கணவன் கண்முன் இருக்கிறான். தன்னைவிட்டு அவனால் எங்கும் தப்பிச் செல்ல முடியாது. அவனைத் தண்டிக்க இதுதான் சிறந்த வழி. தான் விரும்பும் அனைத்தும் அவனிடமிருந்து இப்போது அவளுக்குக் கிடைத்துவிடுகிறது. வங்கியிலிருந்து பணம் எடுக்க அவனது கையொப்பம்கூட இப்போது அவளுக்கு அவசியமில்லை. தனக்கு அத்தனை உரிமையையும் வழங்கும் ஆவணம் ஒன்றை இரகசியமாகத் தயாரித்துவிட்டாள்.

அவனை அவள் வென்றுவிட்டாள். என்றாலும் அவள் எதிர் பார்த்ததுபோல் இப்போது இருக்கும் சூழ்நிலை வசதியாக அமைய வில்லை. அவளைத்தான் அவன் எல்லாவற்றுக்கும் சார்ந்திருந்தான் என்றாலும் தனது உடல்நிலையின் பெயரில் அவளை ஏமாற்றி விட்டான். எதுவும் பேசாமல் வெறித்த பார்வையுடன் இருந்த அவன், அவளைப் பார்ப்பதே இல்லை என்று சொல்லலாம். அவள் என்னதான் முயன்றாலும் அவள் கனவு கண்டதைப்போல் அவன் ஒருபோதும் அவளுக்கே உரியவனாகப் போவதில்லை என்பது உறுதியாகத் தெரிந்தது. கலைக்காக, தன் நண்பர்களுக்காக, தன் குடும்பத்துக்காக, தனக்கு ஏற்பட்டுள்ள உடற்குறைக்காகத் தன்னைத் தானே அர்ப்பணித்துக்கொண்ட அவன் ஒருபோதும் அவளிடம் மட்டும் இணங்கிப்போவதாக இல்லை. இதனால் ஏற்பட்ட அவளது விரக்தி அவனுக்குத் துன்பத்தைத் தந்தது. இன்றைய நிலையில் சீர் செய்யவோ பாதுகாக்கவோ எதுவும் எஞ்சியிருக்கவில்லை. எல்லாம் முடியும் இறுதிக் கட்டத்துக்கு வந்துவிட்டது. இருவருக்குமே அது பரிதாபகரமான முடிவாக இருக்கும்.

தன் நண்பனின் வீட்டுத் தோட்டத்தைப் பார்த்தவாறு தலையில் கை வைத்து ஒரு பக்கமாகப் படுத்திருந்த ஓவியன், மணிக்கணக்கில் அங்கிருந்த அத்தி மரத்தையே பார்த்துக்கொண்டிருந்தான். அது

நீண்ட நாட்களாகக் காய்க்காமல் இருந்த மரம். கிளைகள் இல்லாமல் உயர்ந்து நின்ற அந்த மரம் காய்ந்துபோய் இருந்தது. எப்போதோ அதனை வெட்டி இருக்கலாம். எதற்கும் பயன்படாத அந்த மரத்துடன் தன்னை ஒப்பிட்டுப்பார்த்த ஓவியன் மிகுந்த சோகத்துக்கு உள்ளானான். "எனக்கு மட்டும் இன்னும் கொஞ்சம் சக்தி இருந்தால், இந்த மரத்தை வரைந்து 'சுய சித்திரம்' என்றும் பெயரிடுவேன்" என்று தனக்குள் சொல்லிக்கொண்டான். கன்னங் களில் வழிந்த கண்ணீர், தலையணையை நனைத்தது. பொங்கி வந்த கண்ணீரை அவனால் கட்டுப்படுத்த முடியவில்லை. அக்கண்ணீர் அவனைத் தேற்றியதுடன் விடுதலைக்கான தொடக்கமாகவும் தெரிந்தது. எனினும், கண்ணீரால் நனைந்த தலையணையில் கன்னம் உரசுவது அசௌகரியத்தைத் தந்தது. உறுதியாக இறந்து போவோம் என்று தெரிந்த நாள் அன்று அவனுடைய அப்பா யாருக்கும் தெரியாமல் மருத்துவமனையில் அழுதது நினைவுக்கு வந்தது. மருத்துவரின் முகத்தில் தெரிந்த மாற்றத்தை வைத்தே தனக்கு இனிமேல் இங்கு எந்த வேலையும் இல்லை என்பதை அவர் புரிந்துகொண்டிருந்தார். அந்தக் காட்சி ஓவியனை வெகு வாகப் பாதித்திருந்தது. தான் பெரிதும் நேசித்த அப்பா, முதுமை யடைந்து, உறுதியாகிவிட்ட மரணத்துக்காகக் காத்திருந்த அந்தக் காட்சி அவனுக்குள் கடும் கோபத்தை உண்டாக்கியது. குழந்தை யைப்போல் அழுதுகொண்டே விடைபெற்றுச் சென்ற அந்த மாமனிதரின் கன்னங்களை அவன் துடைத்துவிட்டான்.

ழான் ரெனுவாரின் 'பெட்டை நாய்' என்ற திரைப்படத்தில் மிஷேல் சீமோன் என்ற வயதான ஓவியன் ஒருவன் அனைத்தும் இழந்த நிலையில் வீதிக்குத் தள்ளப்பட்டு இருப்பான். அப்தேல் சலாம் வீட்டின் மொட்டை மாடியில் இருந்து கடலையே பார்த் துக்கொண்டிருந்தபோது அந்தக் காட்சி ஓவியனின் நினைவுக்கு வந்தது. மிகவும் இளம் வயதில் அந்தப் படத்தை அவன் பார்த்த போது, அந்தக் கதை அவனுக்கு மிகவும் பரிதாபகரமானதாக இருந்தது. சிறிது காலம் கழித்து, 'சிவப்பு வீதி' என்ற அமெரிக்கப் படத்தையும் பார்த்திருக்கிறான். ஃபிரிட்ஸ் லாங் இயக்கிய இப் படம் 1945ஆம் ஆண்டு வெளியானது. எட்வர்டு ஜி.ராபின்சன் தான் படத்தின் கதாநாயகன். அந்த நடிகரை மிகவும் பிடிக்கும்

என்றாலும், இப்படத்தில் அந்த கலைஞன், தன் ஆசைக்கும் அறியாமைக்கும் பலியான விதம் ஓவியனைக் கவரவில்லை. எனினும், இவனுடைய வாழ்க்கையுடன் அது சரியாக ஒத்துப் போனது. எனினும் அந்தப் படத்தில் வரும் கதாபாத்திரத்தைப் போல் அவ்வளவு தாழ்ந்து போக மாட்டான். கலைஞனின் பணத்தை எல்லாம் கறக்கும் விலைமகளான கிட்டியின் கால் நகங்களுக்கு வண்ணம் பூசும் அளவுக்கு ஓவியன் இறங்கிப் போக மாட்டான் என்பது மட்டும் நிச்சயம். அவனது படைப்புகளை யாரும் களவாடவில்லையே, புதிதாகப் படைக்கத்தான் தடை ஏற்பட்டுள்ளது. அதேபோல், சற்று முன் தன் ஓவியப் படைப்பு ஒன்றை வாங்கிய ஒருவரின் கார் கதவைத் திறந்துவிடும் வீடற்றுத் திரியும் அந்த மனிதனின் நிலை அவனுக்கு வரவில்லையே. இருந்தாலும், சக்கர நாற்காலியில் உள்ள அவன், எடுத்து வீசப்படக் காத்திருக்கும் ஒரு மூட்டையைப் போல் கட்டுண்டு அவனுடைய மனைவியுடன் வசித்து வருகிறான். இனி, இந்தக் கட்டை உடைப் பதும், விடுவித்துக்கொண்டு வெளியேறுவதும் சொந்தக் காலில் எழுந்து நிற்பது என்பதும் இயலாத காரியம். இந்தச் சிறையில் இருந்து தப்பித்துக் கட்டவிழ்ந்த குதிரையைப்போல் ஓடுவது என்பது இனிச் சாத்தியமில்லை.

அவனது எதிரியான மனைவியுடன் பேசிப் பல மாதங்களாகி விட்டன. இனி அவளை ஏறெடுத்துப் பார்க்கப் போவதில்லை. அவளை உதாசீனப்படுத்துவதுடன், அருகில் அவள் வரும்போது கண்களை மூடிக்கொள்கிறான். உடல்நிலை குறித்து விசாரித்தாலும் அவன் அசைவதில்லை. எந்தச் சைகையையும் செய்வதில்லை. முகச்சுளிப்புகூடக் கிடையாது. தனக்குள்ளேயே சுருங்கிக்கொண்டு தனக்கென ஒரு தனி உலகத்தில் வாழ்ந்து வந்தான். வாதத்துக்கு எதிர்வாதம் செய்ய வேண்டும் என்ற எண்ணம் உதித்தாலும் அதனைக் கட்டுப்படுத்திக்கொள்கிறான். அவளை விட்டுப் பிரிய முடியாவிட்டாலும் என்றைக்கு அந்தப் பெண் மீது வெறுப்போ பகையோ அவனுக்கு இல்லாமல் போகிறதோ அன்றுதான் அவன் முழு வெற்றி பெற்ற நாளாக இருக்கும். சொல்லப்போனால், அதன் பிறகு அவனைப் பொறுத்தவரை அவள் இல்லை.

ஓர் ஈ அவனையே சுற்றி வட்டமடித்தது; வலது கையைத் தூக்கினான்; கையை அசைத்துச் சிறிதாக ஆட்டினான்; ஈ பறந்துவிட்டது. செய்தித்தாள் ஒன்றை எடுத்து வைத்துக்கொண்டு, அந்த ஈ திரும்பி வந்தால் அதனை நிரந்தரமாகத் துரத்திவிடலாம் என்று காத்திருந்தான்.

இரண்டாவது பகுதி

நடந்தவை பற்றிய எனது பார்வை

பெண்களை அதிகமாக நேசித்த மனிதனுக்கு ஓர் எதிர்வினை

முகவுரை

விடாப்பிடியான, அமைதியற்ற, வேடிக்கையான, பேய்த் தனமான ஜீவன் நான். நான் ஓர் ஈ. பரபரப்பாகவும் உறுதி யாகவும் இருப்பேன். அகோரப் பசியுடனும் பிடிவாதத்துடன் இருப்பேன். நான் ஓர் ஈ, எதற்கும் பயனற்ற ஈ. பார்வையில் பட்டால் விரட்டப்பட்டும், அகப்பட்டால் நசுக்கப்பட்டும் அழியும் ஈ. இழி வாகப் பார்க்கப்பட்டாலும் என்னைக் கண்டு அச்சமும் உண்டு. ஈக்களின் அழகைப் பற்றிக் கூற என்ன இருக்கிறது? பெருமைப்பட என்ன இருக்கிறது? தேனீக் கூட்டத்தில் காணப்படுவதுபோல் அது ஒன்றும் ராணி ஈ இல்லையே! கறுப்பாக, சாம்பல் நிறத்தில் எவ் விதக் கூச்சமும் இல்லாமல் சுற்றுபவை. தன்னைத் துரத்துபவர் களுடன் விளையாடும் ஈ, சுதந்திரமாகப் பறந்துகொண்டிருக்கும் இயல்புடையது. யாரையும் கண்டுகொள்ளாது. அதற்கு வீடும் இல்லை, நாடும் இல்லை மோசமான காற்றுடன் வந்துசேரும் ஈ, அதன் பிறகு யாருடைய அனுமதியும் இன்றித் தங்கிவிடும். மழையும் குளிரும்தான் அதனைத் தொந்தரவு செய்யும். எல்லா வற்றையும் அது துணிந்து எதிர்கொள்ளும். நவீன வரவேற்புக் கூடங்கள், தூய்மையான மசூதிகள், கம்பீரமான படுக்கையறைக் கட்டில்கள், அந்தரங்கமான இரகசிய இடங்கள், குளியல் அறைகள், சமையலறைகள், துணி துவைக்கும் அறைகள் என எங்கெல்லாம் போகத் தோன்றுகிறதோ அங்கெல்லாம் செல்லும். இறந்து கிடப் பவர்களையும் விட்டுவைக்காது. மரித்துப்போன சதையைக் குத்தி விட்டு எங்காவது பறந்து திரியப் போய்விடும். குழந்தைகளின் மென்மையான தோலைக் கடித்து, தன் வயிற்றை நிரப்பிக்கொள்ளும். எங்கு வேண்டுமானாலும் பறக்கக்கூடிய அதனை யாராலும் நிறுத்த முடியாது. சுதந்திரமும் பிடிவாதமும் கொண்டது அது. இன்று காலை நான் ஒரு ஈயாக மாறப் போகிறேன். அது எனக்கு வேடிக் கையாக இருக்கும். எவ்வித பயமோ கூச்சமோ இல்லாமல் இருப் பது எனக்கு மிகவும் பிடித்திருக்கிறது. என் கணவனைத் தொந்தரவு

செய்யத்தான் நான் ஈயாக மாறி இருக்கிறேன். அதில் எனக்கு முழுத் திருப்தி. அவனது மூக்கின் நுனியில் உட்காரும்போது என்னை விரட்டி ஓட்ட அவனால் அசைய முடிவதில்லை. அதைக் கண்டு நான் திருப்தி அடைகிறேன். மெல்ல சிரித்தபடி அவனைப் பற்றிக்கொள்கிறேன்; கிச்சுகிச்சு மூட்டுகிறேன்; சொறிந்துகொள்ள வைக்கிறேன்; அவனை அலைக்கழிக்க வைப்பது எனக்கு மிகவும் பிடித்திருக்கிறது. இது என்னுடைய சிறியதொரு பழிவாங்கும் நடவடிக்கை. ஒரு வகையில் பார்த்தால், என் திட்டத்தின் ஒரு சிறு பகுதி என்று வைத்துக்கொள்ளலாம்.

இந்த ஆண்கள் தனிமையைக் கண்டு அஞ்சுவதைப் பார்க்க வேடிக்கையாக இருக்கிறது. ஐயோ பாவம்! என்னைப் பொறுத்த வரை, நான் தனிமையைக் கண்டு பயப்படுவதில்லை. பார்க்கப் போனால், நான் அதை உருவாக்கக் காரணமாவேன். உருவாக்கிய அத்தனிமையை என் கட்டுப்பாட்டில் வைத்திருப்பேன். அது எனக்கு எந்த மன அழுத்தத்தையும் தராது. நான் ஈயைப் போன்றவள். எந்த ஒரு சமாதானத்துக்கும் ஒத்துப்போகாத சுதந்திர உணர்வைப் பெற்றவள். என்னை எதற்கும் வளைந்து கொடுக் காதவள் என்று என் கணவன் கருதுகிறான். உண்மைதான். ஆனால், அந்தச் சொல் எனக்குப் பிடிக்கவில்லை. அது மரணத்தை நினைவூட்டுகிறது. தனிமையைப் பொறுத்தவரை, நான் அதனுடன் அழகாக ஒத்துப்போகிறேன். உள்ளுக்குள் உங்களை வெறுப்பதில் திருப்தியடைபவர்களிடம் போய் முறையிடுவதிலோ, அழுது புலம்புவதிலோ எந்தப் பயனும் இல்லை. தனிமை என்பதும் நான்தான். அதாவது இறக்கை அடித்துப் பறப்பதும் நான்தான், பின் அசையாமல் உட்காரும் ஈயும் நான்தான். என் கணவனின் தோள் மீது உட்காரும் நான்தான், அந்தத் தனிமை. இவ்வாறு அவனை அழைப்பதை இனி நிறுத்திக்கொள்கிறேன். அவன் 'என்' கணவனாக எப்போதுமே இருந்ததில்லை. மாறாக, அவனுடைய அம்மாவில் தொடங்கி, அவனுடைய இரண்டு சகோதரிகளான அந்த இரண்டு சூனியக்காரிகள் என பலருக்கும் சொந்தமானவன்.

இன்று நான் ஓர் ஈ. தனிமையோ நீண்ட நாட்களாக இங்கு இருக் கிறது. சொல்லப்போனால் அவனுக்கு உடல் பாதிப்பு ஏற்பட்ட நாளிலிருந்து அது இருக்கிறது. வேண்டுமானால் நான் அதனைக்

கொஞ்சம் பெரிதாக்கி, என்னால் முடிந்த அளவு நிலைமையை மோசமடையச் செய்கிறேன் என்று வைத்துக் கொள்ளலாம். எனக்கு வேறு வழியில்லை. இந்தப் பெரிய மூக்கின் நுனியில் இரத்தத்தை உறிஞ்சுகிறேன்; அவனைத் தொந்தரவு செய்கிறேன்; தள்ளி விடுகிறேன்; அவனை அவமதிக்கிறேன்; அவனது உடல் மீது காறி உமிழ்கிறேன்; அவனால் ஒன்றும் செய்ய முடியாது. கையோ விரலோ எதையும் அசைக்க முடியாது. நோயின் பிணைக் கைதியாக அவன் இருக்கிறான். எதையும் சொல்லாமல் விட்டு விடக் கூடாது என்பதில் கவனமாக இருக்கிறேன்.

நான் ஒரு சாதாரண ஈதான்; வெறுமனே ஒரு சராசரியான ஈ; பேதமையும் பிடிவாதமும் கொண்ட ஈ; இது பரம்பரையாக என் இரத்தத்தில் கலந்த விஷயம். என் இயல்பே அதுதான். நிலைமை அப்படித்தான் அமைந்துள்ளது. வேறு வழியில்லை. இது முட்டாள் தனமாக இருக்கலாம். ஆனால், அது அப்படித்தான். அதற்காக எதுவும் செய்ய முடியாது. என் பிடிவாதக் குணத்தின் காரணமாக என் கணவனுக்குக் கடும் பதற்றம் உண்டாகிறது. பாவம் அவன்! என்னிடம் இருந்து இந்தக் குணத்தை எப்படியாவது போக்க வேண்டும் என்ற அடிப்படையில் அவன் முயன்றும் பார்த்தான். அவனால் முடியவில்லை. நான் அவனைவிடப் பலம் படைத்தவ ளாக இருந்தேன். எப்போதுமே அப்படித்தான் இருந்துவருகிறேன். அதாவது ஈயைப்போல். எல்லா இடத்திலும் என் கண்கள் இருக்கும். யார் மீதும் எனக்கு நம்பிக்கை இல்லை. எனக்கு ஏற்ற வாறு அமையும் விஷயங்களை மட்டுமே நான் நம்புவேன். நான் அப்படித்தான். என் எண்ணத்தை எதுவும் மாற்றிவிட முடியாது. நான் ஒரு ஈதான். ஆனால், அபாயகரமான ஈ.

எனது பார்வை

நடந்து முடிந்த சம்பவங்களைப் பற்றிய என் பார்வையை உங்களிடம் கூறுவதற்கு முன் நான் கெட்டவள் என்பதை உங்களுக்கு முன்கூட்டியே தெரிவித்துவிடுகிறேன். அது என் பிறவிக் குணம் இல்லை. ஆனால், என்னை யாராவது தாக்க முற்பட்டால், அதைத் தடுக்கவும் பதிலுக்குப் பதில் திருப்பிக்கொடுக்கவும் எல்லா வழியையும் உபயோகிப்பேன். உண்மையில், வெறுமனே திருப்பிக்கொடுப்பதில் எனக்குத் திருப்தி ஏற்படாது. சில அடிகள் கூடுதலாகவும் பெற்றதைவிட மேலும் பலமாகவும் கொடுப்பேன். நான் அப்படித்தான். நான் நல்லவள் இல்லை. எனக்கு நல்லவர்களைப் பிடிக்காது. அவர்கள் பலவீனமானவர்கள். எதிலும் உறுதியான நிலைப்பாடு இல்லாதவர்கள்; எல்லோருமே ஒருவரைப் போலவே இருப்பவர்கள். எனக்கு எப்போதுமே எந்தவித சமரசமும் செய்துகொள்ளாதவர்கள், வெளிவேடம் போடாதவர்கள், நேர்மையானவர்கள், மனதில் பட்டதை அப்படியே பேசுபவர்கள்- ஆகியோரது தொடர்புதான் பிடிக்கும். ஆமாம், நான் வளைந்து கொடுக்காதவள்தான். வளைந்து கொடுப்பதை விஷப் பாம்புகளும் இராஜதந்திரிகளும் வைத்துக் கொள்ளட்டும். நான் எப்படிப் பட்டவள் என்பதைக் கூற வெட்கப்பட மாட்டேன்; ஏனெனில் நான் நேர்மையானவள். நான் பொய் பேசுவது இல்லை. நான் நேராக விஷயத்துக்கு வந்துவிடுவேன். சுற்றிவளைத்துப் பேசுவதில்லை. கல்லிலும் முள்ளிலும் கிடந்து, அங்கிருந்து வந்தவள் நான். நீரின்றி, நிழலின்றிக் கிடக்கும் இந்தத் தரிசு நிலத்தில் பிறந்தவள் நான். என் ஊரில் மரம் கிடையாது. புல், பூண்டு கிடையாது. ஆனால், அங்கு மனிதர்களும் மிருகங்களும் இருந்தனர். சபிக்கப்பட்ட மிருகங்களும் விதியை நொந்துகொள்ளும் பெண்களும் இருந்தனர். இந்தச் சூழ்நிலையை எதிர்த்து நான் வெகுண்டு

எழுந்தேன். வறட்சியை என் வளைந்துகொடுக்காத இயல்பினால் எதிர்கொண்டேன். எனக்குத் தெரிந்தவரை விலங்குகள் நாகரிகமாக நடந்துகொள்ளாது. அதுபோல ஏன் இந்தத் தீயவர்களும் இவ்வாறு தங்களுடன் நடந்துகொள்கிறார்கள் என்று நினைத்தபடியே நல்ல வர்கள் பட்டினி கிடந்து சாகிறார்கள். எனவேதான் நான் இவ்வாறு கடுமையானவளாக மாறினேன்.

எனக்குப் பயம் என்றால் என்னவென்று தெரியாது. எனக்கு இதுவரை பயமே ஏற்பட்டதில்லை. வெட்கம் என்றாலும் என்ன வென்று எனக்குத் தெரியாது. என்னை வெட்கப்பட வைக்க விரும்புபவன் இனிமேல்தான் பிறந்துவர வேண்டும். அது அப்படித்தான். பயமில்லை, வெட்கமும் இல்லை. நான் யாருக்கும் பயப்பட மாட்டேன். எந்த ஊரிலும் எந்த நேரத்திலும் இறந்துபோக நான் தயார். ஒரு காரியத்தில் இறங்கிவிட்டால் அதன் பிறகு பின்வாங்கும் பேச்சுக்கே இடமில்லை.

நான் பசியில் வாடியிருக்கிறேன். கடும் தாகத்தில் துடித்திருக் கிறேன். குளிரில் நடுங்கி இருக்கிறேன். யாரும் என் உதவிக்கு வரவில்லை. அப்போது, வாழ்க்கை என்பது எல்லோரும் எல் லோரையும் நேசித்துப் பழகும் 'விருந்து நிகழ்ச்சி' போன்ற அமைப்பு இல்லை என்ற உண்மையை விரைவிலேயே தெரிந்து கொண்டேன்.

எல்லாவற்றிலும் நேர்வழியைக் கடைபிடிப்பவள். நிமிர்ந்து நிற்பவள். என்னை வளைக்கவோ, எனக்குத் துரோகம் செய்யவோ முயற்சி செய்யும் யாரையும் சகித்துக்கொள்ள மாட்டேன். நான் வெறுக்கும் மிக மோசமான விஷயம் துரோகம்தான். எனக்குத் துரோகம் செய்பவர் யாராக இருந்தாலும் அந்த நபரைக் கொலை செய்யவும் தயங்க மாட்டேன். அது அப்படித்தான். எனக்கு மறைந்திருந்து திட்டம் தீட்டத் தெரியாது. மேலும் என்னிடம் திட்டம் எதுவும் இல்லை. நான் எடுத்த முடிவில் கடைசிவரை உறுதியாக நின்று முடிப்பேன். நான் இரவுக்குச் சொந்தமானவள். மன்னிப்புக்கு இடமில்லாத கொடூர உலகம் அது.

உங்களுக்கு ஏன் இந்த முன்னெச்சரிக்கை விடுக்க வேண்டும் என்று எண்ணிப் பார்க்கிறேன். இது என் இயல்பும் இல்லையே. நான் எதையும் பேசிக்கொண்டு இருப்பதில்லையே. செயலில்

காட்டுபவளாச்சே. அப்படிப்பட்டவள் இப்போதோ பேசிவிட்டேனே. செயல்படாமல் போகும் ஆபத்து இதில் உள்ளது.

***

என் பெயர் அமீனா. இந்தக் கதையில் குறிப்பிடப்படும் பெண் நான்தான். நான் உயரமானவள். என் உயரம் 176 செ.மீ. சாம்பல் நிற முடி; இயல்பான நிறமே அதுதான். வாழ்க்கையை நேசிப்பவள், எனக்கு எந்தக் குறையும் இல்லை, நான் மற்றவர்களுக்கு உதவிசெய்ய விரும்புபவள், அதிகம் படித்ததில்லை, ஆனால், அதிக ஆர்வம் உடையவள். வாசிப்பின் மூலமும் தேடல்கள் மூலமும் தொடர்ந்து பல விஷயங்களைக் கற்று வருகிறேன். இவற்றையெல்லாம் இங்கே குறிப்பிட்டுச் சொல்வதற்குக் காரணம், நான் உண்மையிலேயே எப்படிப்பட்டவள் என்பதை நீங்கள் தெரிந்துகொள்ள வேண்டும் என்பதற்காகத்தான். அத்துடன் என் கணவன் உண்மையை எந்த அளவு முடியுமோ அந்த அளவுக்குத் திரித்துப் பேசுபவன் என்பதையும் நீங்கள் தெரிந்துகொள்ள வேண்டும்.

வீணாய்ப் போன வறண்ட பூமியில் இருந்து வருபவள் நான். அங்கு எதுவும் முளைக்காது. கற்களும் முட்செடிகளும்தான் காணப்படும். அது ஒரு கிராமம் இல்லை. 'துவார்' எனப்படும் குக்கிராமம்கூட இல்லை. அது மக்கள் குடியிருந்த ஒரு கல்லறை. அந்த ஊரின் மண் பருவநிலை மாற்றத்துக்கு ஏற்றவாறு சில நேரங்களில் சாம்பல் நிறமாகவும் சில நேரங்களில் காவி நிறமாகவும் காட்சியளிக்கும். அங்குள்ள காட்டுக்கீரை, சிறு பிள்ளைகளின் முகங்கள், பசியில் வாடும் பூனைகள், நாய்கள் ஆகியவற்றின் மீது அந்த நிறம் அப்பிக்கொள்ளும். என் கிராமத்தைப் பற்றி யாருக்கும் அக்கறை இருக்க வாய்ப்பில்லை. அது ஒரு பெயரிடப்படாத, கண்டுகொள்ளப்படாத பகுதி. சிலர் அதனை 'பிலட் எல் ஃபினா', அதாவது சூனியம் உறையும் கிராமம் என்று அழைப்பது உண்டு. எந்த ஒரு புனிதரோ எந்த ஒரு இறைத்தூதரோ அந்த ஊரில் கால் பதித்ததில்லை. அங்கு வந்து என்ன பயன்? யாருக்காக அவர்கள் வர வேண்டும்? பரிதாபத்துக்குரிய குடியானவர்களுக்காகவா? பசி யாற எதுவும் கிடைக்காத விலங்குகளுக்காகவா? சூனியம் என்பது உண்மைதான். சூனிய கிராமம்தான் அது.

ஆடு மேய்க்கும் சிறுமியாக என்னை வளர்க்க விரும்பினார் என் அப்பா. நானும் அவரது சொல்லுக்குக் கட்டுப்பட்டேன். ஆனால், பள்ளிக்கூடத்தைப் பற்றி நான் தெரிந்துகொண்ட நாள் முதல் விறகுகளைப் பொறுக்குவதையும் மாடுகளை மேய்ப்பதையும் விட்டுவிட்டு என் பெரியப்பா மகனுடன் பள்ளிக்குச் செல்ல ஆரம்பித்தேன். எங்கள் கிராமத்திலிருந்து ஒரு மணி நேரம் நடந்து செல்லும் தூரத்தில் அந்தப் பள்ளி இருந்தது. என் தலையைச் சாம்பல் நிற கைக்குட்டை ஒன்றால் மூடியவாறு மற்றப் பிள்ளைகளுடன் போய்ச் சேர்ந்துகொள்வேன். எப்போதுமே சில மாணவர்கள் வராமல் போவதால் என் மீது ஆசிரியர் கவனம் செலுத்தவில்லை. ஆனால், ஒருநாள் என் அருகில் இருந்த பெண், எழுதுவதற்கு ஒரு தாளும் பென்சிலும் கொடுக்க மறுத்ததால் அவளிடம் சண்டை பிடித்தேன். அப்போதுதான் நான் அகப் பட்டுக்கொண்டேன். நான் மூர்க்கமான குணம் கொண்டவள். எனக்குத் தர மறுப்பதை நானாகவே எடுத்துக்கொள்வேன். நான் அப்படித்தான் அவளிடமிருந்த பையைப் பிடுங்கி எனக்குத் தேவையானதை எடுத்துக்கொண்டேன். அவள் சத்தம் போட்டாள். ஆசிரியர் வந்து விசாரித்தார்; அன்று காலை வகுப்பு நேரம் முடியும்வரை வகுப்பறையின் ஓரத்தில் நிற்க வைத்தார். இவ்வாறு நான் தெரியாமல் பள்ளிக்குச் செல்லும் தகவல் என் அப்பாவின் காதுக்கு எட்டியது. என்னவானாலும் பள்ளிக்கூடத்துக்குப் போய் மற்ற ஆண் மாணவர்களுடன் தன் மகள் சேர்ந்து பழகுவதை என் அப்பா விரும்பவில்லை. "எழுத, படிக்கத் தெரிந்து என்ன பயன்?" என்று என்னிடம் கேட்டார். "அதைவிட மாட்டுக்கோ ஆட்டுக்கோ பிரசவம் பார்ப்பது எப்படி என்று தெரிந்துகொள்வது நல்லது" என்றார். என் அம்மா இந்தக் கருத்தை ஏற்றுக்கொள்ளவில்லை. மிகுந்த துயரத்தில் ஆழ்த்திவிடும் சோகத்திலிருந்து விடுபட உதவும் விதத்தில் நான் கல்வி கற்க வேண்டும் என்று என் அம்மா ஆசைப்பட்டார். ஆனால், அவரால் எதிர்த்துப் பேச முடியாது. அம்மாவிடம் அப்பா பாசத்துடன் நடந்துகொண்டாலும், அவரவர் இடத்தில் இருந்தால்தான் எல்லோருக்கும் நல்லது என்று அப்பா கூறிவிட்டார். எனவே பள்ளிக்குச் செல்லத் தடை விதித்ததுடன் என்னை அவருடைய மாமா ஒருவரிடம் ஒப்படைத்தார். அந்த நபரின் பெயர் புவாலேம். மராக்கேஷில் மளிகைக் கடை

வியாபாரியான அவன் என்னைத் தன் வேலைக்காரியைப்போல் சக்கையாகப் பிழிந்து எடுத்தான். புவாலேம் ஒரு கஞ்சன், வடி கட்டின கஞ்சன். அவன் நாள் முழுவதும் தன் மளிகைக் கடையி லேயே கிடப்பான். சர்தீன் மீன் பெட்டிகளை எண்ணிஎண்ணிப் பார்ப்பான். அவற்றை இடம் மாற்றி எங்காவது வைத்துவிட்டு மீண்டும் ஒருமுறை எண்ணுவான். அவன் ஒழுங்காகக் குளிக்க மாட்டான். தொழுகைக்கு முன்பு செய்துகொள்ளும் சுத்தமே போதும் என்று திருப்தியடைவான். அவனைப் பொறுத்தவரை அதுதான் பக்தியாக இருக்கும் முறை. அவனுடைய சுத்தம் மிகவும் மேலோட்டமானது. அவன் அணிந்திருக்கும் ஆடையிலிருந்து வியர்வை நாற்றம் வரும். அவன் உடல் வற்றிப்போய் இருப்பான். உடலில் சிறிதும் கொழுப்பு இருக்காது. இதுபோல வற்றிப்போய் இருக்கும் ஆட்கள் நீண்ட நாட்கள் வாழ்வார்களாம். என் அத்தை ஒருமுறை அவனைத் திட்டிவிட்டாள். மூர்க்கத்தனமாக அவளை அடித்துவிட்டான். அவள் அழுதாள். நானும் அழுதுவிட்டேன். அன்று இரவு இருவருக்கும் உணவு தர மறுத்துவிட்டான். எனக்கு எப்போதுமே அதிகமாகப் பசிக்கும். ஒருநாள், மளிகை கடைக்குப் போய் ஜாம் பாட்டில் ஒன்றைத் திருடிவிட்டேன். வீட்டிலிருந்தும் அந்தக் கடைக்குப் போக வழி இருந்தது. நான் அதுவரை ஜாம் சாப்பிட்டதே இல்லை. அடுத்த நாள் என்னை எதுவும் கேட்கா மலேயே அவன் ஓங்கி ஒரு அறை விட்டதில் என் தலை சுற்றியது. 'அந்த ஜாம் திருடியதற்கான பரிசு இது' என்று புரிந்துகொண்டேன்.

வெளிநபர்கள் சிலரிடம் என்னை ஒப்படைக்க இருப்பதாக அவன் தெரிவித்தபோது எனக்குப் பயம் ஏற்பட்டது. அதே நேரம் சற்று விடுதலையாகவும் இருந்தது. பெரிய பங்களா ஒன்றின் முன்பு என்னைக் கொண்டுபோய் விட்டான். அந்த பங்களாவின் கதவு தானாகத் திறந்துகொண்டது. 'நாய் ஜாக்கிரதை' என்ற பலகை காணப்பட்டது. பிளாஸ்டிக் பை ஒன்றில் கசங்கிப் போன என் உடமைகளுடன் மெல்ல உள்ளே அடியெடுத்து வைத்தேன். என்னை நோக்கி, நடப்பதற்குச் சிரமப்படும் ஒரு பெண் வருவதைப் பார்த்தேன். என்னைப் பார்த்த அவர், "வாம்மா, வா. உன் அறை எது என்று காட்டுகிறேன்" என்றார். ஆரம்பத்தில், அவர்கள் வீட்டில் எனக்கு என்ன வேலை என்று தெரியவில்லை. என்னிடம் அவர்கள் மிகவும் பாசமாக நடந்துகொண்டனர். எனக்குப் புது உடை

வாங்கித் தந்தனர். (ஆமாம், நான் புது ஆடை அணிவது அதுதான் முதல்முறை) வழக்கமாக வீட்டில் கிடக்கும் பழைய துணிகளைக் கொண்டுதான் எனக்கு அம்மா உடுத்திவிடுவார்கள். எனக்குச் சாப்பிட உணவு அளித்ததுடன் தங்களுடன் சமமாக உட்கார்ந்து சாப்பிடக் கூப்பிட்டனர்; எப்படி நடந்துகொள்வது என்று எனக்குத் தெரியவில்லை. கத்தி, முள்கரண்டி ஆகியவற்றைக் கையாள்வது எனக்குக் கஷ்டமாக இருந்தது. எனவே நான் விரல்களால் சாப்பிட்டேன். அது அவர்களுக்கு ஆச்சரியமாக இருந்தது. கறித் துண்டை வெட்டி, அதனை லாவகமாக முள்கரண்டியால் எடுப்பது எப்படி என்று தெரிந்துகொள்ள வேண்டி இருந்தது. தூரத்தில் உள்ள நாடுகளைப் பற்றியும் பயணங்கள் பற்றியும் என்னிடம் விளக்கினார்கள். என்னுடைய புதிய பெற்றோராக இருப்பதில் தாங்கள் மிகவும் மகிழ்ச்சி அடைவதாகக் கூறினர். அவர்கள் என்ன சொல்கிறார்கள் என்பது எனக்குப் புரியவில்லை. ஆனால், அவர்கள் வீட்டில் இருந்த வேலைக்காரியான ஸெனூபா அவர்கள் கூறியதை எல்லாம் எனக்கு மொழிபெயர்த்துச் சொன்னாள். நான் அழுதுவிட்டேன். நான் அணிந்திருந்த நீல நிற ஆடை கிழிந்துபோயிற்று. அவர்கள் எனக்கு வேறு ஆடைகள் வாங்கித் தந்ததுடன், என்னை ஒரு தனியார் பள்ளியில் சேர்த்துவிட்டனர். அங்கு மாணவர்கள் அதிக எண்ணிக்கையில் இல்லை. பள்ளிக்கு காரில் அழைத்துச்சென்று விடுவதுடன் பளபளப்பான வெள்ளை நிறத் தாளில் சுற்றப்பட்ட தின்பண்டத்தையும் எனக்குத் தந்து விட்டுப் போவார்கள். பள்ளியில், என் வாயிலிருந்து ஒரு வார்த்தையும் வெளியில் வராது. நான் முகச் சேட்டைகளும் சைகைகளும் செய்துகொண்டிருப்பேன். ஆனால், காதுகளை நன்கு திறந்து வைத்து பிரஞ்சு மொழியைக் கற்றுக்கொண்டேன். எல்லாவற்றையும் நன்கு நினைவில் பதிய வைத்துக்கொண்டேன். எனக்கு நல்ல நினைவுத்திறன் இருந்தது. இரவில், காலையில் கற்ற அத்தனையையும் அப்படியே ஒப்பிப்பேன். ஆனாலும் வார்த்தை களையும் அவற்றுக்கு உரிய பொருட்களையும் போட்டுக் குழப்பிக் கொள்வேன். என் பெற்றோரைப் பார்க்க வேண்டும் என்று எப்போதாவது எனக்குத் தோன்றினால், ஸெனூபாவிடம் போய்ப் புலம்புவேன். அவள் என்னைச் சமாதானம் செய்யும் விதமாக ஆறுதல் வார்த்தைகளைக் கூறுவாள். "நீ அதிர்ஷ்டமானவள்" என்று

அவள் அடிக்கடிச் சொல்வாள். உண்மைதான்; என் பெற்றோர், என் சகோதர சகோதரிகளிடமிருந்து பிரிந்து இருக்கும் அதிர்ஷ்டம் எனக்கு; என் கிராமத்தைப் பிரிந்ததற்காக நான் வருந்தவில்லை. ஆனால், என் பாட்டியை என்னால் மறக்க முடியவில்லை. மேலும், நான் தாமதமாகப் பள்ளியில் சேர்ந்தது பிரச்சினையை மேலும் சிக்கலாக்கியது. என்னைக் கவனித்துக்கொண்ட பிரஞ்சுத் தம்பதியினர் எனக்குப் பாடம் சொல்லித் தருவதற்கு இளைஞன் ஒருவனை ஏற்பாடு செய்தனர். நான் பள்ளியில் கற்ற பாடங்களை மீண்டும் ஒருமுறை கற்றுத் தெளிவு பெற அந்த இளைஞன் உதவினான். அவன் அழகாக இருந்தான். அவன் மீது எனக்குக் காதல் ஏற்பட்டுவிட்டது என்று நினைக்கிறேன். அவன் மேல்நிலை வகுப்பு மாணவன். அவனை நேருக்கு நேராகப் பார்க்கும் துணிவு எனக்கில்லை. எனக்கு மிகவும் உதவியாக இருந்தான் என்பதை மறுக்க முடியாது. அவனால்தான் நான் எழுதவும் படிக்கவும் கற்றுக்கொண்டேன். அந்த நொடியிலிருந்து என் வாழ்க்கையில் எல்லாமே மாறிவிட்டன. ஒருநாள் என் கீழாடையில் இரத்தம் வழிந்தது. எனக்கு வெட்கமாகிவிட்டது. நல்லவேளையாக, ஸெனுபா எனக்கு எல்லாவற்றையும் விளக்கியதுடன் என்னைச் சுத்தமாக வைத்திருக்கவும் உதவினாள். நான் காதல் வயப் பட்டிருந்ததால், திடீரென என் உடையில் கவனம் செலுத்த ஆரம்பித்தேன். அந்த இளைஞனின் பார்வையைக் கவர விரும்பி னேன். ஆனால், கோடை காலம் நெருங்கிய வேளையில் அவன் சென்றுவிட்டான். அதன்பிறகு அவனை நான் பார்க்கவே இல்லை.

மூன்று ஆண்டுகளில், என் பெற்றோரை இரண்டே முறைதான் பார்த்திருக்கிறேன். எங்கள் ஊரில் உள்ள உறவினர்கள் எண்ணெய், தேன் ஆகியவற்றை என் பெற்றோருக்குக் கொடுத்துள்ளனர்; என்னைப் பார்த்து எனக்குரிய பங்கினைக் கொடுக்க அவர்கள் வந்திருந்தனர்.

ஒருநாள் தாங்கள் மீண்டும் பிரான்ஸ் நாட்டுக்குத் திரும்ப வேண்டியுள்ள செய்தியை என் புதிய பெற்றோர்கள் என்னிடம் தெரிவித்தனர். எல்லோரிடமும் விடைபெற எங்கள் ஊருக்குப் போனோம். தண்ணீர்கூட இல்லாத அந்த ஊரில் நான் வினோத மானவளாகவும் அந்நியமானவளாகவும் தோன்றுவதை உணர்ந் தேன். செத்துப்போன பூனை ஒன்றுடன் குழந்தைகள் விளையாடிக்

கொண்டிருந்தனர். அவர்கள் மீது ஈக்கள் மொய்த்துக்கொண்டிருந்தன. மூக்கு ஒழுகிய படி இருந்த அவர்களைக் கவனிக்க அங்கு யாரும் இல்லை. என்னைப் பார்க்க என் அப்பா வந்திருந்தார். என் புதிய பெற்றோரைப்போல் என்னைக் கட்டியணைத்து முத்தமிடுவார் என்று எதிர்பார்த்தேன். ஆனால், புழுதி நெடியுடன் இருந்த அவரது மொத்தமான கையின் பின் பகுதியின் மீது நான்தான் முத்தமிட வேண்டியிருந்தது. என்னை நேருக்கு நேர் பார்க்காமல், "சீக்கிரம் சந்திப்போம்" என்று மட்டும் சொல்லி வைத்தார். பிறகு பயணத்தைப் பற்றியும் கையொப்பமிட வேண்டிய ஆவணங்கள் பற்றியும் விளக்கினர். பிரஞ்சுக்காரரிடமிருந்து என் அப்பாவின் கைகளுக்குச் சில கரன்சி நோட்டுக் கத்தைகள் மாறியதைப் பார்த்தேன். நடந்தது என்ன என்பது சட்டென எனக்குப் புரிந்துவிட்டது. என்னை என் அப்பா விற்றுவிட்டார்! என்ன கொடுமை இது! நான் அழ ஆரம்பித்துவிட்டேன். அந்தப் பெண்மணி என்னைச் சமாதனம் செய்தாள். என் அப்பா எப்போதும் என் அப்பாவாகவே நீடிப்பார் என்று உறுதி கூறினர். என்னை அவர்களால் தத்தெடுக்க முடியவில்லை. எனவேதான் தங்களுடன் என்னை அழைத்துச் செல்ல என் அப்பாவிடமிருந்து ஒரு கடிதம் தேவைப்படுகிறது. இவ்வாறாகத்தான் என் முதல் கடவுச்சீட்டு எனக்குக் கிடைத்தது. அது பச்சை நிறத்தில் இருந்தது. 'விலாயா' என்னும் தலைமை அலுவலகத்தில் இருந்த நபர் மிரட்டும் தொனியில், "கவனம், இது மிகவும் மதிப்பு மிக்கதாகும். இதனைத் தொலைத்தால் இன்னொன்று உனக்குத் தர மாட்டோம். பிறகு, ஆயுள் முழுவதும் பாஸ் போர்ட் இல்லாமல் கிடக்க வேண்டியதுதான், எந்த நாட்டுக்கும் போக முடியாது" என்றார். அலுவலகத்தை விட்டு வெளியே வருவதற்கு முன் என்னை மறித்துக் காதோரம் கிசுகிசுத்தார்: "இதுபோல் பிரஞ்சுக்காரர்கள் உன்னைக் கவனித்துக்கொள்ள, நீ உண்மையிலேயே கொடுத்துவைத்தவள்தான். ஆகவே, நாம் தலைகுனியும்படிச் செய்து விடாதே. இந்தச் சிறிய பச்சைப் புத்தகத்துடன் நீ மொராக்கோ நாட்டின் பிரதிநிதியாக அவர்களுடன் போகிறாய் என்பதை மட்டும் மறந்து விடாதே" என்றார். அவர் நினைப்பது தவறு. நான் யாருடைய பிரதிநிதியாகவும் போகவில்லை. நான் போவதைக் கண்டு அசையாமல் நின்ற என் அம்மாவின் பிரதிநிதியாகக்கூட நான் போகவில்லை. ஒரு

வேளை, பிறகு அவளும் அழுது இருக்கலாம். எனவே, கண்களை இறுக்க மூடிக்கொண்டேன். சோகமயமான இந்த ஊரை இனி ஒருபோதும் நினைப்பதில்லை என்ற முடிவுக்கு வந்தேன்.

சில வாரங்களுக்குப் பிறகு, அந்த பிரஞ்சுத் தம்பதியினருடன் மர்சேய் நகரம் வரைக் கப்பலில் பயணம் செய்தேன். பயணம் முழுவதும் அவர்களுக்குள் எதுவும் பேசிக்கொள்ளவில்லை. அவர்களிடையே இருந்த மனக்கசப்புக் குறையவில்லை. அந்தப் பெண்மணி யாருக்கும் தெரியாமல் அழுதுகொண்டிருந்தார். இந்த அற்புதமான ஊரை விட்டுப் போக தனக்கு மனமில்லை என்றார். அவருடைய கணவரின் வயதான பெற்றோர்கள் உடல்நலமில்லாமல் இருப்பதாகவும் அவர்களைக் கவனித்துக்கொள்ள வேண்டிய கடமை தன் கணவருக்கு இருப்பதால் அவர் இங்கிருந்து புறப்பட வேண்டிய கட்டாயம் ஏற்பட்டுள்ளது என்பதையும் விளக்கினார். அவர் கடமை தவறாத ஒரு நல்ல மகனாக இருக்கிறார் என்று நினைத்துக்கொண்டேன். ஆனால், பிள்ளைகள் இல்லாத இந்தத் தம்பதியரிடையே வேறு ஏதோ சரியில்லை என்பது புரிந்தது. சில விஷயங்களை நான் உணர்ந்தாலும் என்னால் அவற்றைச் சரியாக இனங்காண முடியவில்லை. ஒன்றுமில்லாத விஷயத்துக்குக்கூட அவர்களுக்குள் சண்டை வரும். அந்தப் பெண் ஏதாவது வாதிடுவார். கணவர் அதற்கு எதிர்ப்புத் தெரிவிப்பார். இந்தக் காட்சிகளைப் பார்க்கும்போது, ஒரு நாளும் குரலை உயர்த்திப் பேசிப் பழக்கமில்லாத என் பெற்றோரை நினைத்துக்கொள்வேன்.

நாங்கள் தங்கியிருந்த குடியிருப்பு வீடு அப்படி ஒன்றும் பெரியது இல்லை. எங்கள் வீட்டின் அருகில் வசித்த அமெரிக்க நண்பர்கள், எங்களை அந்தக் குடியிருப்புக்கு வரவேற்றதுடன் பாதாம் கேக்குகளை வழங்கி மகிழ்ந்தனர். அவர்களுக்கு அழகான மகள் ஒருத்தி இருந்தாள். உயரமாகவும் பொன்னிறமாகவும் இருந்த அவளுக்கு பதினேழு வயதுதான் என்றாலும் பார்ப்பதற்கு இருபது வயதுக்கும் அதிகமாகத் தெரிந்தாள். விரைவிலேயே அவள் எனக்கு நெருக்கமான தோழி ஆகிவிட்டாள். அடிக்கடித் தன் வீட்டுக்கு அழைத்து தன் புகைப்படங்களைக் காட்டுவாள். அவளுக்கு நடிகையாக வேண்டும் என்ற ஆசை இருந்தது. "அப்படி என்றால் படிப்பு?" என்று கேட்டபோது, சிரித்துக்கொண்டே,

"நடிப்புக்குப் படிப்புத் தேவையில்லை" என்று பதிலளித்தாள். நாகரிக ஆடைகளை அறிமுகம் செய்யும் 'கேட் வாக்' எனப்படும் ஒயில் நடை நிகழ்ச்சிகள் பலவற்றில் வெற்றிகரமாகக் கலந்து கொண்டாள். நாங்கள் இருவரும் ஏறக்குறைய ஒரே உயரம் இருந்ததால் என்னிடம், "இங்கே பார், உன் பெற்றோர் மட்டும் சம்மதித்தால் நீயும் முயற்சி செய்து பார்க்கலாம். இப்போது, நம்மைப் போன்ற பெண்களைத்தான் தேடிக்கொண்டிருக்கின்றனர். நாம் பிரபலமாவதற்கான நேரம் இது. உன் தலை முடியை மட்டும் தவறியும் வெட்டி விடாதே. சிங்கம்போல் இருக்கும்படி நீளமாக வளர்த்துக்கொள்" என்று அறிவுரை வழங்கினாள். அவள் கூறியது எனக்கு வேடிக்கையாக இருந்தது. என் கூந்தலை எனக்கு மிகவும் பிடிக்கும் என்பதால் அதைப் பராமரிக்கக் கவனம் செலுத்தினேன். நான் பூசிக்கொண்ட மருதாணி, அதற்குச் சாம்பல் நிறப் பின்னணியில் நல்லதொரு சிவந்த நிறத்தை அளித்தது. உடைகளைக் களைந்த அவள், என்னையும் அதேபோல் களையச் செய்து, உயரம், மார்பகம், இடுப்பு என எல்லாவற்றையும் ஒப்பிட்டுப் பார்த்தாள். கொஞ்சம் முயன்றால் இந்த பேஷன் துறையில் நிச்சயம் என்னால் வெற்றியடைய முடியும் என்று நம்பிக்கையூட்டினாள்.

உயர்நிலைப் பள்ளிக்குச் சென்றுகொண்டிருந்த நான் படிப்பில் தீவிரக் கவனம் செலுத்தினேன். மொராக்கோவில் இருந்த என் பெற்றோரைப் பற்றி எந்தத் தகவலும் இல்லை. மாறாக, இங்கு இருந்த பிரஞ்சுப் பெற்றோர் மொராக்கோவை மறக்க முடியாமல் ஏங்கிக்கொண்டிருந்தனர். மேலும், என் பிரஞ்சுத் தந்தையின் பெற்றோர் இறந்த பின், சொத்துக்கான வாரிசுப் பிரச்சினை ஏற்பட்டது. அந்தச் சிக்கலான பிரச்சினையைத் தீர்க்கவே அவர்களுக்கு நேரம் போதவில்லை. பெரும்பாலான நாட்களில் என் மீது முழு நம்பிக்கை வைத்து என்னைச் சுதந்திரமாக இருக்க விட்டனர். அதனைப் பயன்படுத்திக்கொண்டு அர்மீனியப் பெண்ணான என் தோழியுடன் சேர்ந்து ஆடை அறிமுக வகுப்புகளில் கலந்து கொண்டேன். அந்த நேரத்தில்தான் சிவப்புச் சாயம் பூசிய முடியுடன் இருந்த ஒருவனைச் சந்தித்தேன். என் தலையில் தண்ணீர் நிறைந்த குடம் இருப்பதாக நினைத்துக்கொண்டு நடக்கும்படி

அவன் என்னைக் கேட்டான். அப்படியே நானும் கற்பனை செய்து கவனமாக மெல்ல நடந்து காட்டினேன். அவன் திடீரெனப் பார்த்து, “கவனம், குடம் விழுந்து சுக்குநூறாக உடையப் போகிறது!” என்று கத்தினான். நான் பெருமூச்சை நன்கு இழுத்துவிட்ட பிறகு, எப்போதும்போல் சாதாரணமாக நடந்தேன். என் கையைப் பிடித்து அழைத்துச் சென்ற ஒரு பெண், என் உடைகளைக் களைந்து நிறைய ஓட்டைகள் இருந்த ஆடை ஒன்றைத் தந்து அணியச் சொன்னாள். சொல்லப்போனால் அது உள்ளே உள்ள உடல் முழுவதும் தெரிவதாக இருந்தது. என்னைப் பிறந்தமேனியாகக் காட்டும் அந்த ஆடையை அணிய எனக்குப் பிடிக்கவில்லை. ஆகவே, சற்று கண்ணியமான உடையைத் தந்து அந்த அறையை ஒருமுறை வலம் வரச் சொன்னாள்.

17 1/2 வயதில், சில நிமிடங்களுக்குள் நான் பேரழகியாக மாறிப்போனேன். அது எனக்கு மிகவும் பிடித்தமான வேலையாக இருந்தது. அதில் கலந்துகொண்டு வீடு திரும்பும் ஒவ்வொரு முறையும் கைநிறைய பொருட்களோடு வந்தேன். என் பெற்றோர் எதையும் கண்டுகொள்ளவில்லை. உயர்நிலைக் கல்வியை முடித்து நான் சான்றிதழ் வாங்கிவிட வேண்டும் என்பதுதான் அவர்கள் விதித்த ஒரே நிபந்தனை. அவர்கள் விடுத்த எச்சரிக்கையை நான் காதில் வாங்காததால், ஜூன் மாதம் தொடங்கிய சிறப்பு வகுப்புக்கு நான் அனுப்பப்பட்டேன். அது எனக்கு ஒரு பெரிய அடியாக இருந்தது. சரியாகப் படிப்பு வராத மாணவியாக நான் என்னை ஒருநாளும் உணர்ந்ததில்லை. என்னிடம் இருந்த பிரச்சினைகள் எனக்குப் புரியவில்லை. அவை கூடிக்கொண்டே இருந்தன. எவ் வளவு பின்தங்கியிருந்தாலும் அவற்றையெல்லாம் ஒரு நொடியில் சீர்செய்துவிட முடியும் எனும் அளவுக்கு என்னிடம் ஆர்வம் இருந்தது. எது எப்படியோ, இவ்வாறான குழப்பமான, தடுமாற்ற மான நிலை என் பள்ளி வாழ்க்கையில் அமைந்ததற்கு நான் காரணம் இல்லை. நான் யாரென்று தெரியவில்லையே. லபீப் வக்ரீனின் மகளா? அல்லது லெஃபிரான் தம்பதியினரின் மகளா? அரபு நாட்டைச் சேர்ந்தவளா? ஆப்பிரிக்க நாட்டுப் பெண்ணா? பிரஞ்சுப் பெண்ணா? பெல்ஜியப் பெண்ணா? ஏனெனில் திருமதி லெஃபிரானின் முன்னோர்கள் சிலர் பெல்ஜியத்தைச் சேர்ந்தவர்கள்.

சிறப்பு வகுப்புக்குச் சென்று வந்ததன் பயனாக எப்படியோ மேல்நிலைக் கல்விக்கான பட்டயமான 'பாக்'கை பெற்றேன். என் பிரஞ்சுப் பெற்றோர் அது குறித்து எதுவும் சொல்லவில்லை. கல்லூரியில் சேர்க்கப்பட்டிருந்தபோதும், அங்கே போக நான் விரும்பவில்லை. அலங்கார அணிவகுப்பு, ஒளிப்பதிவு என்று வீண் வேலைகளில் காலம் கழிக்கவே நான் பெரிதும் விரும்பினேன். பருவமடைந்த, வளர்ந்த பெண்ணாக இருந்ததால் நேரம் போவதே தெரியவில்லை.

பிறகு ஒரு நாள், என் அர்மீனியத் தோழி, தயாரிப்பாளர் ஒருவரைச் சந்தித்தாள். எந்தச் சூழ்நிலையில் அந்தச் சந்திப்பு சாத்தியமானது என்று எனக்கு அவ்வளவாகத் தெரியாது. அந்தத் தயாரிப்பாளர் என் தோழியை வைத்துச் சில திரைப்படங்களில் கவர்ச்சிக் காட்சிகளை மட்டும் இயக்கினார். மர்சேய் நகரத்திலுள்ள பெரிய திரையரங்குகளில் அந்தப் படங்களைப் பார்க்க முடியாது. தன் பெற்றோருடன் ஏற்பட்ட வாக்குவாதத்தில் அவள் வீட்டை விட்டு வெளியேறி மாயமானாள். இந்தச் சம்பவம் அதுவரை நான் இருந்த கனவுலகத்தில் இருந்து என்னை மீட்டது. மோசமான அந்தக் கும்பலிலிருந்து வெளியேறிக் கலையின் வரலாற்றுப் படிப்பில் முழுமையாகக் கவனம் செலுத்தினேன்.

திடீரென ஒருநாள் நான் தன்னந்தனியாளாக விடப்பட்டேன். என் பிரஞ்சுப் பெற்றோருக்குள் பிரச்சினை ஏற்பட்டுப் பிரிந்து விட்டனர். அவர்களுக்குள் பிரிவு ஏற்பட இருப்பதைக்கூட என்னால் அனுமானிக்க முடியாமல் போனதற்குக் காரணம், நான் வீட்டில் அவ்வளவாக இல்லாததுதான் என்பதையும் ஒப்புக் கொண்டாக வேண்டும். அவர்களுக்குள் பாகப்பிரிவினை நடந்தது. எல்லாவற்றையும் பிரித்துக்கொண்டனர். நான் நடுவில் விடப் பட்டேன். தன்னுடன் வருகிறாயா அல்லது தன்னுடைய முன்னாள் கணவருடன் இருக்க விரும்புகிறாயா என்று திருமதி லெஃபிரான் கேட்டார். எனக்குத் தர்மசங்கடமான நிலை. விதிப்படி எல்லாம் சரியாக அமைந்தது. மீண்டும் என் சொந்தக் குடும்பத்துடன் சேர்ந்துகொள்ள நீதிமன்றம் அனுமதித்தது. கிளெர்மோன் ஃபெரான் பகுதியில் வசித்து வந்த என் அப்பா, என் அம்மாவையும் என் சகோதரர்கள் இருவரையும் அழைத்துக்கொள்ள முடிவு செய்தார்.

கடந்தகாலச் சோகங்களையும், நான் கைவிடப்பட்டபோது ஏற்பட்ட துயரத்தையும் மறந்துவிட்டு அவர்களுடன் சேர வேண்டும் என்ற ஆர்வம் எனக்குத் திடீரென உண்டானது. நான் தத்துப் பெண்ணாகப் போய் இறுதியில் பெற்றோரிடமே திரும்பிய சம்பவம் என் வாழ்க்கையில் ஓர் இடைச்செருகலாகவே அமைந்தது. எனினும் ஏறக்குறைய முறையான கல்வியைப் பெற அந்த ஏற்பாடு உதவி இருந்தது. இப்போது என் சொந்தமான பெற்றோரே என் பெற்றோராக மாறியிருந்தனர். லெஃபிரான் தம்பதியினர் என்னை 'நத்தாலி' என்று அழைத்து வந்திருந்தபோதிலும், என் பெயர் இனி அமீனா வக்ரீன்தான். மேலும், ஏன் அந்தப் பெயரை அவர்கள் தேர்ந்தெடுத்தனர் என்று எனக்குத் தெரியவில்லை. பள்ளியில் என்னை எல்லோரும் 'நத்தா' என்று அழைப்பது வழக்கம். சிவப்பு முடியுடன் இருந்த அந்தப் பையன் மட்டும் என்னை எப்போதும் 'கிக்கா' என்றே கூப்பிட ஆசைப்படுவான். அவ்வாறு கூப்பிட்டால்தான் என்ன? என் பெயர் எப்படி வேண்டுமானாலும் மாறிக்கொண்டே போகட்டும்; ஆனால் நான் மட்டும் மாறாமல் என் பெற்றோரின் பெண்ணாகவே இருந்துகொண்டேன்.

கிளெர்மோன் ஃபெரான் பகுதிக்கு வந்ததும் எனக்குப் பீதி ஏற்பட்டது. அந்த நகரம் பார்ப்பதற்குச் சிறை போலிருந்தது. நெரிசல் மிகுந்து, அழுக்காகவும் சோகமாகவும் இருந்தது. அந்த இடத்தை விட்டு ஓடிவிட வேண்டும். அதன் பின்பு திரும்பி வரவே கூடாது என்ற அளவிற்கு நினைக்கத் தோன்றியது. என் குழப்ப நிலையைப் புரிந்துகொண்ட அப்பா, மர்சேய் நகரத்தில் தொடங்கியிருந்த என் படிப்பை முடிக்க பாரீஸ் அனுப்பச் சம்மதித்தார். என் பெயரில் வங்கிக் கணக்கு ஒன்றைத் தொடங்கி, பிரஞ்சுத் தம்பதியினர் தந்திருந்த தொகையில் ஒரு பகுதியை அதில் போட்டு வைத்தார். அது ஒரு பெரிய தொகை. விவாகரத்து ஆனது முதல் திருமதி லெஃபிரான் அனுப்பிய பணவிடைகளும் சேர்ந்து, கணக்கில் மேலும் அதிகத் தொகையாக இருந்தது. பாரிஸுக்குச் சென்றது என் வாழ்க்கையில் பெரிய திருப்புமுனையாக அமைந்தது. ஒரு வழியாக நான் சுதந்திரமான பெண்ணாகிவிட்டேன். இப்போது என் பெற்றோர் மேல் இருந்த மனக்கசப்பில் இருந்தும் விடுபட்டிருந்தேன். இந்தச் சூழ்நிலையை முழுவதுமாகப் பயன்படுத்திக்கொள்ள விரும்பினேன். பல ஆண்டுகளுக்குப் பிறகு,

அந்த ஓவியனுடன் திருமணத் தோல்வி ஏற்படும் என்று அப்போது கனவிலும் நினைக்கவில்லை.

பாரீஸைப் பொறுத்தவரை விரைவிலேயே எனக்குக் காதலர்கள் சிலர் கிடைத்தனர். அவ்வப்போது ஆண் நண்பர்களுடன் சுற்றுவதும் நடந்தது. எனினும் நான் எல்லை மீறாமல் இருந்தேன். திருமணம் செய்துகொள்ளும் வரைக் கன்னியாக நீடிக்க விரும்பினேன். இத்தகைய கடினமான காலகட்டங்களைக் கடந்து வந்த என்னைப் போன்ற, எதற்கும் எதிர்க்குரல் எழுப்பும் பெண் கூடக் கன்னித் தன்மையைக் காப்பாற்றுவதில் உறுதியாக இருந்தது ஏன் என்பதை நீங்கள்தான் கண்டுபிடிக்க வேண்டும். சம்பிரதாயங்களும் பழக்கவழக்கங்களும் என் இயல்பைவிட அதிகமான முக்கியத்துவம் வாய்ந்தவையாக இருந்தன.

இவை எதைப் பற்றியும் என் வருங்காலக் கணவனுக்குக் கடைசிவரை எதுவும் தெரியாமலே இருந்தது. இதனைப் பற்றி என் கணவனிடம் பேச எனக்கு விருப்பமில்லை என்பதுடன் என் வாழ்க்கையின் இந்தக் காலகட்டத்தைப் பற்றித் தெரிந்துகொள்ள அவனும் எந்த ஆர்வமும் காட்டவில்லை என்றே சொல்ல வேண்டும். எங்கள் சந்திப்புக்கு முன்பு நடந்த அனைத்தும் ‘ஜஹிலியா’ அல்லது அறியாமைக் காலம் எனும் பழங்கதை என்று அவன் கருதியிருக்கவும் வாய்ப்புண்டு. இஸ்லாம் வருகைக்கு முந்தைய நூற்றாண்டுகளை அவ்வாறு அழைப்பது உண்டு.

திருமதி லெஃபிரானை அதன் பிறகு ஒரே ஒரு முறைதான் சந்தித்தேன். முதியோர் இல்லம் ஒன்றில் அவர் தங்கியிருந்தார். சொல்லப்போனால், அவர் அப்படியொன்றும் வயதானவர் இல்லை. ஆனால், அவரைக் கவனித்துக்கொள்ளவும், அதைவிடப் பேச்சுத் துணைக்கும் யாரும் இல்லை. என்னைப் பார்த்ததும் இறுகக் கட்டி அணைத்துக் கொண்டார். அவர் அழுததை உணர முடிந்தது. நான் விடைபெற்றபோது, என்னிடம் சிறிய பெட்டி ஒன்றைத் தந்து, “இதை உன் திருமண நாள் அன்றுதான் திறக்க வேண்டும்” என்றார். என்னால் ஆர்வத்தை அடக்க முடியவில்லை. வீட்டுக்கு வந்துசேர்ந்ததும், அதைத் திறந்து பார்த்தேன். அப்படியே ஸ்தம்பித்துப் போய் நின்றேன். அந்தப் பெட்டியில் நகைகள், புகைப்படங்கள், முகவரிகள் அடங்கிய சிறுகையேடு ஆகியவை

இருந்தன. அந்தக் கையேட்டில் சில முகவரிகள் பேனாவால் அடிக்கப்பட்டிருந்தன. மொராக்கோ ஆடை ஒன்றும் இருந்தது. அநேகமாக அதனை ரபாத்தில் உள்ள கிசாரியா அங்காடியில் வாங்கியிருக்க வேண்டும். நோட்டரி எனப்படும் ஆவணச் சான்றளிக்கும் அதிகாரியான வழக்கறிஞர் அந்துவான் என்பவருக்கு வழங்கப்பட வேண்டிய ஒட்டப்பட்ட கடிதம் ஒன்று முகவரியுடன் இருந்தது. அந்த முகவரி: 2, லமீரால் வீதி... அக்கடிதத்தை நான் பிரிக்கவில்லை. இன்னமும் அதனை ஒரு கோப்புக்குள் பத்திரமாக வைத்துள்ளேன். என்றாவது ஒருநாள், வழக்கறிஞர் அந்துவானைப் போய்ப் பார்ப்பேன்.

இரகசியக் கையெழுத்துப் பிரதி

இதுவரை நீங்கள் வாசித்த கையொப்பப் பிரதியில் உள்ள விஷயங்கள் ஒவ்வொன்றுக்கும் நான் பதில் கூறி வந்தேன் அல்லவா? இப்படி ஒரு பிரதி இருப்பது எனக்கு எப்படித் தெரிய வந்தது என்று உங்களுக்கு ஆச்சரியமாக இருக்கலாம். திருடித்தான். அதிலென்ன சந்தேகம். அப்படித்தான். அவனுடைய நெருங்கிய நண்பன் ஒருவன் ஓய்வு நேரத்தில் அவனுக்கு ஏதோ உதவி செய்கிறான் என்பது எனக்குத் தெரிந்தது. தங்கள் பிரதியை அவர்கள் மறைத்துவைப்பார்கள் என்ற சந்தேகம் எனக்கு ஏற்பட்டது. எனவே, அமைதியாக அவர்கள் செய்வதை உளவுபார்த்தேன். என் மீது துளி அளவும் சந்தேகம் வராதபடி நடந்துகொண்டேன். அவர்கள் எப்படி இதனைத் தயாரித்தனர் என்பதையும் சொல் கிறேன். ஏறக்குறைய ஆறு மாத காலம் என் கணவனின் நண்பன் விடியற்காலையிலேயே இரகசியமாக வந்து அவனைச் சந்திப்பான். இருவரும் நீண்ட நேரம் பேசிக்கொண்டிருப்பார்கள். பிறகு, வந்தவன் மடிக்கணினியைத் திறந்து அவர்களிடையே நிகழ்ந்த உரையாடலைப் பதிவுசெய்வான். அவ்வாறு பதிவு செய்தது சரி யாக அமைந்துவிட்டது என்ற திருப்தி ஏற்பட்டால், உடனே அந்த சுவாரசியமான வாழ்க்கை வரலாற்றுப் பதிவின் பக்கங்களை அச்சிட்டு ஓவியக்கூடத்தில் இருந்த பாதுகாப்புப் பெட்டகத்துக்குக் கொண்டு செல்வான். அதன் சாவியோ அதன் இரகசிய குறியீட்டு எண்ணோ எதுவும் என்னிடம் இல்லை. ஒரு மாதத்துக்கு முன்பு ஒருநாள் தன் உடல்நிலை தொடர்பான பரிசோதனைகளுக்காக என் கணவன் மருத்துவமனைக்குச் செல்லவேண்டியிருந்தது. அதனை எனக்குச் சாதகமாக்கிக்கொண்டு, பூட்டுப் பழுதுபார்ப் பவன் ஒருவனை வரவழைத்தேன். அவன்தான் அந்தப் பெட்டகத் தைத் திறந்தான். சாவியைத் தொலைத்துவிட்டாலோ இரகசியக் குறியீட்டு எண்ணை மறந்துவிட்டாலோ வீட்டின் உரிமையாளர்

என்ற முறையில் கேட்கும்போது, எந்த ஒரு பூட்டுப் பழுதுபார்ப்பவனும் மறுக்க மாட்டான் அல்லவா? கையில் கிடைத்த அத்தனைப் பொருட்களையும் வாரிக்கொண்டேன். உண்மையில் சரியான வேட்டைதான். புறப்படுவதற்கு முன் புதிய இரகசியக் குறியீட்டு எண்ணைத் தேர்ந்தெடுக்கும்படிப் பழுதுபார்ப்பவன் கேட்டுக்கொண்டான். இப்போது, அதனை நான் மட்டுமே பயன்படுத்த முடியும் என்ற நிலை. தனிக் கோப்பில் இந்தக் கையொப்பப் பிரதி வைக்கப்பட்டு இருந்தது. அதன் மீது 'கமுக்கம்' என்று எழுதி இருந்தது. அதைப் பார்த்து எனக்குச் சிரிப்பு வந்தது. அதனை ஒரே இரவில் முழுமையாகப் படித்து முடித்துக் குறிப்புகளும் எழுதி எடுத்துக்கொண்டேன். கோபம் தலைக்கேறியது என்றாலும் முதல் முறையாக என் பழிவாங்கும் விருப்பத்துக்கு முழுச் சட்ட வடிவம் கிடைத்தது. அவனுடைய நண்பன் அதன்பின் திரும்பவில்லை. அவனது உடல்நிலை மோசமாகி இருக்க வேண்டும். என் பிரார்த்தனை வீண் போகவில்லை.

நான் செய்த காரியம் என் கணவனுக்குத் தெரியவந்தபோது அவன் எதுவும் செய்யவில்லை. தனக்குள்ளாகவே பொருமியிருக்க வேண்டும் என்று நினைக்கிறேன். குடிக்க மூலிகைச்சாறு கொண்டு சென்றேன். கண்களாலே வேண்டாம் என்று மறுத்துவிட்டான். தன்னைத் தனியே விடுமாறு செய்கை செய்தான். அறையை விட்டு வெளியே போகும்போது, வேண்டுமென்றே முடிக்கப்படாமல் இருந்த ஓவியப் பலகை ஒன்றின் மீது வர்ணம் நிறைந்த வாளி ஒன்றைத் தெரியாமல் தவற விடுவதுபோல் தவறவிட்டேன். கீழ்த் தரமான இந்தச் செயலுக்காகப் பிறகு வருந்தினேன். எனக்கும் நல்ல பணத்தைச் சம்பாதித்துக் கொடுத்திருக்கக்கூடிய அந்தப் படைப்பை வீணாக்கிவிட்டேன். நடந்ததை விட்டுவிடுவோம். நாம் செய்ய வேண்டியதை எல்லா நேரங்களிலும் செய்வதில்லை தானே. என் விஷயத்தில் அறிவைவிட உணர்வே அதிக ஆதிக்கம் செலுத்தும்.

ஃபுலானிடம் அரிய அரபிக் கையெழுத்துப் பிரதிகள் இருந்தன. அவனுக்கு அதில் மிகுந்த பெருமை. அதனால் தன்னைச் சந்திக்க வருபவர்களிடம் அவற்றைக் காட்டி ஆர்வமுடன் பேசிக்கொண்டிருப்பான். ஒரு நாள், அவன் பரிசோதனைக்காக மருத்துவ மனைக்குச் சென்றிருந்தபோது, அந்தப் பிரதிகளைக் களவாடி

விட்டேன். அவற்றை லாலா வீட்டில் வைத்தேன். அவளிடம் பெரிய பாதுகாப்புப் பெட்டகம் இருக்கிறது. என்றைக்காவது அவற்றைப் பணமாக்கப் பயன்படுத்துவேன். அவை காணாமல் போனதை அவனுக்குத் தெரியுமாறு செய்தேன். பெரும் அதிர்ச்சிக் குள்ளாகிய அவன் முகம் கோபத்தில் சிவந்துபோனது. வலிப்பு வந்தவன்போல் உடல் முழுவதும் நடுங்கியது. எனக்குக் கிடைத்த இந்த வெற்றியைச் சுவைக்க அவன் முன்னால் போய் நின்று அவனிடம் பேசினேன்:

"இப்போது, நீ செய்தவற்றுக்கெல்லாம் அனுபவிக்கும் நேரம். உன்னை நான் விடவே மாட்டேன். என் பழிவாங்கும் நடவடிக்கையில் இது வெறுமனே தொடக்கக் காட்சிதான். உன் அருமை பொக்கிஷத்தை இனி ஒருபோதும் கண்ணால் பார்க்கப் போவதில்லை. அவற்றுக்கு ஒருநாள் தீமூட்டுவேன். உன்னை அங்குக் கொண்டுபோய் அந்தக் காட்சியைப் பார்க்க வைப்பேன். சாய்வு நாற்காலியில் முடங்கிவிட்ட உன்னால் எதுவும் செய்ய முடியாமல் தவிப்பாய்."

காவல் துறை அறிக்கைபோல், வரிசையாகக் கூறுகிறேன். பச்சாதாபத்துக்கோ, உணர்வுகளுக்கோ, சலுகைகளுக்கோ இங்கு இடம் இல்லை. இந்தப் பிரதியைப் படித்து முடித்ததில் எதிர்பாராத அளவுக்கு எனக்குப் பெரும் சக்தி கிடைத்தது. இந்தப் போர் எனக்குப் பொருத்தமாக அமைந்துவிட்டது. இப்போதுதான் உயிர்ப்புடன் இருக்கிறேன். நான் கொல்லத் தொடங்கிவிட்டேன். என் ஆயுதங்களைத் தொடர்ந்து பலப்படுத்துகிறேன். இது இறுதி வரையிலான போர். வேறு வழி இல்லை. அவன் இதுவரை செய்தது, சொன்னது என எல்லாவற்றையும் படித்து முடித்த பிறகு அவனது மரணத்தைத் துரிதப்படுத்துவதில் எனக்கு எவ்வித மனஉறுத்தலும் இல்லை. நான் அதிகமாகப் பண்பாடு தெரிந்தவள் இல்லை. என்னிடம் பெரிதாகப் பட்டங்கள் இல்லை. அதிக மாய் வசதி படைத்தவளும் இல்லை. நான் இயல்பானவள். நேர்மையானவள். சுற்றி வளைக்காமல் பேசுபவள். எனக்கு வெளிவேடம் பிடிக்காது. எதையும் இனிப்பான வார்த்தைகளால் பூசி மெழுகிப் பேசத் தெரியாது. அது அவனது குடும்பத்தோடு இருக்கட்டும். சரி, இப்போது நடந்த சம்பவங்களைப் பார்ப்போம்.

இந்தப் பிரதியில் எந்த இடத்திலும் என் பெயரையோ என் குடும்பப் பெயரையோ அவன் குறிப்பிடவில்லை என்பதை நீங்கள் கவனித்து இருப்பீர்கள் என்று நினைக்கிறேன். அவனைப் பொறுத்தவரை, நான் ஒன்றுமே இல்லை. வெறுமனே காற்று மாதிரி. அல்லது ஜன்னலில் படிந்திருக்கும் பனித்துளி மாதிரி. ஓர் ஆவி என்ற அளவுக்குக்கூட மதிப்பில்லை. அவன் முன்பாக அவனுடைய அப்பாவே தன் மனைவியைப் பெயர் சொல்லிக் கூப்பிட்டதில்லை. சாதாரணமாக 'ஏய், இவளே' என்று கூப்பிட, அவள் ஓடி வருவாள். போகட்டும்; இனி நானும் அதேபோல்தான் செய்யப்போகிறேன். இந்த நொடியிலிருந்து என் கணவனை 'ஃபுலான்' என்றுதான் அழைக்கப்போகிறேன். 'ஓர் ஆள்' என்பதை அந்தச் சொல்லால்தான் அரபி மொழியில் குறிப்பார்கள். அது கொஞ்சம் வெறுப்புணர்வுடனும் கேலியாகவும் சொல்லும் வார்த்தை தான் என்பது எனக்குத் தெரியும். 'ஆள்' என்றால் யாரோ ஒருவன். எவ்விதக் குறிப்பிட்ட தகுதியும் தர முடியாத எத்தனையோ பேரில் இவனும் ஒருவன். வேகமாகப் பேசும்போது, 'உ' என்ற ஒலியை விழுங்கிவிட்டு 'ஃபிலான்' என்று அழைப்பது உண்டு. அதாவது ஊர்ப் பெயர், பாரம்பரியம் தெரியாதவன் என்று பொருள். எப்படிப் பார்த்தாலும், அவனுடைய பரம்பரைதான் அவன் வீணாய்ப் போகக் காரணமாக இருக்கப்போகிறது. சிந்தனையாளரைப்போல் முகத்தை வைத்துக்கொண்டு, எப்போதும் பரம்பரை வேர்களின் முக்கியத்துவத்தைப் பற்றிப் பேசிக்கொண்டிருப்பான். "நம் பாரம் பரிய வேர்கள்தான் எப்போதும் நம்மை பின்தொடர்கின்றன. நாம் உண்மையில் யார் என்பதை அவை தான் அறிவிக்கின்றன. நம்மிடம் இயல்பாக இல்லாத ஒரு குணத்தைக் காட்டிக் கொள்ள என்னதான் முயற்சி செய்தாலும் பலன் இருக்காது. எப்படியும் நம் சுயரூபம் வெளிப்பட்டுவிடும்" என்று கூறுவான். யோசித்துப் பார்த்ததில் இப்படி எல்லாம் அவன் உளறிக்கொண்டிருப்பதன் காரணம் என் கிராமப்புற பின்புலம் என்பதைத் தெரிந்துகொண்டேன். மேலும், தன் பரம்பரைப் பெருமையைப் பேசுவதே எங்கள் குடும்பப் பாரம்பரியத்தைக் குறைத்துக் காட்டதான். அதாவது நான் எழுத் தறிவில்லாத, புலம்பெயர்ந்த ஏழை ஒருவரின் மகள் என்பதைக் குத்திக் காட்ட வேண்டும் என்பதுதான் அவன் நோக்கம். அவனுக்கு ஏழைகளைப் பிடிக்காது. அவன் தர்மம் செய்வான்

ஆனால், அப்போது முகத்தில் வெறுப்பு வெளிப்படும். தன் பெற்றோரின் கல்லறைக்குச் சென்று பிச்சைக்காரர்களுக்குப் பணம் வினியோகிக்கத் தன் கார் ஓட்டுநரிடம் பணம் கொடுத்து அனுப்பு வான். வெள்ளிக்கிழமைகளில் ஏழைகளுக்கு வழங்க அதிக அளவில் குஸ்குஸ் தயாரிக்குமாறு சமையல்காரியிடம் சொல்வான். இவ்வாறாகத்தான் ஒரு நல்ல இஸ்லாமியனாக இருக்கவேண்டிய கடமையை நிறைவேற்றிக்கொள்வான். ஆனால், அதன் பிறகு எவ்விதக் கூச்சமும் இல்லாமல், ஏழைகள் வசிக்கும் குடிசைகளின் புகைப்படங்களைப் பார்த்து, 'குடிசைப் பகுதி I', 'குடிசைப் பகுதி II' என்று வரைந்து ஓவியங்களுக்குப் பெயர் வைத்துச் சம்பாரிக்க அவனது நல்ல மனசாட்சி இடம் தரும்.

இந்தப் புதினம், ஆமாம், இப்பிரதியில் உள்ள பக்கங்களைப் படித்துப் பார்த்தால் அப்படித்தான் இருக்கிறது. மேலும் அவனோ இந்தப் பிரதியை எழுத உதவிய அவனுடைய நண்பனோ 'பெண் களை அதிக அளவில் நேசித்த மனிதன்' என்ற வேடிக்கையான தலைப்பினை தந்திருந்தார்கள். முதல் பக்கத்தில் 'புதினம்' என்று இதனைக் குறிப்பிட்டுள்ளார்கள். சரி, இது புதினமாகவே இருக் கட்டும். இதை வைத்து என்ன செய்யப்போகிறார்கள்? அதை வெளியிடப்போகிறார்களா? வெளியிட்டு என்ன பயன்? யார் இந்தப் பொய், புரட்டுக் குப்பையைப் படிப்பார்கள்? நடக்காத காரியம்! எல்லாம் பித்தலாட்டம். தலைப்பில் ஆரம்பித்து அத்த னையும் துருப்ஃபோவின் படமான 'பெண்களை நேசித்த மனிதன்' என்ற தலைப்பில் இருந்து வெட்டி ஒட்டிய வாசகம். 'அதிகமாக' என்ற சொல்லை மட்டும் தன் கையிருப்பாக, கள்ளத்தனமாக அதில் இந்த ஆள் சேர்த்திருக்கிறான். அவன் நண்பனும் பெரிய எழுத்தாளன் இல்லை. சொந்தச் செலவில் புத்தகம் அச்சிட்டுக் கொள்பவன். யாரும் அதனை வாங்க மாட்டார்கள். தேங்கியுள்ள புத்தகங்களைத் தன் கார் நிறுத்தும் இடத்தில் கட்டி வைத்திருப் பான். உண்மைக்குப் புறம்பான விஷயங்களும் பொய்க் குற்றச் சாட்டுகளும் அடங்கிய பெரிய பட்டியல்தான் அந்தப் பிரதி. அவை யாராலும் ஏற்றுக்கொள்ள முடியாதவை. கடைசிப் பக்கத்தை முடிக்கும்போது அவனுக்கு மூளையில் ஏற்பட்ட பாதிப்புக்கு நான் தான் முழுக் காரணம் என்ற முடிவுக்கு வரவேண்டி இருக்கும். அப்படித்தானே? மறைமுகமாக இப்படிக் குற்றம்சாட்டுவது

எவ்வளவு கொடுமையானது. கண்டிக்கத்தக்க, பொறுப்பற்ற போக்கு இல்லையா? நான் கெட்டவளாக இருக்கலாம். அவன் ஏற்றுக்கொள்ளாவிட்டாலும் நான் அறிவானவள்தான். ஆனால், ஒருபோதும் சட்ட விரோதமாக நடந்துகொள்ளும் பெண் இல்லை. நிச்சயமாக அது மட்டும் கிடையாது.

அவனை முதல்முறை சந்தித்தபோதே ஒற்றைத் தலைவலி, உயர் இரத்த அழுத்தம், அசாதாரண இதயத் துடிப்பு - இவை தவிர நரம்பு தொடர்பான பல பிரச்சினைகளும் அவனுக்கு இருந்தன. அது பரம்பரையாக வருவது. அதற்கும் எனக்கும் எந்தத் தொடர்பும் இல்லை. அவனுக்குப் பக்கவாதம் ஏற்படக் காரணமான சம்ப வத்தை விளக்குவதற்கு முன்பும் என்னை விரும்புவதாக முடிக்கும் வரையும் என்னைப் பற்றி நல்ல விதமாகச் சில பக்கங்களை எழுதியிருப்பான். அவை எதையும் நம்ப வேண்டாம். இம்மி யளவும் பாராட்டும் குணம் இல்லாதவன் அவன். காலை எழுந்த வுடன் பாசமாக ஒரு வார்த்தையோ, இரவு உறங்கும் முன் அன்பாக ஒரு முத்தமோ எதுவும் கிடையாது. தனக்கென ஒரு உலகத்தை அமைத்துக்கொண்டு அதில் வாழ்ந்துகொண்டிருப்பான். நானோ என்னைச் சுருக்கிக்கொண்டு அவனுடைய நிழலில் ஒதுங்கி நிற்க வேண்டும். பெரிய தலைவலி. என் மீது பெரும் சுமையாக அவனது இருண்ட நிழல் எங்கும் படர்ந்திருக்கும். அது நான் எங்குப் போனாலும் பின்தொடர்ந்து, என்னை எப்போதும் தொந்தரவு செய்வதுடன் என் அருகில் இருந்து பயமுறுத்தி எங்கும் நகர விடாது. நிழல் என்பது பேசாது. அது படரும், மிரட்டும், பிறகு அழித்துவிடும். காலையில் மிகவும் சோர்ந்துபோய் சக்தி எல்லாம் வற்றிப்போய் எழுந்திருப்பேன். இரவு முழுவதும் அந்த நிழல் என்னைச் சிதைத்திருக்கும். இதையெல்லாம் கூறி ஆறுதல் பெற எனக்கு யாரும் கிடையாது. மேலும் இப்படி நிழல் ஒன்றால் வதை பட்டேன் என்றால் யார் என்னை நம்பியிருப்பார்கள்? என்னைப் பைத்தியம் என்று நினைத்திருப்பார்கள். அது அவனுக்கு மேலும் சாதகமாகியிருக்கும். அன்பாக ஒரு வார்த்தை பேசினால் அவனது செல்வத்தில் என்ன குறைந்துபோகுமோ தெரியாது. அதனால் எப்போதும் எதுவும் பேசாமல் தனக்கான உலகத்தில் மூழ்கிப் போவான். என்னுடன் உறவுகொள்ள வேண்டும் என்னும்போது மட்டும் என் கால் முட்டியை வருடுவான். அதுதான் அவன்

மென்மையாகக் கேட்கும் முறை. அவனை ஏற்க நான் தயாராக வேண்டும் என்பதற்கான சைகை அது. நான் ஏதோ அவன் விடும் வேலையைச் செய்ய எப்போதும், எந்த நேரத்திலும் காத்திருக்கும் ஆள்போல் நடந்துகொள்ள வேண்டும். ஆம்! நான் எந்த நேரம் அழைத்தாலும் தயாராக இருக்க வேண்டும். ஏனெனில், இந்த ஆள் தனது குறியின் விறைப்பு இறங்கிவிடுவதற்கு முன் காரியத்தை முடிக்க வேண்டும் என்று எண்ணுவான். அதனால்தான் அவன் எப்போதுமே தன் உடலுறவுக் கடமையை வேகமாக முடிக்க அவசரம் காட்டுவான். கொஞ்சம் கஷ்டப்பட்டு என்னுள் ஊடுருவும் அவன், சில நிமிட நேர இயக்கத்துக்குத் தயார்செய்த எந்திரம் போல், உள்ளே சென்று வெளியில் வந்துகொண்டிருப்பான். அதன் பிறகு மின்களம் தீர்ந்துபோன விளையாட்டுப் பொம்மைபோல் அடங்கிப் போவான்.

அவன் ஒரு நாளும் எனக்கு ரோஜா மலர்களைப் பரிசளித்தது இல்லை. மலர்கள் சாதாரணமாக மகிழ்ச்சியை அளிக்கும். அப்படிச் செய்வது சிலவற்றை உணர்த்தும். அவனுக்கு எந்த மலரையும் தெரியாது. அது அவனது மொழியில்லை. குறைந்தபட்சக் கவனிப்பைக்கூட காட்ட மாட்டான். எங்காவது வெளியூர் சென்று திரும்பும்போது மட்டும் அவ்வப்போது பிராயச்சித்தமாக எனக்கு ஒரு அட்டிகையோ கடிகாரமோ ஏதாவது ஒரு நகையை வாங்கி வருவான். அப்படித் தரும் பொருளின் விலையையும் நான் தெரிந்துகொள்ளும்படிச் செய்யும் வழிமுறையும் அவனுக்குத் தெரியும். அவன் அப்படித்தான். சிறு பிள்ளைத்தனமான கீழ்த் தரமானவன். அவன் எப்போதும் வெற்றி பெற்ற கலைஞன் என்னும் வட்டத்தைக் கொண்ட தனக்கான உலகத்தில் வாழ்ந்து கொண்டிருப்பான். நாங்கள் சந்தித்த நொடியிலிருந்துதான் இந்த வெற்றி கிடைக்க ஆரம்பித்தது என்பதை மட்டும் சொல்ல மறந்து விடுவான். எங்கள் திருமணத்துக்குப் பிறகுதான் தன் சொந்த வாழ்வும் கலை வாழ்வும் செழித்து வளர்ந்தது என்பதை ஒருநாளும் அவன் ஒப்புக்கொண்டதில்லை. ஸ்திரத் தன்மையும் உத்வேகமும் என்னால்தான் அவனுக்கு வந்தன. அவனது ஓவியக் கலையில் ஏற்பட்ட திடீர் மாற்றத்திற்கு நான்தான் காரணம் என்றுகூட என்னால் கூற முடியும். எங்கள் சந்திப்புக்கு முன் அவனது படைப்புகள் அனைத்தும் உயிரற்று எவ்விதக் கற்பனைக்கும் இடமின்றி

வறட்சியான எதார்த்தத்தைப் பிரதிபலிப்பவையாக இருந்தன. கண்ணால் காண்பதை அப்படியே படி எடுப்பான். அதாவது மெருகூட்டப்பட்ட புகைப்படம்போல் இருக்கும். ஆனால், இதை அவனிடம் சொல்லிவிடக் கூடாது. அவனுக்குக் கடுங்கோபம் வந்துவிடும், தெரியுமா? என்னுடன் சேர்ந்தது முதல் இந்த முறையையும் தன் உத்திகளையும் மாற்ற முடிவு செய்ததில் அவனுடைய ஓவியப் படைப்புகள் உயிர்ப்புடன் விளங்கியதுடன் அதிக மனிதத் தன்மையுடனும் வளமாகவும் எதார்த்தத்தை மீறியவையாகவும் வித்தியாசமாகவும் மாறின. அவன் வாழ்வில் என் வருகைக்கும், நான் வழங்கிய அழகியலுக்கும் உள்ள பங்கை அங்கீகரிக்கும் நேர்மை அவனிடம் எப்போதுமே இருந்ததில்லை. நாங்கள் பாரீஸில் வசித்தபோது வீட்டையும் குழந்தைகளையும் ஏன் எல்லாவற்றையும் நான்தான் கவனித்துக்கொண்டேன். அவன் நாள் முழுவதும் வேறு ஒரு பகுதியில் இருந்த ஓவியக்கூடத்துக்குப் போய்த் தாழ்ப்பாள் போட்டுக்கொள்வான். ஓவியக்கூடம் என்றா சொன்னேன்? 'ஆமாம்' என்றும் சொல்லலாம், 'இல்லை' என்றும் சொல்லலாம். பல விலைமாதர்கள், அவனது ஓவியத்தில் மயங்கி விழும் அப்பாவி இளம் பெண்கள், எனப் பல பெண்களைச் சந்தித்து மகிழும் இடமாகத்தான் அதனைப் பயன்படுத்துகிறான் என்பது எனக்கு ஆரம்பத்திலிருந்தே தெரியும். ஒருநாள் அவனிடம். "அது சரி, உன் ஓவியக்கூடத்தில் கட்டில் ஒன்றைப் போட்டு வைத்திருக்கிறாயே, அது எதற்கு?" என்று கேட்டேன். "நிச்சய மாகக் கலைஞன் ஓய்வெடுக்கத்தான்" என்று சொன்னான். ஆனால், அவன் தனியாக ஓய்வெடுப்பதில்லை. அவனுடன் தொடர்புடை யவர்களாக எப்போதுமே ஒரு சில பெண்கள் இருந்தனர். தொலை பேசி அழைப்பு வந்த அடுத்த நிமிடமே டாக்சியைப் பிடித்து ஓடிவந்து இவனுடன் சேர்ந்துகொள்வர். அவர்கள் இவ்வாறு சேர்ந்து செய்யும் செயலைப் பகலில் குட்டித்தூக்கம் என்று கூறிக் கொள்வான். இவை அனைத்தும் எனக்குத் தெரிந்திருந்தும், அங்குப் போய் அவனைச் சந்திக்கு இழுக்காமல் இருக்க அதீத முயற்சி எடுத்து என்னைக் கட்டுப்படுத்திக்கொண்டேன். என் இடத்தில் எந்த ஒரு சராசரி மனைவியும் அந்த விஷயத்தைச் சும்மா விட்டிருக்க மாட்டாள். நான் எளிமையானவள் மட்டுமல்ல, எதுவும் தெரியாதவள். அங்குப் போனால் என்ன நடக்கும்

என்பதைப் பற்றி எனக்குப் பயமில்லை. எனக்கு எப்போதுமே பயம் என்பது இருந்ததில்லை. அது என்னவென்றே எனக்குத் தெரியாது. உண்மையில், அவனைத் தொந்தரவு செய்யக் கூடாது என்று நினைத்தேன். அவ்வளவுதான். உண்மைதான்; என்னிடம் அந்த அக்கறை இருந்தது. அவன் அதிகமாக உழைக்கிறான் என்பது எனக்குத் தெரியும். அவனுடைய ஓவியக் கூடத்துக்குச் செல்ல நான் விரும்பாததற்குக் காரணம் எனக்கு வரும் கோபம் கடுமையாக இருக்கும், அத்துடன் எளிதில் கட்டுப்படுத்தவும் முடியாது.

ஒருநாள், அவன் ஊர்ப் பயணம் போயிருந்த சமயத்தில், ஓவியக் கூடத்துச் சாவிகளை மறந்து தன் கைப்பையிலேயே விட்டுச் சென்றிருந்ததைக் கவனித்தேன். பல ஆண்டுகளாக எனக்குத் துரோகம் இழைக்கப் பயன்படுத்தி வந்த குகையைப் பார்த்து வரலாம் என்ற சபலம் உண்டாகவே, அங்குப் போய் திறந்து பார்த்தேன். அதிர்ச்சியில் உடல் சிறிது நடுங்கியது. சுதாரித்துக் கொண்டு, அதுவரைப் பார்க்க மறுத்த எதார்த்த நிலையைக் கண்டபோது அதிர்ந்துபோனேன். கட்டில் கலைந்திருந்தது. ஆரம்ப நிலையில் இருந்த ஓவியம் ஒன்று அங்கு இருந்தது. அங்கிருந்த சிறிய மேஜை மீது ஒரு வைன் பாட்டில் இருந்தது. பாதி காலி செய்யப்பட்டிருந்தது. அருகில் இரண்டு மதுக் கிண்ணங்கள். ஒன்றில் உதட்டுச்சாயம். சுருக்கமாகச் சொன்னால், அப்பட்டமான கள்ள உறவுக்கான அத்தனை அம்சங்களும் முறையாக இடம் பெற்றிருந்தன. கூடுதலாக, நான் பயன்படுத்தும் சென்ட் குப்பியும் அங்கு இருந்தது. பழகிய வாசனை வசதியாக இருக்கும் என்ற நோக்கமாக இருக்கும். அந்த நறுமணத்தைத்தான் தன்னிடம் சிக்கிய பெண் மீது தெளித்திருப்பான். என் உள்ளுணர்வு வழி காட்ட நேராகக் குப்பைக்கூடை அருகில் சென்று பார்த்தேன். அதில் விந்து நிறைந்த இரண்டு ஆணுறைகள் இருந்தன. அந்த முட்டாள் அவற்றைக் கழிவறையில் போட்டிருக்கலாம். ஒரு தாளில் எடுத்துப்போய் ஓவியக்கூடத்தின் வெளியில் எங்காவது வீசி இருக்கலாம். அப்படி எதுவும் செய்யாமல், வலுவான ஆதாரங்களாக அங்கேயே விட்டுச் சென்றுள்ளான். குப்பி ஒன்றில் அதிலிருந்து கொஞ்சம் எடுத்துக்கொண்டு போய் எனக்குத் தெரிந்த சூனியக்காரனிடம் கொடுக்கலாம் என்று பார்த்தேன். ஆனால், எப்படிச் செய்வது? அய்யாவுடைய விந்து எதற்காக? அவனை

முற்றிலும் மலடாக மாற்றக்கூடிய கஷாயம் செய்யப் பொருத்த மான பொருளாகும். அடுத்ததாக அவனது மேசை அறைகளைத் திறந்து பார்த்தேன். ஏறக்குறைய வக்கிரமான பாலியல் வகையில் சேர்க்கக்கூடிய காதல் கடிதங்கள். வகை வகையான புகைப் படங்கள், பரிசுப் பொருட்கள், இரண்டு தாள்களுக்கிடையே காய்ந்து சருகாகிப்போன மலர்கள், சேனல்5 சென்ட் மணம் வீசும் தாள்களின் மீது முத்தத் தடயம் ஒன்று இருந்தது. அவனது சாய்வு நாற்காலியில் உட்கார்ந்தவாறு சிகரெட் ஒன்றைப் பற்ற வைத்தேன். வைன் பாட்டில் ஒன்றை (வீட்டுக்குக் கொண்டுவரும் பாட்டிலைவிடச் சிறந்தது) திறந்தேன். யோசனையில் ஆழ்ந்தேன். இங்கு வந்ததையும் இதையெல்லாம் தெரிந்துகொண்டதையும் காட்டிக்கொள்ளாமல் இருக்க என்னால் முடியாது. நான் பார்த்ததை எல்லாம் மறந்து அவனை மன்னிக்கப்போவது இல்லை. தன் நிஜ வாழ்க்கையை இந்தச் சாக்கடையில் கழிக்கும் ஒரு மனிதனுடன் வாழ நான் சம்மதிக்கப் போவதில்லை. ஏதாவது செய்தாக வேண்டும். ஆனால், அமைதியான முறையில் இத்தகைய அசா தாரணமான சூழ்நிலைக்கு முடிவுகட்ட ஏதாவது பதிலுக்குச் செய்தே ஆக வேண்டும்.

என்னை அவன் உதாசீனப்படுத்திவருகிறான். அதுவும் முதல் நாளில் இருந்தே. அது எனக்குத் தெரிந்ததுதான், எனினும், இதோ இங்குக் கிடைத்திருக்கும் ஆதாரங்கள் என்னை அருவருப்படையச் செய்கின்றன. கூடிய விரைவில் காரியத்தில் இறங்கியாக வேண்டும். ஒரு முடிவுக்கு வந்தேன். “இந்த முறை முறையாகத் திட்டமிட்டு நடந்துகொள்ள வேண்டும். வைன் அருமையாக இருந்தது. எனக்கு அமைதி கிடைத்தது. இப்போது நான் மேற்கொள்ளவேண்டிய நடவடிக்கை என்ன என்பதைத் துல்லியமாக முடிவு செய்தாக வேண்டும். அவன் திரும்பிவரும் காட்சி இப்போது என் கண்முன் தெரிகிறது. மந்தகாச புன்னகை, முன்தொந்தி, ஆணவப் பார்வை ஆகியவற்றுடன் உள்ளே நுழைவான். அவனது கண்களை நோண்டி விட என் மனம் துடிக்கிறது. அதைவிட அவன் கைகளை வெட்டி விடலாம். சவுதி அரேபியாவில் திருடர்களுக்கு அப்படித்தான் தண்டனை கொடுப்பார்கள். கைகள் இல்லாத ஓவியன். நன்றாகத் தானே இருக்கும்! வேண்டாம். அவனது ஆணுறுப்பை வெட்டி விடலாம்; வெட்ட என அங்கு ஒன்றும் பெரிதாக இல்லை

என்றாலும் அவனுக்கு வலியையாவது உண்டாக்க வேண்டும். விடுங்கள், இப்படி எல்லாம் பிதற்றுவதை நிறுத்த வேண்டும். இரத்தம் சிந்த வைக்கும் நடவடிக்கையில் எனக்கு விருப்பமில்லை. நான் என்ன தெரிந்துகொண்டேன் என்பதைப் பற்றி வெளியில் மூச்சுவிடாமல் இப்போதைக்கு மௌனம் காப்பதே, ஏற்ற சூழ் நிலை வாய்க்கும்போது அவனைத் தீர்த்துக்கட்ட சிறந்த வழி. ஆனால், என்னால் வாயை மூடிக்கொண்டு இருக்க முடியுமா என்று தெரியவில்லை. என் இரத்தம் கொதிக்கிறது. ஆனால், ஒன்று மட்டும் உறுதி. இனி ஒருமுறை அவன் என்னைத் தொட விட மாட்டேன். முதலில் அவனுக்குப் பீதியை உண்டாக்க வேண்டும். அந்தப் பயமே உள்ளிருந்து அவனை அரித்துக்கொண்டிருக்க வேண்டும். அந்தப் பயம் அவனது வாழ்க்கையைச் சிதைக்க வேண்டும். பயம் என்னும் இந்தப் பிரச்சினையைப் போக்கத்தான் என் வாழ்க்கையின் முதல் பத்து ஆண்டுகளைக் கழித்தேன். அது வாழ்வா, சாவா என்னும் பிரச்சினை. எனவே பயத்தைப் பற்றி முழுமையாக எனக்குத் தெரியும். அதில் எனக்குச் சிறப்புப் பயிற்சி இருக்கிறது என்றுகூடச் சொல்லலாம். நான் அனுபவிக்காதது எதுவுமில்லை. வறட்சி, தாகம், பசி மற்றும் கடும் கோடையில் இருந்தும் கொடும் குளிரில் இருந்தும் தப்பிப் பிழைத்தது என எல்லாவற்றையும் அனுபவித்துவிட்டேன். விஷப் பாம்புகள், தேள்கள், கழுதைப் புலிகள் எனப் பலவற்றின் தாக்குதல்களில் இருந்தும் உயிர் பிழைத்திருக்கின்றேன். எனக்கு வேறு வழி இல்லை. எனக்கு ஏற்பட்ட பயத்தை அடக்கி என் வழிக்குக் கொண்டுவந்துவிட்டேன். இனி அதை எவ்வாறு விலங்குகளுக்கும் மனிதர்களுக்கும் கடத்துவது என்று எனக்குத் தெரியும்."

கிடைத்தவை அனைத்தையும் எடுத்துக்கொண்டு வழக்கறிஞர் ஒருவரைச் சந்தித்தேன். விவாகரத்து கோர இந்த ஆதாரங்கள் போதுமா என்று விசாரித்தேன். என் அம்மாவைத் தொலை பேசியில் அழைத்து அவருடைய ஆலோசனைகளைக் கேட்டேன். எங்கள் முன்னோர்களில் ஒருவர் அதீத சக்தி படைத்தவர். மொராக் கோவின் தெற்குப் பகுதியில் வசிக்கும் அவரைச் சந்தித்து வரலாம் என்று கூறினார். "ஃபுலானை எப்படித் தண்டிப்பது என்று அவருக்குத் தெரியும். நம் குடும்பத்தில் விசுவாசத்துக்குதான் முக்கியத்துவம் தருவோம்" என்றார். குடும்பத்தில் உள்ள

எல்லோருக்கும் பிரச்சினை என்னவென்று தெரிந்தது. இப்போது குடும்பத்துக்கு ஏற்பட்டுள்ள களங்கத்தை, அவமானத்தைப் போக்கி யாக வேண்டும். அவனுக்குத் தண்டனை வழங்க வேண்டும். என் சகோதரர்களில் ஒருவன், அவனது ஓவியங்கள் அனைத்தையும் அடித்து நொறுக்க முன்வந்தான். வேறு ஒரு சகோதரன், அவனுக்குப் பாடம் புகட்ட இரண்டு அடியாட்களை அனுப்பத் தயார் என்று சொன்னான். இந்த யோசனைகளுக்கு நான் சம்மதம் தெரிவிக்கவில்லை. இந்தப் பிரச்சினையை நான்தான் கவனிக்க வேண்டும். நான் மட்டுமே கவனித்தாக வேண்டும்.

ஊர்ப் பயணம் முடித்து வந்த ஃபுலான், மிகவும் களைத்துப் போய் இருப்பதாகக் காட்டிக்கொண்டான். ஒற்றைத் தலைவலி என்ற பழைய பல்லவிதான். "எந்த ஊருக்குப் போயிருந்தாய்?" என்று கேட்டதற்கு. "உனக்குத்தான் தெரியுமே, பிரான்க்பர்ட்டுக்குத் தான். அடுத்து வரப்போகிற கண்காட்சியில் இடம்பெற இருக்கும் 'இம்பாக்ட்' என்ற ஓவியக் குடில் குறித்த ஆலோசனைக்குத்தான். ஆனால், அங்குத் தங்கி இருப்பது கடினமாக இருந்தது. மக்கள் எல்லோரும் இனிமையானவர்கள்தான்; ஆனால், அந்த நகரம்தான் மோசம். அதனால், வீட்டுக்குத் திரும்ப வேண்டும்போல் இருந்த தால் பயணத்தை வேகமாக முடித்துக்கொண்டேன். போகட்டும், இரவு சாப்பிட என்ன இருக்கிறது?"

எவ்விதத் தயக்கமும் இல்லாமல் பட்டெனப் பதில் கூறினேன்: "வெள்ளைச் சாறில் தோய்த்த ஆங்கில ஆணுறைகள்; அத்துடன் வியர்வையும் சில சொட்டு சேனல்5 சென்ட் கலந்த தேவதை முடிகள்."

அவன் முகத்தில் சிரிப்பில்லை. சிறிது நேரம் சாய்வு நாற் காலியில் அசைவற்று உட்கார்ந்திருந்தான். கீழே கிடந்த பத்திரிகை ஒன்றை எடுத்துப் பக்கங்களைப் புரட்ட ஆரம்பித்தான். அப் போது, பெரிய கிளாஸில் இருந்த தண்ணீரை அவன் தலை மீது கொட்டினேன். வினீகர் கிளாஸாக இருந்திருந்தால் இன்னும் நன்றாக இருந்திருக்கும். ஆனால், அப்போது என் கையில் இருந்தது வெறும் தண்ணீர்தான். பதிலுக்கு அவன் எதுவும் செய்யாதது எனக்கு மேலும் கூடுதலான எரிச்சலை உண்டாக்கியது. அவன் அமைதியாக எழுந்து முகத்தைத் துடைத்துக்கொண்டு

வீட்டை விட்டு வெளியேறினான். ஐந்து நிமிடம் கழித்துத் திரும்பி வந்தான். எப்போதும்போல் அமைதியாகவும் எதுவும் பேசாமலும் மாற்று உடைகள் சிலவற்றைப் பெட்டியில் எடுத்து வைத்துக் கொண்டு மீண்டும் வெளியில் சென்றான். சிறிது நேரம் கழித்து ஓவியக்கூடத்தில் இருந்த அவனைத் தொலைபேசியில் அழைத் தேன். அழுதபடியே அவன் மீது சட்டப்படி வழக்குப் போடப் போவதாக மிரட்டினேன். உண்மையில் ஆத்திரத்தில் கண்டதையும் பேசினேன். என் மனம் மிகவும் புண்பட்டிருந்தது. துரோகம் என்பது பயங்கரமான விஷயம். தாங்கிக்கொள்ள முடியாத அவமதிப்பாகும். பொறுத்துக்கொள்ள முடியாதது. நான் சத்தம் போடுவதையும் அழுவதையும் கேட்டுப் பிள்ளைகள் என் கட்டிலின் அருகில் வந்தனர். என் அருகில் படுத்துக்கொண்டு அவர்கள் என் காதோரமாக, "அம்மா, உன்னை நாங்கள் நேசிக் கிறோம்" என்றனர்.

மூன்று மாதங்கள் ஓவியக்கூடத்திலேயே தங்கி இருந்தான். அவனைப் பயமுறுத்தும் நோக்கத்துடன் என் வழக்கறிஞர் அவ னுக்குக் கடிதம் ஒன்றை அனுப்பினார். அதனையும் தன் பிரதியில் எழுதாமல் தவிர்த்துவிட்டான். பிறகு ஒருநாள் அவனுடைய இடத் துக்குப் போய் அவனது கட்டிலில் படுத்துவிட்டேன். அவனை இப்போதும் நேசித்துவந்தேன் என்பதை நான் மறுக்க முடியாது. அதனால்தான் மனம் மாறி அவ்வாறு அங்குப் போனேன். எனக்கு நன்றாக நினைவில் இருக்கிறது. ஏதோ ஒரு படத்தைத் தொலைக் காட்சியில் பார்த்துக்கொண்டிருந்தான். என்னை அவன் மறுக்காமல் ஏற்றுக்கொண்டான். எதுவும் பேசிக்கொள்ளாமல் இருவரும் உடலுறவு கொண்டோம். அடுத்த நாள், அவனை மீட்டு, வீட்டுக்கு மீண்டும் அழைத்துவந்தேன். மீண்டும் பழைய கதையே ஆரம்பமானது. அது ஒரு பெரிய தவறுதான். என் முடிவை அம்மா ஏற்றுக்கொள்ளவில்லை. எங்கள் முன்னோர் ஒருவர் மேற் கொண்டிருந்த நடவடிக்கைகளை நிறுத்தச் சொல்வதற்காக, என் அம்மா மொராக்கோவுக்குப் போக வேண்டியதாயிற்று. மீண்டும் சேருவது என்று நீ முடிவெடுத்தால், அவனை நல்ல உடல்நிலை யில் நீ மீட்க வேண்டும். அதுதான் நல்லது என்று அவர் கூறினார்.

ஃபுலானுக்கு நிலைமை ஓரளவு புரிந்திருக்கும் என்றும் இனி அவன் ஒழுங்காக நடந்துகொள்வான் என்றும் நினைத்தேன்.

ஆனால், அவனோ சீக்கிரமாகவே திருமணமாவதற்கு முன்பு கடைப்பிடித்த பழக்கவழக்கங்களையே தொடர்ந்தான். நான் என்ன நினைப்பேன் என்பது பற்றி எல்லாம் அவன் கவலைப்பட வில்லை. எப்போதும்போல் ஊர்ப் பயணம் சென்றான். மாலை வேளைகளில் பணி நிமித்தமான இரவு விருந்துகளில் கலந்து கொண்டான்; விருந்து முடிந்து இரவில் தாமதமாக வீடு திரும்பும் போது, அவன் மீது பெண்கள் பயன்படுத்தும் சென்டின் நறுமணம் வீசும். நான் எதுவும் சொல்லாமல் எல்லா வலிகளையும் முழுங்கிக்கொள்வேன். என் பிள்ளைகளின் முகங்களைப் பார்த்து எனக்குள் அழுது முடிப்பேன். வேறு பெண் ஒருத்தியுடன் உறங்கிவிட்டு வரும்போது வேகமாகக் குளியலறைக்குப் போய்க் குளிப்பான். சாதாரணமாக எல்லோரையும்போல் காலையில் குளிக்கும் பழக்கம் உடையவன்தான். நான் அருகில் நெருங்க முயன்றால் அவனுக்கு எழுச்சி உண்டாகாது. அவனது சக்தி முழுவதையும் வேறு ஒருத்திக் கறந்துவிட்டு அனுப்பியிருப்பாள். சுருங்கிப் போய் அவனது உறுப்பு, பரிதாபகரமான நிலையில் கிடக்கும். அவனிடமிருந்த அனைத்தும் தீர்ந்து போயிருக்கும். முற்றிலுமாகத் துடைத்து வைக்கப்பட்டிருக்கும். இதனை அனு மதிக்கவே முடியாது. இருந்தும் பல ஆண்டுகள் இதனைப் பொறுத்துக்கொண்ட எனக்கு வேறு எதுவும் செய்யத் தெரிய வில்லை. என்னிடமிருந்த ஒழுக்கம், கொள்கைகள், என் வளர்ப்பு முறை ஆகியவை அவனுக்குத் துரோகம் செய்ய விடாமல் தடுத்தன. எங்கள் குடும்பத்தில், கணவனுக்குத் துரோகம் செய்ய மனைவிக்கு எவ்வித உரிமையும் இல்லை. மிகவும் கடுமையாக நடந்துகொள்பவனாகவும் பித்தலாட்டக்காரனாகவும் இருக்கும் கணவனிடம் அகப்பட்டு அவதிப்பட்டவளாக இருந்தபோதும் அவள் துரோகம் செய்பவளாக இருந்தால், சமூகம் அவளைத் தவறாகவே பார்க்கும். ஃபத்னா என்ற பெண்ணின் கதை எங்கள் ஊருக்கே தெரியும். எங்கள் சமூகத்தில், காதலனாக ஒருவனை ஏற்கத் துணிந்த ஒரே பெண் அவள்தான். அதனால் அவளை எங்கள் கிராமத்தைவிட்டு விலக்கி வைத்தனர். அதன் பின் சில ஆண்டுகள் மராக்கேஷ் வீதியில் பிச்சை எடுத்து வாழ்க்கையை நகர்த்தினாள். ஒருநாள் ஜம்மா எல்ஃபெனா சதுக்கத்தின் அருகில் பேருந்து ஒன்றின் முன் விழுந்து தற்கொலை செய்துகொண்டாள்.

பாவம், அந்த ஃபத்னா! இறைவன் அவள் ஆன்மாவை மன்னித்து அமைதி அடையச் செய்யட்டும்.

நானும் பல காதலர்களுடன் தொடர்பு வைத்துக்கொண்டு பழக நினைத்தேன். ஆனால், ஒருபோதும் என் மனசாட்சியோ, என் கர்வமோ, பெருமிதமோ அப்படிச் செய்ய அனுமதிக்கவில்லை. அவ்வாறான விஷயங்களில் ஈடுபடும்படித் தோழிகள் எனக்கு உற்சாகம் ஊட்டியதுடன் அவனைப் பழிவாங்கத் தூண்டிவிட்டனர். அவன் செய்யும் ஒவ்வொரு துரோகத்துக்கும் பல மடங்கு திருப்பித் தர வேண்டும் என்றும் சொல்லித் தந்தனர். ஆனால், நான் அதற்கு உடன்படவில்லை. மற்ற ஆண்கள் என்னைக் கவரவும் இல்லை. என் கணவனை நேசித்த நான் என்னை வேறு ஒருவனுக்குத் தர தயாராக இல்லை. அழகான, சுவாரசியமான, தாராளமாகப் பழகக்கூடிய, பெருந்தன்மையான எத்தனையோ ஆண்கள் என்னைக் காதலிக்க முன்வந்தனர். இவ்வளவு தூரம் கவரக்கூடிய என் தகுதியை நினைத்துப் பெருமையடைந்த அதே நேரம் அவர்களை ஏற்றுக்கொள்ளாமல் நிராகரித்துவிட்டேன். எல்லோரும் என்னிடம் சொல்வதுண்டு, “நீ மிகவும் கவர்ச்சியாக இருக்கிறாய், அழகாக இருக்கிறாய், ஆனால், உன் கணவனோ உன்னை உதாசீனப்படுத்துகிறான். இது காதலுக்கு எதிரான தண்டனைக்குரிய குற்றம். காதலாலே தண்டிக்க வேண்டிய குற்றம்.”

நான் அவனை நேசித்து வந்தேன் என்றாலும் அதனை அவனிடம் காட்டியதில்லை. நாணம்தான் காரணம். என் பெற்றோர்கள் ஒருபோதும் எங்கள் எதிரில் கட்டி அணைத்துக்கொண்டது இல்லை, காதல் வார்த்தைகளைப் பரிமாறிக்கொண்டது இல்லை. ஆனாலும் அவர்களுக்குக் காதல் எங்கு இருந்து வருகிறது? ஆச்சரியம்தான். அவன்தான் என் வாழ்வில் கிடைத்த முதல் ஆண். மர்சேய் பகுதியில் கழித்த நாட்களை நான் கணக்கில் சேர்க்கவில்லை. ஏனெனில் அங்கு நான், நானாக இல்லை. அதற்கு முந்தைய காலகட்டத்தில், ஆண் நண்பர்களுடன் சுற்றியிருக்கிறேன். அதற்கு மேல் ஒன்றுமில்லை. ஆனால், என் கணவனோ இப்போது என்னைப் பயமுறுத்திக்கொண்டிருந்தான். என் மீது ஆதிக்கம் செலுத்தி வந்தான். ஆதிக்கப்பீடத்தின் இடத்தை மாற்றியாக வேண்டும். எனவே, அவனை எதிர்த்து அதுவரை அவன் தக்க வைத்துக்கொண்டிருந்த பீடத்திலிருந்து விழச் செய்ய வேண்டு

மெனத் துணிந்தேன். அவனிடம் எனக்குப் பிடித்தவை என்ன வென்றால், அவனது முதிர்ச்சி, அனுபவம், அவனுக்குள்ள புகழ். அத்தகையவன் எனக்கு மட்டுமே உரியவனாக இருக்க வேண்டும் என்று விரும்பினேன். அது இயற்கைதான். எந்தப் பெண்ணும் தன் கணவனைப் பகிர்ந்துகொள்ளச் சம்மதிக்க மாட்டாள். என்னைப் பொறுத்தவரை திருமணமான வேறு ஆடவன் ஒருவனுடன் உறவு கொள்ளும் பெண் வக்கிரக் குணம் உடையவளாக இருக்க வேண்டும். அவள் ஒரு வேசியாகவோ ஒழுக்கமற்றவளாகவோ இருக்க வேண்டும். அது போன்ற பெண்களைப் பார்த்ததும் கண்டு பிடித்துவிடுவேன். அவர்களை எனக்கு அறவே பிடிக்காது. அது மாதிரியான பெண்களைத் தீர்த்துக்கட்டும் சில திட்டங்கள்கூட என்னிடம் இருந்தன. அவர்களை ஒழித்துக்கட்டும் வேலை முடியும்வரை நடத்த திட்டமிட்ட காட்சிகள் ஒவ்வொன்றையும், தொடர் கொலை செய்பவனைக் குறித்து எடுக்கப்பட்ட படம் போல் என்னால் துல்லியமாக வடிவமைக்க முடியும். உண்மை தான். நான் அவசரப்படாமல் நேரம் வரும்வரைக் காத்திருப் பேன். பொறிவைத்து அவர்களைப் பிடித்து, அதன் பின் ஒவ் வொரு பெண்ணாகத் தீர்த்துக்கட்டுவேன். அக்காட்சியில் இடம் பெறக்கூடிய சின்னஞ்சிறு விஷயங்களைக்கூட யோசனை செய்து வைத்திருந்தேன். எப்படி அவர்களை அணுகுவது, அவர்களது நம்பிக்கையைப் பெறுவது, குறிப்பாக எந்த ஒரு தடயமும் இல்லாமல் எப்படிப் பார்த்துக்கொள்வது என்றெல்லாம் யோசிப் பேன்; உண்மையில் என் யோசனைப்படிச் செய்தால் அது ஒரு முறையான குற்றச் செயலாக இருக்கும். நான் ஒரு பெண் தொடர் கொலையாளி! இவையெல்லாம் கற்பனைதான். ஆனால், செயலில் நான் இறங்கவே இல்லை.

நம்பக் கடினமாகதான் இருக்கும். நான் அவனுக்கு என் றைக்கும் துரோகம் இழைத்ததில்லை. அது அவனுக்கும் தெரியும். இருந்தாலும், தன் 'புதினத்தில்' என் விசுவாசத்தின் மீது சந்தேக நிழல் படரும்படி விட்டிருக்கிறான் என்பது வினோதமாக இருக் கிறது. என் மீது சந்தேகம் கொள்ள எவ்வளவு திமிர் இருக்க வேண்டும்! என் தோழிகளுடன் அதிகமாக வெளியில் சுற்றுவேன் என்பது உண்மைதான். எப்போதுமே அவன் பயணத்தில் இருப்ப தால், அவனுக்குத் துரோகம் செய்ய எனக்கு அத்தனை வாய்ப்பும்

இருந்தது. ஆனால், என்றைக்கும் நான் அந்த எல்லையைத் தாண்டியது இல்லை. ஆனால், அதற்காக இப்போது வருந்து கிறேன் என்பதை ஒப்புக்கொண்டாக வேண்டும். உறுத்தும் என் கொள்கைகளை விட முடியாமல் தவிக்கும் பரிதாபத்துக்குரிய முட்டாள் நான். ஃபத்னா என்ற எங்கள் ஊர்ப் பெண்ணை நினைத்துக்கொண்டேன். ஆனால், நாங்கள் வசித்தது பண்புகள் நிறைந்த அந்தக் கிராமத்தில் இல்லையே. அந்தக் காலகட்டத்தில் பாரீஸில் வசித்து வந்தோம். சமுதாயத்தில் எல்லோருடனும் சகஜமாகக் கலந்து பழகும் வாழ்க்கைமுறை. அடிக்கடி வெளியில் விருந்துக்குப் போவோம். அவன் முன்னே போக, நான் பின் தொடர்வேன். அவனுடன் செல்லும் ஓர் அழகிய பொம்மைபோல் இருப்பேன். ஒருமுறை பிரஞ்சுக் குடியரசுத் தலைவரின் இல்ல மான எலிசே மாளிகையில் வரவேற்பு நிகழ்ச்சி ஒன்று நடந்தது. குடியரசுத் தலைவருடன் பேசும்போது முதுகை என் பக்கம் திருப்பியவாறு நின்றிருந்தான். யாரும் எதிர்பாராத விதமாகத் திடீரெனப் பேச்சை நிறுத்திக்கொண்டு என்னைப் பார்த்து வாய் நிறைய சிரித்தபடி பிரான்சுவா மித்தரான் பேச ஆரம்பித்தார்.

எந்த ஊர், என்ன படித்திருக்கிறாய் என்றெல்லாம் என்னை விசாரித்தார். சற்று முன் நீங்கள் பேசிக்கொண்டிருந்த ஓவியனின் மனைவி நான்தான் என்று கூறியபோது, அவர் ஆச்சரியத்துடன் என்னைப் பார்த்து, “அப்படியா! இப்போது புரிகிறது, நீங்கள்தான் அவருடைய கலைத் தேவதை”. ஆமாம், அதுதான் உண்மை. நான் அவனுடைய தேவதை, அவனுடைய அடிமை, அவனுடைய உயிரற்ற பொருள், இது போன்ற வரவேற்பு நிகழ்ச்சிகளில் காட்டுவதற்கான அழகிய காட்சிப் பொருள். தொடக்கத்தில் இது எனக்குச் சங்கடமாக இருந்தது. போகப்போகப் பழகிவிட்டேன். என் மனப்பாங்கை யாராலும் மாற்றி அமைக்க முடியாது. நான் யார் என்பதும், என் மதிப்பு என்ன என்பதும், எனக்கு நன்றாகத் தெரியும். அவர்கள் குடும்பத்தில் உள்ள உறவுக்காரப் பெண்களைப்போல் வெளிவேடம் போடுவதோ நடிப்பதோ எனக்கு அவசியம் இல்லை. எல்லோரும் பிளாஸ்டிக் சர்ஜரி செய்துகொண்டு, தங்கள் தோல்களில் அசௌகரியத்தைச் சுமந்தபடி, பருத்துப்போய்ப் பார்க்கச் சகிக்காமல், வசீகரம் இல்லாமல் வலம் வருவார்கள். திருமணங்களில் அவர்கள் பகட்டாக நடந்து காட்டுவார்கள்.

நானோ ஒரு ஓரமாக, வேற்று மனுஷியாகத் தனியாக ஒதுங்கிக் கிடப்பேன். அவர்களைப் பொறுத்தவரை நான் ஒரு வேண்டாத விருந்தினர். வெளிவேடம், பகட்டு ஆகியவற்றில் கைதேர்ந்த ஒரு கூட்டத்தில் நான் ஒரு கரும்புள்ளியாகக் கருதப்பட்டேன்.

எனக்கு நேர்ந்த அவமதிப்புகளைப் பட்டியலிட்டால் மிகவும் நீளமாக இருக்கும். நடந்தவை அனைத்தையும் உங்களுக்குச் சொல்கிறேன். நான் எதையும் இட்டுக்கட்டவில்லை. நான் ஒன்றும் புதினம் எழுதவில்லை. என் மனதில் உள்ள எல்லாவற்றையும் கொட்டப்போகிறேன். ஏற்கெனவே அவன் பாரம் தாளாமல் தவிக்கிறேன். மேலும் அவனால் விளைந்த கசப்பையும் தாங்கிக் கொள்ள முடியவில்லை. அவனைப் பொறுத்தவரை எல்லாவற்றையும் சுமூகமாக முடிக்கப்பார்ப்பான். குறிப்பாக, எந்த அவதூறும் வரக் கூடாது. எந்தச் சத்தமும் இல்லாமல் எல்லோரும் வாயை மூடிக்கொள்ள வேண்டும். நாம் வளைந்து கொடுப்பவர்களாக மாறிப்போவோம். அவனே அடிக்கடிக் கூறுவதுபோல், ஒரு கண் பார்க்கும், அடுத்த கண் பார்க்காது. ஆனால், நான் அப்படி இல்லை. என் கண்களை அகல விரித்து வைத்திருப்பவள். நான் நெகிழ்ந்து கொடுப்பவள் இல்லை. ஒருபோதும் அப்படி இருக்கவும் மாட்டேன். வளைந்து கொடுப்பது என்பது என்ன? அதனை விளக்குவது மிகவும் எளிதாகும். எல்லாவற்றையும் ஏற்றுக் கொண்டு தலையைக் குனிந்துகொள்ள வேண்டும். அவ்வளவு தானே! அதுதான் என்னிடம் என்றைக்கும் நடக்காது!

எங்கள் திருமணம்

மீண்டும் முதல் பகுதிக்கு வருவோம். அதாவது எங்கள் திருமணம். என்ன ஒரு பேரழிவாக அது அமைந்துவிட்டது. அந்த ஏப்ரல் மாதத்து வெள்ளிக்கிழமையை மறக்க முடியுமா? என் வாழ்நாள் முழுவதும் நினைவை விட்டு மறையாது. எல்லா மணமக்களும் அந்த நாளைச் சந்தோஷமாக நினைவில் வைத்துக் கொள்வர், என்னைத் தவிர. அந்த வெள்ளிக்கிழமை என்றைக்கும் என் மனதில் ஒரு கறுப்பு நாளாக, சோக நாளாக இருக்கும். அந்த அளவு அதிகமாக அழுத நாள் அது. புதிதாய்த் திருமணமானவர்கள் அழுவது மரபுதான், தங்கள் குடும்பத்தைவிட்டுப் பிரிந்து புதி தாய் வேறு ஒரு குடும்பத்தில் நுழையப்போகிறோம் என்பது தான் அதற்குக் காரணம். ஆனால், நான் அழுததோ என் குடும் பத்தைவிட்டுப் பிரிந்து நிச்சயமாக நரகம் ஒன்றில் போய் விழப்போகிறேன் என்பதால்.

அன்றைய சூழ்நிலையை உங்களுக்கு விளக்குகிறேன்.

காஸாபிளான்காவைச் சுற்றியுள்ள பகுதியில் ஒரு விழா அரங்கை என் பெற்றோர் ஏற்பாடு செய்தனர். அதற்கு அவர்கள் நிறையப் பணம் செலவு செய்யவேண்டி இருந்தது. சம்மந்தி குடும்பத்தின் முன் தாங்கள் வசதியானவர்களாகத் தெரிய வேண்டும் என்று விரும்பினர். ஏனெனில், அவர்களது நகரப் பின்னணியைக் கண்டு இவர்கள் மிரண்டுபோயிருந்தனர். ஃபேஸ் பகுதி மக்கள் எப் போதும் தங்களை மற்ற மொராக்கோ மக்களைவிட உயர்வான வர்களாக நினைத்துக்கொள்வர். மொராக்கோவின் பிற பகுதியை அவர்கள் மேலே நின்றபடிதான் பார்ப்பார்கள். ஏதோ உலகத்தில் அவர்களுடைய கலாச்சாரம் மட்டுமே இருப்பதாகவும், அவர் களது மரபைத்தான் எல்லோரும் கடைப்பிடிக்க வேண்டும் என்பது போலவும், மொராக்கோ நாடு முழுவதும் அவர்களைப் போல்தான் சமைக்க வேண்டும், உடுத்த வேண்டும், பேச வேண்டும் என்ற

தோரணையில் பார்வை இருக்கும். சகித்துக்கொள்ள முடியாத இத்தகைய குணம் அவர்களிடம் இயல்பாக வெளிப்படும். அவர்களுடைய வெறுப்பு முகத்திலேயே எழுதி ஒட்டியிருக்கும். அவர்கள் கெட்டவர்கள் இல்லை. ஆனால், ஏடாகூடமாகப் பேசுபவர்கள், எதிர்மறையாகச் சிந்திப்பவர்கள், அவ்வளவுதான். இந்தக் காரணங்களுக்காகத்தான் என் பெற்றோருக்கு இந்தத் திருமணத்தில் விருப்பமில்லை. குறைவாகப் பேசும் பழக்கம் உடைய அப்பா, என் அம்மாவிடம் கூறியதை அப்படியே அம்மா என்னிடம் சொன்னார்: "நாம் அவர்களுக்காக இல்லை, அதேபோல் அவர்களும் நமக்காக இல்லை." அவர் வேறு ஒன்றையும் சொன்னார்:

"இந்தக் குடும்பத்தில் நம் பெண் சந்தோஷமாக இருப்பாள் என்று என்னால் உறுதியாகச் சொல்ல முடியாது. அவள் கணவன் அவளைவிட மிகவும் வயதானவனாக இருக்கிறான். அந்தப் பிரச்சினைகூட ஓரளவு சமாளிக்கக் கூடியதுதான். ஆனால், அவனது குடும்பத்தை நினைத்தால்தான் எனக்குப் பயமாக இருக்கிறது. அவர்களை எப்படி வரவேற்று உபசரிப்பது, எப்படி நடந்து கொள்வது என்று தெரியவில்லை. அவர்கள் வேறு உலகத்தைச் சேர்ந்தவர்கள். நாமோ சாதாரண மக்கள். எந்த வீண் பெருமையும் பேசாதவர்கள். இருவருக்கும் ஒரே இறைவன்தானா என்பதே எனக்கு ஆச்சரியமாக இருக்கிறது. எனக்குத் தெரிந்ததைச் சொல்லி விட்டேன். அவளுக்கு எது சரியெனப் படுகிறதோ அதைச் செய்யச் சொல். நான் சந்தோஷமாக இல்லை என்பதை மட்டும் அவளிடம் சொல்லி விடு" என்றாராம்.

என் அம்மாவுடனான இந்த உரையாடல் எனக்கு நன்றாக நினைவில் இருக்கிறது. அவள் கூறியதை அப்படியே என்னால் நிராகரிக்க முடியவில்லை. ஏனெனில், அவள் பக்கம் ஓரளவு நியாயம் இருக்கிறது என்பது எனக்குத் தெரியும். ஆனால், என்ன செய்வது. எல்லாம் முடிந்துவிட்டது. நான் காதல் வயப்பட்டிருந்தேன். அனைத்து விதமான வறுமையையும் அனுபவித்த சிறு வயது பெண்ணுக்குக் காதல் என்றால் என்னவென்று தெரியுமா? ஏதோ ஒரு நவீனத் தேவதை கதை ஒன்றில் வருபவனைப்போல் அவனைப் பற்றி நினைத்துக்கொண்டேன். என் கண்ணில் தென்பட்ட அத்தனைக் குறைகளையும் பெரிதாக எடுத்துக்கொள்ளவில்லை. என் எதிர்பார்ப்புக்கு ஏற்ப அவன் நடந்துகொள்வான்

என நம்பினேன். பார்க்கப்போனால், காதல் என்பது புதின எழுத்துகளின் கண்டுபிடிப்பு. ஸ்காட்லாந்தைக் கதைக்களமாகக் கொண்டு 19ஆம் நூற்றாண்டில் நடப்பதாக அமைந்த பல புதினங்களை வாசித்திருக்கிறேன். அதனால் அந்த மழைக்கால இயற்கைக் காட்சிகள், மென்மையான கதாபாத்திரங்கள், கவித் துவமும் உறுதிமொழிகளும் நிறைந்த காதல் அறிவிப்புகள் பற்றிய கனவில் மிதந்துகொண்டிருந்தேன். அத்தகைய கதாநாயகிகளில் ஒருத்தியாக என்னைக் கற்பனை செய்துகொண்டேன். அப்படித் தான் நான் இருப்பதாக நம்பினேன். ஆனால் எதார்த்த வாழ்வுக்கு வரும்போது இந்தச் சூழ்நிலையைச் சந்திப்பது கடினமாக இருந்தது. ஆம், மிகவும் கடினமாக இருந்தது.

எனக்கு நன்றாக நினைவில் இருக்கிறது. எங்களுக்குள் நிச்சய மாகும் முன் ஒருநாள், பாரீஸில் உள்ள லொமோன் வீதியில் இருந்த அவனது குடியிருப்பில் எனக்காகக் காத்திருந்தான். தொடர் வண்டியில் ஏறி, சேன்லஸார் நிலையத்தில் இறங்கினேன். பெரிய பாரம் ஒன்று என் நெஞ்சினை அழுத்துவதுபோல் உணர்ந்தேன். முதல் முறையாக என் வாழ்க்கையில் எனக்குப் பயமாக இருந்தது. உணவு விடுதி ஒன்றில் நுழைந்து தேநீர் கொண்டுவரும்படிக் கேட்டுவிட்டு, பல மணி நேரம் புகை பிடித்தபடித் தனியாக இருந்தேன். என் வருங்கால வாழ்க்கைக் காட்சிகளை மனத் திரையில் ஓட்டிப் பார்த்தவாறு இருந்தேன். வருங்காலத்தைக் கணிப்பதில் என்னிடம் சில திறமை இருந்தது. காதல் வயப்பட்டு இருந்தபோதும், எவ்வித மாயைக்குள்ளும் விழுந்துவிடவில்லை. என் பரம்பரை குறித்துக் குத்திக்காட்ட எந்தச் சந்தர்ப்பத்தையும் அவர்கள் குடும்பத்தினர் தவறவிட மாட்டார்கள்; தங்களுடைய குடும்பச் சித்திரத்தில் நான் ஒரு பொருந்தாதச் சேர்க்கை என்பதைச் சுட்டிக்காட்டுவார்கள். இவையெல்லாம் நடக்கும் என்று எனக்குத் தெரியும். எனக்காக அவன் பரிந்து பேச மாட்டான் என்பதையும் அறிவேன். அவனும் அவர்களைப் போன்ற கருத்துடையவன்தான். நான் தவறு செய்கிறேன் என்று எனக்குப் புரிந்தது. இருந்தாலும் என் தலைவிதி அவனைத்தான் திருமணம் செய்துகொள்ள வேண்டும் என எழுதப்பட்டிருந்தது என்றால் அவனைத்தான் திருமணம் செய்துகொள்ள வேண்டும் என்று முட்டாள்தனமாக நினைத்துக்கொண்டேன். நான் மிகவும் இளம் பெண்ணாக

இருந்தேன். ஆண்களுடனான எந்த அனுபவமும் இல்லாதவள். சில பிரஞ்சுப் புதினங்களைப் படித்திருந்த நான் அவற்றில் வரும் சிறிய நகர்ப்புறங்களைச் சேர்ந்த ஓரளவு மேல்தட்டுக் கதாபாத்தி ரங்களுடன் என்னைப் பொருத்திப் பார்ப்பேன். அவர்களைப் போலவே சிக்கலான குடும்பச் சூழல் எனக்கும் அமைந்துள்ளதாக நினைத்துக் கொள்வேன்.

ஃபுலான் எனக்காகக் காத்திருக்கிறான். தாமதமாக வருவேன் என்ற செய்தியை நான் அவனுக்குத் தொலைபேசியில் தெரிவித் திருக்கலாம். செய்யவில்லை. அந்த இடத்துக்குப் போக எனக்கு விருப்பமில்லை. அந்த எல்லைக் கோட்டைத் தாண்டிவிட்டால் பிறகு என் கதை முடிந்துவிடும் என்று எனக்குத் தெரியும். என் சிகரெட் பெட்டி தீர்ந்துபோனதும், இருக்கையை விட்டு எழுந்து, ஊர் திரும்புவதற்கான பயண நேரங்களை நோட்டமிட்டேன். இரவு 10.10க்கு முன் எந்தத் தொடர்வண்டியும் இல்லை. அப் போது மணி எட்டுதான் ஆகியிருந்தது. நடந்துபோய் 21ஆம் எண் பேருந்து பிடித்து சேன் மிஷேல் புல்வாரில் இறங்கினேன். நேராக அவனது குடியிருப்பை நோக்கி நடந்தேன்.

அப்போது நல்ல குளிர். இலகுவான மேலாடை அணிந் திருந்ததால் உடல் நடுங்கியது. பார்த்தவுடன் என்னைக் கட்டி அணைத்து முத்தமிட்டு, என்னைச் சூடேற்றினான். சுவையான மீன் சமைத்துத் தந்தான். பிறகு இருவரும் உடலுறவு கொண் டோம். என்னை அவனிடம் தந்தது அதுதான் முதல்முறை. நடுஇரவில் எனக்குப் புகைக்க வேண்டும்போல் இருந்தது. காரில் போய் சிகரெட் வாங்கி வந்தான். அப்படிச் சென்றது காலை உணவுக்கான ரொட்டிகளையும் வாங்கிக்கொள்ள அவனுக்கு உதவி யாக இருந்தது. அடுத்த நாள் கல்லூரிக்குத் தாமதமாகச் சென்றேன். வகுப்பு முடிந்ததும் தத்துவவியல் பேராசிரியர் என்னைக் காத் திருக்கும்படிக் கூறினார். ஏதாவது ஒரு நாளில் இருவரும் ஒன்றாகச் சேர்ந்து இரவு உணவு சாப்பிட தனக்குள்ள விருப்பத்தைத் தெரி வித்தார். வாரத்தில் எந்த நாளாகவும் இருக்கலாம். சனி, ஞாயிறு மட்டும் வேண்டாம் என்றார். ஏனெனில் விவாகரத்து பெற்றவர் என்பதால் அந்த நாட்களில்தான் அவர் பிள்ளைகள் வருவார் களாம். சவாலாகவும், ஆர்வத்திலும் ஒரு வெள்ளிக்கிழமை அவரைச் சந்திக்க ஒப்புக்கொண்டேன். அவரது திட்டம் தெளிவாக

இருந்தது. அவரது ஆசைநாயகியாக இருக்க வேண்டும் என்று விரும்புகிறார். அவர் அழகாக இருப்பார். படித்தவர், பார்க்கவும் எடுப்பாக இருப்பார். தொடர்ந்து அவர் முயற்சி செய்தபோதும் நான் மறுத்துவிட்டேன். என் தொடர் வண்டி புறப்பட வேண்டிய நேரத்தைச் சாக்காக வைத்துச் சட்டென எழுந்து புறப்பட்டு விட்டேன். என் கையைப் பிடித்து முத்தமிட்ட அவர், “அதற்காகக் கவலைப்படாதே. நான் காரில் கொண்டுபோய் விடுகிறேன்” என்றார். பாரீஸிலிருந்து 30 கிலோமீட்டர் தூரத்தில், வெகுதூரத்தில் என் ஊர் இருக்கிறது என்பதை எவ்வளவோ சொல்லிப் புரிய வைக்கப் பார்த்தேன். ஆனால், அவர் விடவில்லை. அந்த கார் பயணத்தின்போது என் திருமண முடிவைக் கைவிடவைத்து, தன்னுடன் வாழச் சம்மதிக்க வைக்கப் போதுமான அவகாசம் கிடைக்கும் என்று அவர் எதிர்பார்த்தார். புகழ்பெற்ற ஓவியன் ஒருவனை நான் திருமணம் செய்துகொள்ளப் போகிறேன் என்பது ஊருக்கே தெரியும். அத்துடன், செய்திதாள் ஒன்றும் ஏற்கெனவே அதனை அறிவித்துவிட்டது.

ஒரு மாதம் சென்றதும், ஃபுலான், நாங்கள் வசித்து வந்த கிளெர்மோன் ஃபெரான் பகுதிக்கு வந்தான். அவனுடன் நெருங்கிய நண்பர்கள் ஆறு பேர்களை அழைத்துக்கொண்டு எங்கள் பெற்றோரைச் சந்தித்து முறைப்படிப் பெண் கேட்க வந்தான். அது ஒரு சனிக்கிழமை என்பதால் என் அப்பாவுக்கு வேலை இல்லை. எல்லாம் நல்ல விதமாக நடந்தேறின. என்னைக் கேட்டால், திருமண நிகழ்ச்சியை விடவே சிறப்பாக முடிந்தன என்று சொல்வேன். புலம்பெயர்ந்து வந்தவர்களின் வசிப்பிடம் எப்படி இருக்கும் என்பதை அவனுடன் வந்த நண்பர்கள் தெரிந்துகொண்டனர். நாங்கள் அனைவரும் எளிமையானவர்கள் என்பதையும் நன்கு புரிந்துகொண்டனர். ஃபுலானுக்கும் எனக்கும் இடையில் அது ஒரு பெரிய பிரச்சினையாக என்றுமே இருந்ததில்லை. நான் எந்தப் பின்னணியில் இருந்து வருகிறேன் என்பது அவனுக்கு நன்றாகத் தெரியும். ஆனால், எனக்கு அவனது பின்னணியோ என்னைச் சந்திக்கும் முன் அவன் எம்மாதிரியான வாழ்க்கை முறையைக் கொண்டிருந்தான் என்றோ எதுவும் தெரியாது.

ஒரு வாரத்துக்குப் பின், பாரீஸில் உள்ள பெரிய உணவு விடுதி ஒன்றில் அவனுடைய பெற்றோரிடம் என்னை அறிமுகம்

செய்துவைத்தான். முன்னதாக, என் பெற்றோருக்கான விமானப் பயணச் சீட்டுகளை அனுப்பிவைத்ததுடன் காஸாபிளான்காவில் இருந்த பிரஞ்சுத் தூதரக நண்பனிடம் சொல்லி, அவர்களுக்கு விரைவாக விசா கிடைக்குமாறு பார்த்துக்கொண்டான். அந்த நண்பர் அவனுடைய ஓவிய ரசிகர். என் பின்னால் நின்றிருந்த அவனுடைய அம்மா யாரிடமோ பேசிக்கொண்டிருந்தது என் காதில் விழுந்தது: "அது அவளாக இருக்காது. இல்லை, நிச்சயமாக அந்தச் சின்னப் பெண்ணாக இருக்காது; மேலும் அவள் வெள்ளை யாகவும் இல்லை..." என்று சொல்லிக்கொண்டிருந்தார். எதுவும் கேட்காததுபோல் நடந்துகொண்டேன். வெயில் பட்டு நான் மாநிறமாக இருந்தேன். நான் புன்னகைத்தேன். அவனுடைய அப்பா இனிமையாகப் பேசினார். என் கிராமத்தைப் பற்றியும் என் அப்பாவுக்கு உள்ள சொத்துகள் குறித்தும், எங்கள் முன்னோர் குறித்தும் கேட்டறிந்தார். என்னைப் பார்த்து, "நீங்கள் எல்லாம் சூனியம் வைக்கும் வேலையில் கைதேர்ந்தவர்கள் என்று கேள்விப் பட்டேனே, உண்மையா?" என்று கேட்டுவிட்டார். நான் சிரித்துக் கொண்டே, "அதைப் பற்றி எனக்கு எதுவும் தெரியாது" என்று பதிலளித்தேன். மனத்துக்குள், இந்தத் திருமணத்தில் அவருக்கும் விருப்பமில்லை என்பது தெரிந்தது; இது போன்ற விஷயத்தை யெல்லாம் மறைக்க முடியாது. என்னைப் பற்றி அவர் ஏதாவது பேசினாரா என்று தெரியாது. ஆனால், பலமுறை அவர், 'மேடியா முஜேர்' (ஸ்பானிஷ் மொழியில் 'பாதிப் பெண்' என்று பொருள்) என்று கூறியிருக்கிறார். தன் மனைவியின் குள்ளமான உருவத்தைக் குறிக்க அவர் பயன்படுத்தும் வாசகம் அது. மற்றுமொரு முறை, 'கான்ஃபூஷா' (அரபி மொழியில் 'வண்டு' என்ற பொருள்) என்றும் அவர் சொல்லியிருக்கிறார். அது ஒருவேளை என்னைக் குறிக்கும் சொல்லா என்பதும் தெரியாது. சரியான மனநோயாளிகள் இருக்கும் குடும்பத்தில் வந்து மாட்டிக்கொண்டேன். மறைமுகமான குத்தல் பேச்சும், உருவகங்கள் கலந்த பேச்சும் கொண்ட மக்கள். இது போன்ற நகைச்சுவை எல்லாம் எனக்குப் பழக்கமில்லை. எங்கள் பெற்றோர் யாரையும் அவமதிப்பதில்லை; யாரையும் தவறாகப் பேசுவதில்லை. என் மாமியார் வீட்டில் வேலைசெய்த பெண்கள், என்னைத் தனியாக அழைத்துச் சென்று இங்கு வாழ்க்கையை நடத்துவது கடினமாகத்தான் இருக்கும் என்றும் எங்களுக்கு எதிராக

என்று வரும்போது, தங்களுக்குள் கூட்டுச் சேர்ந்துகொள்வார்கள் என்றும் எச்சரித்தனர். அவர்களில் ஒருவர் என்னிடம், "உனக்கு ஒன்று சொல்லட்டுமா. ஃபேஸ் மக்களுக்கு நம்மைப் பிடிக்காது. அதை ஒன்றும் செய்ய முடியாது. தாங்கள்தான் எல்லோரையும் விடப் பெரியவர்கள் என்று நினைக்கின்றனர். மற்றவர்களைப் பற்றி எந்த அக்கறையும் அவர்களுக்குக் கிடையாது. எனவே எச்சரிக்கையாக இரு. உன் கணவன் நல்லவன்தான். நேர்மை யானவன். ஆனால், அவனுடைய சகோதரிகள் எல்லோரும் பேய்கள்."

என் முடிவிலிருந்து பின்வாங்கி, திருமணத்தை முறித்துக் கொண்டு வீட்டுக்குத் திரும்பி இருக்கலாம். எல்லாமே சாத்திய மாகக் கூடியதாகத்தான் இருந்தது. இந்த மோசமான விஷப் பரீட்சையில் இறங்கும்படி என்னை எது தூண்டியது என்றுதான் எனக்குப் புரியவில்லை. அது காதலாகத்தான் இருக்கும். சந்தேகமே இல்லை. ஆனால், இன்றும் என்னை நானே கேட்டுக்கொள்ளும் கேள்வி, நான் அவனை உண்மையாகக் காதலித்தேனா? அவனை எனக்குப் பிடித்திருந்தது; பார்ப்பதற்குக் கவர்ச்சியாக, எடுப்பாக இருந்தான். மேலும், அவன் ஒரு கலைஞன். இதுபோன்று இசை அமைப்பாளர்கள், எழுத்தாளர்கள், ஓவியர்கள் என்று மாய உலகில் இருப்பவர்களுடன் வலம்வர எனக்கு எப்போதுமே பிடிக்கும். நாகரிக ஆடை, ஆபரணங்கள் போன்ற செயற்கையான மக்களை மட்டும் அறவே பிடிக்காது. அது ஒரு கனவு போன்றது. எனவேதான் கவலைக்குரிய அறிகுறிகள் பல தெரிந்தாலும் என் முடிவில் உறுதியாக இருந்ததுடன் இந்தத் திருமணத்துக்குச் சம் மதம் தெரிவித்தேன்.

அந்தக் காலகட்டத்தில் ஃபுலான் மிகவும் மென்மையான வனாகவும் தேனொழுகப் பேசுபவனாகவும் இருந்தான். என் மீது அக்கறை செலுத்துபவனாக, கலகலப்பாகவும் என் மீது காதல் கொண்டவனாகவும் இருந்தான். என்னை எல்லா வகையிலும் சந்தோஷமாக வைத்திருக்க விரும்புவான். நகரத்தின் கோடிக்குக் கூட ஓடிப்போய் எனக்குப் பரிசுப் பொருள் வாங்கி வருவான். பெண்களைத் தன் வலையில் விழ வைப்பது போன்ற திருமண மாவதற்கு முன் தன்னிடம் இருந்த பழக்கவழக்கங்களுக்கு முற்றுப் புள்ளி வைத்தான். இதற்கான தடயங்கள் அவனுடைய குடி யிருப்பில் இன்னமும் கிடைக்கும். பெண்கள் அணியும் பிரா, இரவு

உடை, விலை உயர்ந்த செருப்புகள் ஆகியவற்றைக் காணலாம். முதல்முறை பார்த்தபோது அவற்றையெல்லாம் எடுத்துப் பக்கத்துக் குடியிருப்பின் குப்பைக் கூடையில் போட்டு விட்டேன். இந்தப் பொருட்களெல்லாம் காணாமல் போனதைக்கூட அவன் கவனிக்க வில்லை. எது எப்படியோ, அது குறித்து என்னிடம் அவன் எதையும் கேட்கவுமில்லை.

அலமாரியின் உள்ளறை ஒன்றில் நூற்றுக்கணக்கான நிழற்படங் களைப் பார்த்தேன். அவனுடைய ஓவியங்கள் குறித்த படங்களைத் தவிரப் பெண்களின் தோள் மீது சாய்ந்தபடியான படங்களும் இருந்தன. வெள்ளை, செந்நிறம், சாம்பல் நிறம் எனப் பல நிறப் பெண்கள். அதேபோல் உயரமானவர்கள், குள்ளமானவர்கள், அரேபியப் பெண்கள், வட ஆப்பிரிக்கப் பெண்கள் எனப் பல வடிவங்களில். "என்னை இவன் எந்த வகையில் சேர்க்கிறானோ" என்று நினைத்துக்கொள்வேன். என்னை ஏன் இவன் திருமணம் செய்துகொண்டான்? அவர்களிடம் இல்லாதது என்ன என்னிடம் இருக்கிறது? புரிந்துவிட்டது. நாற்பதை நெருங்கிவிட்ட இந்த நபர் வாழ்க்கையில் குடும்பம் ஒன்றை அமைத்து, அம்மாவுக்குப் பணிந்து பிள்ளைகள் பெற்றாக வேண்டும். இதோ நான்தான் அவன் குழந்தைகளைச் சுமக்கச் சரியான ஆளாக இருப்பேன். அதாவது என்னைவிட இளமையாக வேறு ஒருத்திக் கிடைத்து, என்னைத் துரத்திவிடும் நாள்வரை நான் தேவைப்படுவேன்.

என் பெற்றோர்கள் பழமையைப் பின்பற்றுபவர்கள். ஒரு விழா அரங்கில் என் திருமணம் நடைபெற்றது. அங்கு வந்துசேர்ந்த என் கணவரின் குடும்பத்தினர் எங்களைப் பார்த்து அதிர்ச்சி அடைந் தனர். சிறிது நேரம் கழித்து, குறிப்பாக எங்கள் குடும்பப் பெண் களைப் பார்த்து, முகம் சுளித்தனர். தங்கள் தங்க மகன், அதுவும் புகழ்பெற்ற ஓவியன், கிராமத்திலிருந்து புலம்பெயர்ந்து வந்தவர் களைப்போல் இத்தகைய சாதாரண திருமண நிலையத்தில் எவ் வாறு திருமணம் செய்துகொள்ள முடியும்? தங்களுக்குள் ஒருவருக் கொருவர் அவர்களுக்கு மட்டுமே புரியும் சங்கேத மொழியில் கண்களால் பேசிக்கொண்டனர். அந்த மொழியை அதன் பின் பல ஆண்டுகள் அனுபவித்து வந்தேன். பிறகு ஏமாற்றத்தை, முகச் சுளிப்பில் காட்டிவிட்டு என் அம்மாவையும் உறவினர்களையும் வணங்கச் சென்றனர். ஆண்கள் அனைவரும் வேறு ஒரு பக்கம்

அமர்ந்து இருந்தனர். அங்குதான் 'ஆதெல்லாக்கள்' திருமண ஒப்பந் தத்தை எழுதிக்கொண்டிருந்தனர். ஃபுலான், வெள்ளை ஜெலாபா அணிந்திருந்தான். அவனது செருப்புகள் கால்களில் பொருந்தாமல் நழுவிக்கொண்டிருந்தது; அவனுக்கு அது அசௌகரியத்தை ஏற் படுத்தவே எரிச்சலடைந்தான். வெவ்வேறு குணநலன்களைக் கொண்ட இந்த இரண்டு வெவ்வேறு மக்களிடையே எப்படியும் மனம் ஒன்றாது என்று நினைத்தான். அவனுக்கு ஏமாற்றமாக இருந்தது. தன் குடும்பத்தினர் இந்த அளவு நிற வேற்றுமை பார்ப்பவர்களாக இருப்பதும், என் குடும்பத்தினர் இந்த அளவு அதிகம் படிக்காதவர்களாக இருப்பதும், அவனுக்கு ஏமாற்றத்தை அளித்தது. ஃபேஸ் பகுதி பழக்கவழக்கங்களைக் கற்றுக்கொள்ளாத குலத்தைச் சேர்ந்தவளாக நான் இருப்பதைப் பார்த்ததும் அவன் ஏமாற்றம் அடைந்தான். ஏனெனில் அவர்களைப் பொறுத்தவரை, எங்களிடம் உள்ள நல்ல பழக்கவழக்கங்கள் எல்லாம் நல்ல பழக்க வழக்கங்கள் இல்லை.

அவனுடைய சகோதரிகள், அத்தை, சித்திகள், பெரியப்பா மகள்கள் என அவன் குடும்பத்தைச் சேர்ந்த அனைவரின் ஆடைகளும் அழகாக இருந்தன. வேறு எங்கும் கிடைக்காதவையாகவும், அதிக விலை மதிப்புடையவையாகவும் இருந்தன. நாங்கள் அணிந்திருந்த உடைகள் அவற்றுடன் போட்டிப் போட முடியாது. நாங்கள் எளிமையாக இருந்தோம் என்பதுடன் அதில் நாங்கள் பெருமை அடைந்தோம். எதற்காக நாங்கள் வெட்கப்பட வேண்டும்? எங்கள் நிலைக்காகவா? ஒருபோதும் அப்படி வெட்கப்பட மாட்டோம். எங்கள் குலத்தின் இந்தத் தனித்துவமான குணநலனை அவன் ஒருபோதும் புரிந்துகொள்ளவில்லை என்று நினைக்கிறேன். எங்க ளுக்கு அபரிமிதமான பெருமிதம் இருந்தது. எங்களுக்கென கௌர வமும் பெருமையும் இருந்தன. அவர்களுடைய வெளித்தோற்றம் எங்களை எவ்விதத்திலும் அசைக்கவில்லை.

ஒப்பந்தத்தில் கையொப்பமிடும் நேரம் வந்தது. 'ஆம்' என்று கூறி நான் கையொப்பமிட வேண்டும். நாங்கள் இருவரும் வெவ் வேறு அறையில் இருந்தோம். இரண்டு அறைகளுக்கும் இடையில் ஒரு கதவு இருந்தது. கை வலிக்கும் அளவுக்கு என் அம்மாவின் கையைக் கெட்டியாகப் பிடித்துக்கொண்டேன். தன் பொம்மையை யாரோ பறித்துகொண்டு போய்விட்டால் அழும் சிறுமியைப்போல்

நான் அழுதுகொண்டிருந்தேன். ஃபுலானின் அப்பாவைப் பார்த் தேன். தனக்கு இந்தத் திருமணத்தில் விருப்பமில்லை என்ப தைத் தெரிவிப்பதுபோல் முகத்தைச் சுளித்துக்கொண்டார். அவ ருடைய நண்பர்களில் ஒருவர்தான் அவரது ஜெலாபாவின் கைப் பகுதியைப் பிடித்து இழுத்து, எந்த வம்பும் வளர்க்காமல் பார்த்துக்கொண்டார். அப்படி ஒரு வம்பை அவர் வளர்த்திருந்தால் நன்றாக இருந்திருக்கும் என்று இப்போது நினைக்கிறேன்; என்னை அவர் காப்பாற்றியிருப்பார். அவருடைய மகனையும் காப்பாற்றி யிருப்பார் என்று மனப்பூர்வமாக நம்புகிறேன்.

என் மூக்கை உறிஞ்சியபடி, கண்ணீரைத் துடைத்துக்கொண் டேன். "ஆம்" என்று சன்னமான குரலில் சொன்னேன். அதையே மீண்டும் ஒருமுறை சொல்லவேண்டியிருந்தது. பிறகு என் முகத்தை மூடிக்கொண்டு என்னை அடைத்து வைத்து, அவமதிக்கப்போகும் அடிமைச் சாசனத்தில் கையொப்பமிட்டேன்.

"இந்தப் பையனும் பெண்ணும் இறைவனாலும் அவர் தம் இறைத்தூதராலும் ஆசீர்வதிக்கப்படட்டும்; இஸ்லாம் காட்டும் நேரான பாதையை விட்டு விலகாமல் இருக்கட்டும்; இறை நம்பிக்கையோடு ஆன்மா தூய்மையடைந்து, இறைவன் அவர் களுக்கென விதித்துள்ள பேரின்பத்தைப் பெற தகுதியுடையவர் களாக இருக்கட்டும்" இவ்வாறு கூறி அங்கிருந்த ஆண்கள் தொழுகை செய்தனர்.

கைகளைச் சேர்த்து வானை நோக்கி உயர்த்தி, குர்ஆன் வாசகங் களை ஓதினர். பிறகு மணமக்களின் பெற்றோரிடம் மகிழ்ச்சியான, வளமான வாழ்வு அமையட்டும் என்று வாழ்த்துத் தெரிவிப்பதற்கு முன் ஒருவரையொருவர் வணங்கிக்கொண்டனர்.

எங்கள் பாரம்பரிய இசையின் பெரும்பகுதியை எங்கள் ஊரி லிருந்து வந்த இசைக்குழு இசைத்தது. எங்கள் குடும்பத்தைச் சேர்ந்தவர்கள் பாடி ஆடினர். அவனது குடும்பத்தினரோ அழகான உடை கசங்கிவிடாமல் நின்றிருந்தனர். அவனுடைய அத்தை சைகை மூலம் என்னை அருகில் அழைத்து, "ஏன் முதலிலிருந்தே ஒரே பாட்டை இசைக்கிறார்கள்?" என்று கேட்டார். அந்த இசைக் கலைஞர்கள் அதுவரை இருபது வகையான வெவ்வேறு பாடல் களை இசைத்துவிட்டனர் என்பதை அவருக்கு எப்படிப் புரிய

வைப்பது? பிறகு, என்னைத் தன்னருகே உட்கார வைத்து, "யாருக்கு மனைவியாகும் அதிர்ஷ்டம் உனக்கு வாய்த்திருக்கிறது தெரியுமா? எந்தக் குடும்பத்தில் நீ வாழ்க்கைப்படப் போகிறாய் என்பது தெரியுமா? ஏன், நீ அரபி மொழியை ஒழுங்காகப் பேசக் கஷ்டபடுகிறாய்? இது என்ன உச்சரிப்பு? நீ மொராக்கோப் பெண்ணா, இல்லையென்றால் பாதி பிரஞ்சுக்காரியா? போகட்டும், ஃபேஸ் நகரத்தில் உள்ள என் வீட்டுக்கு வா. உனக்குச் சமைக்கக் கற்றுத் தருகிறேன். அத்துடன் எப்படி நடந்துகொள்ள வேண்டும், யாராவது பேசினால் எப்படி அவர்களுக்குப் பதில் சொல்ல வேண்டும் என்றும் சொல்லித் தருகிறேன்" என்றார்.

நான் மிரண்டுப்போனேன். வாய் விட்டுச் சிரித்தேன். அது பதற்றத்தில் உண்டான சிரிப்பு. கண்களில் நீர் வரும்வரைச் சிரித்தேன். அது ஆனந்தக் கண்ணீரா அல்லது வருத்தத்தில் விளைந்ததா என்று எதுவும் தெரியவில்லை. அடக்கி வைக்கப்பட்ட கோபம், முடக்கிக்கொண்ட சினம். நான் எதுவும் பதில் பேசவில்லை. என் பார்வையை இறக்கி மனம் பேதலித்தவள்போலத் தரையையே உற்றுப் பார்த்துகொண்டிருந்தேன்.

இரவு உணவு தாமதமாகப் பரிமாறப்பட்டது. எங்கள் சமையல் அவனுடைய குடும்பத்தைச் சேர்ந்த பெண்களுக்குப் பிடிக்கவில்லை. பல உணவு வகைகள் யாரும் தொடாமலேயே சமையல் அறைக்குத் திரும்பின. ஆண்கள் மட்டும் எதுவும் சொல்லாமல் சாப்பிட்டார்கள். உடைமாற்றக்கூட நேரமில்லாத அப்பா மிகவும் களைப்பாகக் காணப்பட்டார். பாவம், என் அம்மா சோகமாக இருந்தாள். என் அத்தைகள் என்னைப் பார்த்த விதம், 'உனக்கு ஏற்றதுதான்' என்னும்படியாக இருந்தது. என் கணவன் சோகமாக இருப்பதைத் தூரத்திலிருந்து கவனித்தேன். அவன் முகத்தில் சிரிப்பு இல்லை. அவன் எதையும் சாப்பிடவில்லை. ஓடிப்போய் விடலாம் என்ற ஆசை இருந்திருக்கலாம். அன்று அப்படிச் செய்திருந்தால் எனக்கு அது பெரிய சேவையாக இருந்திருக்கும்.

காலை நான்கு மணி வாக்கில், என்னை அவன் அழைத்துச் சென்றான். அதுதான் சடங்கு. அவனுடைய நண்பர்தான் எங்களைத் தங்கும் விடுதியில் இறக்கிவிட்டார். அந்த அறையில் ஏற்பாடு சரியாகச் செய்யப்படவில்லை. மலர்கள், இனிப்புகள், வாழ்த்து

அட்டை என அங்கு எதுவும் இல்லை. இம்முறை ஃபுலானின் தவறு இல்லை. ஐந்து நட்சத்திர விடுதி என்று சொல்லிக்கொள்ளத் தகுதி இல்லாத அந்த விடுதியின் மீதுதான் தவறு இருந்தது. இவ்வாறாக எங்கள் முதலிரவின் தொடக்கமே சகுனம் சரியில்லாமல் இருந்தது. கழிவறையில் சில சிகரெட் மிச்சங்கள் கூடக் காணப்பட்டன. அந்த நேரத்தில், யாரிடம் போய் முறையிட முடியும்? அடுத்த நாள், மிகவும் கோபமான தொனியில் புகார் கடிதம் ஒன்றை அந்த விடுதி மேலாளருக்கு எழுதினான். கொண்டாட்டம் முடிந்தது. பார்க்கப்போனால், கொண்டாட்டம் என எதுவும் நடக்கவில்லை. அந்தக் கடமையிலிருந்து விடுபட வெறுமனே ஒரு சடங்கு என்று சொல்லலாம்.

புகைப்படக் கலைஞர் ஒருவர் மாலைமுதல் இரவுவரை எங்களைப் படம் எடுத்துக்கொண்டிருந்தார். அவற்றில் சிலவற்றை என் கணவன் பெரிய அளவில் படியெடுத்து வைத்துள்ளான். பாரீஸில் நாங்கள் குடியிருந்த வீட்டின் வரவேற்பறையில் அவற்றை மாட்டி வைத்துள்ளான். எங்களைப் பார்க்க வருபவர்கள் அந்தப் படங்களைப் பார்த்து. "அட! இது ஆயிரத்து ஓர் இரவை மிஞ்சி விடும்" என்று அதிசயிப்பார்கள். "மணமகள் என்ன ஒரு அழகு! இளமையின் வசீகரம்! நீங்கள் மிகவும் இனிமையாக இருக்கிறீர்கள். நிச்சயமாக அந்த விழா அற்புதமான கொண்டாட்டமாக இருந்திருக்கும். ஏன் எங்களை அழைக்கவில்லை? நல்ல வாய்ப்பை இழந்துவிட்டோம்! மொராக்கோவின் பிரம்மாண்டமான திருமணம்! என்ன ஒரு விழா! உங்கள் கண்களிலேயே நீங்கள் காணும் மகிழ்ச்சி தெரிகிறது!" என்றெல்லாம் புகழ்வார்கள்.

எல்லோராலும் எந்த ஒரு நிழற்படத்தையும் ஆழமாகப் புரிந்து கொள்ள முடியாது. பலமுறை அவர்களிடம் சில விஷயங்களைச் சொல்ல என் மனம் துடிக்கும். "நீங்கள் நினைப்பது முற்றிலும் தவறானது. நடந்தது ஒரு விழா இல்லை. சடங்கு மட்டுமே. அன்று மாலை யார் மனதிலும் நிம்மதியோ திருப்தியோ இல்லை. எல்லோருக்கும் தாங்கள் தவறான இடத்துக்கு வந்திருப்பதைப் போன்ற உணர்வு. மோசமான பெரிய தவறு ஒன்றை வட ஆப்பிரிக்காவின் பாரம்பரிய மேளத்துடனும் குழலுடனும் நிறை

வேற்றியுள்ளோம். எங்கள் கண்களில் தெரிவது பெரும் சோகம், ஆழ்ந்த வருத்தம், எங்களை அழித்துக்கொண்டு நிற்கும் விதி."

நாங்கள் இருவரும் மகிழ்ச்சியான தம்பதியினர் என்ற தோற்றத் தையே தந்து வந்தோம். எங்களுடன் தொடர்பில் இருந்தவர்களின் கண்களுக்கு நாங்கள் ஒரு உதாரணத் தம்பதியராகத் தெரிந்தோம். எதார்த்தத்துக்கு வெகு தூரத்தில் இருந்த இந்தப் பிம்பத்தைச் சுமக்க நான் பெரிதும் கஷ்டப்பட்டேன். சாப்பிடும்போது விருந் தினர்களுடன் பேச முற்பட்டால், என்னைப் பேசக் கூடாது என்று என் கணவன் சொல்லத் தொடங்கினான்.

இவ்வாறெல்லம் வேறு ஒருத்தியிடம் நடந்துகொள்ள முடியாது. அதை ஈடுகட்டும் விதமாக என்னிடம் நடந்துகொள்வான். ஒரு நாள், அவனுடைய சகோதரனின் பெண்கள், அவர்களின் கணவர்கள் ஆகியோரை வரவேற்று உபசரித்துக்கொண்டிருந்தான். அப்போது, நான் பேசியதை பிரஞ்சு மொழியில் மொழிபெயர்த்துக்கொண் டிருந்தான். என் வாக்கியங்களுக்குத் தொலைக்காட்சியில் வருவது போல் அடிக்குறிப்பாக மொழிமாற்றம் செய்வதாகக் கூறிக்கொண் டான். இதைக் கேட்டு எல்லோரும் சிரித்தனர். நான் ஒரு பேதை யைப்போல் எதுவும் பேசாமல் இருந்தேன்.

வேறு ஒரு நாள், ஆங்கில ஓவியர் ஒருவருடனான சந்திப்பு நிகழ்ந்தது. இவனது ஓவியங்களைக் காட்சிக்கு வைக்கும் அதே கூடத்தில்தான் அந்த ஓவியரின் படங்களும் இடம்பெற்றன. அப் போது, அந்த ஓவியரிடம் பேசும்போது, தான் எப்போதும் மனைவியுடன் பயணம் மேற்கொள்வதில்லை என்றும், அதற்குக் காரணம், தான் எப்போதும் சுதந்திரமாக எவ்வித உடமைகளும் இல்லாமல், பயணம் செய்ய விரும்புவதுதான் என்றும் கூறினான். மனைவி உடன் வந்தால் எப்படியும் பல பிரச்சினைகளைத் தரு வாள். எனவே, அவள் இல்லாமல் பயணம் செய்வதையே விரும்புவதாகக் கூறினான். ஏன் என்னைப் பற்றி அப்படிக் கூறுகிறான் என்பது அந்த ஓவியருக்குப் புரியவில்லை. ஒருமுறை, இசைக் கலைஞர் ஒருவர், தான் திருமணம் செய்துகொள்ளப் போகும் செய்தியைத் தெரிவிக்க எங்கள் வீட்டுக்கு வந்திருந்தார். அப்போது, திருமணத்தைப் பற்றி மட்டமான நகைச்சுவைகளைச் சொன்னான். அத்துடன் 'ஷொப்பனேரின்' எதிர்மறையான வாசகங் களை மேற்கோள் காட்டினான்.

பொது வெளியில் என்னை அவமதித்ததோடு மட்டுமல்லாமல் அவனது குடும்பத்தினர் என்னைத் திட்டும்போதும், எனக்குப் பரிந்து பேச அவன் வந்ததில்லை. என்னை ஒதுக்கும் அவர்களின் போக்குக்கும், சொல்லப்போனால் என் மீது அவர்களுக்குள்ள வெறுப்புணர்வுக்கும் மேலும் வலுவூட்டுவதுபோல் என் கணவனும் அவர்களுடன் சேர்ந்துகொள்வான்.

இவ்வாறாக எங்கள் திருமணம் மோசமாகத் தொடங்கி, மோசமாகத் தொடர்ந்து, மோசமாக முடிந்தது.

பணம்

இதோ ஒரு சிக்கலான, சோகமான விஷயம். பணத்தைப் பற்றி பேச ஆரம்பித்தாலேபோதும், ஃபுலானுக்குக் கோபம் வந்து விடும். கஞ்சத்தனம் உள்ளவர்களுக்கே உரிய குணம் அது.

ஏராளமாகச் சம்பாதிக்கும் இந்த ஓவியன் ஒரு கஞ்சன் என்பதை அவனுடன் வாழ்க்கை நடத்திய அனுபவத்தில் என்னால் உறுதி யாகக் கூற முடியும். முன்பெல்லாம் அதனை 'சிக்கனம்' என்று சொல்லி வந்தேன். ஆனால், இப்போதோ 'கஞ்சத்தனம்' என்று சொல்கிறேன். என் வாழ்க்கை முழுவதும் சேமிப்பதிலும், விலை குறைவான பொருட்களை வாங்குவதிலும் கழித்தேன். பிள்ளை களுக்கான உடைகளை வாங்க, தள்ளுபடியில் விற்பனை செய்யும் காலம் வரைக் காத்திருப்பேன். எங்களுக்கு ஒரு வங்கியில் ஒரு கூட்டுக் கணக்கு இருந்தது. ஆனால், அதில் பணம் அதிகமாகப் போட மாட்டான். சில நேரங்களில் எந்தப் பணமும் போட்டு வைக்க மாட்டான். எனவே எனக்கு எப்போதுமே பணத் தட்டுப் பாடு இருக்கும். வங்கிக் கணக்கில் பணம் தீர்ந்துவிட்டது அல்லது தீரப்போகிறது என்ற அறிவிப்புக் கடிதம் வந்தால் போதும். உடனே அதனைப் பிடித்துக்கொண்டு கையை ஆட்டி, "பார்த்தாயா, உன் செலவுகளால் நாம் திவாலாகப் போகிறோம்" என்று திட்டுவான்; இது அவனுக்குப் பிடிக்கும். அப்படி நான் என்ன செய்துவிட்டேன்? அவசியமான விஷயங்களுக்குத்தான் செலவு செய்தேன். அதிகப்படியாகவோ ஆடம்பரமாகவோ எந்தச் செலவும் செய்ததில்லை. என் தோழிகள் அதிக விலை கொடுத்து, மிக உயர்ந்த நிறுவனங்களின் உற்பத்தி ஆடைகளை வாங்கு வார்கள். ஆனால், நானோ குறைந்த விலை ஆடைகளை வாங்கிச் சமாளிப்பேன். பிரபல ஆடை வடிவமைப்பாளர்களின் தயாரிப்பு களையோ விலை மதிப்புள்ள நகைகளையோ ஒருபோதும் அணிந்ததில்லை.

வெளியூர்ப் பயணம் மேற்கொள்வதற்கு முன் என்னிடம் சிறு தொகை ஒன்றைத் தந்து, குழந்தைகளிடம் சொல்வதுபோல், "பார்த்துச் செலவு செய்" என்று சொல்லிவிட்டுப் போவான். அவனுக்கு எந்தச் செலவும் இல்லை. ஏனெனில் எப்போதும் ஏதாவது ஓர் அழைப்பின் பேரில்தான் பயணம் செய்வான். சிறிய தொரு உணவு விடுதிக்குப் போகக்கூட என்னை அனுமதிக்க மாட்டான். அதிகமாகச் செலவு செய்யவேண்டி இருக்கும் என்னும் அச்சம்தான். மேலும், சிறு பிள்ளைத்தனமாக நடந்துகொள்வான். தங்கும் விடுதியிலிருந்து வெளியில் வரும் நேரத்தில், நான் வைத்திருக்கும் பெட்டியில் உள்ள அதிகப்படியான பொருட்களைச் சுட்டிக்காட்டுவது அவனுடைய வாடிக்கை. பிள்ளைகளை அழைத்துச் செல்லும்போது அவர்களுக்கு விதவிதமான ஆடைகளை எடுத்துச் செல்ல வேண்டியத் தேவை இருக்கிறது என்பதை எத்தனையோ முறை அவனுக்குப் புரிய வைக்கப் பார்த்து அலுத்துவிட்டேன். அதற்கு அவன், "போதும் நிறுத்து, எல்லாம் எனக்குத் தெரியும். எப்போதும்போல் உன் குடும்பத்துக்காகப் பரிசுப் பொருட்களை அடுக்கி வைத்திருப்பது தெரியாதா? உன்னுடன் பெரிய தொல்லை" என்று சலித்துக்கொள்வான்.

ஃபுலான், தாராளக் குணம் கொண்டவன் இல்லை. நான் இதைச் சொன்னாலும் என்னை நீங்கள் நம்பப் போவதில்லை என்பது தெரியும். ஏனெனில், வேறு மாதிரியான பிம்பத்தை அவன் வெளியில் உருவாக்கி வைத்திருக்கிறான். அவன் எல்லாவற்றிலும் கணக்குப் பார்த்து செயல்படுவான். எந்தச் செலவும் தற்செயலாக நடக்காது. மனதுக்குள்ளேயே கணக்குப் போட்டுவிடுவான். எதுவும் அவனிடமிருந்து தப்ப முடியாது. நான் ஊதாரித்தனமாகச் செலவு செய்பவள் என்று சொல்வான். கரன்சித் தாள்களின் வித்தியாசங்களைக்கூட இனங்காண முடியாதவள் என்றும் கடன் அட்டை என்பது அள்ளஅள்ளச் சுரக்கும் கிணறு என்று நினைப்பவள் என்றும் கூறுவான். ஒரு வகையில் நான் வேலைக்குப் போகாததால் எனக்குப் பணத்தின் மதிப்புத் தெரியாது என்பதுடன் பணத்தை எண்ணிய அனுபவமும் எனக்கு எப்போதும் இல்லை என்பதும் உண்மைதான்.

என் நிலையில் உள்ள ஆண் ஒருவனை நான் திருமணம் செய்திருந்தால், அதாவது என்னைப் போலவே வசதிக் குறைவாக இருப்பவனைத் திருமணம் செய்திருந்தால் நான் இதைவிட மகிழ்ச்சியாகவும் வளமாகவும் இருந்திருக்கலாம் என்று கூறுவான். அதைப்பற்றி எப்படி உறுதியாகச் சொல்ல முடியும்?

பணம் எதுவும் தராமலேயே எத்தனையோ முறை ஊர்ப் பயணம் சென்றிருக்கிறான். வீட்டுச் செலவுகளுக்கும் பிள்ளைகளின் உணவுக்கும் அவனுடைய நண்பர்கள் யாரிடமாவது போய் நான் கடன் வாங்கியாக வேண்டும்.

ஏறக்குறைய எல்லா ஊர்களிலும் அவனுக்கு வங்கிக் கணக்கு இருக்கும். அவனது ஓவியங்களை விற்றுக் கிடைக்கும் தொகை என் பார்வைக்கு வராதபடி அந்தக் கணக்குகளில் செலுத்த ஏற்பாடு செய்துவைத்திருப்பான். இப்படித்தான் ஒருமுறை நகரத்தில் அவனுக்குள்ள வங்கிக் கணக்கு எனக்குத் தற்செயலாகத் தெரிய வந்தது. பணப்பரிமாற்ற ரசீது ஒன்றைக் கவனக்குறைவாக வீட்டில் வைத்திருந்தான். அதனை ஒளிப்படம் எடுத்து வைத்துக்கொண்டேன். ஏற்கெனவே அவனது வங்கிக் கணக்குகள், காசோலைகள், கட்டண ரசீதுகள், ஏனைய பணப்பரிமாற்ற ரசீதுகள் என எல்லா வற்றையும் இவ்வாறு ஒளிப்படம் எடுத்துத் தனியாக வைத்திருக்கிறேன். இதேபோல், பிரான்ஸ், மொராக்கோ, இத்தாலி, ஸ்பெயின் ஆகிய நாடுகளில் அவனுக்குள்ள சொத்துக்களுக்கான ஆவணங்களையும் ஒளிப்படம் எடுத்து வைத்திருக்கிறேன். நியூயார்க் நகரத்தில் ஏதாவது சொத்து வாங்கி வைத்திருப்பான் என்று நினைக்கிறேன். ஆனால், என்னிடம் அதற்கான ஆதாரங்கள் இல்லை. இதில் ஏதோ மர்மம் இருப்பதாகத் தெரிந்தால், எல்லா ஆவணங்களையும் ஒன்றாகச் சேர்த்து ஒரு கோப்பில் வைக்குமாறு என் சட்ட ஆலோசகர் கூறியிருந்தார். மொராக்கோ நாட்டின் வருமான வரி அலுவலகத்துக்குக் கடிதம் ஒன்றை நான் எழுதினால்போதும், அடுத்த நொடி அவனுக்கு ஆண்டுக் கணக்கில் சிறைவாசம் கிடைக்கும். மேலும் ஒரு நாள் இரகசியப் பெட்டகம் ஒன்றைக் கண்டுபிடித்தேன். அதன் இரகசியக் குறியீட்டு எண் எனக்குத் தெரியாது. எனவே பூட்டுப் பழுதுபார்ப்பவனை மீண்டும் வரவழைத்து பெட்டகத்தின் குறியீட்டு எண்ணை மறந்துவிட்ட தாகக் கூறினேன். அவன் அரை மணி நேரத்தில் அதைத் திறந்து

விட்டான். அதில் ஏராளமான பொருட்களை என் கணவன் மறைத்து வைத்திருப்பதைக் கண்டேன். பணம், நகைகள், சொத்துகளை வாங்கியதற்கும் விற்றதுக்குமான பத்திரங்கள், ஆணுறைப் பெட்டிகள், உறுப்பு எழுச்சிக்கான மருந்துகள் எனப் பல பொருட்கள் இருந்தன. அப்படியே பிரமித்துப்போய் நின்றுவிட்டேன். எல்லாவற்றையும் எடுத்துக்கொண்டேன். இத்தனை இரகசியங்களைத் தன்னிடம் வைத்திருக்கும் ஒருவனுடன் எப்படிக் குடும்பம் நடத்துவது? இப்படியான இரட்டை வாழ்க்கை அல்லது மூன்று வாழ்க்கை முறை என்பதை எப்படிச் சகித்துக்கொள்ள முடியும்? இவ்வாறு தம்பதியினருக்குள் துரோகம் என்பதை நீண்ட காலமாக அனுபவித்து வருகிறேன். அவனுடைய பொருளாதார நடவடிக்கைகளில் உள்ள இரகசியங்களை மட்டும்தான் இத்தனை நாளாகத் தெரிந்து கொள்ளாமல் இருந்தேன். அவன் மீது எப்போதுமே நம்பிக்கை இல்லாததால், சேமிப்புக் கணக்கு ஒன்றைத் தொடங்கி தனியாகப் பணம் போட்டுவைக்க ஆரம்பித்தேன். என்றைக்காவது ஒருநாள் என்னைக் கைவிட்டுப் போகக்கூடியவன்தான் என்பது எனக்குத் தெரியும். வீட்டில் சில பராமரிப்பு வேலைகள் இருப்பதாகவும், பிள்ளைகளுக்குச் சில பொருட்கள் வாங்கவேண்டி இருப்பதாகவும் காரணங்களைக் கண்டுபிடித்தேன். அவற்றுக்கு ஒதுக்கப்படும் தொகையில் ஒரு பகுதியை என் சேமிப்புக் கணக்கில் போட்டு வந்தேன். ஒரு நாள், நான் ஆசைப்பட்ட நகை ஒன்றை வாங்கித்தர மறுத்தான். அதே நேரத்தில் அன்று மாலையே அவனுடைய அக்காவுக்குப் பண உதவி செய்தான். மார்பகங்களையும் பின் பகுதிகளையும் மாற்றியமைக்க அவளுக்குப் பெரிய தொகை ஒன்றை வழங்கினான். அதேபோல், தனக்குச் சேரவேண்டிய குடும்பச் சொத்தின் பாகத்தைத் தன் தம்பிக்கு வழங்கிவிட்டான் என்றும் கேள்விப்பட்டேன். அவனுடைய தம்பி ஒரு சூனியக் காரியைத் திருமணம் செய்திருக்கிறான். அவளுக்கு என்னைக் கண்டால் பிடிக்காது. எனக்குச் சூனியம் வைப்பது உள்ளிட்ட எல்லா வகைகளிலும் தீங்கு விளைவிக்கப் பார்த்தவள் அவள். என் 'தலெப்' (ஞானி) அதை உறுதிசெய்தார். பல ஆண்டுகளுக்குப் பிறகும் ஃபுலான், தன் சகோதர சகோதரிகளுக்கு உதவி செய்து வந்தான். இம்முறை, மத்திய தரைக்கடற்கரைப் பகுதியில் அருமை யான குடியிருப்பு ஒன்றை வாங்கித் தந்தான்.

ஃபுலானின் கஞ்சத்தனமெல்லாம் என் மீதும் என் குடும்பத்தின் மீதும்தான் பாயும். பிள்ளைகள் விஷயத்தில் அவன் கணக்குப் பார்க்க மாட்டான் என்பதை மறுக்க முடியாது. இருந்தாலும், ஒருநாள் என் இளைய மகன் அவனிடம், "அப்பா, நாம்தான் பணக்காரராக இருக்கிறோம், நம்மால் எவ்வளவோ விஷயங்களை வாங்கி அனுபவிக்க முடியும். ஏன் நீ மட்டும் இப்படி இருக்கிறாய். என் நண்பர்களைப் பார். அவர்களுடைய பெற்றோர்கள் உன்னைவிட ஏழைகள். ஆனால், நேற்று வெளிவந்த வீடியோகேமை வாங்கிக் கொடுக்கிறார்கள்" என்று ஆதங்கப்பட்டான். கொள்கை அளவில், இந்த ஒரு விஷயத்தில் நான் எப்போதுமே என் கணவன் பக்கம் தான். அதாவது, இது போன்ற மின் சாதனங்களுக்கு நம் பிள்ளைகள் அடிமைகளாகிவிடக் கூடாது என்று அவன் நினைப்பான். எனக்கும் அதே கருத்துதான். ஆனால், இந்த விஷயத்தில் பிள்ளைகள் மீதுள்ள அக்கறை மட்டும் காரணமல்ல என்பது எனக்குத் தெரியும்.

எங்களிடையே ஏற்பட்ட முக்கிய பூசல்களுக்குப் பணம்தான் அடிப்படையாக இருந்தது. ஒரு நாள், அவனது ஓவியப் படைப்பு ஒன்றைத் திருடி விற்கலாம் என்று எனக்குத் தோன்றியது. ஆனால், துரதிர்ஷ்டவசமாக எதுவும் முற்றுப்பெறவில்லை. வேண்டுமென்றே முடிக்காமல் வைத்திருந்து, கடைசி நிமிடத்தில்தான் கையொப்ப மிடுகிறானோ என்று சந்தேகப்பட்டேன். அவன் இப்படித்தான் எல்லாவற்றிலும் முன்ஜாக்கிரதையாக இருப்பான். எங்கள் வட்டத்தில் இருந்தவர்களின் மனைவிமார்களை ஒப்பிட்டுப் பார்ப்பேன். குறிப்பாக ஸ்பெயின் நாட்டு இசைக் கலைஞனின் மனைவிக்கு, அவளுடைய கணவன் தனக்குக் கிடைக்கும் விற்பனை ஒப்பந்தம், பதிப்பு உரிமை என அத்தனைப் பணத்துக்கான அதிகாரத்தையும் வழங்கியுள்ளான். இதனை ஒருநாள் எங்களிடம் வேடிக்கையாகக் கூறினான். "நான் இசை நிகழ்ச்சிகள் நடத்து கிறேன். இவள்தான் பணம் பெறுகிறாள்" என்றான். எங்களுக்குத் தெரிந்த மற்றுமொரு நண்பர், புகழ்பெற்ற எழுத்தாளர், பெரிய பணக்காரர். அவரும் எல்லாவற்றையும் தன் மனைவியிடமே கொடுத்து வைத்திருக்கிறார். என்றைக்கும் அவர் பணம் வைத் திருப்பதில்லை. அவருடைய மனைவிதான் உணவு விடுதியில் பணம் செலுத்துவாள்.

ஆரம்பத்தில், இப்படியெல்லாம் அவனது விஷயங்களைக் கவனித்துக்கொள்வதில் எனக்கு ஆர்வமில்லை. நான் விரும்புவ தெல்லாம், என்னை ஒரு பொருட்டாகக் கருதாமல் ஓரமாக ஒதுக்கி வைக்கக் கூடாது; தேவைப்படாத பொருள்போல் உதாசீனப்படுத்த கூடாது என்பதுதான். தன் மனைவியைவிடத் தன்னை ஏமாற்றும் முகவர் மீது மட்டும் அதிக நம்பிக்கை வைப்பான். இவ்வாறு என் பிள்ளைகளுக்குச் சேரவேண்டிய பணம், முகவர்களால் திருடப் பட்டுக் கரைந்துபோவதைப் பார்த்துக்கொண்டிருந்தேன். உடனடி யாக இந்தப் பேரழிவை நிறுத்த ஏதாவது செய்தாக வேண்டும் என்று நினைத்தேன். அவனது குடும்பம், அவனுடைய முகவர், அவனுடைய நண்பர்கள் என எல்லோரும் எங்களைச் சுரண்டி வாழ்ந்துகொண்டிருந்தனர். இதை என்னால் ஏற்றுக்கொள்ள முடிய வில்லை. ஃபுலான் அப்பாவியாகவும் உறுதியற்றவனாகவும் இருந்ததுடன் யார் எதைச் சொன்னாலும் நம்பி ஏமாறக்கூடியவனாக இருந்ததுதான் இதற்குக் காரணம். அவனது நண்பன் எனக் கூறிக் கொள்ளும் ஒருவன், எப்போதும் அவனைப் புகழ்ந்தபடியே இருப்பான். அந்த நபரின் உள்நோக்கம் தெரியாமல், வெளியே சொல்ல முடியாத அவனது திட்டம் தெரியாமல், அவன் கூறிய அனைத்து வார்த்தைகளையும் கேட்டு மயங்கினான். அவனிடம் எச்சரிக்கையாக இருக்குமாறு எத்தனையோ முறை நான் கூறி யிருக்கிறேன். இதுபோன்ற நண்பர்களிடம் ஏராளமான ஓவியங் களைக் கொடுத்து ஏமாந்திருக்கிறான். அவர்களில் ஒருவன் குள்ள மாக இருப்பான். அவனிடம் நிறையப் பணத்தை என் கணவன் இழந்திருக்கிறான். அந்தக் குள்ளமான நபரைப் பற்றித் தன் மனக் கண்ணில் தோன்றியதாக அவன் குறிப்பிட்டுள்ளான். அவனைப் பற்றிய முழு விவரம் பிறகுதான் தெரிந்தது. அவன் சர்வதேச குற்றச்செயல்களில் ஈடுபடுபவன். சரியான ஏமாற்றுப் பேர்வழி. பித்துப்பிடித்தவன்போல் சிரிப்பான். அவனது பிரகாச மான கண்கள் சிலநேரம் பொறாமையாலும் ஆசையாலும் சிவந்து போகும். ஏனெனில், தனக்கு ஓவியத் திறமை இருப்பதாக நினைத்துக்கொண்டு வரையும் அவனது குப்பைகளை யாரும் வாங்குவதில்லை. எனவே, காஸாபிளான்காவில் ஒரு காட்சிக் கூடத்தைத் திறந்து, ஃபுலானின் ஓவியங்களை வைத்தான். அனைத்தும் விற்றுத் தீர்ந்தன. அதன்பிறகு அவன் கணக்கு

ஒப்படைத்தபோதுதான் என் கணவனுக்கு விஷயம் புரிந்தது. தான் ஏமாற்றப்பட்டிருப்பதும் ஆனால், அதற்கான ஆதாரங்கள் தன்னிடம் இல்லாததும் தெரியவந்தது. இந்தச் சம்பவம் பத்திரிகையிலும் செய்தியாக வெளிவந்தது. ஆனால், அதற்குள் அந்த ஏமாற்றுப் பேர்வழி அதே ஆண்டில் தொழிலை மாற்றிக்கொண்டு, ஹஜ் அல்லது உம்ரா யாத்திரைக்குச் செல்பவர்களுக்கான பயண முகமை ஒன்றைத் திறந்தான். ஏழை மக்களிடம் பயண ஏற்பாடு செய்வதாகக் கூறிப் பணத்தைப் பெற்றுக்கொள்வான். அதன்படி அந்த இடத்துக்குப் போய்ச்சேர்ந்ததும் அவன் கூறிய எந்த வசதியும் கிடைக்காமல் தாங்கள் ஏமாற்றப்பட்டதை அவர்கள் அறிந்துகொள்வார்கள். பயணம் முடித்துத் திரும்பிய பிறகு அவர்களால் எதையும் கேட்க முடியாது. அதற்குள் தன் அலுவலகத்தை மூடி இருப்பான். அந்த இடத்தில் இறைச்சிக்கடையோ, மளிகைக் கடையோ இருக்கும். அந்த ஏமாற்றுப் பேர்வழிதான் என் கணவனின் நண்பன். தனக்கு அவன் குழிவெட்டத் திட்டம் தீட்டுகிறான் என்பதை இவனால் புரிந்துகொள்ள முடியவில்லை. அவனது காட்சிக்கூடத்தைத் திறக்கப் பணம் கொடுத்தது என் கணவன்தான் என்பதைச் சொல்லவே கூச்சமாக இருக்கிறது. நான் ஆரம்பத்திலிருந்தே அந்த நபரை நம்பவில்லை. ஆனால், என் பேச்சை ஃபுலான் கேட்கவே இல்லை என்பதுடன் "என் நண்பர்கள் மீது உனக்குப் பொறாமை; எங்களைப் பிரிக்கப் பார்க்கிறாய்" என்று சொன்னான்.

இது போன்ற சம்பவங்களால்தான் எங்களிடையே பண விஷயத்தில் பூசல்கள் உண்டாயின. ஒருநாள் நான் நேரடியாகவே, "உனக்குப் பண விஷயத்தில், அதைக் கையால்வதில் பெரிய குறைபாடு இருக்கிறது. அதைப் போக்க ஏதாவது செய்தாக வேண்டும்" என்று சொல்லிவிட்டேன்.

அவன் கூறிய பதில் என்னை நீண்ட நேரம் அழச் செய்துவிட்டது. "இந்தப் பணம் உன் குடும்பத்தினர் கைக்குப் போவதைவிட என் நண்பர்கள் கைக்குப் போவதையே நான் பெரிதும் விரும்புகிறேன்" என்பதுதான் அந்தப் பதில்.

ஏதோ இவனது பணத்துக்காகத்தான் என் குடும்பம் காத்திருப்பதுபோல் இருந்தது அது. வெட்கக்கேடு! அதிலிருந்து ஒரு

விஷயம் எனக்குத் தெளிவாகப் புரிந்தது. இவனுக்குப் புத்தி பேதலித்துவிட்டது. அவனுடைய நண்பர்கள், சகோதர சகோ தரிகள், சகோதரர்களின் மகன்கள், மகள்கள், சகோதரிகளின் மகன்கள், மகள்கள் ஆகியோருக்குப் பிறகுதான் தன்னுடைய குடும்பத்தை (அதாவது நானும் என் பிள்ளைகளும்) எண்ணிப் பார்ப்பான்.

சில மாதங்களுக்கு முன் விவாகரத்து வேண்டிக் கடிதம் அனுப்பியபோது, அவனைப் பழிவாங்க வேண்டும், யாராவது ஒருத்தியிடம் எல்லாவற்றையும் அவன் இழப்பதற்கு முன், என் பிள்ளைகளுக்காக எவ்வளவு முடியுமோ அவ்வளவையும் அவ னிடமிருந்து மீட்டு விட வேண்டும் என்று முடிவுசெய்து இருந் தேன் என்பது உண்மைதான். குடும்பத்துக்கான சொத்துகளை நிர்வகிக்கத் தெரியாதவன் அவன். அதனால்தான் நிரந்தரமாகவே அந்தப் பொறுப்பை நான் ஏற்றுக்கொள்ள வேண்டும் என்று நினைத்தேன்.

அட, முக்கியமான விஷயம் ஒன்றை மறந்துவிட்டேன் பார்த் தீர்களா! எனக்கு ஏதாவது பரிசுப் பொருளாக அளித்தான் என்றால் அதை பெரும்பாலும் காசு கொடுத்து வாங்கியிருக்க மாட்டான். மொராக்கோ நாட்டுப் பெண்கள் பலர் அணியும் தங்க ஒட்டி யாணம்கூட அவன் வாங்கித் தரவில்லை. அவனுடைய அம்மா தன்னுடைய ஒட்டியாணத்தைதான் எனக்குக் கொடுத்தார். என் இடுப்பு அளவுக்கும் என் உடைக்கும் ஏற்றவாறு நவீனமான ஒட்டியாணம் ஒன்றைத் தேர்ந்தெடுத்து வாங்க வேண்டும் என்று விரும்பினேன். முடியாது என்று சொல்லி, தன் அம்மாவின் ஒட்டியாணத்தை வாங்கிக் கொடுத்தான். அவர் நோய்வாய்ப் பட்டதிலிருந்து திருமணத்துக்கோ வேறு சுபநிகழ்ச்சிகளுக்கோ போவதில்லை என்பதால் அதனை என்னிடம் கொடுக்கச் சொன் னார். ஆனால் அதனை நான் ஒருநாளும் அணிந்தது கிடையாது. நாங்கள் தேனிலவு என்று எந்தப் பயணமும் சென்றது கிடையாது. எல்லாம் பணப்பிரச்சினைதான். அடிக்கடி வெளிநாட்டுக்கு அழைப்புக் கிடைக்க வாய்ப்பு இருப்பதால், அப்படியான பயணத் தையே எப்போதும் தேனிலவாகக் கருத வேண்டும் என்று சொல்வான். உட்காரும்போது தனது பின்பகுதிகள் வலிக்காமல் இருப்பதற்காக, அதிகக் கட்டணம் செலுத்தி வணிக வகுப்புப்

பயணச்சீட்டை வாங்கிக்கொள்வான். ஆனால், எனக்கும் என் குழந்தைகளுக்கும் சிக்கன வகுப்புப் பயணச்சீட்டுகளை வாங்கித் தருவான். ஏனென்றால், தான் அனுபவிக்கும் அதே வசதியை நாங்களும் அனுபவிக்கும் விதமாகக் கூடுதலாகச் செலவழிக்க முன்வர மாட்டான். எப்படியும் ஒரே விமானம், போய்ச் சேரும் இடமும் ஒரே இடம்தான் என்பதால் அது தேவையில்லாத செலவு என்பான். "நீங்கள் எல்லாம் இளம் வயது, நான் அப்படி இல்லை" என்று காரணம் கூறுவான். அவன் என்றைக்கும், 'நான் நல்லவன்' என்றோ, 'வயதானவன்' என்றோ சொன்னது கிடையாது. தன்னை இளமையாகக் காட்டிக்கொள்ள விரும்பும் அவன் மூடநம்பிக்கை உடையவனும்கூட.

என் சித்தப்பாவும் அவருடைய மனைவியும் நீண்ட நாள் பூட்டி இருந்த அவனுடைய பழைய வீடு ஒன்றில் தங்க விரும்பியபோது, அவர்களிடம் வாடகை வசூலித்தான். என்ன ஒரு வெட்கக்கேடான செயல்! அது மட்டுமா, அவமரியாதை இல்லையா! நீண்ட நாள் வசிக்காமல் இருந்ததால் அதன் மதிப்பிழந்துபோக வாய்ப்பிருக்கும் வீட்டில் அவர் வசிக்க முன்வருவதால் உண்மையில் எங்களுக்கு அவர் ஒரு வகையில் உதவி செய்கிறார். ஆனால், இலட்சக்கணக்கில் சம்பாதிக்கும் இவன், குறைந்தபட்ச ஊதியத்தைகூட மிச்சம் பிடிக்க கஷ்டப்படும் புலம்பெயர் தொழிலாளியான என் ஏழைச் சித்தப்பாவிடம் பணம் கேட்பதை என்னவென்று சொல்வது!

உணவு விடுதியில், நான் வைன் அருந்த விரும்பினால் என்னை அவன் அனுமதிப்பதில்லை. எனக்கு வரக்கூடிய குடிப்பழக்கத்தை ஆரம்பத்திலேயே தகர்க்க வேண்டும் என்பான். உண்மையில், அவனது சிக்கன நடவடிக்கையில் இதுவும் ஒன்று. மேலும், பெண் மீது ஆணுக்குள்ள ஆதிக்கத்தில் நம்பிக்கையுடைய மொராக்கோ ஆண்களைப்போல் இவனாலும் நான் குடிப்பதைச் சகித்துக் கொள்ள முடியாது. அதனைக் கீழ்ப்படியாமையின் அறிகுறியாகவும் சுதந்திர மனப்பான்மையின் நடவடிக்கையாகவும் கருதினான். எனவே, அவனுக்குத் தர்ம சங்கடத்தை ஏற்படுத்த வேண்டும் என்ற ஒரே நோக்கத்துடன் சில விஷயங்களைப் பெரிது படுத்தினேன். அவனது முகத்திரையைக் கிழித்து, ஐரோப்பிய உடையில் இருக்கும் அயடோலாவான அவனது உண்மை முகத்தை உலகுக்குக் காட்ட விரும்பினேன்.

தன்னிடம் வேலை பார்க்கும் ஊழியர்களிடம் தாராளக் குணத்துடன் நடந்துகொள்வான். மற்றவர்களைக் காட்டிலும் நல்ல சம்பளம் தருவதுடன் பரிசுப் பொருட்களையும் வாரி வழங்குவான். எங்கள் காவலாளிக்கு ஈகைத் திருநாளுக்கான ஆட்டைக்கூட வாங்கித் தருவான். ஆனால், என் விஷயத்தில்தான் கணக்குப் பார்ப்பான். என் தோழிகளில் யாருக்கும் தன் கணவனுடன் பண விஷயத்தில் எந்தப் பிரச்சினையும் கிடையாது. நான்தான் தவறான இடத்தில் அகப்பட்டுக்கொண்டேன். எல்லாம் என் தலைவிதி. ஒவ்வொரு செலவுக்கும் நான் அவனைக் கேட்டாக வேண்டும். பார்க்கப்போனால், அவனது தயவைச் சார்ந்து இருக்க வேண்டும் என்று என்னைப் பழக்கிவைத்திருந்தான். நான் ஏதோ ஒரு அந்நியப் பெண் போன்றும் தன் பிள்ளைகளில் ஒருத்தி போலவும் அவன் நடத்தி வந்தான். பணத்தை எடுத்து என்னிடம் தரும் ஒவ்வொரு முறையும், தொகையை ஒரு சிறு கையேட்டில் குறித்துக்கொண்டு என்னிடம், “சென்ற மாதம் இவ்வளவு செலவு செய்திருக்கிறாய். அது ரொம்ப அதிகம். உண்மையிலேயே அதிகம். அத்துடன் உனக்கு என்ன குறை. எல்லாம்தான் நான் வாங்கித் தருகிறேனே” என்று திட்டுவான். ஒருநாள், இதுபோல் குறித்து வைக்கும் கையேட்டைப் பிடுங்கிக் கிழித்துக் குப்பைத் தொட்டியில் வீசினேன். ஏதோ கரன்சி நோட்டுகளைக் கிழித்து வீசிவிட்டதைப் போல் என்னை அவன் முறைத்துப் பார்த்தான்.

அவன் நினைத்த அத்தனையும் சுலபமாக நடக்க விடாமல் பார்த்துக்கொண்டேன். எல்லாவற்றுக்கும் மறுப்புத் தெரிவித்தேன். அவனுக்குத் தர்மசங்கடமான நேரமாகப் பார்த்து என் வேலையை ஆரம்பிப்பேன். உதாரணமாக, அவன் ஓவியம் வரைவதில் ஈடுபட்டிருக்கும்போது, அவனுடைய ஓவியக்கூடத்துக்குப் போய், அவன் முன் நின்று பணம் கேட்பேன். நிம்மதி வேண்டி, அவன் காசோலையில் கையொப்பமிட்டுத் தருவான். ஒருநாள் அப்படித் தரும்போது, அதில் தொகையைக் குறிப்பிட மறந்துவிட்டான். எனக்குத் தொகை குறிப்பிடப்படாத வெற்றுக் காசோலை கிடைத்துவிட்டது. மகிழ்ச்சியில் துள்ளிக் குதித்தேன். அவனது வங்கிக் கணக்கைத் தீர்த்துவிட வேண்டியதுதான். திட்டங்கள் தீட்ட ஆரம்பித்தேன். நேராக வங்கிக்கு விரைந்து, அங்கிருந்த பெண் காசாளரிடம் அவனது வங்கிக் கணக்கில் இருப்பு

இருக்கிறதா என்பதை உறுதிசெய்து கொண்டேன். ஒரு இலட்சம் திர்ஹாம்வரை எடுக்கலாம் என்றாள். கைநிறைய கரன்சியுடன் வீடு திரும்பினேன். என் பை கனமானதால், அதுவும் அவனது பணத்துடன் இருந்ததால் என் மனதில் இருந்த பாரம் குறைந்தது. என் பெற்றோர்கள் மெக்காவுக்குப் பயணம் செல்லப் பண உதவிசெய்தேன். எனக்கு அழகான கைக்கடிகாரமும் வேறு சில பொருட்களும் வாங்கிக்கொண்டேன்.

தரைவிரிப்பு விற்பனையாளரை அழைத்து, விலை உயர்ந்த தரைவிரிப்புகளைச் செய்யச் சொல்லி, அதற்கான ரசீதுகளை என் கணவனுக்கு அனுப்பச் செய்தேன். அவன் திறமையான விற்பனையாளர்தான் என்றாலும் அதிக விலையில் விற்பான். இதற்காகவே அவனை என் கணவனுக்குப் பிடிக்காது. ஆனால், வேறு வழியின்றிக் கேட்ட தொகையைச் செலுத்தினான்.

பொதுவாக அனைத்து விதமான வியாபாரிகள் மீதும் ஃபுலானுக்குச் சந்தேகம் இருந்தாலும் அவனுடைய பெரியப்பா மகன் ஒருவன் அவனை ஏமாற்றிவிட்டான். ஃபுலானின் அழகான படைப்புகளில் ஒன்றை வாங்க விரும்பிய மெக்ஸிகோ வியாபாரி ஒருவனை, அந்த உறவுமுறைப் பையன் அறிமுகம் செய்து வைத்தான். முன்பணமாக ஒரு தொகையை அந்த வியாபாரி தந்தான். அவனிடம் ஓவியத்தைக் கொடுத்துவிட்டு மீதிப் பணத்தைப் பெற்றுக்கொண்ட அந்தப் பையன் அதன் பின் திரும்பவே இல்லை. என்னவொரு சாமர்த்தியமான ஏமாற்று வேலை? ஃபுலான் என் குடும்பத்தை நம்புவதில்லை. ஆனால், தன் சொந்தக் குடும்பத்தைச் சேர்ந்தவனால் ஏமாற்றப்பட்டான். அதுதான் நடந்த உண்மை!

தாம்பத்தியம்

ஃபுலான் எந்த இடத்திலும் எங்களுக்கிடையிலான தாம்பத்திய வாழ்க்கை பற்றி எதுவும் குறிப்பிடவில்லை என்பதைக் கவனித்தீர்களா? காரணம் என்ன என்று கேட்டால், நாகரிகம் கருதி என்பான். எனினும், பெண் ஒருத்தியை உடை எதுவும் இன்றி முன்னால் வைத்து வரையும்போது (அதுவும் சில நேரங்களில் மிகவும் அந்தரங்கமான முறையில்) அந்த நாகரிகம் குறிக்கிடாது. எங்கள் அந்தரங்க வாழ்க்கை பற்றிய பேச்சு வரும்போது மட்டும் அவன் மௌனமாகிவிடுவான். அவனது கையெழுத்துப் பிரதியில், அவன் வெற்றிகொண்ட காதல்கள் குறித்த பட்டியல் இருக்கிறது. பெண்களைப் பற்றிய வர்ணனைகளில் ஏராளமான விஷயங்களை அடுக்கியிருக்கிறான். கிராமத்து டான் ஹுவான் போலவோ கஸானோவா போலவோ தன்னை நினைத்துக்கொண்டு இவ்வாறு பெண்களை வர்ணனை செய்தவன், திடீரெனத் தன் வயதின் காரணமாக மங்கிப்போன பாலுணர்வுக்குக் காரணம், நானும் அவனுக்கு ஏற்பட்ட பக்கவாதப் பாதிப்பும்தான் என்று குற்றம் சாட்டுவான்.

எங்கள் உடலுறவில் நடந்ததைப் பற்றியோ, சரியாகச் சொன்னால் நடக்காததைப் பற்றியோ எதுவும் பேசாமல் இருக்கவே விரும்புவான். எங்களுக்குள் மிக அரிதாகவே உடலுறவு இருக்கும். அவன் மிகவும் மூர்க்கமாக நடந்துகொள்வான். வேகமாக வேலையை முடிக்க அவசரம் காட்டுவான். எனக்குத் திருப்தி ஏற்பட்டதா என்றுகூட நினைத்துப் பார்க்காமல் சீக்கிரமாக விந்தினை வெளியேற்றுவான். சில சமயங்களில் என்னைத் தொடாமல், ஒரு மாதக் காலம்கூட ஓடிவிடும். அவனுடன் கூட வேண்டும் என்ற ஆவல் எனக்கும் இல்லை என்பதை ஒப்புக் கொண்டாக வேண்டும். ஒருவருக்கொருவர் ‘குட் நைட்’ சொல்லி விட்டு உறங்கச் செல்வோம். அவன் புத்தகம் ஒன்றைப் படித்துக்

கொண்டிருப்பான். அல்லது தொலைக்காட்சி பார்த்துக்கொண் டிருப்பான். இரவு நேரத்தில் பல முறை எழுந்திருப்பான். ஏதாவது பழத்தையோ, தயிரையோ எடுத்துச் சாப்பிடுவான். விளக்கை ஏற்றி வைத்துக்கொண்டு தூக்கம் வராமல் தவிப்பான். படுக்கையில் புரண்டுபுரண்டு பார்ப்பான். மற்றவர்களைப் பற்றிக் கவலைப் படாமல் வானொலி கேட்க ஆரம்பிப்பான். அவன் தூக்கமின்மை யுடன் மல்லுக்கட்டட்டும் என்று அவனைத் தனியே விட்டுவிட்டு, என் பிள்ளைகளுடன் போய்ப் படுத்துக்கொள்வேன். காலையில் எரிச்சலுடன் எழுந்திருப்பான். எதுவும் பேசாமல் காபியைக் குடிப் பான். சிறிய புன்னகைகூட இல்லாமல், காரை எடுத்துக்கொண்டு ஓவியக்கூடத்துக்குப் போய்விடுவான். அங்குதான் அவனுக்கு நிம் மதி கிடைப்பதாகக் கூறுவான்.

அந்த நிம்மதியும் அவனுக்குத் தனியாகக் கிடைக்கவில்லை என்பது எனக்குத் தெரியும். நான் இங்கே பிள்ளைகளைக் கவனிப் பதில் மும்முரமாக இருக்க, அவனோ தெருவில் திரியும் பெண் களுடன் கும்மாளம் போடுவான் என்பதும் எனக்குத் தெரியும். மாலையில் வீடு திரும்பும்போது மிகவும் களைத்துப்போன முகத் துடன் இருப்பான். அவன் உடலுறவில் ஈடுபட்டிருப்பான் என்பதை உள்ளுணர்வு கூறிவிடும். நானும் அவனைத் தவறாக ஆண்மை யற்றவனாக நினைத்துக்கொண்டிருப்பேன். அதுதான் இல்லை. தன் சக்தி முழுவதையும் தன் ஆசைகளையும் மற்றப் பெண் களுக்காகச் சேமித்து வைத்திருக்கிறான். அவர்கள் ஒருவேளை திருமணமானவர்களாகவும் இருக்கலாம், மணமாகாதவர்களாகவும் இருக்கலாம். யாராக இருந்தாலும் என்றாவது ஒருநாள் அவனை ஏமாற்றிவிடலாம் என்ற நம்பிக்கையில்கூட இருந்தவர்கள் அவர்கள்.

இதுபோன்ற கள்ளத்தொடர்பு ஒருமுறை பிரச்சினையில் முடிந்தது. பாரீஸ் நுண்கலைக் கல்லூரியில் படித்துக்கொண்டிருந்த மொராக்கோ நாட்டுப் பெண் ஒருத்தி, என் கணவனைப் பார்த்து சில அறிவுரைகளைப் பெற வந்திருக்கிறாள். அவனுடைய அம்மா வழியில் ஒரு வகையில் தூரத்துச் சொந்தம். அத்தை மகள் முறை. அவளுக்கு 22 வயதுதான் ஆகியிருந்தது. திருமணமாகாதவள். அவர்களிடையே சந்திப்பு நடந்த இரண்டு மாதங்களில் கர்ப்பம் அடைந்துவிட்டாள். மானம் போகாமல் இருக்க, உடனடியாகக் கருக்கலைப்புச் செய்தாக வேண்டும். விஷயத்தை மூடி மறைக்கச்

சிறப்பு மருத்துவமனை ஒன்றில் அவள் கன்னித் திரையைத் தைத்தாக வேண்டும். இந்தச் சம்பவத்தை என்னிடம் கூறினான். இந்தக் கர்ப்பத்திற்குக் காரணம் அவன்தான் என்பதை மட்டும் கவனமாக மறைத்துவிட்டான். "அவனுடைய பெற்றோர்கள் பழமைவாதிகள். அவர்கள் மோசமாக நடந்துகொள்வார்கள். அவளைக் கர்ப்பமாக்கியவன் ஒரு ஏழை. அதுமட்டுமல்ல, அவனும் ஓடிப்போய்விட்டான். நான்தான் அவளுக்கு உதவி செய்ய வேண்டும்" என்று முகத்தை அப்பாவியாக வைத்துக் கொண்டு சொன்னான்.

ஃபுலான்தான் எல்லாவற்றுக்கும் பணம் செலவழித்தான். அவள் மருத்துவமனையிலிருந்து சிகிச்சை முடிந்து எந்தப் பிரச்சினையும் வெளியில் தெரியாமல் வீடு திரும்பினாள். ஒரு மாதம் போகட்டும் என்று காத்திருந்த நான், அவளைத் தொலைபேசியில் அழைத்து, நேரில் பேச ஏற்பாடு செய்துகொண்டேன். அவளைப் பார்க்கப்போகும்போது வைன் பாட்டில் ஒன்றை வாங்கிச் சென்றேன். அவளுக்குச் சிவப்பு வைன் மிகவும் பிடிக்கும் என்று எனக்குத் தெரியும். நாங்கள் இருவரும் சேர்ந்து குடித்தோம். போதை ஏறியவுடன், உண்மைகளைக் கக்க ஆரம்பித்தாள். எல்லாவற்றையும் ஒன்றுவிடாமல் சொன்னாள். எப்படி அவளை என் கணவன் தொட்டான், உடலுறவுக்குத் தோதான முறைகளை எப்படிச் சொல்லித் தந்தான், எப்படி அவனது உறுப்பை அவள் சப்பினாள். அவன் எப்படி அவளது கால்களை நக்கினான் (பின் பகுதியையும் விட்டிருக்க மாட்டான் என்று நினைத்துக்கொண்டேன்) என எல்லாவற்றையும் விவரித்தாள். மேலும் தற்காலக் கலைகளின் கண்காட்சிக்குப் பணியாற்ற வந்த இத்தாலியப் பெண் ஒருத்தியுடன் சேர்ந்து மூவராக உடலுறவு வைத்துக்கொண்ட செய்தியையும் அவள் சொன்னாள்.

அவளிடமிருந்து விடைபெறும் முன் அவளுக்கு நன்றி கூறியதுடன் எனக்கு ஓர் உதவி செய்ய முடியுமா என்று கேட்டேன். "அடுத்த முறை அவனைச் சந்திக்க ஏற்பாடானால் எனக்குத் தகவல் கொடு."

என்ன செய்வது. அடுத்த சந்திப்பு நடைபெறவில்லை. அவளுடனான தொடர்பை ஃபுலான் துண்டித்துக்கொண்டான். அவளுடைய

தொலைபேசி அழைப்புகளுக்குப் பதில் தருவதில்லை. அவனுக்கு அதிர்ச்சி தரும்படிக் கையும் களவுமாகப் பிடிக்க வேண்டும் என்று ஆசைப்பட்டேன். அதனால் என்ன? இருக்கும் ஆதாரங்கள் போதாதா?

இப்படி ஒரு நிலைமையை எந்தப் பெண்ணால் தாங்கிக்கொள்ள முடியும்? மனைவியுடன் இருக்கும்போது ஒற்றைத்தலைவலி என்கிறான். மற்றப் பெண்களுடன் பலமுறை உறவுகொள்கிறான்.

ஒரு நாள், "நான் பொருளாதார நிலையிலும் தாம்பத்திய உறவு விஷயத்திலும் மிகவும் விரக்தியில் இருக்கிறேன்" என்று அவனுக்கு ஒரு செய்தியை அனுப்பினேன் என்பது உண்மை. ஆனால், அவன் அதற்கு என்றைக்கும் பதில் கூறவில்லை.

தங்கள் கணவனுடனான இரவு அனுபவங்களை என் தோழிகள் அடிக்கடி என்னிடம் பகிர்ந்துகொள்வது வழக்கம். நானோ உண்மையைச் சொல்லவேண்டி வருமே என்று எதுவும் பேச மாட்டேன். என் விரக்தியை எனக்குள் அடக்கிக்கொண்டேன். அதற்காக வெட்கப்படுவேன். என் தோழி ஹஃப்சாவின் உடலிலுள்ள முடிகளை அவளது கணவர்தான் மழித்துவிடுவாராம்; அது உண்மையிலேயே சிலிர்ப்பூட்டும் அனுபவமாக இருக்கும் அல்லவா! மரியாவின் உடல் முழுவதையும் அவளது கணவன் முத்தமிடுவானாம். கதீஜா கவர்ச்சிகரமான ஆடையை அணிந்து அந்நியப் பெண்போல் நடந்து கொள்வாளாம். அப்போது அவளுடைய கணவன் அவளை மயக்கும் விளையாட்டு நடக்குமாம். இவ்வாறாகப் பெரும்பாலான தம்பதியர் வாரத்தில் பல முறை உடலுறவு கொள்கிறார்கள். ஆனால், என் விஷயத்திலோ ஐயாவுக்கு ஆசை வர வேண்டும். வேண்டிய அளவு நேரம் எடுத்துக் கொண்டாலும் என் தேவைகளைப் பூர்த்தி செய்தால்போதுமே!

நல்லவேளையாக என் வீட்டின் அருகே வசிக்கும் லாலாவை நான் சந்தித்தேன். அவளை அவனுக்குப் பிடிக்காது. எங்களைப் பிரிக்க முயற்சி செய்தான். லாலாதான் என்னைக் காப்பாற்றியவள். என் கண்களைத் திறந்தவள். என்னைப் பாதுகாத்துக்கொள்வதற்கான ஆயுதங்களை எனக்கு அளித்தவள். அவள் ஒரு அசாதாரண பெண்மணி. தெளிவும் சேவை மனப்பான்மையும், தாராளக் குணமும் அழகும் கொண்ட நல்ல பெண். கலையை இரசிக்கும்

மனம்கொண்ட அவள் எவ்வித சமரசமும் செய்துகொள்ளாதவள். ஃபுலான் இவ்விஷயத்தில் நேர் எதிரானவன்.

உடலுறவைப் பற்றி லாலா என்னிடம் பேசியிருக்கிறாள். என் வயதுள்ள பெண் ஒருத்திக்கு ஒரு நாளில் ஒரு முறையாவது சுகம் அனுபவிக்க முழு உரிமை இருக்கிறது என்று சொல்வாள். நான் அந்த அளவுக்கெல்லாம் எதிர்பார்க்கவில்லை. அவள் கூறுவது நியாயம்தான். நான் இந்தச் சுயநலப் பிசாசை விட்டு வெளியேறியாக வேண்டும். இந்த வக்கிரமான ஆள், கொஞ்சம் விட்டிருந்தால் என்னைப் பைத்தியமாக்கியிருப்பான்.

ஃபுலானுக்கு லாலாவைப் பிடிக்காது என்பதைப் புரிந்து கொண்டேன். ஏனெனில், அவனது விளையாட்டைக் கண்டுபிடிக்க லாலாதான் எனக்கு உதவினாள். அதாவது, என்னைப் பேதலிக்கச் செய்துவிட்டால், என்னை விரட்டி விட்டுப் புதிய வாழ்க்கையைத் தொடங்கலாம் என்று திட்டமிட்டிருந்தான்.

என் சுதந்திரத்தின் ஆரம்பம் லாலாவால்தான் சாத்தியமானது. அதற்காக நான் அவளுக்குக் கடன்பட்டிருக்கிறேன். எனவே அவள் மேல் அவனுக்குப் பொறாமை. கடும் பொறாமை. அவன் கத்தினான். என்னை நேசிப்பதாகச் சொல்லிக் கூச்சல் போட்டான். எல்லாம் வெளிவேடம்! தன் வாழ்நாள் முழுவதும் ஒரே விஷயத்தில்தான் அவன் குறியாக இருந்தான். அது 'நான்' என்னும் அகந்தை. என் கண்களை யாராவது திறக்க உதவி செய்தால் அதனை அவனால் தாங்கிக்கொள்ள முடியாது. எதுவும் பேசாத ஆடு மேய்க்கும் பெண் ஒருத்தியைத் திருமணம் செய்துகொண்டால், குனிந்த தலை நிமிராமல், எல்லா அவமானங்களையும் தாங்கிக்கொள்வாள் என்று நினைத்தான். அதுதான் நடக்காது! தப்புக் கணக்குப் போட்டுவிட்டான். இந்தச் சின்னஞ்சிறு நாட்டுப்புறப் பெண் என்னவெல்லாம் செய்வாள் என்று அவனுக்குத் தெரியாது.

உடலுறவு விஷயத்தில் என்னைப் பொறுத்தவரை இன்னமும் என்னிடம் இளமை இருக்கிறது. என்னைப் பார்ப்பவர்கள் நான் அழகாகவும் வசீகரமாகவும் இருப்பதாகக் கூறுவார்கள். எப்படியாவது என் விரக்தி, அவமானம், நிரந்தரமான இந்த அவமரியாதை இவற்றையெல்லாம் களைய உதவி செய்யும் ஒருவனைச் சந்திப்பேன் என்று நம்புகிறேன்.

பொறாமை

நான் பொறாமைக்காரிதான். என்னிடம் அதிகப் பொறாமை குணம் உண்டு என்பது உண்மைதான். என் தோழிகள் மீது ஒருபோதும் எனக்குப் பொறாமை ஏற்பட்டதில்லை. ஃபுலான் மீதுதான் பொறாமை கொள்வேன். என் மோசமான பொறாமை யுணர்வைத் தூண்டிவிடக்கூடிய வழியை அவன் வைத்திருந்தான். இத்தனைக்கும் தம்பதியரிடையே நியாயப்படி இருக்கவேண்டிய இந்த உணர்வு அவர்களை உற்சாகத்தின் எல்லையில் வைத்திருக்கும். அவனது வக்கிரக் குணம் கள்ளத்தனமாக வெளிப்படும் என்பது நிச்சயம். விருந்தினர்கள் இருக்கும்போது, மோசமாகத் தலை அலங்காரம் செய்திருக்கும் பெண்களையும் சரியாக உடை அணி யாத பெண்களையும் நான் எரிச்சலடைய வேண்டும் என்பதற் காகப் பாராட்டிக் கொண்டிருப்பான். அவர்கள் பார்க்கும் வேலை, அவர்களுடைய குழந்தைகள், வாசிக்கும் புத்தகங்கள், பொழுது போக்குகள் என எல்லாவற்றையும் ஆர்வமாகக் கேட்டுத் தெரிந்து கொள்வான். அப்போது மட்டும் அவனது பேச்சில் தேனொழுகும். அது எனக்கு அறவே பிடிக்காது. கோபத்தைக் கட்டுப்படுத்திக் கொண்டு எதுவும் பேசாமல் இருப்பேன். ஒருநாள், பொழுது போக்குத் துறையைச் சார்ந்த நண்பர்களிடமிருந்து எங்களுக்கு அழைப்பு வந்தது. அந்தச் சந்திப்பில் இளம் நட்சத்திரம் ஒருத்தி, அதிகமாகக் கவர்ச்சியைக் காட்டும் மேலாடை ஒன்றை அணிந் திருந்தாள். அவளது மார்பகங்கள் மீது பதிந்த ஃபுலானின் பார்வை அந்த இடத்திலேயே குத்திட்டு நின்றது. அந்த மாலை நேர விருந்து முடியும்வரை அவளிடம் பேசிக்கொண்டிருந்தான். அவளது தொலைபேசி எண்ணைக் கேட்டு அவன் பதிவுசெய்யும்போது அதைக் கவனித்துவிட்டேன். போகட்டும் என்று விட்டுவிட்டேன். அன்று இரவு, அவனுக்குத் தெரியாமல் செல்பேசியை எடுத்து அந்த நட்சத்திரம் உள்ளிட்ட அத்தனைப் பெண்களின் பெயர்களையும் அழித்துவிட்டேன். அவளது பெயர் மரிலீன் (ர் என்ற எழுத்துக்குப் பதிலாக 'ரி' என்னும் எழுத்தைப் பயன்படுத்துவதாகச் சொல்வாள்) அடுத்த நாள் இதை ஒரு பெரிய பிரச்சினையாக்கினான். தன்

மீது எனக்கு இருக்கவேண்டிய மரியாதை, தன் தொழில் சார்ந்த இரகசிய விஷயங்கள் என எனக்கு நீண்ட போதனை செய்ய ஆரம் பித்தான். ஒரு கட்டத்தில் அது பெரும் குமட்டலை ஏற்படுத்தியது. பார்க்கப்போனால், என் பொறாமையுணர்வுக்குக் காரணம் அவன் மீதிருந்த பாசமோ காதலோ அல்ல. மாறாக, பொது வெளியில் என்னைச் சிறுமைபடுத்த அவன் எடுத்த முயற்சிகளுக்கு அது ஒரு பதிலடியாகும்.

இன்னுமொரு சந்தர்ப்பத்தில் அவனுடன் தொடர்பிலிருந்த பெண் ஒருத்தி, ரஷ்யப் பெண்ணோ, போலந்து பெண்ணோ தெரிய வில்லை, அதேபோல் அவள் ஓவியம் வரைபவளா? இசைக் கலைஞரா? என்றும் தெரியாது; எது எப்படியோ தன்னை ஒரு கலைஞராகச் சொல்லிக்கொண்டு என் வீட்டுக்குத் தொலைபேசி யில் பேசினாள். அவளது உச்சரிப்புக் கொடுமையாக இருந்தது. "என் பழைய காதலனோடப் பிள்ளைகளைப் பார்க்க ஆசை. உனக்குத் தெரியிமா? நாங்க ரொம்ப நாள் பஷக்கம்!" என்றாள். என்ன திமிர் இருக்க வேண்டும் அவளுக்கு! பட்டெனத் தொலை பேசி இணைப்பைத் துண்டித்துவிட்டேன். அன்றிரவு ஃபுலான் அதிகம் பேசாமல், "அதைக் கண்டுகொள்ளாதே. அது ஒரு பைத்தியம்" என்று சொன்னான். தன்னை நேசிப்பதாகக் கூறும் பெண்களை இப்படித்தான் அவன் நடத்துவான்.

ஒருநாள் தன் ஓவியக்கூடப் பொறுப்பாளரின் மனைவிக்குப் பரிசளிக்க வேண்டும் என்று கூறி என்னை ஒரு அட்டிகையைத் தேர்ந்தெடுத்துத் தரும்படிக் கேட்டான். உண்மையிலேயே அது தான் முறை. ஏனெனில், எங்களைப் பார்க்கவரும் ஒவ்வொரு முறையும் அவர்கள் ஏதாவது வாங்கி வருவார்கள். பவளமும் வெள்ளியும் கலந்து உருவாக்கப்பட்ட அருமையான பாரம்பரிய வட ஆப்பிரிக்க வகையிலான அட்டிகையை வாங்கினோம். அதனைப் பரிசுப் பொருளாக வண்ணத் தாளில் சுற்றித் தந்தேன். சில மாதங்களுக்குப் பிறகு, மத்ரீத் நகரத்தில், ஓவியக்காட்சிக் கூட பெண் இயக்குநரின் கழுத்தில் அதைப் பார்த்தேன். அந்த அழகிய பெண் நிச்சயமாக அவனுடைய ஆசைநாயகியாக இருக்க வேண்டும். இதைப் பற்றி அவனிடம் கேட்டபோது, கையும் களவுமாகப் பிடிபட்டவன்போல் மழுப்ப ஆரம்பித்தான். அடிக் கடிப் பெண்களிடமிருந்து வீட்டுக்குத் தொலைபேசி அழைப்புகள்

வரும். அவர்களுக்கு ஓவியக்கூடத்தின் எண்ணைத் தருவேன். கொஞ்ச நேரம் ஆச்சரியமாக யோசித்துவிட்டு, "அப்படியானால், நீங்கள் அவருடைய செயலாளர் இல்லையா? அவருடைய உதவி யாளரா?" என்றெல்லாம் கேட்பார்கள். நான் சத்தம் போட்டு விடுவேன். "நான் அவனது மனைவி" என்று கத்துவேன். அவர்கள் அழைப்பைத் துண்டித்துவிடுவார்கள். இதற்கெல்லாம் அவனிடமிருந்து எவ்வித விளக்கமும் வராது. எப்போதும்போல் பழைய பல்லவியையே பாடுவான். "எனக்கு வரும் கடிதங்கள், அழைப்புகள் - இவற்றுக்கெல்லாம் நான் பொறுப்பேற்க முடியாது. உன் மோசமான பொறாமை உணர்வை வளர்த்துக்கொள்ள விரும்பினால், எது முக்கியமோ அதன் மீது பொறாமை கொள்வது நல்லது. என் பங்கு எதுவுமில்லாத சின்னஞ்சிறு விஷயங்களுக் கெல்லாம் பொறாமை அடையாதே" என்று சொல்வான். அது என்ன 'முக்கியமானது?' கணவன்-மனைவிக்கிடையே இயல்பான உறவு, ஆழமான நேசம், சரியான மனப்பொருத்தம், எதைச் சொல்கிறான்? எதையோ சொல்ல வருகிறான், ஆனால், எந்த இரகசியத்தையும் சொல்ல மாட்டான். இதைத்தான் அவநம்பிக்கை என்று சொல்வேன். எனக்கு இந்த அவநம்பிக்கைதான் முற்றிலுமாகப் பிடிக்காது.

என் பெருமிதத்தைக் குறைப்பது எப்படி என்று ஃபுலான் தெரிந்துவைத்திருந்தான். என் சிறு வயது மனக்காயங்களைச் சீண்டி அவற்றை மேலும் பெரிதாக்கி, எனக்குப் பெரும் துன்பத்தைத் தருவான். நவீன ஆடைகள் அணிவகுப்பில் நான் அழகி யாகக் கலந்துகொண்ட அந்தக் காலத்தைக் கேலி செய்வான். உயரமும் உடல்வாகும் மட்டுமே திறமைக்கு உத்தரவாதம் தர முடியாது என்று சொல்வான். நான் அவனிடம் மனம்விட்டுப் பேசிய விஷயங்களை, என் மனதைப் புண்படுத்தவும் எழுத்தறிவற்ற புலம்பெயர்ந்த பெண்ணாக நான் அனுபவித்த நிலையைக் குத்திக்காட்டவும் பயன்படுத்திக்கொள்வான். "புலம்பெயர்ந்தவர் களுக்கு அர்ப்பணம்" என்ற பெயரில் இவன் ஓர் ஓவியத்தை வரைந்துள்ளான் என்பதுதான் அதைவிடக் கொடுமை. என்ன ஒரு வெளிவேடம்! ஏமாற்று வேலை! அந்த ஓவியத்தை சேந்தெனி நகரத்துக்கு நன்கொடையாக வழங்கினான். சில மாதங்களுக்குப் பிறகு அவர்கள் இரண்டு ஓவியங்களை அவனிடம் வாங்கி, ஒன்றை நகரமன்றத் தலைவர் அறையிலும் மற்றொன்றை நகரமன்ற நுழைவாயிலிலும் வைத்தனர்.

அவனுடைய நண்பர்கள் சிலர் மீது எனக்குப் பொறாமை உண்டு. ஏனெனில், அவர்கள் எப்போது கூப்பிட்டாலும் அவன் தயாராக இருந்ததுடன், அவர்களிடம் தாராளமாகவும் இருந்தான். சிலி நாட்டிலிருந்து வந்த அரசியல் தஞ்சம் பெற்றவர்கள் இரண்டு பேர் அவனுக்கு நண்பர்களாக இருந்தனர். இருவரும் உண்மையில் இணைபிரியாதவர்கள். அவர்களுடைய மனைவிகளும் இதைப் பற்றி எதுவும் சொல்லாமல் தங்கள் நிலையை ஏற்றுக்கொண்டு வாழ்ந்துவந்தனர். அவர்களைப் பொறுத்தவரை நட்புக்குத்தான் முன்னுரிமை. மனைவி, குடும்பம் என்பதெல்லாம் அதன் பிறகு தான். அந்த நண்பர்கள் மீது ஃபுலானுக்கு ஏன் இத்தனை மதிப்பு என்று எனக்குத் தெரியாது. அவர்களைப் பற்றி ஏக்கத்துடன் பேசுவான். அவர்களிடையே ஓரினச்சேர்க்கை இருக்குமோ என்று கூடச் சந்தேகப்பட்டேன். ஆனால், அப்படி இல்லை. இரண்டு சிலி நண்பர்களும் நட்பு என்ற முறையில் நேசித்து வந்ததோடு வேறு எதற்கும் இடம் கொடுக்காமல் பார்த்துக்கொண்டனர். ஒருநாள், பாரீஸில் எங்கள் வீட்டில் நடந்த இரவு விருந்தின்போது, அவர்களில் ஒருவன் என்னைப் பார்த்து, "நம் நண்பனைக் கவனித்துக்கொள். அவர் ஒரு பெரிய கலைஞர். அவரிடம் பாசமாக இருக்க வேண்டும். நாங்கள் அவரைப் பெரிதும் மதிக்கிறோம். அவரது திறமையை ஆராதிக்கிறோம்" என்று அறிவுரை கூறத் தொடங்கினான். என்னால் கோபத்தைக் கட்டுப்படுத்த முடிய வில்லை. என்னிடமிருந்த மிருகத்தனம் வெளிப்பட்டது. அவனைக் கன்னத்தில் அறைந்துவிட்டேன். செய்வதறியாது ஸ்தம்பித்துப் போய் நின்றான். விருந்தும் பாதியில் நின்றது. அதன்பின் அந்த இருவரையும் நான் பார்க்கவில்லை. ஃபுலான் எனக்குப் பலவாறு பெயர்களைச் சூட்டி நன்றாகத் திட்டினான். எங்களுக்கிடையிலான சண்டை மேலும் அதிகமானது.

இவ்வாறாக என் பொறாமை உணர்வு என்பது கோபத்தின் மறுவடிவம். என்னால் தாங்க முடியாத நெருக்கடியின் வெளிப் பாடு. வேறு எதுவும் இல்லை. இப்போது அவன் ஒரு மூலையில் முடங்கிக் கிடக்கிறான். அவனால் என்னைத் தாக்க முடியாது. எழுந்திருக்க, உட்கார, சாப்பிட, ஏன் அதை வெளியேற்ற என் உதவி அவனுக்குத் தேவை. ஃபுலான் என் தயவில் இருக்கிறான். இப்போது என் பொறாமைக்கு அர்த்தம் இல்லாமல் போய்விட்டது.

தவறு

ஃபுலான் குறிப்பிட்டிருக்கும் அந்த இரவுப் பொழுது குறித்த சம்பவம் எனக்கும் நினைவில் இருக்கிறது. அன்று பிற்பகல் நான் சந்தித்த தோழிகள் சிலர், என் முகம் களையிழந்து, சோகமாக இருப்பதைக் கவனித்துவிட்டனர். என்னை அந்த மன நிலையில் இருந்து விடுவிக்க முடிவு செய்தனர். எனவே இரவு ஒரு நல்ல உணவகத்துக்குச் சென்று சாப்பிட்டோம். பிறகு நாகரிக விடுதி ஒன்றில் பொழுதைக் கழித்தோம். வெறி பிடித்தவள்போல் ஆடினேன். வெள்ளைக்கார வாலிபன் ஒருவனைக் கூடத் துணைக்குச் சேர்த்துக்கொண்டேன். மறுநாள் காலை, ரொட்டிகளை வாங்கிக் கொண்டு வீட்டுக்குத் திரும்பினேன். ஃபுலான் எனக்காகக் காத்திருந்தான். கையில் கார் சாவியுடன் இருந்த அவன், "எங்கே போயிருந்தாய்?" என்று கேட்டான். "விடுதிக்கு" என்று சொன்னேன். கதவை ஓங்கி அடித்துச் சாத்திவிட்டு வேகமாகப் படிக் கட்டுகளில் இறங்கினான். அதன் பின்தான் எனக்கு விஷயம் தெரியவந்தது. பழமையான குடும்பங்களில் நடப்பதுபோல் என் வீட்டுக்குச் சென்று என் பெற்றோரிடம் என்னைப் பற்றி முறையிட்டிருக்கிறான். திருமணமான பின்னும் பெண் என்பவளை வயதில் பெரியவளாக பெற்றோர்கள் கருத மாட்டார்கள். கணவனுடன் கூட்டுச் சேர்ந்து கொண்டு அவளைத் தண்டிக்கவும் அடிக்கவும் அடைத்து வைக்கவும் அவர்களுக்கு உரிமை உண்டு! ஆனால், என் கணவன் சரியான தவறு செய்துவிட்டான். அவனை விட என் மீது என் பெற்றோர்கள் அதிக நம்பிக்கை வைத்திருந்தனர். அவன் கூறியதை அவர்கள் நம்பவில்லை. எனவே, ஏதோ கூறி மழுப்பிவிட்டு என்னை இரகசியமாக அழைத்து, அவன் வந்து போன தகவலை எனக்குத் தெரிவித்தனர். அவனை அவர்களுக்குப் பிடிக்காது. அவன் மிகவும் திமிர் பிடித்தவனாகவும், வெறுக்கத் தக்கவனாகவும் இருப்பதாக அவர்கள் நினைத்தார்கள். என்னை அவன் சந்தோஷமாக வைத்திருக்கவில்லை என்பது தெரியும்.

ஆனால் எங்கள் குடும்பத்தில் விவாகரத்து செய்யும் வழக்கம் இல்லையே. என் அம்மா எனக்கு ஓர் ஆலோசனையைப் பலமுறை கூறியிருக்கிறார். 'ஹாஜா சாதியா'விடம் என் பிரச்சினைகளைச் சொல்லிப் பரிகாரம் கேட்கச் சொன்னாள். அந்தப் பெண்ணுக்குத் தீங்கு செய்யவும் தெரியும், நல்லது நடக்க வைக்கவும் தெரியும். நான் அதற்குச் சம்மதிக்கவில்லை. இதுவரையில் அவ்வாறு செய்யவில்லை. அவனது மன உறுதியைக் குலைக்க வேண்டி, பலமுறை அவன் குடிக்கும் காபியில் ஒரு பொருளைக் கலந்து இருக்கிறேன். கழுதைப்புலியின் மூளையைப் பொடிசெய்து, ஆப்பிரிக்கா, பிரேசில் போன்ற நாடுகளில் இருந்து இறக்குமதி செய்யப்பட்ட வேறு சில பொருட்களுடன் சேர்த்துச் செய்த ஒரு கலவை என்று கேள்விப்பட்டேன்.

அன்றைய தினம் நான் வீட்டுக்கு வந்திருக்காமல் விட்டிருக்கலாம். ஆனால், அப்போது ஆறு மாதக் கைக்குழந்தையாக இருந்த என் பிள்ளையை விட்டுவிட்டுப் போக முடியாது. அந்தச் சம்பவத்தைத் தொடர்ந்து அவனை விட்டு வெளியேற வேண்டும் என்று பலமுறை எனக்குத் தோன்றியது. ஆனால், ஒவ்வொரு முறையும் என் முடிவை மறுபரிசீலனை செய்து, "அவன் எப்படியும் மாறி விடுவான். இரண்டு பேர் சேர்ந்த வாழ்க்கை என்னவென்றும் அதன் கடமைகளைப் பற்றியும் அறியாதவன். விரைவில் அவன் விழித்துக்கொள்வான். தனக்குள்ள கடமைகளை உணர்ந்து நடப்பான். முன்னைப்போல் தான் இப்போது தனிநபர் இல்லை. ஒரு குடும்பத்தின் பொறுப்பு இருப்பதால் அதனை ஏற்று நடக்க வேண்டும் என்று புரிந்துகொள்வான்" என்று நம்பினேன். அவனுக்குக் கால அவகாசமும் வழங்கிப்பார்த்தேன். திருமணமாவதற்கு முன் தனிநபராக இருந்தபோது கொண்டிருந்த பழைய பழக்க வழக்கங்களில் இருந்து விடுபட ஒரு வாய்ப்புத் தந்து பார்த்தேன்.

சிறிது காலம் சென்றதும், ஓவியத்துக்கான பெருமைமிகு சர்வ தேசப் பரிசு ஒன்று அவனுக்குக் கிடைத்தது. அதைத் தொடர்ந்து ஊர்ப் பயணங்கள், கண்காட்சிகள் என எகிப்து, இத்தாலி, பிரேசில், அமெரிக்கா, மெக்ஸிகோ, ரஷ்யா போன்ற நாடுகளுக்கு என்னையும் அழைத்துச் சென்றான். பெரிய தங்கும் விடுதிகள், நல்ல உணவு, மேலை நாட்டின் புதிய நகைகள், துணிகள் என

அனைத்தும் எனக்குப் பிடிக்கும். நாங்கள் பயணத்தில் இருந்த நேரத்தில், எங்களுக்குள் உடலுறவு உட்பட சுமுகமான உறவு இருந்தது என்பதை மறுக்க முடியாது. ஆனால், வீடு திரும்பிய அடுத்த கணமே மௌனமாகி விடுவான். ஓவியக்கூடத்தில் முழு நேரத்தையும் கழிப்பான். பயணங்களை அதிகமாக மேற்கொண்ட தால் அவனது வேலை தடைபட்டு முடிக்கவேண்டிய ஓவியங்கள் நிறைய இருக்கும்.

பிறகு 1990களின் இறுதிப் பகுதி வந்தது. அப்போதுதான் அவன் தொடர்ந்து மருத்துவச் சிகிச்சைப் பெற வேண்டியிருந்தது. அவை மெல்ல அவனைப் பக்கவாத பாதிப்புக்கு அழைத்துச் சென்றன. அவன் எப்போதும் தேவை இன்றி மிகவும் கவலைப் படுபவனாகவும் சோகையாக, மன அழுத்தத்துடன் பரபரப்பாக இருப்பான். இவ்வாறு அவன் இருப்பது எனக்கு எரிச்சலை உண் டாக்கும். நான் அவனிடம் வாஞ்சையாக இல்லை. நான் அவனுக்கு நல்லதைச் செய்யத்தான் நினைப்பேன். தன் துன்பங்களைச் சமாளிக்கும் விதமாக உறுதி படைத்தவனாக மாற்ற அவனுக்கு உதவ வேண்டும் என்றும் நினைப்பேன். ஏனெனில் அவனது உடல் பரிசோதனை முடிவுகள் அப்படி ஒன்றும் பயப்படும்படியாக இல்லை. அவன் பல இரவுகள் தூக்கம் வராமல் தவித்தான். என்னையும் தூங்கவிடாமல் செய்தான். சீனா சென்றபோது அவனுக்கு ஏற்பட்ட தொற்றுக்கு நான்தான் காரணம் என்பதுபோல் நடந்துகொண்டான். இத்தனைக்கும் அந்தப் பயணத்தின்போது என்னை அழைத்துச்செல்ல அவன் விரும்பவில்லை. அதற்குச் சரி யான தண்டனை! அவன் மருத்துவமனையில் தங்கியிருந்தபோது அவன் சாப்பிட ஏதாவது எடுத்துச் செல்வேன். அவனுக்கு வரும் கடிதங்களைக் கவனிப்பேன்; அவனுக்கு வரும் அழைப்புகள், ஏற்கெனவே நிச்சயக்கப்பட்ட சந்திப்புகள் ஆகியவற்றை அவன் சார்பில் ரத்து செய்வேன். அவனுடைய அமெரிக்க முகவர் அவனைச் சந்திக்க மருத்துவமனைக்கு வந்தான். உண்மையில் அவனுடைய உடல்நிலை குறித்து அந்த முகவருக்கு எந்தக் கவலையும் இல்லை. மாறாக, அவன் வேறு கணக்குப் போட்டான். ஃபுலான் திடீரென இறந்துவிட்டால், அவனுடைய படைப்பின் மதிப்பு ஒரேயடியாக உயர்ந்துவிடும். விமான நிலையத்தில் வாங்கி யிருந்த மிட்டாய்ப் பெட்டி ஒன்றுடன் மருத்துவமனைக்கு வந்து

நின்றான். ஓவியனின் உடல்நிலை குறித்த நிலவரம் தெரிந்ததும் தான் வேலை செய்யும் காட்சிக்கூடங்களின் உரிமையாளர்களிடம் அமைதியாக அறிக்கை வாசிப்பதற்காக உடனடியாக விமானம் ஏறினான்.

நியூயார்க்கிலிருந்து தன்னைப் பார்ப்பதற்கென்றே இவ்வளவு தூரம் அந்த முகவர் வந்திருப்பதில் ஃபுலான் மிகவும் மகிழ்ந்தான். அவன் வந்ததில் எனக்குள்ள சந்தேகங்களை நான் தெரிவித்த போது, என் மீது எரிந்து விழுந்தான். அப்போதும் அவன் ஆக்சிஜன் உதவியுடன் சுவாசித்துக்கொண்டிருந்தான். மருத்துவமனையில் இருந்து வெளியில் வந்த நான்காம் நாள், அவனுடைய நெருங்கிய நண்பர்களில் ஒருவன் இறந்துவிட்டான். என்னைப் பெண் கேட்டு வந்தபோது உடன்வந்தவர்களில் அவனும் ஒருவன். அபூர்வமான நோய் ஒன்றின் காரணமாக அவன் திடீரென இறந்துபோனான். அந்த மரணம் அவனை வெகுவாகப் பாதித்தது. ஏனெனில், அவனும் மரணத்தின் விளிம்பில் இருந்தான். அவனுடைய துயரத்தில் நான் பங்குகொள்ளவில்லை என்று நினைத்தான். சிலரைப் போல் ஏற்கெனவே துக்கத்தில் இருப்பவர்களிடம் ஏதாவது கூறி அவர்களுடைய துக்கத்தை அதிகமாக்கும் பழக்கம் எனக்கில்லை. பாசமான வார்த்தைகளைச் சொல்வதோ, கனிவாக நடந்துகொள்வதோ எனக்குத் தெரியாது. நான் அப்படித்தான். மூன்று அல்லது நான்கு வயது இருக்கும் போதே என்னை முத்தமிடுவதை என் அப்பா நிறுத்திவிட்டார். மாதக்கணக்கில் தனக்கு நோய் இருப்பதாகக் கற்பனைசெய்துகொண்டு வாழ் பவன் ஒருவனைச் சமாளிக்க வேண்டிய பொறுப்பு எனக்கு வந்தது. வயதானவனைப்போல் நடப்பான். வெளியில் செல்ல மறுத்துவிடுவான். கையேட்டில் ஏதாவது கிறுக்கிக்கொண்டே இருப்பான்; ஓவியம் வரைவதை நிறுத்தியிருந்தான். ஃபுலானின் முகவர் தொலைபேசியில் அழைத்து அடுத்து வரும் கண்காட்சிக்கு ஓவியம் கேட்டு முன்பணமாக ஒரு தொகையை அனுப்பினான்.

பணத்தின் மீது இருந்த நாட்டத்தால் மீண்டும் ஓவியம் வரைய ஆரம்பித்தான். இப்போது நோயும் இல்லை, சோம்பலும் இல்லை. காலையில் சீக்கிரமாக எழுந்து ஓவியக்கூடத்திற்குப் போய் விடு வான். இரவில், அவன் செய்தவற்றை என்னிடம் விவரிப்பான்.

சீக்கிரத்தில் மேலும் பணம் வர இருக்கிறது என்று நினைத்துக் கொள்வேன். வியாபாரத்தில் நஷ்டம் ஏற்பட்ட தன் குடும்ப உறுப்பினர் ஒருவருக்கு உதவிசெய்ய இருக்கிறான் என்பதைத் தெரிந்துகொண்டேன். எனவே, அமெரிக்கக் காட்சிக்கூட பொறுப் பாளரைத் தொலைபேசியில் அழைத்து இனிவரும் உரிமைத் தொகையை என் பெயருக்கு அனுப்பும்படிக் கேட்டேன். அவ னிடமிருந்து உறுதியான பதில் வந்தது: "தான் உயிருடன் இருக்கும் வரை எந்தத் தொகையையும் உங்களுக்கு அனுப்பக் கூடாது என்று உங்கள் கணவர் எழுத்து மூலம் தெளிவாக எங்களிடம் தெரிவித்துள்ளார்."

அப்படியே திகைத்துப் போய் நின்றேன். மழுப்பலாக வருத்தம் தெரிவித்து விட்டு அழத் தொடங்கினேன்.

சில மனிதர்களை மாற்றிவிடலாம் என்று நினைத்தது என் தவறுதான். யாரும் மாற மாட்டார்கள். குறிப்பாக, ஏற்கெனவே தனக்கென வாழ்க்கையை அமைத்துக்கொண்டவன், வயதாகி மரணம் தன்னை நெருங்குகிறது என்ற காரணத்தால் தன் கேளிக் கைகளை நிறுத்திக்கொண்டு, பெண் ஒருத்தியை திருமணம்செய்ய நினைத்த நேரத்தில் நான் அவனைச் சந்தித்து இருக்கிறேன்; மற்ற பெண்களை விட்ட இடத்திலிருந்து தொடர நான் ஒரு புது மலராக அவனுக்குப் பயன்பட்டிருக்கிறேன். ஃபுலான் என் வெகுளித் தனத்தையும் இளமையையும் முழுமையாகப் பயன்படுத்திக் கொண்டான்.

நாங்கள் ஒருவரையொருவர் சேர்ந்து வாழ்வதற்கெனப் படைக் கப்பட்டவர்கள் இல்லை. இது எங்களுக்குத் தெரியவில்லை. அதுதான் என் தவறு. எங்கள் தவறு

மாமியார் வீடு

எதையும் கண்டுகொள்ளாமல் இருக்கும் ஃபுலானின் போக்குக்கும் அவனுடைய குடும்பம் என் மீது தொடுக்கும் தாக்குதலுக்குமான நோக்கம் என்னைப் பித்துப் பிடிக்க வைப்பது தான். இரவில் தூங்கிக்கொண்டிருக்கும்போது திடீரென நடுங்கிய படி விழித்துக்கொள்வேன். அந்த அறையில் உடலைக் கதகதப் பாக வைத்திருக்கக்கூடிய சாதனம் பொருத்தப்பட்டிருந்தாலும் பயத்தால் என் உடல் வியர்த்துக்கொட்டும். என் மீது வைக்கப் பட்ட சூனியத்தின் விளைவுதான் அது. இது போன்ற விஷயங் களில் நம்பிக்கை இல்லை என்று அவன் கூறுவான். இருக்கலாம். ஆனால், என் மீது சூனியம் வைக்க அவன் வீட்டுப் பெண்கள் முயற்சி செய்தார்கள் என்பதற்கான ஆதாரம் என்னிடம் இருக்கிறது. என் ஞானி எல்லாவற்றையும் சொல்லிவிட்டார். அவர்கள் என்ன செய்ய விரும்பினர், எங்கே, எப்போது என அனைத்தும் எனக்குத் தெரிந்துவிட்டது. முதலில் அவர்கள் எங்கள் இருவரையும் பிரிக்கப் பார்த்தார்கள். என் கணவன் என்னைத் தொடாமல் இருந்ததுடன் என்னுடன் உறங்கவும் மறுத்தான். அடுத்த கட்டமாக, நான் இருப்பதைப் பொருட்படுத்தாமல் இருந்தான். என்னைத் தொட் டாலே ஒவ்வாமை ஏற்படும் அளவுக்கு நிலைமை முற்றியது. என் அருகில் இருந்தபோது அவனுக்கு எவ்வித ஆசையும் ஏற்படு வதில்லை. அது இயல்பானது அல்ல. என் முடிக்கற்றையையும் என் நாப்கினையும் எடுத்து அவற்றின் மூலம் அவர்கள் மந்திர சக்தியை ஏவி விட்டுள்ளனர் என்பதைப் பிறகுதான் புரிந்து கொண்டேன். எனக்குப் பல வலிகள் உண்டாயின. திடீரென பதற்றம் ஏற்படும்; வீட்டுக்குள்ளேயே சுற்றிச்சுற்றி வருவேன்; யாரையும் உதவிக்குக்கூட அழைக்க முடியாதவாறு இருப்பேன். என் சக்தி முழுவதும் இழந்தேன். என் உடல்நலமும் குன்றியது. இந்த நேரத்தில் ஃபுலானோ எப்போதும்போல் வேலை செய்து கொண்டிருந்தான். வெளியில் செல்வதும் பயணம் செய்வதுமாக இருந்தான். அவன் நிம்மதியாக இருந்தான்.

என் குடும்ப ஞானி கூறிய ஆலோசனையின்படி, வீட்டை நன்கு சோதனை செய்துபார்த்தேன். இதில் என் தோழிகளும் எனக்கு உதவினர். ஒவ்வொரு அறையின் மூலைகளில், கட்டில்களுக்கு அடியில், கழிவறைகளில் என வீட்டில் பல இடங்களில் அலுமினிய தாளில் சுற்றப்பட்ட சிறுசிறு பொட்டலங்கள் நிறையக் கிடைத்தன. என் உடல்நலம் கெடுவதற்காக வீடு முழுவதும் சூனியம் வைத்திருந்தனர்.

எனக்கு அச்சுறுத்தல் இருப்பதையும், நான் கண்காணிக்கப்படுவதையும் அன்றே தெரிந்துகொண்டேன். என்னைப் பாதுகாத்துக் கொள்ள நான் ஏதாவது எதிர் நடவடிக்கையைக் கட்டாயமாக எடுத்தாக வேண்டும் என்பதும் புரிந்தது. மராக்கேஷைச் சார்ந்த வயதான பெண் குறித்து அந்த ஞானி என்னிடம் பேசினார். மிகவும் சக்தி வாய்ந்தவர் என்றும் உடனடியாக வீட்டின் நுழைவாயிலில் விலங்கு ஒன்றைப் பலியிட வேண்டும், நம்மைப் பாதுகாக்கும் சக்தியுடைய வத்திகளை ஏற்றிவைக்க வேண்டும் என்றும் கூறினார்.

மராக்கேஷுக்குச் சென்ற எனக்குப் பல நாட்கள் காத்திருந்த பிறகே 'வலாதா'வை (அவருக்கு அந்தப் பெயர் வரக் காரணம் இளம் வயதில் அவர் செவிலித் தாயாக இருந்திருக்கிறார்) சந்திக்க நேரம் கிடைத்தது. என்னைப் பார்த்தவுடனேயே அவர் "பரிதாபத்துக்குரிய என் மகளே, நல்ல வேளையாக நீ என்னைப் பார்க்க வந்தாய்; சரி, இப்படி என் எதிரில் உட்கார். இன்றைய வேலையை ஆரம்பிக்க ஏதாவது கொடு" என்றார். 200 திர்ஹாம் கரன்சியை வெளியில் எடுத்து அவர் முன் வைத்தேன். அவர் மிகவும் சக்திவாய்ந்த பெண். குறி சொல்பவர் இல்லை. ஆனால், அவர் முகத்தையும் கை ரேகைகளையும் பார்த்துக் கணிக்கத் தெரிந்தவர். ஒன்றுவிடாமல் எல்லாவற்றையும் தெளிவாக விளக்கினார். ஏதோ எங்களுடன் வசிப்பவர்போல பேசினார். அவருக்கு அனைத்தும் தெரிந்திருந்தது. எனக்குக் கெடுதல் செய்யும் ஆட்களைக் குறித்தும் விளக்கினார். அவருடைய திறமையைப் பார்த்து வியந்துபோனேன். ஏனெனில் என்னை உற்றுப்பார்த்து என்னுள் ஊடுருவி, என் துயரத்தின் பின்னணியில் என்ன இருக்கிறது என்பதைக் கண்டு பிடித்துவிட்டார். வலாதா ஒரு நாட்டுப்புறப் பெண். அவருக்கு வாசிக்கத் தெரியாது, ஆனால், மந்திர சக்தியுடைய புரிந்துகொள்ள முடியாத குறிப்புகள் சிலவற்றை எழுதுவார். என்னிடம் அவர்

பேசிக்கொண்டிருந்தபோதே தம் பணியில் அவர் இறங்கிவிட்ட தைக் கவனித்தேன். இறகு ஒன்றை மையில் தொட்டுப் புதிரான குறிகள் சிலவற்றை வரைந்தார். என் மீது ஏவப்பட்டுள்ள சூனியத் துக்கான எதிர்த் தாக்குதலாக அவை இருக்கும் என்றார்.

எனக்கான சடங்கு முடிய 1000 திர்ஹாம் செலவு ஆனது. இருந்தாலும், ஓரளவு நிம்மதி கிடைத்தது. எனக்கு எதிராக ஃபுலானின் வீட்டுப் பெண்கள் செய்யத் துணிந்த தீவினைகளை அழிப்பதற்கான ஆயுதங்களுடன் வீட்டுக்குப் புறப்பட்டேன். அன்றிலிருந்து என் கணவன் குடும்பத்தினருடன் எந்தச் சண் டைக்கும் போவதில்லை. அவர்களைத் தற்செயலாகப் பார்க்க நேர்ந்தாலும் மிகவும் பணிவாக இருப்பதாகக் காட்டிக்கொள்ள, குனிந்து வணக்கம் செலுத்துவேன். என் பாதுகாபில் குறை வராமல் பார்த்துக்கொள்ள மராகேஷ் பெண்மணியும் என் குடும்ப ஞானியும் தொடர்ந்து வேலை செய்து வந்தனர். நானும் மிகவும் விழிப்புடன் இருந்தேன். என் ஞானி தந்த தாயத்தை எப்போதும் அணிந்திருந்தேன். ஆறு மாதத்திற்கு ஒருமுறை பாத்திரம் ஒன்றில் வெண்கலத்தை உருகச் செய்து அதனுடன் தண்ணீரைச் சேர்த்து, பல இடங்களில் இருந்து கொண்டுவரப்பட்ட மூலிகைகளைக் கொதிக்க வைத்து மஞ்சள் நிறத்தில் வரும் திரவத்தைப் பாட்டில் ஒன்றில் ஊற்றித் தருவார். குளிப்பதற்கு முன் அதனை என் உடலில் தேய்த்துக்கொள்ளும்படிக் கூறுவார். என் எதிரிகளின் மோசமான தாக்குதல்களின்போது எனக்கு ஏறக்குறைய பைத் தியம் பிடித்ததுபோல் ஆகிவிடும். எனக்குத் தீங்கு செய்யவும் என்னைத் தீர்த்துக்கட்டவும் பெரியதொரு கெடுதலால் நான் குறி வைக்கப்பட்டுள்ளதைப்போல உணர்வேன். அதிகமான கெட்ட எண்ணமும் பேராசையும் கொண்ட அவனுடைய அண்ணன் மகள் ஸுலேக்காவின் கண்களில் வெறுப்பின் மொத்த வடிவத்தை என்னால் பார்க்க முடிந்தது. நான் மேற்கொண்ட அத்தனை விஷயங் களையும் பொசுக்கக்கூடிய தீக்கதிர்களை அனுப்பக்கூடியவளாக அவள் தெரிந்தாள். ஒருநாள், தங்கம், வெள்ளி கலந்த மோதிரம் ஒன்றை எனக்குப் பரிசளித்தாள். எங்கள் ஞானி அதைப் பார்த்த வுடன் கழட்டித் தரும்படிக் கேட்டு வாங்கிக்கொண்டார். சூனியம் வைக்கப்பட்ட அந்த மோதிரம் தீயசக்தி நிறைந்தது. எங்கள் ஞானி

எனக்காகச் செய்து தந்த பாதுகாப்பு அரண்களை உடைக்கும் நோக்கத்துடன் செய்யப்பட்டதாகும். அதனை அவளிடமே திருப்பித் தந்தபோது அதிர்ச்சி அடைந்தவள்போல் காட்டிக்கொண் டாள். என் விரலுக்குப் பொருந்தாமல் இருப்பதாகவும், தங்கம் எனக்கு ஒவ்வாமையாக இருக்கிறது என்றும் சொல்லிப்பார்த்தேன். அவள் சிரித்துக்கொண்டாள். அவள் முகம் போன போக்கைப் பார்த்தால், “கவலைப்படாதே, பொறுமையாக இரு, உனக்கானது நிச்சயம் கிடைக்கும்” என்பதுபோல் இருந்தது.

இவ்வாறாகத்தான் அவனுடைய குடும்பத் தாக்குதல்களை என்னால் முடிந்தவரை சமாளித்தேன்.

உண்மைதான். ஃபுலான் கூறுவதில் நியாயம் இருக்கிறது. என் குடும்பத்தினர் அடிக்கடி என்னைப் பார்க்க வருவார்கள். அது என் பாதுகாப்பு, எனக்கான ஆதரவு, எனக்கு உதவியாக என் குழந்தைகளைக் கவனித்துக்கொள்ள எங்கள் வகுப்பைச் சேர்ந்த இளம் பெண்கள் சிலர் எங்கள் வீட்டில் வந்து தங்கியிருந்தனர். என் குடும்பத்துக்கு எப்போதும் முன்னுரிமையைத் தந்து வந்தேன் என்பதும் உண்மைதான். அவர்கள் குடும்பத்தில் யாரையும் எனக்குப் பிடிக்காது. அதற்கான நியாயங்கள் என்னிடம் இருக்கின்றன; ஆனால், அவனுக்கு அவை புரியாது. நல்ல நடத்தை இல்லாத அவனுடைய சகோதரிகளின் மகன்கள், மகள்கள் மீது எனக்கு எந்த மரியாதையும் இல்லை. அவர்கள் என் மீது ஆதிக்கம் செலுத்த நான் அனுமதிப்பதே இல்லை. அவனுடைய சகோதரியின் மகள்களில் ஒருத்தியை ஒருநாள் வீட்டுக்கு அழைத்து வந்தான். பருத்துப்போய், படிப்பை முடிக்காத அசட்டுப் பெண் அவள். அவள் வெட்டியாக வீட்டில் காலம் தள்ளக் கூடாது என்று குழந்தைகள் அறையைத் துடைத்துச் சுத்தம் செய்ய எனக்கு உதவிசெய்யுமாறு சொன்னேன். கேட்கவில்லை. வெளியில் தள்ளிக் கதவைச் சாத்தினேன். அவள் என்னைப் பார்த்து, “உனக்கு அப்படிச் சொல்ல உரிமை இல்லை. நான் இருப்பது என் வீடு, என் மாமாவின் வீடு, நான் வெளியில் போக மாட்டேன்” என்று பொரிந்தாள். அவள் உடமைகளைத் தூக்கித் தெருவில் வீசினேன். அவளுடைய மாமாவிடம் போய் முறையிட்டாள். அன்று இரவு ஃபுலான் என்னைத் திட்டித் தீர்த்தான்.

அவனுடைய குடும்பத்துக்கு எப்போதுமே என் மீது வெறுப்பு தான். சொல்லப்போனால் எனக்கு அதைப்பற்றிக் கவலையில்லை. எவ்விதத்திலும் அது என்னைப் பாதிக்கவில்லை. தன் குடும்பத்தைச் சேர்ந்தவர்களின் உண்மையான குணங்களைத் தெரிந்து கொள்ள அவன்தான் மறுக்கிறான். வீட்டைச் சோதனை செய்த போது எனக்குக் கிடைத்த பொருட்களைப் பற்றிச் சொன்ன போது என்னை அவன் நம்பவில்லை. "உனக்குப் புத்திப் பேதலித்து விட்டது. எதை எதையோ கற்பனை செய்கிறாய்" என்று கூறினான்.

எங்கள் நண்பர்கள்

நாங்கள் இருவரும் ஒரே தலைமுறையைச் சேர்ந்தவர்கள் இல்லை என்பதால் மட்டுமல்ல ஒரே சமூக வகுப்பைச் சேர்ந்தவர்கள் இல்லை என்பதாலும் எங்கள் இருவருக்கும் வெவ்வேறு நண்பர்கள் இருந்தனர். என் நண்பர்கள் ஏறக்குறைய எல்லோரும் புலம்பெயர்ந்தவர்களாகவே இருந்தனர். அவனுடைய நண்பர்கள் எல்லோரும் அறிவு ஜீவிகள், சர்வதேசப் புகழ்பெற்ற கலைஞர்கள், எழுத்தாளர்கள், அரசியல்வாதிகள், அதீத சுயபோதை உடையவர்கள். என்னை அவர்கள் தாழ்ந்த நிலையில் வைத்துதான் பார்ப்பார்கள். மிஞ்சிப்போனால் பெரியவர்களுடன் பழகும் சிறு குழந்தைகளை நடத்துவது போன்ற கண்களுடன் பார்ப்பார்கள்.

எங்கள் சந்திப்பின் ஆரம்ப நாட்களில் நடந்த சம்பவம் நினைவில் இருக்கிறது. அந்தப் பெண் அல்ஜீரியாவா அல்லது துனிஷியாவா என்பது தெரியவில்லை. பார்க்க அருவருப்பாகவும் அசுத்தமாகவும் இருப்பாள். தன்னைவிட வயதில் மூத்த பிரஞ்சுக்காரன் ஒருவனைத் திருமணம் செய்திருந்தாள். முகத்தை ஒரு விதமாக வைத்துக்கொண்டு அவள் என்னைப் பார்த்து, "உனக்குப் பெரிய அதிர்ஷ்டம்தான்" என்று கூறியபோது அவள் முகம் மேலும் விகாரமானது.

"இப்படியா முட்டாளாக இருப்பாய்" என்று சத்தம் போட்டேன்.

பெரிய அதிர்ஷ்டம்தான். நிறைய தொல்லைகளும் வெறுப்புகளும் பெறும் அதிர்ஷ்டம். அவனைச் சுற்றி வரும் ஆட்கள் குறித்து எனக்குச் சில உள்ளுணர்வு ஏற்படும். ஆனால், அவர்களை விட்டுக்கொடுக்காமல் பேசுவான். என்னைவிட அவர்களைத்தான் அவன் விரும்புவான். அவர்களிடம் ஏமாந்த பிறகு என்னிடம் புலம்ப வருவான். அப்போது அவனைக் கேலி செய்வேன்.

இத்தனை ஆண்டு திருமண வாழ்க்கையில் சில பொது நண்பர்களும் எங்களுக்கு அமைந்தனர். எண்ணிக்கையில் அவர்கள் அதிகமில்லை. அவர்களுடன் இருப்பது எனக்கு அவ்வளவாக சௌகரியமாக இருக்காது. ஏனெனில், இந்தப் புகழ்பெற்ற ஓவியன் மீது அவர்கள் மிகுந்த மரியாதை வைத்திருப்பார்கள். மன்னர், பத்துக்கும் மேற்பட்ட அவனுடைய ஓவியங்களை அதிக விலை கொடுத்து வாங்கியதையும் அவனுக்கு விருந்தளித்ததையும் பெருமையாகப் பேசுவார்கள். என்னை எரிச்சலடையச் செய்வதெல்லாம் இதற்குப் பின்னால் எப்போதும் நான்தான் இருந்திருக்கிறேன் என்பதும் அவனை வேலை செய்ய வைப்பதிலும் எந்த விதமான வாழ்வியல் பிரச்சினையும் இல்லாமல் அமைதியான சூழலை ஏற்படுத்தித் தருவதிலும் என் பங்கு இருக்கிறது என்பதும் யாருக்கும் தெரிவதில்லையே என்பதுதான்.

என் பிள்ளைகளை நான் தனியாகத்தான் வளர்த்தேன். அவர் வேலை செய்தாக வேண்டும், எனவே அவரைத் தொந்தரவு செய்யக் கூடாது என்று அவர்களுக்குப் புரிய வைத்தேன். எந்தத் தடையும் இல்லாமல் பார்த்துக்கொண்டேன். இதன் காரணமாகத் தான், அவனுடைய நண்பர்கள் முன்னிலையில், (அவர்கள் உண்மையானவர்களோ இல்லையோ) அவனது வெற்றியில் எனக்கு முக்கிய பங்கு உண்டு என்பதையும், துரதிர்ஷ்டவசமாக அது வெளியில் தெரிவதில்லை என்பதையும் உறுதியாகத் தெரிவிப்பேன். அத்துடன், இது என்னுடைய தலைவிதி மட்டுமல்ல, பிரபலமான ஆண்கள், குறிப்பாக கலைஞர்களின் மனைவிமார்கள் தலைவிதி என்பதையும் தெளிவாக்குவேன்.

பொதுவான நண்பர்கள் இல்லாத காரணத்தால், அடிக்கடி எனக்குத் தெரிந்த ஆண், பெண் நண்பர்களுடன் வெளியில் செல்ல என்னை அனுமதிக்கும்படிச் சொன்னேன். பொதுவாக, பெண்கள் மட்டுமே எங்கள் சந்திப்பில் இடம்பெறுவர். அரட்டை அடிப்போம், கண்டதையும் பேசுவோம், நன்றாகப் பொழுது போகும். சில நேரங்களில் ஏடாகூடமான நகைச்சுவையையும் பரிமாறிக் கொள்வோம். மொத்தத்தில் சுதந்திரமான கொண்டாட்டமாக இருக்கும். நேரம் போவதே தெரியாது. ஆனால், அத்தகைய நேரங்களில் ஃபுலான் என்னைத் தொலைபேசியில் அழைத்து வீடு திரும்பும்படிச் சொல்லிக்கொண்டே இருப்பான். என்னைச் சிறிது

நேரம் நிம்மதியாக இருக்க விடும்படி அவனிடம் கூறுவேன். "எப்போது வர முடிகிறதோ அப்போது வருவேன்" என்று கூறி விடுவேன். அப்படிச் சொல்வது ஃபுலானுக்குப் பிடிக்காது. நான் திரும்பும்போது அவன் தூங்கி இருக்க மாட்டான். ஆனால், அவன் தூக்கம் கெட்டதற்கு நான்தான் காரணம் என்று சொல்வான். பிறகு என்னிடம் மதுவின் வாடை வருவதாகக் கூறி வரவேற்பறைக்குச் சென்று படுத்துக்கொள்வான்.

எங்கள் குடும்பப் பிரச்சினைகளில் அவனுடைய நண்பர்கள் அடிக்கடிக் குறிக்கிடுவர். அவர்கள் என்னைத் தொலைபேசியில் அழைத்து, முக்கியமான விஷயம் குறித்துப் பேச வேண்டும் என்று சொல்லி, ஒருநாள் தங்களை வந்து பார்க்கும்படிக் கூறினர். அங்குப் போனால் எனக்குப் பெரிய போதனைகள் கிடைக்கும். "இதோ பார், எவ்வளவு பெரிய கலைஞனுடன் வாழ உனக்குக் கொடுத்துவைத்திருக்கிறது தெரியுமா! ஊரே பொறாமை கொள்ளக் கூடிய மனிதர். எல்லோராலும் போற்றப்படுபவர்; அவருக்கு வாழ்க்கையில் எந்தப் பிரச்சினையும் இல்லாமல் பார்த்துக்கொள்ள வேண்டும். சின்னச்சின்ன விஷயங்களுக்காக அவரைத் தொந்தரவு செய்யாதே. சுலபமாக மனச்சோர்வடையக் கூடியவராக இருக் கிறார். அவர் கேட்பது ஒரே ஒரு விஷயம்தான். வேலை செய்யச் சிறிதளவு நிம்மதி. உன் குடும்பம் அவரை அதிகமாகச் சுரண்டுவதை அவரால் பொறுத்துக்கொள்ள முடியவில்லை, புரிகிறதா?"

ஒருமுறை, திருப்பிச் சத்தம் போட்டுவிட்டேன். "நீங்கள் யாரும் எங்கள் குடும்பத்தில் தலையிடத் தேவையில்லை" என்று கத்தினேன்.

வீடு திரும்பினால், என் கணவன் தன் பங்குக்கு அறிவுரை கூற ஆரம்பித்தான்.

"என் நண்பர்களிடம் எப்படி நீ அவ்வாறு பேசலாம்? அவர்கள் என்ன சாதாரணமானவர்களா? எனக்கு உதவுபவர்கள். நான் குழந்தையாய் இருந்ததிலிருந்து என்னுடன் பழகி வரும் இளம் வயது நண்பர்கள்."

மன வேற்றுமை என்பதை அவனுடனோ அல்லது அவர் களுடனோ யாருடன் இருந்தாலும் அதைத் தவிர்க்க முடியவில்லை.

லாலாவைச் சந்திக்கும் நாள்வரைதான் இது நீடித்தது. அதன் பின் நிலைமை மாறியது. லாலா மீது கொண்ட பொறாமை அவனை வாட்டிக்கொண்டிருந்தது. அவனை மேலும் கோபமடையச் செய்தது. அவனைக் கெட்டவனாகவும் கடுமையானவனாகவும் மாற்றியது. சாப்பிடும்போது பேச மாட்டான். கைகளால்தான் கட்டளையிடுவான். இதற்கெல்லாம் காரணம், ஒரு வழியாக என்னைப் புரிந்துகொள்ள ஒருத்தி எனக்குக் கிடைத்திருப்பதுதான். அவனும், அவன் குடும்பத்தினரும், நண்பர்களும் தரும் தொல்லை களைத் தாங்கிக்கொள்ள உதவுபவளாக இருப்பதுதான். அவ னுடைய குழந்தைக்கான கருவைச் சுமந்த தாயாகக் கருதப்படும் கொடுமையை இனி அனுபவிப்பதாக இல்லை. இனி நான் நினைத்ததைச் செய்யவும், உண்மையில் வாழவும் விரும்புகிறேன். ஏதாவது செய்து, இதுவரை என் வாழ்வில் கிடைத்த தோல்வி களுக்குப் பழிவாங்க விரும்பினேன். லாலாவைச் சந்தித்ததில் உடனடியாக என்னிடம் வினோதமான உணர்வு உண்டானது. என்னுடன் சேர்ந்து பணியாற்றக்கூடிய சகோதரப் பாசமுடைய ஒருத்திக் கிடைத்திருப்பதாக உணர்ந்தேன். என் மனதில் உள்ள அனைத்தையும் என் மனசாட்சியையும் அறிந்தவளாக லாலா இருந்தாள். அவளிடம் இயல்பான கனிவு இருந்தது. அது இந்தி யாவில் யோகி ஒருவரிடம் பெற்ற அனுபவத்தால் கிடைத்ததாம். அந்த யோகியின் பெயர் எனக்கு மறந்துபோனது. என்னிடம் பல புத்தகங்களைத் தந்து வாசிக்கச் சொன்னாள். அதைப் பற்றி நிறையப் பேசியிருக்கிறோம். என் கண்களைத் திறந்ததுடன் எனக்குப் புதிய வழியைத் திறந்து வைத்தவளும் அவள்தான்.

அபாரத் திறமைகள் படைத்த, எளிதில் உணர்ச்சிவசப்படக் கூடிய மென்மையான பெண் நான் என்பதை அவள் கண்டு கொண்டாள். அந்தத் திறமைகளை என் கணவன் அமுக்கி வைத்திருப்பதாகக் கருதினாள். எங்கள் மண வாழ்க்கையில் உள்ள குறைகள், எங்களுக்கிடையே உள்ள மனக் காயங்கள் எல்லாவற்றையும் புரிந்துகொள்ள உதவினாள். வாழ்க்கையைக் குறித்த பழுத்த அனுபவமும் விசாலமான பார்வையும் அவளிடம் இருந்தது. என்முன் புதிய வாசல்கள் திறந்தன. பள்ளிக்கு முதல்முறையாக அழைத்துச் செல்லப்படும் குழந்தையைப்போல் உணர்ந்தேன். நிலைமை சரியாகும் என்று காத்திருந்து, காலம் வீணானதைப் புரிந்துகொண்டேன்.

லாலா என் கையைப்பிடித்து ஆதரவாகப் பற்றிக்கொண்டாள். அந்தக் கணத்தை நான் எப்போதும் மறக்க மாட்டேன். இப்போ தாவது எதையும் எதிர்பாராமல் என் மீது அக்கறை செலுத்த ஒருத்திக் கிடைத்திருக்கிறாள் என்று நிம்மதி அடைந்தேன். மணிக் கணக்கில் அவள் வீட்டில் பேசிக்கொண்டிருந்தோம். பிறகு மது அருந்தினோம். எங்களிடையேயான இந்தத் தொடர்பை ஃபுலான், ஓரினச்சேர்க்கை என்று அவசர முடிவுக்கு வந்தான். மனிதர்கள் தான் உண்மையில் எவ்வளவு மடையர்களாக இருக்கிறார்கள்! இரண்டு பெண்கள் சேர்ந்திருந்தால்போதும், அது வேறு மாதிரி யான பிரச்சினை என்று நினைத்துவிடுவார்கள். லாலா, ஓரினச் சேர்க்கையில் ஈடுபடுபவள் இல்லை. அவளுக்கு ஆண்களைப் பிடிக்கும். அதை அவளே சொல்லியிருக்கிறாள். அவளுக்குச் சில காதலர்கள் இருப்பார்கள் என்று நினைக்கிறேன். அதைப் பற்றி நாங்கள் என்றைக்கும் பேசியதில்லை, அவளுக்கு சமூக வெளியில் இருந்த பெயருக்கும் அவளுக்கும் சம்பந்தமில்லை. அவளது சுதந் திரமான நடவடிக்கை, அவளது அழகு, தாராளக் குணம் ஆகிய வற்றின் மீது சிலருக்குப் பொறாமை. மற்றவர் நலனில் அக்கறை செலுத்துவதில் காலத்தைக் கழிக்கும் பெண் அவள்.

ஃபுலானின் பொறாமைக் குணம் புரிந்துகொள்ளக் கூடியதுதான் என்பதில் சந்தேகம் இல்லை. ஏனெனில் அவனுடனும் என் பிள்ளைகளுடனும் செலவழிக்கும் நேரத்தைவிட அதிக நேரம் லாலாவுடன் கழித்தேன். வேறு வழி இல்லை. நாங்கள் ஒன்றாக இருப்பதைப் பார்த்தவுடன் எரிந்துவிழுந்து லாலாவைத் திட்டு வான். அதை என்னால் தாங்கிக்கொள்ள முடியாது. எங்கள் அருகில் வசிக்கும் மேட்டுக்குடி ஆண்களின் மனநிலைதான் அவனிடம் இருந்தது. அவர்கள் லாலாவை அதிகம் வெறுத்தனர். ஏனென்றால், அவள் கணவன் அடிக்கடி ஊர்ப் பயணம் சென்றதால், அவனால் கிடைக்க வேண்டிய உடல் இன்பம் கிடைக்காததைக் காரணமாகக் கூறி, அவனை விவாகரத்துச் செய்யத் தயாரான துணிச்சலான பெண் அவள். அந்தத் தம்பதியினரின் விவாகரத்துச் சத்தமில்லாமல், சண்டை இல்லாமல் நிறைவேறியது. விவாகரத்துக்குப் பின்னும் அவர்கள் நண்பர்களாக நீடித்தனர். நானும் அதே போன்றதொரு தீர்வைத்தான் விரும்பினேன். ஆனால், என் கணவன் வக்கிரக் குணம் பிடித்தவன். சண்டைப்பிடிப்பதில் ஆர்வம் உடையவன்.

எல்லாவற்றையும் தன் கட்டுப்பாட்டில் வைத்துத் தனக்குப் பிடித்த வகையில் நிறைவேற்ற ஆசைப்படுபவன். லாலா இவை அனைத்தையும் புரிந்துகொண்டாள். எங்களிடையே உள்ள அடிப்படைக் குறையை மனோதத்துவ நிபுணரைவிடத் துல்லியமாக லாலா கண்டுபிடித்துவிட்டாள். திருமணமான முதல் நாளே முடிந்திருக்க வேண்டிய இந்த உறவை, விடாமல் தொடர்ந்ததுதான் அக்குறை.

லாலாவின் மகத்துவத்தை நான் மட்டும் அறிந்திருக்கவில்லை. மேலும் ஐந்து பெண்கள் இருந்தார்கள். அவர்கள் எல்லோருமே கணவர்களின் நடவடிக்கைகளால் பாதிக்கப்பட்டவர்கள்; தாம்பத்தியத்தில் திருப்தி அடையாதவர்கள். காஸாபிளான்காவின் சிறிய அளவிலான பணக்காரச் சமூகத்தால் தவறாகக் கருதப்படுபவர்கள். நாங்கள் சந்தித்துக்கொள்ளும்போது எங்கள் அனுபவங்களைப் பகிர்ந்துகொள்வதுடன் அவற்றைப் புரிந்துகொள்ள முயற்சி செய்வோம். லாலா, நறுமண வத்தி ஏற்றி வைப்பாள். ரம்மியமான இந்திய இசையைக் கேட்க வைப்பாள். இவ்வாறு அமையும் அற்புதமான சந்திப்பில் எங்கள் நட்பைக் கொண்டாடி மகிழ்வோம்.

இறைத்தூதர் வழித்தோன்றல்களின் குடும்பத்தில் பிறந்த பெண்ணான லாலாவுக்குப் பேச்சுத் திறனுடன் எங்கள் உணர்வுகளை உயிர்ப்பிக்கும் திறனும் இருந்தது. அவளைச் சுற்றி அமர்ந்தபடி அவள் பேசுவதை அமைதியாகக் கேட்டுக்கொண்டிருப்போம். அவளது கருத்துகளைச் சுவைத்துக்கொண்டிருப்போம். அவளுடைய பேச்சில் இருந்து வெளியேறும் உண்மை எங்கள் மனதுக்குள் அப்படியே இறங்கும்:

> *நாம் இங்கே கூடியிருப்பது நம் எல்லோருடைய சக்திகளையும் ஒன்று கலக்கச் செய்வதற்குத்தான். நம்மிடம் உள்ள சிறந்த ஆன்மச் சக்தியைத் திரட்டிக் கூட்டுச் சக்தியாக மாற்றுவதும்தான் நம் நோக்கம். இதன் மூலம் நம் ஆதிஞானத்தை அடையும் வழியில் நாம் கைகோர்த்துச் செல்ல முடியும். அது அலைக்கழிப்புக்கு உட்படாத மனங்களின் ஆசிபெற்ற மனித இனத்தின் ஞானமாகும். மற்றவர்கள் சுயநலத்தின் பாரத்தை இனியும் சகித்துக்கொள்ள முடியாத தூய உள்ளத்துடன் இங்கே கூடியிருக்கிறோம். ஆண்கள் நம்மை உழும் நிலங்களாகவும் கருவைச் சுமக்கும்*

வயிறுகளாகவும் வேறு வழியின்றி அடிபணிந்துபோகும் கீழானவர்களாகவும்தான் பார்க்கிறார்கள். சகோதரிகளே! நம் விடுதலைக்கான நேரம் வந்துவிட்டது. அதன் தாளத் தையும் பாடலையும் உற்றுக் கவனித்தாக வேண்டும். நாம் ஒவ்வொருவரும் மாபெரும் சக்திக் கிடங்குகள்; நம் எதிரி களின் கண்களில் இருந்து புறப்பட்டுவரும் எதிர்மறை அலைகளை, நம்முடைய நேர்மறை அலைகளால் அழித்து விடுவோம்; நாம் அவர்களின் ஆசைக்கான போகப்பொருள் இல்லை. நாம் உயிரற்ற பொருட்கள் இல்லை. நாம் உயிரோட்டமான சக்தி நிலையம்; அவை மிக உயர்ந்த மலைகளில் உள்ள சிகரங்களை நோக்கிச் செல்லும். அங் குள்ள காற்றுத் தூய்மையாக இருக்கும். நம் மனதைபோல் மிகவும் தூய்மையாக இருக்கும். நாம் ஏற்கெனவே சரியான பாதையில் நடக்கத் தொடங்கிவிட்டோம். இனியும் தன்னை வலிமையானவனாக நினைத்திருக்கும் ஆணுக்கு, அடிப ணிந்து கிடக்கப்போவதில்லை. அவனது விருப்பங்களுக்கும் ஆசைகளுக்கும் நாம் ஆட்பட்டுத் தியாகம் செய்து வந்தோம். இனி அவ்வாறான அவமதிப்பைப் தொடரவிட மாட்டோம். நம் அடிப்படைச் சக்தியின் சுதந்திரம் நம் கையில்தான் இருக்கிறது. நம் சக்தியெனும் பாலியல் இன்பமும் நம் கையில்தான் இருக்கிறது. சத்தியத்தின் பேரழகு நம் கையில்தான் இருக்கிறது; எனவே அவற்றைக் கையில் எடுத்து முன்னேறுவோம். அச்சம், அவமானம், அடிமைத்தனம், விரக்தி, சமரசம் ஆகியவற்றை அழித் தொழிப்போம். நம் சக்திகள் சங்கமிக்கின்றன; தங்களுக்குள் கருத்துகளைப் பரிமாறி சுதந்திரத்துக்கான இயக்கத்தில் கூட்டுச் சேர்ந்துள்ளன. ஆம், நாம் சுதந்திர மனிதர்களாகி விட்டோம். நிரந்தரமான சுதந்திரம் பெற்றுவிட்டோம். இனிமேல் திரும்பிப் பார்க்காமல் நடந்து செல்வோம். ஏனெனில், நம்மை ஏய்க்கும் இந்த ஆண்களுக்கு நாம் இப்போது அவர்களைவிட வலிமையானவர்களாக இருப் பதும், நம் விதியை, நம் வாழ்வை, நம் சக்திகளைத் தீர்மானிப்பவர்களாக மாறி விட்டோம் என்பதும் தெரியும்.

வாருங்கள், நம் நேர்மறை சக்திகளின் மலை மீது ஏறுவோம். எதிர்மறை சக்திகளை அவர்களிடம் விட்டுவிடுங்கள். அவர்கள் முகம் புதைந்து அங்கேயே கிடக்கட்டும். நம்மைத் தள்ளாட வைக்கவும், விழ வைக்கவும், நம் நிழலில் நடப்பவர்களுடன் நமக்கு இனி எந்த வேலையும் இல்லை. நாம் பேதைகள் அல்ல; நாம் அறிவு படைத்தவர்கள்; நம் ஆதிகாலத்து அலறலால் விளைந்த எதிரொலியின் உதவியுடன் சொந்தமாகச் சிந்திக்கத் தெரிந்தவர்கள். வெளிச்சத்துக்கு வந்தடைந்துள்ளதால், நாம் இப்போது தெள்ளத் தெளிவாக இருக்கிறோம். நாம் புரிந்துகொள்ள முடியாத கடல். நம் சக்தியை, வாழ்வெனும் மரங்கள், வனங்கள் ஆகியவற்றின் இடையே இருந்தும் நெருப்பிலிருந்தும் பெறுகிறோம். நாம் வலிமையானவர்கள். ஒன்றுசேர்ந்து விட்டோம். எனவே இனி ஒரு நாளும் யாருக்கும் பலியாக மாட்டோம்.

இவ்வாறெல்லாம் அவள் கூறியது முற்றிலும் உண்மை. அந்த உண்மைதான் அத்தனை சுயநலன்களுக்கும் அதிபதியாக இருந்த அந்த மனிதனிடம் இருந்து விடுபட எனக்கு உதவியது. இதற்கு நான் லாலாவுக்குதான் கடன் பட்டிருக்கிறேன். யாராவது எனக்கு உதவ வர மாட்டார்களா என நான் ஏங்கும்போதெல்லாம், என் அருகில் இருந்த ஒரே தோழி அவள். நன்றி லாலா. என்னைக் காப்பாற்றியதற்கும் என் கண்களைத் திறந்ததற்கும் நன்றி.

என் கணவன்

எங்கள் மனவேற்றுமைக்கு அவனிடமும் ஆயிரம் காரணங்கள் இருக்கும்தான். இதோ என்னுடைய காரணங்களைக் கேளுங்கள்:

என் கணவனிடம் பல நல்ல குணங்கள் இருக்கலாம். ஆனால், எனக்குத் தெரிந்ததெல்லாம் அவனது குறைகள் மட்டுமே.

என் கணவன் மனதளவில் ஒரு வயதான பிரம்மச்சாரி, வம்புக் காரன், சுயநலவாதி.

என் கணவன் வேகமாகச் சாப்பிடுவான். அது என்னை எரிச்சலடையச் செய்யும்.

என் கணவன் விமானம் புறப்பட மூன்று மணி நேரத்திற்கு முன்னதாகவே விமான நிலையத்துக்குச் சென்றுவிடுவான்

என் கணவன் என்னுடன் மட்டும் கோபமாகவும் பதற்றமாகவும் நடந்துகொள்வான். மற்றவர்களுடன் மிக அன்பாகப் பழகுவான்.

என் கணவன் பொறுமை இழப்பவன்.

என் கணவன் குறட்டை விடுவான். உறங்கும்போது அடிக்கடிப் புரண்டு படுப்பான்.

என் கணவன் கார் ஓட்ட விரும்புவதில்லை; நான் ஓட்டும் விதத்தையும் சகித்துக்கொள்ள மாட்டான்.

என் கணவனுக்கு யாரையும் பிடிக்காது. தனிமையையே அதிகம் விரும்புவான்.

என் கணவன் வெகுளி, பலவீனமானவன். எடுத்த முடிவில் உறுதியாக நிற்காதவன்.

என் கணவன் ஒரு ஏமாளி. அவனுடைய நெருங்கிய நண்பர்களே அவனை ஏமாற்றியிருக்கின்றனர். (எத்தனையோ பெண்கள் தங்கள்

புன்னகையால் அவனை ஏமாற்றியிருக்கிறார்கள்; அவனுடைய முகவர்கள் அவனிடம் நிறையத் திருடியிருக்கின்றனர்)

என் கணவனுக்குக் கறுப்பு - வெள்ளைத் திரைப்படங்கள் பிடிக்கும். தனக்குப் பிடித்த படங்களிலிருந்து உரையாடல்களை மேற்கோள் காட்டும் வழக்கம் அவனிடம் உள்ளது. அது எனக்கு எரிச்சலாக இருக்கும்.

என் கணவன் ஒரு இரட்டை நாக்கு (இந்தப் பெயர் எனக்கு மிகவும் பிடிக்கும். ஏனெனில், அவனுடைய குணத்துக்கு அது அப்படியே பொருந்தும். மேலும், இது அவனைக் கோபமடையச் செய்யும்.)

என் கணவன் எல்லாவற்றிலும் தோல்வி அடைவான்; வெற்றி பெற்றிருந்தால் அது தற்செயலாக நடந்திருக்கும்.

என் கணவனுக்கு அடித்துக்கொள்வது பிடிக்காது. தனக்குச் சண்டை பிடிக்காது என்று சொல்லிக்கொள்வான்.

என் கணவன் வீடு தங்காத (அடிக்கடி) தந்தை.

என் கணவனுக்கு எந்தக் கனவோ, கற்பனையோ எதுவுமில்லை (அவனது ஓவியங்களே அதற்கு ஓரளவு சாட்சியாக இருக்கும்).

என் கணவன் ஒருபோதும் கஞ்சா புகைத்ததில்லை, வோட் காவும் அருந்தியது இல்லை.

என் கணவன் என்றைக்கும் குடிபோதையில் இருந்ததில்லை. நிலை தடுமாறியது இல்லை.

நான் மது அருந்தும்போதும், சிகரெட் புகைக்கும்போதும் என் கணவன் என்னைத் திட்டுவான்.

என் கணவன் ஒரு அரேபியன். அரேபியருக்கே உரிய அத்தனைக் குறைகளும் பழமை வாதங்களும் அவனுக்குள் உண்டு.

என் கணவனுக்குச் சரியாகப் பாட வராது.

என் கணவனுக்கு ஆவிகள், ஆன்மா, எண்ண அலைகள் மூலம் பரவும் சக்திகள் ஆகியவற்றின் மீது நம்பிக்கை இல்லை.

என் கணவன் தயாளக்குணம் இல்லாதவன். ஒருவேளை தவறிப்போய் ஓவியம் ஒன்றை அன்பளிப்பாகத் தருகிறான்

என்றால் அது சிறியதாக இருக்கும் அல்லது கையொப்பமில்லாமல் தருவான்.

என் கணவன் தேவையற்ற முன்னெச்சரிக்கை உணர்வு கொண்டவன்.

என் கணவன் பலமில்லாத ஆணாதிக்க நபர்.

என் கணவன் மரம் போன்றவன். ஆனால், அடிமரம் அரித்துப் போய், பட்ட மரமாக நிற்பவன்.

என் கணவன் இங்கிதம் இல்லாதவன். அவன் இழைத்த தவறு களின் பட்டியலை என் தோழிகளில் ஒருத்தி வைத்திருக்கிறாள்.

என் கணவன் ஓவியம் தீட்டாத நேரத்தில் வாசிப்பதுபோல் காட்டிக்கொள்வான். ஆனால் வாசிக்கும்போது தூங்கிவிழுவான்.

என் கணவனுக்குத் திரைப்படம் பார்த்துக்கொண்டே பகலில் தூங்கப் பிடிக்கும். பல முறை ஏற்கெனவே பார்த்த பழைய திரைப்படமாக அது இருக்கும்.

என் கணவனுக்குப் பொய் சொல்லத் தெரியாது.

என் கணவன் மிக மோசமான துரோகி.

என் கணவன், ஒரு கணவனுக்கான தகுதி சிறிதும் இல்லாதவன்.

என் கணவன் பெண்களை அதிகம் நேசிப்பதாகச் சொல்லிக் கொள்வான். அது தவறு. தன் மனைவியைக்கூட நேசிக்க இயலாதவன் அவன்.

வெறுப்பு

ஒருவரை வெறுக்க அந்த நபரை அதிகமாக நேசித்திருக்க வேண்டும் என்று தெரிகிறது. அதுதான் என் நிலையாகவும் இருக்கலாம். நான் ஃபுலானை நேசித்தேன். ஆனால், வேண்டா வெறுப்புடன்தான் நேசித்தேன். என் அம்மா சொல்வதுண்டு, "மகளே! நேசம் என்பது காலம் செல்லச்செல்ல வருவது. உன் அப்பா முதன் முதலில் அறிமுகமானது முதலிரவின்போதுதான். அவருடன் வாழவும் அவரைப் புரிந்துகொள்ளவும் பழகினேன். அதன் பிறகு கொஞ்சம்கொஞ்சமாக நாங்கள் இருவரும் சேர்ந்து வாழப் பிறந்தவர்கள் என்பதைப் புரிந்துகொண்டோம். எனவே, பொறுமையாக இரு மகளே. நேசம்தான் வாழ்க்கை. அந்த வாழ்க்கை நிம்மதியாகவும் இனிமையாகவும் இருக்கட்டும்." அம்மா கூறியதை எல்லாப் பெண்களையும்போல் நானும் நம்பினேன். அவனை ஆராதித்தேன். என் மன்னனைப் போலவும், இளவரசனைப் போலவும் கருதினேன்; நான் நம்பக்கூடிய, தோள் கொடுக்கக்கூடிய வலிமையான மனிதனாக நினைத்தேன். ஆரம்பத்தில் சில இனிமையான நாட்களை இருவரும் அனுபவித்தோம். என்னை நன்றாகக் கவனித்துக்கொண்டதுடன், குறிப்பாக, நான் கர்ப்பமாக இருந்தபோது அதிக அக்கறை செலுத்தினான். என்னிடம் நேர்மையாக இருந்ததுடன், என்னை விட்டு ஒரு நொடிகூட விலகிச் செல்ல மாட்டான். வீட்டுப் பொருட்கள் வாங்குவதுடன், பணிப்பெண் வராத நாட்களில் அவன்தான் பாத்திரங்கள் கழுவி வைப்பான்; துவைத்த துணிகளை இஸ்திரிக்குக் கொண்டு செல்வான். நான் ஓய்வெடுக்கும்போது அவன்தான் தூசு அகற்றும் கருவியை இயக்குவான். இவற்றையெல்லாம் பார்த்துவிட்டு இவ்வாறு நினைப்பேன்: 'பெரிய கலைஞன் ஒருவன் வீட்டைத் துடைப்பதை, அதற்கென அணிந்திருந்த உடையுடன் படமெடுத்து பத்திரிகைக்கு அனுப்ப வேண்டும்.' நான் வேடிக்கையாக அப்படி

நினைத்தேன். அப்போது அவன் வேறு ஒருவனாக இருந்தான். உண்மையில், அந்த அளவுக்குக் கனிவாக அவன் என்னை நடத்தியதற்குக் காரணம், அவனுக்கும் அவன் குடும்பத்துக்கும் நான் பிள்ளை பெற்றுத் தருபவளாக இருந்ததுதான் என்பது தாமதமாகத் தான் எனக்குத் தெரியவந்தது. அவனுடைய அண்ணி, "அவளுக்குச் சேரவேண்டிய தொகையைத் தந்து அவளை அனுப்பிவிட வேண்டும். குழந்தையை நாம் நல்ல விதமாகக் கவனித்துக் கொள்ளலாம்" என்று கூறினாள் என்று கேள்விப்பட்டேன். அவள் முகத்தில் அமிலத்தை வீச வேண்டும் என்று நினைத்தேன். ஆனால், கோபத்தைக் கட்டுப்படுத்திக்கொண்டேன். 'எல்லாம் சரியாகிவிடும்' என்று நினைத்தேன். அப்போதும், 'இந்த நிலை மாறும்' என்று நினைக்கவில்லை. ஏனெனில், அது என்றைக்கும் மாறாது என்று எனக்குத் தெரியும். அவனும் அவர்கள் கூறுவதை ஆமோதித்தபடி இருந்ததால் எனக்காகப் பரிந்து பேச முன்வரவில்லை. அதில் எனக்கு எவ்வித சந்தேகமும் இல்லை.

இன்று அவனை வெறுக்கிறேன் என்பதை ஒப்புக்கொள்கிறேன். அவனுக்குக் கெட்டது நடக்க வேண்டும் என்று மட்டும் நான் விரும்பவில்லை. அதை விடவும் அதிகமாக ஏதாவது நடக்க வேண்டும். அவன் இங்கு இல்லாதபோதுதான் நான் அமைதியாக இருக்கிறேன். அவன் இருந்துவிட்டாலேபோதும், அவன் உடல் நிலை மோசமாக உள்ள இந்த நிலையிலும் எனக்கு உடலெல்லாம் கோபத்தில் கொதிக்கத் தொடங்குகிறது. ஒருநாள் அவன் என்னிடம், " வெறுப்பு என்பது எளிதில் வரக்கூடிய உணர்வு, நேசம் அப்படியல்ல, சிக்கலானது, பல பாதுகாப்பு வளையங்களைத் தாண்டி அனுமதித்தாக வேண்டும்" என்றான். இவையெல்லாம் வெற்று உளறல்கள். இது போன்ற விளக்கங்களைச் சொல்வது என்னை மட்டம் தட்டுவதற்காகதான். ஏதோ அவன் மட்டும் தத்துவவியல் படித்திருக்க, நான் படிக்காதவள் என்பதைச் சுட்டிக் காட்டவும்தான். வேலைப்பாடுடன் கூடிய அலங்கார விரிப்புத் தொடர்பான பிரச்சினைபோல்தான் அது. அதாவது வரவேற்பறையில் உள்ள வட்ட மேசை மீது அதனைப் போட வேண்டும் என்று அவன் விரும்பினான்; அவன் நினைக்கும் அளவுக்கு நான் ஒன்றும் தெரியாதவள் இல்லை. அதனை அங்கு இருந்து அகற்றியதற்குக் காரணம், கலைநயம் உள்ள பொருள் ஒன்று, சட்டமிடப்

பட்டுப் பாதுகாக்கப்பட வேண்டுமே தவிர மேசையை மூடப் பயன்படக் கூடாது. மேலும் அது அழுக்கடைந்து கிழிந்து போகும் அபாயமும் உண்டு. வேண்டுமானால் எங்கள் அறையில் உள்ள பெரிய பாதுகாப்புப் பெட்டகத்தைப் போய்ப் பார்க்கட்டும். அதனை எவ்வளவு கவனமாகப் பாதுகாத்து வைத்திருக்கிறேன் என்பது புரியும்.

அவன் இல்லாமல் போனால் நல்லது என்று சில நேரம் நான் எண்ணியிருக்கிறேன். எல்லோருக்கும் ஏதாவது ஒரு நாளில் இது போன்ற ஆசைகள் சில நொடிகளாவது வந்துபோகும். இரவு விருந்து ஒன்றின்போது கவர்ச்சிகரமான வெள்ளைக்காரப் பெண் ஒருத்தியுடன் விடாமல் பேசிக்கொண்டிருந்தான். நான் திடீரென பொறுமை இழந்தேன். என் பையை எடுத்துக்கொண்டு விருந்தை விட்டு வெளியேறினேன். கார் நிறுத்தும் இடம்வரை என் பின்னால் வந்தான். கார் கதவின் கைப்பிடியைக் கெட்டியாகப் பிடித்திருந்தான். நான் சட்டென காரைக் கிளப்பினேன். அவன் தடுமாறி கீழே விழுந்தான். காரைப் பின்னால் கொண்டுவராமல் தொடர்ந்து போய்க்கொண்டிருந்தேன். எங்கள் பின்னால் வேறு கார் ஏதாவது வந்திருந்தால் அவன் மீது மோதி இருக்கும். முகத்தில் இரத்தக் காயத்துடன் எழுந்துகொண்டான். உண்மையில் கவலைப்படும் அளவுக்கு அதிகமான பாதிப்பு எதுவும் இல்லை. சிறு சிராய்ப்புகள்தான் என்பதைப் பிறகு தெரிந்துகொண்டேன். அந்த விருந்தில் நடந்த சின்னச் சின்ன விஷயங்கள்கூட நன்றாக நினைவில் உள்ளன. நீண்ட நாட்கள் இந்தப் பிரச்சினைக்காக என்னைக் கடிந்துகொண்டான். விழுந்தபோது உதவிக்கு வராமல், தனியாகவே வீடு திரும்ப வைத்துவிட்டதைச் சொல்லிக்காட்டினான். எனக்கு அவனால் ஏற்பட்ட எரிச்சலுக்குப் பிறகு எதுவும் நடக்காததுபோல் நான் எப்படி கார் கதவை அவனுக்குத் திறந்துவிடுவேன். அவன் சீனாவில் இருந்து வீடு திரும்பியபோது விமான நிலையத்துக்கு கார் எடுத்துக்கொண்டு செல்லாததற்கும் ஏறக்குறைய இதே உணர்வுதான் காரணம். தன்னுடன் என்னை சீனாவுக்கு அழைத்துச்செல்ல மறுத்ததற்காக அவனைத் தண்டிக்க விரும்பினேன். வேறு ஒருத்தியுடன் சென்றிருப்பானோ என்ற சந்தேகமும் எனக்கு இருக்கிறது. ஆகவே, அவன் உடல்நலமாக இருந்தாலும் இல்லாவிட்டாலும் எப்படி இருந்தாலும் அவனுக்கு கார் ஓட்ட எனக்கு விருப்பமில்லை.

நான் கடுமையாக நடந்துகொள்பவள்தான். மறுக்கவில்லை. அவனுக்குத்தான் தெரியுமே. பிறகு எதற்காக என் கோபத்தை இப்படி விடாமல் கிளறிக்கொண்டிருக்க வேண்டும்?

மற்றவர்கள்போல் அவனை நான் ஆராதிக்கவில்லை என்று குறைபட்டுக்கொள்கிறான். அவன் சொல்வது உண்மைதான். ஆனால், பெரிய ஓவியனாக இருந்தாலும், கீழ்த்தரமாக நடந்து கொள்ளும் கணவனாக உள்ள ஒருவனை எப்படி ஆராதனை செய்ய முடியும்? அவன் கலைஞனாக இருப்பதில் எனக்கு எந்த ஆர்வமும் இல்லை. ஏனெனில், எந்த வகையிலும் அதனால் எனக்குப் பயனில்லை. ஃபுலானின் மனைவியாக இருப்பது, மற்ற வர்கள் கண்களுக்கு வேண்டுமானால் பெரிய அதிர்ஷ்டமாகத் தெரியலாம். என்னைப் பொறுத்தவரை அது பெரும் நரக வேதனை. தன்னை ஓவியர் பிக்காஸோவுடன் இணைத்துப் பார்ப்பான். பிக்காஸோவின் முரட்டுச் சுபாவத்தையும் காதல் லீலைகளையும் சிலாகிப்பான். அவருடைய இந்தக் குணங்களை வெளிப்படை யாகக் காட்டிய திரைப்படம் ஒன்றை நாங்கள் இருவரும் சேர்ந்தே பார்த்திருக்கிறோம். எனக்கு ஃபுலான் மீது மரியாதை இல்லை. நான் அவனை வெறுக்கிறேன். மேலும், உடல் நலிவடைந்திருக்கும் அவனது நிலை காரணமாக அவன் மீது எனக்கு அனுதாபம் ஏற்படவில்லை. அவனைப் பார்க்கும்போதெல்லாம் என் இளமை நாட்களைத் தவறாகப் பயன்படுத்திய பின் என்னைக் கைவிட்ட பிசாசாகவும் துரோகியாகவும்தான் பார்க்கிறேன். இதற்கெல்லாம் நான்தான் காரணம் என்று சொல்வான். அவனுக்கு ஏற்பட்ட உடல் பாதிப்புக்கு நான்தான் காரணம் என்று எளிதாகக் குற்றம்சாட்டி விட முடியும். மருத்துவர் ஏற்கெனவே அவனை எச்சரித்திருந்தார். உணவுக் கட்டுப்பாடு வேண்டும் என்றும், இனிக் குடிக்கக் கூடாது, புகைக்கக் கூடாது என்று அறிவுரை வழங்கியிருந்தார். ஆனால், அவனோ எதையும் பொருட்படுத்தாமல் முப்பது வயது இளைஞனாகத் தன்னை நினைத்துக்கொண்டு எதையும் விட வில்லை. நாங்கள் ஊர்ப் பயணம் செய்யும்போது, எப்போதுமே அசாதரணமான படபடப்புடன் தேவையற்ற கவலையுடனும் மன உளைச்சலுடனும் இருப்பான். விமான நிலையத்திற்குக் குறிப்பிட்ட நேரத்திற்குப் பல மணி நேரம் முன்னதாகவே போய்க் காத்திருப்பான். உடமைகளைத் தூக்கிச் செல்லப் பிடிக்காது;

வரிசையில் நிற்பதை வெறுப்பான். யாரோ தன் இருக்கையைப் பறித்துக்கொள்வார்கள் என்பதைப்போல் விரைவாகச் சென்று பயண இருக்கையில் உட்கார அவசரப்படுவான். இந்தப் பரபரப்பு என்னைச் சந்திக்கும் முன்பே அவனிடம் இருந்து வந்தது. எனவே, மன அழுத்தம், அதனுடன் ஒழுக்கக்கேடான வாழ்க்கைமுறை, பெண் நண்பர்களுடன் போதைப் பொழுதுகள், எப்போதும் உணவு செலவுக்கான தொகையை அவனே செலுத்துவான் என்பதால் அவனுடன் வரும் நண்பர்களோடு கலந்துகொள்ளும் விருந்துகள் என இவை யாவும் சேர்ந்துதான் அவனது பக்கவாதப் பாதிப்பாக உருவெடுத்தது. இதில் என் பங்கு உண்டு என்றால், இந்தப் பாதிப்பைத் துரிதப்படுத்தியதாகத்தான் இருக்கும். அவனது உடல்நிலை ஓரளவு தேறியது. இமானால்தான் அது சாத்திய மானதாக அவன் கூறுவான். அவனுக்குச் செவிலிப் பெண்ணாகப் பணியாற்ற வந்ததாகச் சொல்லிக்கொண்டு வந்த அவளோ, அவனது உடல்நிலை இந்த நிலையில் இருக்கும்போதும் படுக் கையைப் பகிர்ந்துகொண்டவள். நான் இல்லாத நேரத்தில் அவர் களுக்குள் என்ன நடந்திருக்கும் என்பதை என்னால் ஊகிக்க முடியும். இமானின் முகத்தில் இவை அனைத்தையும் லாலா படித்துவிட்டாள். பலவீனமாகிப்போன ஒருவனை நன்கு பயன் படுத்திக்கொள்ளப் பார்த்த அலைச்சல் மிகுந்த பெண் அவள். அவன் விஷயத்தை நானே கவனிக்க ஆரம்பித்தேன். இந்நேரம் நான் எடுத்த இந்த முடிவை நினைத்து அவள் வருந்திக்கொண்டிருப்பாள்.

நான் ஃபுலானை விடப்போவதில்லை. என்றைக்கும் அவனை நிம்மதியாக விட மாட்டேன். அவனது பொறுப்புகளை அவன் உணர்ந்தாக வேண்டும். அவனது உடல்நிலை, மனநிலை, கோப தாபங்கள் ஆகியவற்றைப் பற்றி எனக்கு எந்தக் கவலையும் இல்லை. பழிவாங்கும் என் மனதின் தாகம் அடங்கும்வரை அவனை வெறுப்பதை என்னால் நிறுத்த முடியாது. என்றாவது ஒரு நாள், என் வாழ்க்கையை நான் மாற்றியமைப்பேன். அதற்கு முன் அவன், தான் செய்த கொடுமைகளுக்குப் பரிகாரமாகப் பலவற்றை அனுபவித்திருப்பான். எனக்கு இழைத்த தீங்குகளுக்காக அவன் வருந்தும் வரையில், எல்லோர் முன்னிலையிலும் மன்னிப்புக் கோரும் வரையிலும் அவனை விடப்போவதில்லை. அவனைக் கை விட்டதற்காக அதிகப் பெருமையும் கர்வமும் அடைகிறேன்.

என் உடல் முழுக்க வெறுப்பு நிறைந்துள்ளது. என்னை உலுக்கிப் பார்த்தால், என்னிடமிருந்து விஷம் சொட்டுவதை நீங்கள் பார்க்கலாம்.

நான் அவனது உடல் வாசத்தை வெறுக்கிறேன்.

அவனது நடையை வெறுக்கிறேன்.

அவனது வாய் நாற்றத்தை வெறுக்கிறேன்.

அவனது வாயை வெறுக்கிறேன்.

அவனது எரிச்சலூட்டும் சிரிப்பை வெறுக்கிறேன்.

அவனது அவநம்பிக்கையை வெறுக்கிறேன்.

அவனுடைய நண்பர்களை வெறுக்கிறேன்.

எச்சில் ஒழுக அவன் வேகவேகமாகச் சாப்பிடுவதையும் வெறுக்கிறேன்.

அவனது மன அழுத்தங்களையும் பரபரப்பையும் வெறுக்கிறேன்.

என் தூக்கத்தைக் கெடுக்கும் அவனது தூக்கமின்மையை வெறுக்கிறேன்.

அவனது பலவீனத்தை வெறுக்கிறேன். பதிலுக்கு எதுவும் செய்யாமல் இருப்பதையும் வெறுக்கிறேன்.

அவனது வெடிச் சிரிப்பை வெறுக்கிறேன்.

அவன் அருந்தும் சிங்கிள் மால்ட் விஸ்கியை வெறுக்கிறேன்.

அவன் கவனமாகப் பாதுகாக்கும் குயூபா சுருட்டுகளை வெறுக்கிறேன்.

அவன் வைத்திருக்கும் விலை உயர்ந்த கடிகாரங்களை வெறுக்கிறேன்.

அவன் உடலுறவு வைத்துக் கொள்ளும் முறையை வெறுக்கிறேன்.

அவனது நீண்ட மௌனங்களை வெறுக்கிறேன்.

எதையும் கண்டுகொள்ளாமல் இருக்கும் அவனது போக்கை நான் வெறுக்கிறேன்.

மதத்தைப் பொறுத்தவரை அவனது சந்தர்ப்பவாதத்தை நான் வெறுக்கிறேன்.

நீண்ட நாட்கள் அவன் வீட்டை விட்டு வெளியே சென்று விடுவதை வெறுக்கிறேன்.

எல்லாவற்றிலும் தன்னையே முன்னிலைப்படுத்தும் அவனது குணத்தை வெறுக்கிறேன்.

அவனது இடுப்பைச் சுற்றியுள்ள தொங்கு சதைகளை வெறுக்கிறேன்.

திரைப்படம் மீது அவனுக்குள்ள மோகத்தை வெறுக்கிறேன்.

ஒலி அளவை உயர்த்தி வைத்து அவன் கேட்கும் ஜாஸ் இசையை வெறுக்கிறேன்.

என்னைச் சந்திப்பதற்கு முன் அவனுக்கு அறிமுகமான அத்தனைப் பெண்களையும் வெறுக்கிறேன்.

என்னைத் தவிர அவன் விரும்பிய அத்தனைப் பெண்களையும் வெறுக்கிறேன்.

மௌனமாக அவன் புரியும் வன்முறையை வெறுக்கிறேன்.

அவனுக்குள்ள சில பழக்கவழக்கங்களை வெறுக்கிறேன். (அவனுக்கு நெருக்கடி ஏற்படும்போது கீழுதட்டைக் கடித்துக் கொள்வான்.)

வேறு பெண்ணுடன் சல்லாபத்தில் ஈடுபடுவதற்கு முன் உறுதிப் படுத்திக்கொள்ள அவன் எடுக்கும் தொலைபேசி அழைப்புகளை வெறுக்கிறேன். (தரைவழி இணைப்புக்குத் தொடர்புகொள்வான். இதன் மூலம் நான் வீட்டில்தான் இருக்கிறேன் என்பதை உறுதி செய்துகொள்வான்.)

அவனது ஓவியக்கூடம், அவனது ஓவியம், அவன் பயன் படுத்தும் கட்டில், ஓய்வு இருக்கை, பைஜாமா, பல்துலக்கி, சீப்பு, மழிப்பான், குளியலறைப் பொருட்கள், சுருக்கமாக அவனது உடமைகள் அனைத்தையும் வெறுக்கிறேன். குறிப்பாக, எப்போதும் அவனை விட்டுப் பிரியாத தோலினால் ஆன அந்தச் சிறிய பெட்டியை வெறுக்கிறேன்.

அவனை அழித்து விட வேண்டும் என்று கனவு காண்கிறேன்.

அனைத்தும் பறிக்கப்பட்ட நிலையில் எந்தத் துணியும் இல்லாமல், முதல் திருமணநாள் அன்று நான் அவனுக்கு அன்பளிப்பாக அளித்த வெள்ளைத் துணியால் போர்த்திப் படுக்கவைக்கத் தயாராக இருக்கும் நிலையில், என் கருணைக்கு ஏங்குபவனாக என் காலடியில் கிடப்பதைப் பார்க்கத் துடித்தேன்.

சில நேரங்களில் நானும் தூக்கமின்மையால் கஷ்டப்படுவேன். ஓவியன் மட்டும் இந்தப் பிரச்சினைக்கு ஏகபோக உரிமை கொண்டாட முடியாது. அதுபோன்ற நேரத்தில் என் வாழ்க்கை முறையை மாற்றி அமைத்து நிலைமை ஒழுங்குக்கு வருமாறு பார்த்துக்கொள்வேன். அதன் பிறகு அவனுக்குக் கெடுதல் செய்யவும் அழிக்கவுமான வழிகளைப் பற்றிச் சிந்திப்பதில் மகிழ்வேன். இது போன்ற தூக்கமில்லாத இரவுகளின்போது, என் பழிவாங்கும் உணர்வு உயிர்ப்புடன் இருப்பதுடன் இரட்டிப்பாக வெகுண்டு எழும்; இதன் மூலம் பல திட்டங்களைத் தீட்டுவேன்.

★ அவனது ஓவியக்கூடத்திலிருந்து நான் திருடிவந்த பழைய கையெழுத்துப் பிரதிகளைத் தீயிட்டுக் கொளுத்த வேண்டும். அது ஒரு குற்றச் செயல் என்று எனக்குத் தெரியும் என்றாலும் அது அவனைத் துன்புறுத்தும் என்றால் அதுதான் எனக்கு முக்கியம்.

★ அவனுடைய ஆசை நாயகிகளைத் துன்புறுத்துவதற்கான திட்டத்திற்கு இறுதி வடிவம் தர வேண்டும். அவர்களது தொடர்பு எண்கள் எனக்குக் கிடைத்துவிட்டன. அதன் பிறகு நான் எடுத்த நடவடிக்கைகள், என் வாழ்க்கையைக் கெடுத்த அந்த எதிரிகளின் நிலை எல்லாவற்றையும் அவனுக்குத் தெரியப்படுத்த வேண்டும்.

★ அவனது வங்கிக் கணக்கில் உள்ள தொகை முழுவதையும் என் பெயருக்கு மாற்றும் அதிகார ஆவணத்தில் (ஏற்கெனவே தயாராக இருக்கிறது) அவன் கவனக் குறைவாக இருக்கும் நேரத்தைச் சாதகமாக்கிக் கொண்டு, கையொப்பத்தைப் பெற வேண்டும் பணம் என்றால் அவனுக்குக் கொள்ளைப் பிரியம் என்பதால், விஷயம் தெரியவந்தால் அவனுக்குப் பைத்தியம் பிடித்துவிடும்.

★ என் கண்காணிப்பிலும் பராமரிப்பிலும் சட்டபடி இருக்க வைக்க, சிறப்பு மருத்துவர்களை வரவழைத்து, 'எந்தப் பொறுப்புகளை ஏற்கும் நிலையில் அவன் உடல்நிலை இல்லை' என்ற சான்றிதழைப் பெற வேண்டும்.

★ அவன் சிறுநீர் கழிக்கும் நேரத்தைக்கூட நான்தான் முடிவு செய்வேன். அவன் எத்தனை முறை கூப்பிட்டாலும் அவனைக் கழிவறைக்கு அழைத்துச்செல்ல வர மாட்டேன். தன் கால்களில் சிறுநீர் தோய்ந்து கிடந்து, அதை அவன் உணரும்படிச் செய்தால் எப்படி இருக்கும் என்று யோசித் துப்பார்க்கிறேன். இவ்வாறெல்லாம் அவன் அவமதிக்கப் படுவான்.

இன்னும் சில திட்டங்கள் இருக்கின்றன; ஆனால், படிப் படியாக முன்னேறலாம் என இருக்கிறேன். இதில் அவசரமோ முன்னேற்பாடு இல்லாத செயல்பாடோ கூடாது.

நேசம்

எனக்குள் இப்போது ஒரு கேள்வி எழுகிறது. நான் அந்த மனிதனை நேசித்ததுண்டா? ஒருவேளை அவனை நான் சரியான முறையில் நேசிக்கவில்லையோ என்று நினைக்கிறேன். ஆனால், என் மனதில் இருந்த அனைத்தையும் கொட்டிவிட்ட பிறகு, நன்றாக யோசித்த பிறகு, எல்லாவற்றையும் பேசிய பிறகு, இப்போது என்னால் உறுதியாக ஒரு விஷயத்தைச் சொல்ல முடியும். என்னை வழிநடத்தியது நேசம் மட்டுமே. அது சராசரி நேசமில்லை. காரணமோ காரியமோ எதற்கும் கட்டுப்படாத நேசம். வித்தியாசமானதொரு நேசம். அவனை நேசித்தாக வேண்டிய கட்டாயத்தில் இருந்தேன். ஏனெனில், எனக்கு வேறு வழியில்லை.

வெகு தூரத்திலிருக்கும் ஒரு சிலரே அறிந்திருந்த ஊரிலிருந்து நான் வந்திருக்கிறேன். ஒருநாள் என் வீட்டில் நடந்த திருமண நிச்சய நிகழ்ச்சி எனக்குத் தர்மசங்கடத்தை ஏற்படுத்தியது. என்னைச் சுற்றிலும் இருந்தவர்களைப் பார்த்தபோது, அங்குள்ள அனைத்தும் ஃபுலானுடன் நான் நடத்தும் வாழ்க்கைக்கு அந்நியமாகத் தோன்றின. அந்த மக்களுக்கும் எனக்கும் பெரிய இடைவெளி இருப்பதைப்போல் உணர்ந்தேன். ஒரு பக்கம் வாழ்க்கையில் அனைத்தும் அமைந்து திருப்தியாக இருக்கும் பெண்கள், நன்றாகப் பசியாறி சந்தோஷமாக இருக்கும் ஆண்கள், அதே நேரத்தில் மற்றொரு பக்கம் தூசும் அழுக்கும் மண்டிக்கிடக்கும் கூடம் ஒன்றில் கேட்பாரற்று விடப்பட்ட குழந்தைகள்; இவர்களுக்கும் எனக்கும் வெகு தூரம் என்று தோன்றியது. என் அத்தையின் மகள் அண்மையில்தான் குழந்தை பெற்றிருந்தாள். அவளை உற்றுப் பார்த்துக்கொண்டிருந்த எனக்கு ஒரு சந்தேகம் எழுந்தது. "அவளுக்கும் அவளுடைய கணவனுக்கும் இடையில் நேசம் இருக்குமா?" அவர்களைக் கவனித்தேன், இருவரும் தத்தமது வேலையில் மும்முரமாக ஈடுபட்டிருந்தனர். அவள் உணவு

சமைப்பதிலும், அவளுடைய கணவன் தன் நண்பர்களுடன் சீட்டு ஆடுவதிலும் தீவிரமாக இருந்தனர். வாழ்க்கைப் பாதையின் வழியில் தென்படும் அத்தனை விஷயங்களையும் துடைத்துக் கொண்டே போவதுதான் உண்மையான மகத்தான நேசம். அத்தகைய நேசத்தை எங்குத் தேடியும் என்னால் பார்க்க முடியவில்லை. நிச்சயமாக இந்த வீட்டில் இல்லை. இங்கு அனைத்தும் அதனதன் இடத்தில் ஒரு ஒழுங்குக்குக் கட்டுப்பட்டு இருந்தன. பூசலுக்கான எவ்வித அறிகுறியும் பார்க்க முடியாது. பெண்கள் தங்கள் கடமையைச் செய்வார்கள். ஆண்கள் தங்கள் வேலையைப் பார்ப்பார்கள். இயற்கையும் மரபும் தங்களுக்கான நியதியில் இயங்கி வந்தன. மகிழ்ச்சியும் பேரின்பமும் நிலவும் இந்த இடத்திற்கு நான் பொருந்தாத, அழையா விருந்தினராக உணர்ந்தேன். குறிப்பாக, இவர்களது அமைப்பைக் கெடுக்கும் விதமாக எதையும் செய்யக் கூடாது. நான் ஓரமாக ஒதுங்கி நின்று, மகிழ்ச்சியை அனுபவிப்பதில் அவர்களுக்கென ஒரு முறை, மரபு இருப்பதைக் கவனித்தேன். எவ்விதத்திலும் அதை என்னால் புரிந்துகொள்ள முடியாது. என் பிறந்த மண்ணிலேயே நான் ஒரு அந்நியப் பெண்ணாகிப் போனேன். இத்தனைக்கும், நம் வேர்கள் நம்மை விட்டு எப்போதும் விலகிச் செல்லாது என்று என் அப்பா பலமுறை கூறியிருந்தார். இருக்கலாம், ஆனால், என் வேர்கள் என்னுடன் வரவில்லை. சொல்லப்போனால் என்னை அவை கைவிட்டு விட்டன. அவற்றைத் தேடியும் பார்த்திருக்கிறேன். ஆனால், எனக்குக் கிடைத்ததெல்லாம் வெறுத்துப்போன பரிதாபத் துக்குரிய நாட்டுப்புறப் பெண் ஒருத்தியின் நகைப்புக்குரிய தடயங்கள்தான்.

காதல் என்பதைப் புதினங்களிலும் மர்சேய் நகரத்தில் பார்த்த சில திரைப்படங்களிலும்தான் பார்த்திருக்கிறேன். என்னை அப் படங்களில் அல்லது புதினங்களில் வரும் கதாநாயகியாக நினைத்துக் கொள்வேன். இறுதியாக வெற்றிக் களிப்புடன் மகிழ்ச்சியாகக் கதாநாயகனின் தோள்களில் சாய்ந்திருப்பதாகக் கற்பனை செய்வேன். நடிப்புக் காதலுக்கும் நிஜக் காதலுக்கும் இடையிலான வித்தியாசத்தை நான் சரியாகப் புரிந்துகொள்ளவில்லை.

பதினெட்டு வயதிலும் எனக்குள் எழுந்த கேள்வி: யாரைக் காதலிப்பது? யார் மீது நேசம் வைப்பது? என்னைச் சுற்றி

இருந்தவர்களில் யார் மீதும் எனக்கு ஈர்ப்பு உண்டாகவில்லை. நான் காதலிக்கத் தயாராக இருந்தேன். நாடக மேடையில் திடீரெனத் தோன்றுவதுபோல் என் காதலன் என் எதிரில் தோன்றுவான் என்று காத்திருந்தேன். அவ்வாறு வர இருப்பவனைப் பற்றிய நம்பிக்கை இருந்தது. அவனை மனக்கண்ணில் வரைந்து பார்த்தேன். அவனது உருவத்தை உருவாக்கி வைத்தேன். அவனுக்குப் பெரிய கண்கள், பெரிய இடுப்பு, எடுப்பான தோற்றம், அழகு, நல்ல குணங்கள் என எல்லாம் வழங்கினேன். நான் அவனை வரவேற்கத் தயாராக இருந்தேன். என் படிப்பைச் சுமாராகத்தான் தொடர்ந்தேன். ஒவ் வொரு இரவிலும் என் காதலன் வருகைக்காகக் காத்திருந்தேன்.

ஃபுலானைச் சந்தித்த அந்த நாளில் என் கவனம் சிதறியிருந்தது. நான் எங்கேயோ பார்த்துக்கொண்டிருந்தேன். அவன்தான் வலிய வந்து என்னை அழைத்து என் பூர்வீகம், என் நிகழ்கால வாழ்க்கை, என் எதிர்காலம் எனப் பல விஷயங்களைப் பற்றி விசாரித்தான். என் வலது கையைப் பிடித்துக்கொண்டு கைரேகை பார்ப்பதுபோல் காட்டிக்கொண்டான். பிறகு இடது கையைப் பிடித்துக்கொண்டு அதேபோல் பாவனை செய்தான். அவன் கூறியவை எல்லாம் சரியாக இருந்தன. அவனிடம் அதிக உள்ளுணர்வு இருந்தது. மொராக்கோவைப் பற்றியும் பிரான்ஸ் பற்றியும் நீண்ட நேரம் பேசினான். அத்துடன், கலை குறித்தும், நீண்ட விடுமுறைப் பயணங்கள் மீது தனக்குள்ள ஆர்வம் குறித்தும் பேசினான். என் கண்களுக்கு அவன் அழகாகத் தெரிந்தான்; என்றாலும் அவனிடம் உள்ள ஏதோ ஒன்று என்னைத் தொந்தரவு செய்தது. என்னிடம் பேசிக்கொண்டே மற்ற பெண்களையும் இரசித்தான். அவனது கண்கள், கண்காட்சி நடந்த அந்த அறையில் மேய்ந்தவாறே பெண்களின் உடல்கள் மீது சென்று அமர்ந்தன. அவர்களில் சிலர் அவனைப் பார்த்ததையும் கவனித்தேன். “அவன் பெண்களை மயக்குபவனாக இருப்பானோ! சரி அவனை மறந்துவிடுவோம்” என்று எனக்குள் சொல்லிக்கொண்டேன். அப்போதுதான் என் தொலைபேசி எண்ணை வாங்கினான். முக்கியமாக எதையோ என்னிடம் காட்ட வேண்டும் என்பதால் தொடர்புக்கொள்ள தேவை என்றான். என்ன அது என்று மேலும் விவரம் கேட்டபோது, என்னை மாடலாக நிற்க வைத்து ஓவியம் வரைய விரும்புவதுதான் நோக்கம் என்பதையும் ஒப்புக்கொண்டான். இப்படித்தான் தன்

ஓவியக்கூடத்துக்குப் பெண்களை வரவழைப்பதாகவும் சொன்னான். அவன் வேடிக்கையாகப் பேசுகிறானா அல்லது உண்மையைச் சொல்கிறானா என்று தெரியவில்லை. நான் நாசூக்காக மறுத்துவிட்டேன். ஆனால், விதி எங்களை மீண்டும் ஒரு மாலைப்பொழுதில் சந்திக்க வைத்தது. நவீனக் கலை வரலாறு கற்றுத் தந்த என் ஆசிரியர் வீட்டில் அந்தச் சந்திப்பு நடந்தது. அன்று மாலை முழுவதும் அவன் என்னை விடவே இல்லை. என் இருப்பிடம் வரை துணைக்கு வந்தான். அப்போது நகரத்தின் வெளிப்புறத்தில் சிறிய அறை ஒன்றில் தங்கியிருந்தேன்.

இவ்வாறு எங்களுக்குள் காதல் மலர்ந்தது. என் மனத்திரையில் இருந்து அவனது உருவத்தை நீக்க முடியவில்லை. அவனிடம் இருந்து தொலைபேசி அழைப்பு, அஞ்சல் அட்டை அல்லது எதிர்பாரா வருகை என ஏதாவது சைகை கிடைக்காதா என்று ஏங்கவும் ஆரம்பித்தேன்.

வாழ்தல்

இதோ என் மனதில் உள்ளவற்றைக் கொட்டிவிட்டேன். அவனைப்போல் இல்லாமல் நான் சுருக்கமாகவும் நேரடியாகவும் சொல்லியிருக்கிறேன். எப்படியும் அவன் கூறுவதைத்தான் நம்பப் போகிறீர்கள். நான் சொல்வதை நம்ப மாட்டீர்கள். ஏனெனில், நான் அவனது வாழ்வில் வந்து குறுக்கிட்டு, அனைத்தையும் வீணாக்கிய ஒரு சாதாரண நாட்டுப்புறப் பெண். அவன் என்னை சந்தோஷமாக வைத்திருக்கவில்லை. எனினும், அவனது வாழ்வு சௌகரியமாக இருக்குமாறு செய்ய நிறையப் பாடுபட்டிருக்கிறேன் என்று நினைக்கிறேன். பெரும்பாலான நேரங்களில் அவனது தவறுகளைக் கண்டுகொள்ளாமல் விட்டதற்காக வருந்துகிறேன். இன்று, சக்கர நாற்காலியில் முடங்கிய நிலையிலும் ஒருபக்க உடல் செயல் இழந்த நிலையிலும் ஃபுலானைப் பார்த்தவுடன் அவன் மீது எனக்கு அனுதாபம் மேலிடுகிறது. அனுதாபப்படுவது என்பது சரியானதொரு குணமாக இருக்காது; அவன் மீண்டும் உடல்நலம் பெற்று எழுந்து உட்கார வேண்டும் என்று நான் விரும்பவில்லை. அவ்வாறு உட்கார நேர்ந்தால் மீண்டும் தன் துரோகச் செயலைத் தொடர்வான். இனிமேல் நான் அவனைக் கவனித்துக்கொள்ளப் போகிறேன். நான்தான் இனி அவனுடைய செவிலிப் பெண். அவனுடைய சின்னம்மா, அவனுடைய மனைவி, ஏன் அவனுடைய தோழியாகவும் இருக்கப் போகிறேன். விவாகரத்து நடவடிக்கைகளை நிறுத்திக்கொள்ளப் போகிறேன்; என் திட்டத்தை மட்டுமல்ல நடவடிக்கையையும் மாற்றிக்கொள்ளப் போகிறேன். அவனுக்கே ஆச்சரியமாக இருக்கும். இனி என்னை அவன் தவிர்க்க முடியாது என்பதை நீங்கள் பார்க்கத்தான் போகிறீர்கள். எங்கள் முதல் சந்திப்பைப்போல அவனை நேசிக்க போகிறேன். நேசித்து எனக்காகப் பாதுகாக்கப் போகிறேன். என்னிடம் உள்ள தீய உந்துதல்களில் இருந்து விடுபடப் போகிறேன். பழிவாங்கும்

போக்கைக் கைவிடப் போகிறேன். அவனுக்கு நன்மை செய்யப் போகிறேன். உதவியாக இருக்கப் போகிறேன். அவனை உண்மை யில் நேசிக்கிறேனா இல்லையா என்ற கேள்வியை இனி நான் கேட்டுக்கொள்ளப் போவதில்லை. அவனால் நேசிக்க முடியாது என்பதுடன் நேசத்தை அவனால் தரவும் முடியாது, பெறவும் முடியாது என்பது எனக்குத் தெரியும். நோயும் மரணமும் உண்டாக்கக்கூடியவளாக அவன் என்னை விவரித்திருந்தபோதிலும் நான் ஒன்றும் பிசாசு இல்லை.

அவனுக்கு நன்மை செய்வதன் ஆரம்பமாக அவனுக்கு கஞ்சிக் கொண்டுபோகப் போகிறேன். பிறகு அவனுடைய அழகான இமான் செய்வதுபோல நீண்ட நேரம் மசாஜ் செய்யப் போகிறேன். இப்போது அவள் சில கிலோ மீட்டர் தூரத்தில் வசிக்கிறாள். ஆகஸ்ட் மாதத் தொடக்கத்தில் ஒருநாள் அவளைப் பார்க்கப் போனேன். சில மாதங்களாக நான் பயன்படுத்தாமல் இருந்த அழகான ஆடை ஒன்றை அவளுக்கு அன்பளிப்பாகத் தந்தேன். தன் அம்மா, தம்பி ஆகியோருடன் வசிக்கும் சிறிய குடியிருப்புக்கு என்னை அழைத்திருந்தாள். அவளிடம் நேரடியாகவே பேசினேன்: "இதோ பார். இனி என் கணவனை நான் கவனித்துக்கொள்ள போகிறேன். நான் அவனுக்குத் தேவைப்படுகிறேன். என்னால் அவன் குணமடைந்து மீண்டும் ஓவியம் தீட்ட வேண்டும் என்று விரும்புகிறேன். அவன் ஒரு மாபெரும் கலைஞன். எனவே தயவு செய்து இனி அவனைக் கவனித்துக்கொள்ளும் பொறுப்பைக் கைவிடு, அது அவனைத் தொந்தரவு செய்வதாக இருக்கிறது என்று நினைக்கிறேன். அவனது இரத்தக் கொதிப்பு மீண்டும் சமநிலையில் இல்லை. அது ஆபத்தானது. உன்னிடம் நான் கேட்பது ஒரு பெரிய உதவி என்பது எனக்குத் தெரியும். எனவே அதற்கு பிரதிபலனாக ஒரு உதவியை உனக்குச் செய்ய முன்வருகிறேன். ஸ்பெயினுக்குச் செல்ல உன் தம்பிக்கு விசா பெற்றுத் தருகிறேன். நீ பெல்ஜியம் செல்லும் நாள்வரை உனக்கான சம்பளத்தை வழங்கிவிடுகிறேன். எனக்கு, ஊசி போடுவதும் உடற்பயிற்சி அளிப்பதும் எப்படி என்று நீ சொல்லித்தர வேண்டும். அவ்வளவுதான் மேலும், நீ திருமணம் செய்துகொள்ள இருப்பதாகவும் அதற்கான ஏற்பாடுகளைச் செய்ய விரைவில் உன் வருங்காலக் கணவன் வருவதாகவும் கூறி அவனை சமாதானம் செய்ய வேண்டும். உன் ஆவணங்களை

ஏற்பாடு செய்யும் வேலையை நான் பார்த்துக்கொள்கிறேன். உன் குடும்பத்திற்கு எவ்விதப் பிரச்சினையும் இருக்காது. ஏனெனில் சொந்த குடும்பத்துடன் ஒன்றிணையும் அமைப்பில்தான் உன் குடும்பம் வருகிறது. உன் தம்பியைப் பொறுத்தவரை அது மிக எளிது. ஸ்பெயின் தூதரை எனக்கு நன்றாகத் தெரியும். ஜாவியே, இதுவரை எனக்கு எந்த மறுப்பும் சொன்னதில்லை. என் கண வருக்கும் அவர் நண்பர்தான்.

நான் இமானைப் பார்க்கப் போனதும், நான் கூறிய யோசனை களும் முதலில் அவளுக்கு அதிர்ச்சியைத் தந்தன. எனினும் அவள் நல்ல மனம் படைத்தவள் என்பதுடன் மனைவி ஒருத்தி, தன் கணவனைக் கவனித்துக்கொள்ள நினைப்பது நியாயமானது என்று புரிந்துகொண்டாள். ஃபுலான், தனக்கு மாமா அல்லது அப்பா போன்றவர் என்றும், தன் வேலையைத் தவிர வேறு எந்தச் செயலிலும் ஈடுபடவில்லை என்றும் தன் வருங்காலக் கணவன் மீது காதல் கொண்டிருப்பதாகவும் கூறினாள். அவள் சொன்னதை எல்லாம் கேட்டுத் திருப்தி அடைந்ததுபோல் பாவனை செய் தேன். தேவையான சந்தேகங்கள் சிலவற்றைக் கேட்டுத் தெரிந்து கொண்டேன். எப்படி ஊசி போடுவது, எவ்வாறு மசாஜ் செய்வது, தசைகளை உயிர்ப்பிப்பது என்று சொல்லித் தந்தாள். அந்தப் பகல் பொழுது முழுவதும் பல விஷயங்களை அவளிடம் கற்றுக் கொண்டேன். தன் தம்பி அஸீஸின் கடவுச்சீட்டை என்னிடம் தந்தாள். பெல்ஜிய தூதரகத்தால் மறுக்கப்பட்டிருந்த அவனது கோப்பினையும் தந்தாள். இருவரும் கட்டி அணைத்து விடை பெற்றோம். மனதில் பெருமிதத்துடன் வீட்டுக்குப் புறப்பட்டேன்.

என் திட்டம் இப்போது தயாராகிவிட்டது. இனி அவன் மீது நான் வைத்துள்ள குறி நெருங்க இருக்கிறது. கனிவாகவும் பாசமாகவும் ஃபுலான் முன் போய் நிற்க வேண்டியதுதான் பாக்கி. அவனது புதிய வாழ்க்கையை எவ்வாறு தொடங்க இருக்கிறேன் என்பதை அவனுக்குக் காட்ட வேண்டும். அதற்கு ஒத்திகை தேவைப்பட்டது. லாலாதான் உதவிக்கு வந்தாள். அவளை கணவனாகப் பாவித்து நான் என் பங்கைச் செய்துபார்த்தேன். அந்த அனுபவம் வேடிக்கையாக இருந்தது. ஒரு கட்டத்தில் நாங்கள் இருவரும் பலமாகச் சிரித்துவிட்டோம். மலை மீது உள்ள ஞானி வத்திகளை ஏற்றி வைத்துச் செய்யும் சடங்குகளை விட இந்தத்

திட்டம் நமக்கு உறுதியான வெற்றியைத் தேடித் தரும் என்றுகூட அவள் கருத்துத் தெரிவித்தாள். அந்தச் சந்தர்ப்பத்தைக் கொண்டாட புதிய மது பாட்டிலைத் திறந்தோம்.

இந்தத் திட்டத்தின்படி அவனுக்கு இரவும் பகலும் சேவை செய்யப் போகிறேன். பிள்ளைகளுக்காக அவன் நிம்மதியாக இருக்க உதவப் போகிறேன். இனி ஒருபோதும் என்னிடம் இருந்து தப்பிச் செல்ல முடியாது; நான் கனவு கண்ட கணவனாக, என்னுடனேயே வாழவைக்க இதுதான் சிறந்த வழி. என் சேவை இன்றியமையாதது என்று சொல்லும் அளவுக்குப் பயனுள்ளவளாக மாறிச் சேவை செய்யப்போகிறேன். எப்படி இருக்கிறானோ அந்த நிலையிலேயே அவனை விரும்பப் போகிறேன். இனி அவனை மாற்ற முயற்சி எடுக்கப் போவதில்லை. நான் ஒரு பிசாசு இல்லை. எனக்கும் உணர்வுகள் உண்டு; நான் கொஞ்சம் கடுமையாகவும் மூர்க்கமாகவும் இருப்பேன். அது என்னுடைய சுபாவம். எனக்கு அவனது குடும்பத்தினரையும், அவர்களிடம் சகஜமாகக் காணப் படும் வெளி வேடத்தையும் சந்தர்ப்பவாதத்தையும் பிடிக்காது. நான் அவனை நேசிக்கப் போகிறேன். மன வேற்றுமையில் கழிந்த இத்தனை ஆண்டுகளில் செய்ய முடியாத அத்தனை சேவை களையும் அவனுக்குச் செய்யப் போகிறேன். அவனைப் பற்றி எந்த அளவு பெருமை அடைகிறேன் என்பதை அவனுக்குக் காட்டாமல் இருந்த நான், இனி அவனைப் போற்றி மகிழப் போகிறேன். அவனை நேசிக்கிறேன் என்பது அவனுக்குத் தெரிய வேண்டும். நான் அவனுடைய எதிரி அல்ல; குறிப்பாக அவன் உடல்நலம் குன்றி உள்ள இந்த நிலையில், குறிப்பாகப் பக்கவாதம் உள்ளிட்ட பாதிப்புகளால் வாழ்க்கையே முடங்கிவிட்ட இந்த நிலையிலும் அவனை நேசிக்கும் ஒரே பெண் என்பதை அவன் உணர்ந்துகொள்ள வேண்டும். அவனுக்கு நேர்ந்துள்ள பக்கவாதப் பாதிப்புக் குறித்து விசாரித்துப் பார்த்ததில் அவன் தேறிவிடுவான் என்று தெரிகிறது. அப்படித்தான் எல்லோரும் உறுதியாக நம்புகின்றனர். எனினும் தன் முழு ஆற்றலையும் அவன் மீண்டும் பெற முடியுமா? முன்பு போல் கம்பீரமாக உட்கார்ந்து ஓவியம் தீட்ட முடியுமா? எந்த மருத்துவராலும் அதற்கு உறுதியான பதிலைத் தர முடியவில்லை. உடல்நிலையில் முன்னேற்றம் ஏற்பட்டு விரைவில் தூரிகையைப் பிடிப்பான் என எதிர்பார்க்க மட்டுமே நம்மால் இயலும். நான்

அவனை என் பாதுகாப்பில் வைத்துக்கொள்வேன். இனி முன்பு போல் எந்தப் பெண்ணும் அவனை நெருங்க முடியாது. நான் அவனுடன் எப்போதும் இருப்பேன். அவனும் சாய்வு நாற்காலியை விட்டு நகர முடியாது. அவனை வெளியில் அழைத்துச் செல்லவோ, குளியல் அறைக்கு அழைத்துச் செல்லவோ அந்தப் பணியாளர் களை (இரட்டையர்கள்) உதவிக்கு அழைப்பேன். ஆனால், இனி நான்தான் அவனைக் குளிக்க வைப்பேன். என் கையில் ஒரு குழந்தையைப்போல் சக்தி இழந்து இருப்பதைப் பார்க்க விரும்பு கிறேன். முன்பு போல் என்னைத் திட்ட முடியாது, மிரட்ட முடியாது, எரிந்துவிழ முடியாது - இப்படி எதுவும் செய்ய முடி யாத நிலையில் அவன் இருப்பான். அவன் அருகில் படுத்துக் கொள்வேன். அவனுக்குக் கஷாயம் தயாரித்துத் தருவேன். மருந்து களையும், தேவையானால் நீண்டநேரம் தூங்குவதற்கான மாத்திரை களையும் தருவேன். அவன் நல்ல விதமாக வாழ்வதற்காக இரண்டாவது முறையாகத் தன் இளமையைத் தியாகம்செய்ய அதாவது எஞ்சியிருக்கும் தன் உழைப்பை அர்ப்பணித்துச் சேவை செய்யக்கூடிய தன்னலமற்ற நல்ல பெண் என்பதை அவனுக்குப் புரியவைக்கும் நேரம் வந்துவிட்டது. அவன் மீது பெரிதும் அக்கறை செலுத்துவேன். இனி அவனைத் தனிமையில் விடவே மாட்டேன். இது குறித்து அவனுடைய மருத்துவர்களிடம் பேசியபோது இது சரியான அணுகுமுறை என்று கூறினர். கிறித்துவப் பொன்மொழி ஒன்று கூறுவதுபோல் நன்மை, தீமை என இரண்டையும் சேர்த்தே அனுபவிக்கத்தான் நாம் திருமணம் செய்திருக்கிறோம். எங்கள் மரபில், நோய்வாய்பட்டிருக்கும்போது ஒருவருக்கொருவர் உதவி யாக இருக்க வேண்டும். அனுசரித்துப்போக வேண்டும் என்று கூறுவார்கள். நான் இரண்டு அறிவுரைகளையும் பின்பற்றப் போகிறேன்.

அதிகாரத்தைக் கையில் எடுக்கப் போகிறேன் என்றாலும் அவனை எளிதில் வழிக்குக் கொண்டுவரும் வகையில், அதிசயிக்க வைக்கும் வகையில் அந்த அதிகாரத்தை மென்மையாகப் பயன் படுத்தப்போகிறேன். அவனது செயல்பாடுகளில் ஒரு ஒழுங்கு முறையை ஏற்கெனவே கொண்டுவந்துவிட்டேன். அதாவது என் சம்மதம் இல்லாமல் எந்த ஆவணமும் கையெழுத்தாகாது. சில ஓவியங்களை நிலத்தடியில் மறைத்து வைத்துவிட்டேன். அதன்

சாவியும் இரகசியக் குறியீட்டு எண்களும் என் கைவசம் உள்ளன. அவருக்கு, இவருக்கு என யாருக்கும் இனி இலவசமாக அன்பளிப்பு என்ற பேரில் எதுவும் போகாது. அவனுடைய முகவரை தொலைபேசியில் அழைத்துப் பேசினேன். ஓவியன் நோய்வாய்ப் பட்டதில் இருந்து அவனது படைப்புகளின் மதிப்பு உயர்ந்து விட்டதாகவும் தற்போதைக்கு எதையும் விற்காமல் இருப்பது நல்லது என்றும் உடனடியாகத் தகவல் தெரிவித்தான். சந்தையில் எவ்வளவு குறைவாக அவனது ஓவியங்கள் இருக்கின்றனவோ அந்த அளவுக்குப் படைப்புகளின் மதிப்பு உயரும் என்றும் எப்போதுமே அரிதாகக் கிடைப்பவற்றின் மதிப்பு உயர்ந்துவிடும் என்னும் உண்மையைப் புரியவைத்தான்.

ஃபுலான், என்ன நினைத்துக்கொண்டிருக்கிறானோ தெரியாது. ஓவியம் என்பது அவன் அளவில் முடிந்த கதை. எப்படிப் பார்த்தாலும் இந்த விலைக்கு விற்கும் இத்தகைய மகத்தான ஓவியங்களை இனி அவனால் படைக்க முடியாது. அவ்வளவு தான்; எல்லாம் முடிந்தது. இப்போது அவன் என் கையில் ஒரு பொம்மையாக இருக்கிறான். என் விருப்பத்துக்கு அதை என்ன வேண்டுமானாலும் செய்வேன். ஆனாலும், அந்தப் பொருள் அடங்கி, எல்லாவற்றுக்கும் உடன்பட்டு ஏறக்குறைய சந்தோஷமாக இருக்க வேண்டும் என்று விரும்புகிறேன்.

முக்கியமான விஷயம் ஒன்றிருக்கிறது. அவனுக்கு வேறு எங்காவது குழந்தைகள் இருக்கின்றனவா என்பதை நான் உறுதி செய்தாக வேண்டும். வெள்ளைக்காரப் பெண் ஒருத்தியின் கைகளில் சிறுவன் இருக்கும் புகைப்படம் ஒன்றை அவனது பாதுகாப்புப் பெட்டகத்தில் பார்த்தேன்.

நல்ல மனைவிகள் அடி வாங்குவது என்பதெல்லாம் அந்தக் காலம். அமீனாவாகிய நான் 2003ஆம் ஆண்டு, அக்டோபர் முதல் தேதி இரண்டாம் தேதிக்கும் இடையிலான இந்த இரவில் அவனுடைய கையெழுத்துப் பிரதிக்குப் பதிலளிக்கும் விதமாக இதனை எழுதுகிறேன். என் கணவனை அவன் இருக்கும் நிலையிலேயே நேசிக்க முடிவு செய்திருக்கிறேன். இனி என் உணர்வுகளை முட்டுச் சந்துக்களில் தொலைக்க மாட்டேன். இது நன்கு யோசித்து எடுக்கப்பட்ட முடிவாகும். இப்படி ஒரு

முடிவை எடுக்கக் காரணமாயிருந்த லாலாவுக்குத்தான் அதிகமாகக் கடன் பட்டிருக்கிறேன். அவனை மீட்டெடுக்க வேண்டும் என்ற எண்ணம் அவளால்தான் உண்டானது. அவள் சாதுரியம் மிக்கவள். அவள் மட்டும் இல்லாமல் போயிருந்தால், மூலையில் முடங்கிப் போய் அழுது புலம்பியவாறுதான் இருந்திருப்பேன். அவனுக்குச் சந்தோஷத்தைத் தரும் என்றால், அவ்வப்போது பெண் ஒருத்தியைக்கூட ஏற்பாடு செய்யும்படி அறிவுரை கூறினாள். ஆனால், அவ்வாறு என்னால் செய்ய முடியுமா என்று தெரியவில்லை. இல்லை. அதற்காக எல்லை தாண்டக் கூடாது. எனவே என் பழிவாங்கும் நடவடிக்கை என்பது இவ்வாறாக நன்மை, நல் லெண்ணம், தாராளக் குணம் ஆகியவை கொண்ட பாதையில் அமையும். நேசம், மீட்பு ஆகிய நோக்கங்களைக் கொண்டிருக்கும். அவனுக்கு அன்பை வாரி வழங்குவேன். அது எல்லையற்ற, அழகான, ஆழமான அன்பாக இருக்கும். அது அவனைக் கன வுலகுக்குக் கொண்டு சென்று அவனை எதிர்பாராத இனிமையில் ஆழ்த்தும். என்னை மிகவும் தாழ்த்திக்கொண்டு அவனிடம் மன்னிப்புக் கேட்பேன். அவனுக்குப் பணிந்து சேவை செய்வதற் கான சூழ்நிலைகளை உருவாக்குவேன். என் நல்லெண்ணம் மீது அவனுக்குச் சந்தேகம் வராத அளவுக்கு அவனது தேவைகளை முன்கூட்டியே ஊகித்து நடந்துகொள்வேன். சின்னச் சின்ன பிரச்சினைகளையும் தீர்த்து வைத்து அவனுக்கு அடிபணிந்து இருக்குமாறு பார்த்துக்கொள்வேன். உண்மைதான்; மொத்தத்தில் நான் அவனிடம் சரணடைந்துவிடுவேன். இதன் மூலம் அவன் அருகில் நிரந்தரமாக இருப்பதற்கான இடம் கிடைத்துவிடும் என்ற நம்பிக்கை இருக்கிறது. விதிவசத்தால், தற்செயலாக என் இடம் எனக்கு மீண்டும் கிடைத்திருக்கிறது. ஒருபோதும் இழந்திருக்கக் கூடாத இடம் அது. இவையெல்லாம் புரியும்போது ஃபுலான் அதிர்ந்து போவான். அவன் எனக்கான பொருளாக, என் நோயாளி யாக, முழுமையாக என்னையே எல்லாவற்றுக்கும் சார்ந்திருக்கும் ஒருவனாக நீடிக்க என்னால் இயன்ற அத்தனையையும் செய் வேன். இப்படியெல்லாம் நடக்க இருக்கும் நாட்களை நினைத்து மனதுக்குள் ரசிக்கிறேன். அந்தப் பேரின்பத்தில் திளைக்கிறேன். ஒருவழியாகச் சுதந்திரம் கிடைத்துவிட்டது. இனி மேல்தான் உண்மையிலேயே நான் வாழப்போகிறேன்.

குறிப்புகள்

பகுதி 1

அத்தியாயம் 1

மொராக்கோ – வட ஆப்பிரிக்க நாடு

காஸாபிளான்கா – மேற்கு மொராக்கோவில் உள்ள துறைமுக நகரம்.

ழான் ழெனெ *(1910-1986)* – புகழ்பெற்ற பிரஞ்சு நாவலாசிரியர், நாடக ஆசிரியர், கவிஞர்.

அத்தியாயம் 2

ஃபிரிட்ஸ் லாங் *(1890-1976)* – அமெரிக்கத் திரைப்பட இயக்குநர்.

பிரான்சிஸ் பேகன் *(1909-1992)* – அயர்லாந்தில் பிறந்த பிரிட்டிஷ் ஓவியர்.

லெயோ ஃபெரே *(1916-1993)* – பிரான்ஸில் பிறந்த மொனாக்கோ கவிஞர், இசையமைப்பாளர்.

கிளென் கூல்ட் *(1932-1982)* – கனடாவைச் சேர்ந்த பாரம்பரிய வயலின் கலைஞர்.

பிக்காஸோ *(1881-1973)* – பாப்லோ பிக்காஸோ, புகழ்பெற்ற ஸ்பானிஷ் ஓவியர், சிற்பி.

ஆறுநாள் போர் - *(ஜூன் 5, 1967-ஜூன் 10, 1967)* – ஜூன் போர் என்றும் அழைக்கப்படும். இது அரபு நாட்டுக்கும் இஸ்ரேல் நாட்டுக்கும் இடையே நடைபெற்றதாகும்.

ரெனுவார் *(1841-1919)* – பியர் ஒகுய்ஸ்த் ரெனுவார், புகழ்பெற்ற பிரஞ்சு ஓவியர்.

மத்தீஸ் *(1869-1954)* – ஆன்றி மத்தீஸ், பிரபல பிரஞ்சு ஓவியர்.

ஷோபென்ஹாவூவா *(1788-1860)* – ஜெர்மனி நாட்டுத் தத்துவ வியலாளர்.

நீட்ஷே *(1844-1900)* – ஜெர்மனி நாட்டின் சிந்தனையாளர். 'ஸராதுஸ்த்ரா இவ்வாறு கூறினார்' என்னும் நூலின் ஆசிரியர்.

ஸ்பினோஸா *(1632-1677)* – பரூச் ஸ்பினோஸா, டச்சு நாட்டின் தத்துவவியலாளர். 17ஆம் நூற்றாண்டின் தலைசிறந்த தத்துவவியலாளராகக் கருதப்படுபவர்.

லூவரு அருங்காட்சியகம் – பாரீஸ் நகரில் உள்ள உலகப் புகழ்பெற்ற அருங்காட்சியகம். சிறப்புமிக்க "மோனாலிஸா" ஓவியம் இங்குதான் வைக்கப்பட்டுள்ளது.

பிராடோ காட்சியகம் – ஸ்பெயின் நாட்டின் மத்ரீத் நகரில் உள்ள தேசிய அருங்காட்சியகம்.

அத்தியாயம் 3

கடல் மூரை – சிறிய, கூர்மையான முட்கள் கொண்ட கடல்வாழ் விலங்கினம். இது கடல் முள்ளெலி, கடல் ஊமத்தை என்ற பெயர்களாலும் அழைக்கப்படுகிறது.

ஜான் கஸாவெட்டீஸ் *(1929-1989)* – அமெரிக்க நடிகர், திரைப்பட இயக்குநர்.

அத்தியாயம் 4

ஃபேஸ் – மொராக்கோ நாட்டின் வடகிழக்குப் பகுதியில் அமைந்துள்ள இந்நகரம், அந்நாட்டின் கலாச்சாரத் தலைநகரமாகக் கருதப்படுகிறது.

அல் கராவூயின் பல்கலைக்கழகம் – ஃபேஸ் நகரத்தில் அமைந்துள்ள இந்தப் பல்கலைக்கழகம் கி.பி. 859இல் ஆரம்பிக்கப்பட்டது. உலகின் பழமையான பல்கலைக்கழகங்களில் ஒன்று என்ற பெருமைக்குரியது.

காண்டூரா – இஸ்லாமியர்கள் குறிப்பாக அரேபியர்கள் அணியும் கணுக்கால் வரை நீண்டிருக்கும் அங்கி.

அட்லாஸ் மலைத்தொடர் – வடமேற்கு ஆப்பிரிக்க நாடுகளான மொராக்கோ, அல்ஜீரியா, துனிசியா ஆகிய நாடுகளில் பரவியுள்ள 2500 கி.மீ. நீளம் கொண்ட மலைத்தொடர்.

ஜெலாபா – மொராக்கோ இஸ்லாமியர் அணியும் நீளமான அங்கி.

காஃப்தான் – மொராக்கோ நாட்டுப் பெண்கள் திருமணம் போன்ற நிகழ்ச்சிகளில் அணியும் நீளமான உடை.

டக்ளஸ் ஸிர்க் *(1897-1987)* – ஜெர்மனி நாட்டின் திரைப்பட இயக்குநர். இவரது சோக நாடகங்கள் புகழ்பெற்றவை.

ஜார்ஜ் ஸ்டீவென்ஸ் *(1932)* – அமெரிக்க நாடக ஆசிரியர், திரைப்பட இயக்குநர்.

அத்தியாயம் 5

மராக்கேஷ் – மொராக்கோவின் மேற்கில் உள்ள இந்நகரம், முக்கியப் பொருளாதார மையமாகும்.

திர்ஹாம் – மொராக்கோ நாட்டு நாணயத்தின் பெயர்.

அத்தியாயம் 6

அலேன் ரெனே *(1922-2014)* – பிரஞ்சுத் திரைப்பட இயக்குநர்.

எச். ஜி. குளுஸோ *(1907-1977)* – ஆன்றி ழோர்ழ் குளுஸோ, பிரஞ்சுத் திரைப்பட இயக்குநர், தயாரிப்பாளர்.

தெலாக்ருவா *(1798-1863)* – புகழ்பெற்ற பிரஞ்சு ஓவியர்.

அந்தோணியோனி *(1912-2007)* – மைக்கேலாங்கலோ அந்தோணியோனி, இத்தாலிய திரைப்பட இயக்குநர்.

ரெம்பிராண்ட் *(1606-1669)* – புகழ்பெற்ற டச்சு ஓவியர்.

பொதலேர் *(1821-1867)* – ஷார்ல் பொதலேர், 19ஆம் நூற்றாண்டின் சிறந்த பிரஞ்சுக் கவிஞர்.

அத்தியாயம் 8

தஜீன் – மண்பானையில் சமைக்கப்படும் வட ஆப்பிரிக்க உணவு வகை.

அத்தியாயம் 9

ஆமிந்தியாப் – காஸாபிளான்காவில் உள்ள அழகான கடற்கரை.

தாஞ்சியர் – மொராக்கோ நாட்டின் துறைமுக நகரம்

அத்தியாயம் 12

கோபென்ஹேகன் – டென்மார்க்கின் தலைநகரம்.

ஸ்டேன்லி குயூபிரெக் *(1928-1999)* – அமெரிக்கத் திரைப்பட இயக்குநர், தயாரிப்பாளர், புகைப்பட கலைஞர்.

அத்தியாயம் 13

நிக்கோலாஸ் தெ ஸ்தயேல் *(1914-1995)* - ரஷ்ய நாட்டை பூர்வீக மாகக் கொண்ட பிரஞ்சு ஓவியர்.

அத்தியாயம் 14

ஷெகேரஸாத் – 'ஆயிரத்து ஓர் இரவுகள்' கதையில் வரும் பெண் கதாபாத்திரம். அந்தக் கதைகளைச் சொல்பவளும் அவள்தான்.

ஜெக்கோமெட்டீ *(1901-1966)* – ஆல்பெர்டோ ஜெக்கோமெட்டீ, ஸ்விஸ் நாட்டைச் சேர்ந்த ஓவியர், சிற்ப வல்லுநர்.

அயடோலா – ஈரானில் உள்ள ஷீயா பிரிவு முஸ்லீம்களின் சமயத் தலைவர்.

அத்தயாயம் 15

எலிசே மாளிகை – பாரீஸில் உள்ள பிரஞ்சுக் குடியரசுத் தலைவரின் அதிகாரபூர்வ இல்லம்.

எலியா கஸான் *(1909-2003)* – அமெரிக்கத் திரைப்பட இயக்குநர், தயாரிப்பாளர், நடிகர்.

ஃபே டானாவே *(1941)* – டோராதி ஃபே டானாவே, அமெரிக்கத் திரைப்பட நடிகை, 'கோல்டன் குளோப்' உள்ளிட்ட பல விருது களைப் பெற்றவர்.

மஹரேப் பகுதி – அல்ஜீரியா, லிபியா, மொரித்தானியா, மொராக்கோ, துனிசியா ஆகிய நாடுகளை உள்ளடக்கிய வடமேற்கு ஆப்பிரிக்கப் பகுதி.

ஃபஸியானோஸ் *(1935-2022)* – அலெக்கோஸ் ஃபஸியானோஸ், கிரேக்க நாட்டு ஓவியர். "கிரேக்க பிக்காஸோ" என்று அழைக்கப் பட்ட பெருமைக்குரியவர்.

லூப்பிட்ச் *(1892-1947)* – எர்னஸ்ட் லிப்பிட்ச், ஜெர்மனியில் பிறந்த அமெரிக்கத் திரைப்பட இயக்குநர், தயாரிப்பாளர், நடிகர்.

காப்ரா *(1897-1991)* – பிரான்க் ரஸ்ஸெல் காப்ரா, இத்தாலியில் பிறந்த அமெரிக்கத் திரைப்பட இயக்குநர், தயாரிப்பாளர்.

ஆர்ஸன் வேல்ஸ் *(1915-1985)* – ஜார்ஜ் ஆர்ஸன் வேல்ஸ், அமெரிக்கத் திரைப்பட இயக்குநர், நடிகர்.

நபோகோவ் *(1899-1977)* – விளாடிமிர் நபோகோவ், ரஷ்ய-அமெரிக்க நாவலாசிரியர், கவிஞர், மொழிபெயர்ப்பாளர்.

புஷ்கின் *(1799-1837)* – அலெக்சாண்டர் புஷ்கின், ரஷ்ய கவிஞர், நாடக ஆசிரியர், நாவலாசிரியர்.

பியன்னாலே – இரண்டு ஆண்டுக்கு ஒருமுறை நடைபெறும் புகழ்பெற்ற சர்வதேசக் கலைக் கண்காட்சி.

பாப் டைலான் *(1941)* – அமெரிக்கப் பாடகர், பாடலாசிரியர்.

அத்தியாயம் – 19

கிஃப் – கஞ்சா வகை

அத்தியாயம் 20

பிரஸ்சல்ஸ் – பெல்ஜியம் நாட்டின் தலைநகரம்.

அத்தியாயம் 21

போம்பிதூ அருங்காட்சியகம் – பாரீஸில் உள்ள தேசிய நவீனக் கலை அருங்காட்சியகம்.

அத்தியாயம் 22

ழோர்ழ் லூயி போர்ழஸ் *(1899-1986)* – அர்ஜென்டினா நாட்டைச் சேர்ந்த புகழ்பெற்ற சிறுகதை எழுத்தாளர், கவிஞர்.

அத்தியாயம் 25

மொனாக்கோ – ஐரோப்பியக் கண்டத்தில் உள்ள உலகின் இரண்டாவது சிறிய சுதந்திர நாடு.

அத்தியாயம் 27

மூதவானா – பெண்களுக்கான உரிமைகளில் திருத்தியமைக்கப் பட்ட சட்டத் திருத்த வடிவமாகும்.

அத்தியாயம் 29

ழூான் ரெனுவார் (1894-1979) – பிரஞ்சுத் திரைப்பட இயக்குநர், தயாரிப்பாளர், நடிகர்.

பகுதி – 2

எனது பார்வை

மர்சேய் – பிரான்ஸ் நாட்டின் தென்பகுதியில் உள்ள துறைமுக நகரம்.

இரகசியக் கையெழுத்துப் பிரதி

துருப்ஃபோ (1932-1984) – பிரான்சுவா துருப்போ, புகழ்பெற்ற பிரஞ்சுத் திரைப்பட இயக்குநர், நடிகர்.

தாம்பத்தியம்

டான் ஹூவான் – ஸ்பானிஷ் புராணக் கதைகளில் வரும் கதா பாத்திரம். இவன் பெண்களைக் கவரும் ஒழுக்கமற்ற வாழ்க்கையை வாழ்பவன்.

காஸனோவா – பல பெண்களைக் காதல் வசப்படுத்தி, உல்லாச மாக வாழ்பவன்.